સત્યયોદ્ધા

કલ્કિ

નવલકથાત્રયી ભાગ 2

બ્રહ્માનું નેત્ર

કેવિન મિસલ

અનુવાદ : ચિરાગ ઠક્કર 'જય'

મુખ્ય પ્રાપ્તિસ્થાન

નવભારત સાહિત્ય મંદિર

જૈન દેરાસર પાસે, ગાંધી રોડ, અમદાવાદ - ૩૮૦ ૦૦૧

૨૦૨, પેલિકન હાઉસ, ગુજરાત ચેમ્બર ઓફ કોમર્સના કંપાઉન્ડમાં,
આશ્રમ રોડ, અમદાવાદ - ૩૮૦ ૦૦૯

☎ (૦૭૯) ૨૨૧૩૯૨૫૩, ૨૨૧૩૨૯૨૧
૯૮૨૫૦ ૩૨૩૪૦
e-mail : info@navbharatonline.com
www.navbharatonline.com
fb.com/NavbharatSahityaMandir

SATYAYODDHA KALKI EYE OF BRAHMA (PART-2)
by Kevin Missal
Navbharat Sahitya Mandir
AHMEDABAD
2023

ISBN No. : 978-93-95339-87-2

પ્રથમ આવૃત્તિઃ જુલાઈ, 2023

(સેટનું મૂલ્ય : ₹ 1647/-)

પ્રકાશક
મહેન્દ્ર પી. શાહ
નવભારત સાહિત્ય મંદિર
જૈન દેરાસર પાસે, ગાંધી રોડ, અમદાવાદ-૩૮૦૦૦૧
ફોન: (૦૭૯) ૨૨૧૩૯૨૫૩, ૨૨૧૩૨૯૨૧
E-mail : info@navbharatonline.com
Web : www.navbharatonline.com
fb.com/NavbharatSahityaMandir

મુખપૃષ્ઠ : વી રામાનુજ
www.vramanuj.com

અત્યાર સુધીની વાર્તા...
ધર્મયોદ્ધા કલ્કિ :
વિષ્ણુનો અવતાર

નોંધ : ધ્યાન રહે કે આ પુસ્તક બે ભાગમાં વહેંચાયેલું છે, જેમાં પાત્રોના દૃષ્ટિકોણ એકબીજાથી વિરુદ્ધ છે. વાચકોની સુવિધા માટે તેને અલગ કરવામાં આવ્યા છે.

ભાગ-1 – શંભલનું યુદ્ધ

ભાગ-2 – કળિનો ઉદય

શંભલનું યુદ્ધ

કળિનો દૃષ્ટિકોણ

કળિ જાતિભ્રષ્ટ કબીલા (ઈલાવર્તીના અમાનવ દળ અને વંશ)નો એક નિમ્ન દળનો યુવા સેનાપતિ છે. જે કીકતપુર પ્રાંતની રાજધાની ઇન્દ્રગઢને પોતાને હસ્તક કરવા માગે છે. તેના સૈન્યમાં રાક્ષસ, નાગવંશ અને કબીલાઓ સામેલ છે. કબીલાઓ અને માનવ (ભદ્ર મનુષ્યોની વસ્તી) પરસ્પર દુશ્મનો છે અને કળિ તેમને સાથે લાવીને, કબીલાઓનો સામાજિક-રાજનીતિક બહિષ્કાર સમાપ્ત કરવા માગે છે. તે ઇન્દ્રગઢના રાજા વેદાંતને હરાવીને ઈલાવર્તી દેશના ઉત્તરીય ભાગમાં કબીલાનો પ્રસાર કરી રહ્યો છે. તે રાજધાનીમાં પોતાનાં મૂળ નાખીને એક મુક્ત અને મર્યાદિત જીવન જીવવાનો આરંભ કરે છે, પણ તેની સમસ્યાઓ તો જાણે હવે જ શરૂ થઈ છે.

યુદ્ધના મેદાનમાં તેની જીત બાદ એ બીમાર પડે છે. તેની આવશ્યકતાથી વધુ સંભાળ રાખનારી બહેન દુરુક્તિ તેનાથી ચિંતિત થાય છે. કળિને તેના બાળપણનાં સપનાં આવે છે જેમાં કબીલાઓની પરસ્પરની દુશ્મનીને કારણે ગામ સળગાવવામાં આવ્યું જેમાં તે ભાઈ-બહેન ગુમાવે છે. દુરુક્તિને તેની દાસી સિમરિન દ્વારા ખબર પડે છે કે શંભલ ગામની નજીક સોમના

ભંડાર છે જેનાથી તેના ભાઈની કથળેલી તબિયત સુધરી શકે તેમ છે. ભગવાન ઇન્દ્ર દ્વારા સોમની ભેટ સંસારને આપવામાં આવી હતી, પરંતુ વાસ્તવમાં કોઈ જાણતું નહોતું કે તેનું અસ્તિત્વ છે કે નહીં. દુરુક્તિ આ જાદુઈ જડીબુટ્ટી વિશે નિશ્ચિત નહોતી, પણ તોય તે શંભલ જવાનો નિર્ણય કરે છે. જ્યારે એક હત્યારાને કારણે કળિનું જીવન સંકટમાં પડે છે ત્યારે તે રાક્ષસોની સેના લઈને તરત શંભલ તરફ કૂચ કરે છે.

કલ્કિનો દૃષ્ટિકોણ

કલ્કિ હરિ, સુમતિ અને વિષ્ણુયશનો પુત્ર છે અને તેના ભાઈનું નામ અરજણ છે. એ બળવાન યુવક છે જેની શક્તિ તેના આસપાસના યુવકો કરતાં ઘણી વધારે છે. તે પોતાના પરિવાર સાથે શંભલમાં રહે છે. તે લક્ષ્મીને ચાહે છે જે તેના નાનકડા ગામની જ રહેવાસી છે, જે ગામ તેની ગૌશાળા અર્થવ્યવસ્થા માટે જાણીતું છે અને તેનાથી સમૃદ્ધ છે. કલ્કિ તેની તાકાતનું રહસ્ય જાણે છે. એક દિવસ એ જ્યારે પોતાની ગૌશાળામાં પરત આવે છે તો તેને ખબર પડે છે કે, મલેચ્છોએ ઉપદ્રવ મચાવીને તેના પિતાનું અપહરણ કર્યું છે.

અરજણ, લક્ષ્મી અને તેના તાકતવર મિત્ર બાલાની મદદથી કલ્કિ હથિયાર અને સંસાધન ભેગા કરવા લાગે છે. એ શસ્ત્રાગારમાંથી શસ્ત્રો લેવા માટે ઇન્દ્રગઢની યાત્રા કરે છે અને મુસીબતમાં પડી જાય છે. એ પાછો આવે છે તો તેને ખ્યાલ આવે છે કે અરજણ અને બાલા કૃપાની મદદથી ઝડપાઈ ગયા છે જે કૃપા દારૂડિયો છે અને મલેચ્છોનું સ્થળ જાણવાનો દાવો કરતો હતો.

કલ્કિની જીત થાય છે, પણ એ તેના પિતાને બચાવી નથી શકતો. એ તેમની આખરી ક્ષણોમાં કૃપા વિશે જણાવે છે. પછીથી જ્યારે કૃપાને કલ્કિ મળે છે ત્યારે કૃપા જણાવે છે કે તે વિષ્ણુનો અવતાર છે. અત્યાર સુધી ઘણા અવતાર થઈ ચૂક્યા છે અને તેને આખરી અવતાર મનાતો હતો. તેનાથી જ તેની અસાધારણ શક્તિનો સ્રોત જાણવા મળે છે જે

કલ્કિની નસોમાં દોડી રહી છે. જ્યારે તે એની માતાના પેટમાં હતો ત્યારે તેણે અપ્રત્યક્ષ રીતે સોમનું સેવન કર્યું હતું, એ કારણસર તેનામાં અસાધારણ શક્તિ આવી હતી. સોમ દેવતાઓનું અમૃત છે, જેની સાચી ક્ષમતા ધર્મ કે અધર્મ પર જોવા મળે છે. (જેને વાર્તાઓમાં મોટેભાગે સારા અને ખરાબ માનવામાં આવે છે) એ તેમને તેમનું સાચા સ્વરૂપ સુધી જાણવામાં મદદ કરે છે. કલ્કિ ધર્મ છે.

કલ્કિને ત્યારે ખબર પડે છે કે દુરુક્તિ તેના સૈન્ય સાથે શંભલ આવી રહી છે. તે સોમ લેવા આવતી હતી. તેને એવો ભય હતો કે સોમ જો અધર્મના હાથમાં આવી જશે તો વિનાશ થઈ જશે, એ ગ્રામવાસીઓને મનાવે છે કે તેઓ બધા એક થાય તો તેમના ઘર પર થનારા હુમલાથી બચાવ કરી શકીશું અને સોમનો રહસ્યમયી વારસો પણ સાચવી શકીશું.

યુદ્ધ શરૂ થાય છે. કલ્કિ હારી જાય છે અને લક્ષ્મી મૃત્યુ પામે છે. કલ્કિ દુરુક્તિ પર હુમલો કરવાનો પ્રયાસ કરે છે, પણ તેને પીંજરામાં બંદી બનાવી દુરુક્તિ ઇન્દ્રગઢ લઈ જાય છે. શંભલમાં વિનાશ વેરીને દુરુક્તિ સોમ મેળવી લે છે. અરજણ, કૃપા અને બાલા કલ્કિને બચાવવાની યોજના બનાવે છે.

કળિનો ઉદય

કળિનો દૃષ્ટિકોણ

સોમનું સેવન કર્યા બાદ કળિની તબિયત સુધરવા લાગે છે. તેને જાણ થાય છે કે રાજ્યમાં ભારે રાજનીતિક ષડયંત્ર ચાલી રહ્યાં છે. તે પોતાના દુશ્મનોને રણનીતિ બનાવી ખતમ કરવા લાગે છે. તેની આ રણનીતિમાં લોકોની નિષ્ઠા સાથે છેતરપિંડી, જુઠ્ઠાં વચનો અને દગાનો સમાવેશ હોય છે. તેની ભીતર વારંવાર તે પોતાના અતીત સમક્ષ થાય છે જ્યાં એવો અવાજ આવે છે કે એ અસુરોનો વારસો બચાવે જે અત્યારે એક દુર્લભ જાતિ થઈ ગઈ છે.

કળિને માર્તંડ (નગરના રાક્ષસ સેનાપતિ) દ્વારા એવી માહિતી મળે છે કે દુરુક્તિ શંભલમાંથી એક ગ્રામીણ યુવકને બંદી બનાવી લઈ આવી છે અને દુરુક્તિ તેને ચાહવા લાગી છે. તે ઈર્ષ્યા કરીને દુરુક્તિ પર હાથ ઉપાડે છે પછી તે યુવકને મળે છે, જે કલ્કિ છે. તેને કહેવામાં આવે છે કે તેની ઉપર રાજદ્રોહનો આરોપ છે.

અરજણનો દૃષ્ટિકોણ

અરજણ, બાલા અને કૃપા ઇન્દ્રગઢ પહોંચીને પદ્મા અને રાત્રિની મદદ લે છે જે સ્વર્ગીય લક્ષ્મીની સંબંધી છે. એ યોજનાઓ બનાવવા લાગે છે અને સશસ્ત્ર સૈનિકોની કેદમાંથી કલ્કિને છોડાવવામાં મદદ કરે છે. કૃપાના મનમાં એક વિચિત્ર વિચાર આવે છે. તે જે સોમથી મુશ્કેલીઓ ઊભી થઈ તે સોમનો જ ઉપયોગ કરીને વિસ્ફોટક બનાવવા માગે છે. તે હવે એને શસ્ત્ર ગણાવે છે.

અરજણ, બાલા અને પદ્મા એ જગ્યાએ પહોંચે છે જ્યાં સોમ રાખવામાં આવ્યું હતું. એ લોકો તેને લેવામાં સફળ થાય છે. એ લોકોને આની જાણ થાય એ પહેલાં સુનાવણી શરૂ થઈ જાય છે. કૃપા એક ઊડી શકે તેવું વાહન-વિમાન તૈયાર કરે છે અને તેના સાથીઓ સહિત કલ્કિને સુનાવણી જ્યાં થતી હતી ત્યાંથી છોડાવી લાવે છે. તેમનો આ સાહસિક પ્રયાસ જોઈ બધા દર્શકો દંગ રહી જાય છે.

કલ્કિની માર્તંડ સાથે લડાઈ થાય છે. જો કે માર્તંડે પણ સોમનું સેવન કર્યું હતું (તે માટે કળિની કુટિલ નીતિઓને ધન્યવાદ આપવો પડે) તે છતાં કલ્કિ તેની અસાધારણ શક્તિના બળથી તેને હરાવવામાં સફળ થાય છે.

કલ્કિનો દૃષ્ટિકોણ

કલ્કિ અને તેની ટુકડીને ઘેર આવ્યા પછી જાણ થાય છે કે તેમને ભાગેડું ઘોષિત કરવામાં આવ્યાં છે. કળિને જાણ થાય છે કે એ લોકો બીજું કોઈ નહીં, પણ રાત્રિના ઘરમાં શરણ લઈ રહ્યાં છે. તે રાત્રિના ઘરને

સળગાવી એમ માને છે કે અંદર રહેનારા બધાં જ સળગી મર્યાં. કલ્કિ તેના સાથીઓ સાથે માંડ ત્યાંથી બચીને નીકળી જાય છે. તેમને કારણે રાત્રિને દુઃખી જોઈ બાલા તેને બચાવવા માટે પાછું જવાનો નિર્ણય કરે છે, પરંતુ અફસોસ કે એ બંને કળિના કોપના શિકાર બની જાય છે.

આ દરમ્યાન પદ્મા વેદાંતની કમજોરી જાણવાની કોશિશ કરતી હોય છે, કારણ કે તેને તેના ભાઈઓનો બદલો લેવો હોય છે જે વેદાંતના હાથે માર્યા ગયા હતા. તેની પુત્રી વિશે જાણકારી લઈને તેને મારવાની યોજના બનાવે છે. જ્યાં તેને અરજણ રોકે છે. કિલ્લાનો ઘંટ વાગવાથી બંને ત્યાંથી ભાગવાની કોશિશ કરે છે. ઘાયલ અરજણ ત્યાં જ રહી જાય છે અને પદ્મા ત્યાંથી માંડ-માંડ ભાગી છૂટે છે.

આ ઘટનાઓની વચ્ચે પોતાની ભૂમિકાથી શરમ અનુભવતી પદ્મા, કૃપા અને અરજણ સાથે નીકળી પડે છે. કલ્કિ પાસે તેમનાથી નારાજ થવાનું ઉચિત કારણ છે, તેને લાગે છે કે એ બંનેએ તેને છેતર્યો છે.

મનસાનો દૃષ્ટિકોણ

મનસા આ વાર્તાનું મુખ્ય પાત્ર નથી, પણ તે આગળની વાર્તામાં મહત્ત્વની ભૂમિકા ભજવે છે. તે નાગરાજ વાસુકિની બહેન છે જેણે વેદાંતની વિરુદ્ધ અવાજ ઉઠાવવામાં યક્ષરાજ કુબેર પર ભરોસો કર્યો, જે વેદાંત સાથે મળીને વાસુકિનો જ ખાતમો કરવા ઇચ્છે છે. કળિ વાસુકિની હત્યા કરે છે અને કુબેર સાથે હાથ મિલાવે છે. પછીથી એ વેદાંતને પણ સિંહાસન પરથી ઉતારી મૂકે છે. મનસા બદલો લેવા ઇચ્છે છે. કળિ તેને મારી નાંખવા ઇચ્છે છે, પણ એ બચી જવામાં સફળ થાય છે. આખરે તે પોતાના રાજ્યમાં પાછા જવાની યોજના બનાવે છે, જેથી એ પોતાનું સૈન્ય તૈયાર કરીને કળિનો વિનાશ કરી શકે.

આ પુસ્તક અહીં સમાપ્ત થાય છે, જ્યાં કળિ ઇન્દ્રગઢનો શાસક બની જાય છે અને તેની બહેન દુરુક્તિને જાણ થાય છે કે તેની દાસી સિમરિન કોઈ કપટી માટે કામ કરી રહી છે. તેણે જ અત્યાર સુધી

બનેલી ઘટનાઓની શ્રેણી તૈયાર કરી હતી. તે વ્યક્તિ બ્રહ્માના નેત્રનો ઉપયોગ કરી રહી હતી, જે એક રહસ્યમયી જાદુઈ વસ્તુ છે.

વાચકો

આ પુસ્તક હિંદુ પૌરાણિક ગાથાઓ પ્રત્યેના મારા પ્રેમ અને આકર્ષણની નીપજ છે. હું ભગવાન વિષ્ણુના પરમ અનુયાયીમાંનો એક છું. તેમની શીખ દ્વારા જ મને જીવનમાં સહાયતા અને માર્ગદર્શન મળ્યું છે.

આ પુસ્તકની ઘટનાઓ રામાયણ, મહાભારત અને કલ્કિ પુરાણની ઘટનાઓને મળતી આવતી છે, પરંતુ આ એક સાવ કલ્પિત કથા છે. જેને મનોરંજનના હેતુથી લખવામાં આવી છે. તમને ખ્યાલ આવશે કે મોટાભાગનાં પાત્રો આપણાં પૌરાણિક પાત્રોથી સાવ જુદાં છે. એવું એટલા માટે છે કે મેં તેમને વાર્તાની માગ મુજબ ઘડવા માટે રચનાત્મક સ્વતંત્રતા લીધી છે. આ પુસ્તક કોઈ પુનર્કથન નથી, પરંતુ કલ્કિ પુરાણની પુનર્કલ્પના છે.

મારી કેટલીક પ્રિય ફિલ્મો, આ પુસ્તકના લેખન માટે પ્રેરણાદાયી બની છે. જેવી કે 'ધ એમ્પાયર સ્ટ્રાઇક્સ બેક' (સ્ટાર વૉર્સ એપિસોડ ૫), 'ધ ડાર્ક નાઇટ', 'ધ ગૉડ ફાધર' પાર્ટ-૨, 'એ સ્ટોર્મ ઑફ સ્વોર્ડ્ર્સ' અને 'ટર્મિનેટર: જજમેન્ટ ડે.'

આ શ્રેણીનું બીજું પુસ્તક તમારા હાથમાં છે. તેને પસંદ કરવા માટે આપનો આભાર. આશા છે કે તમને આ ગમશે.

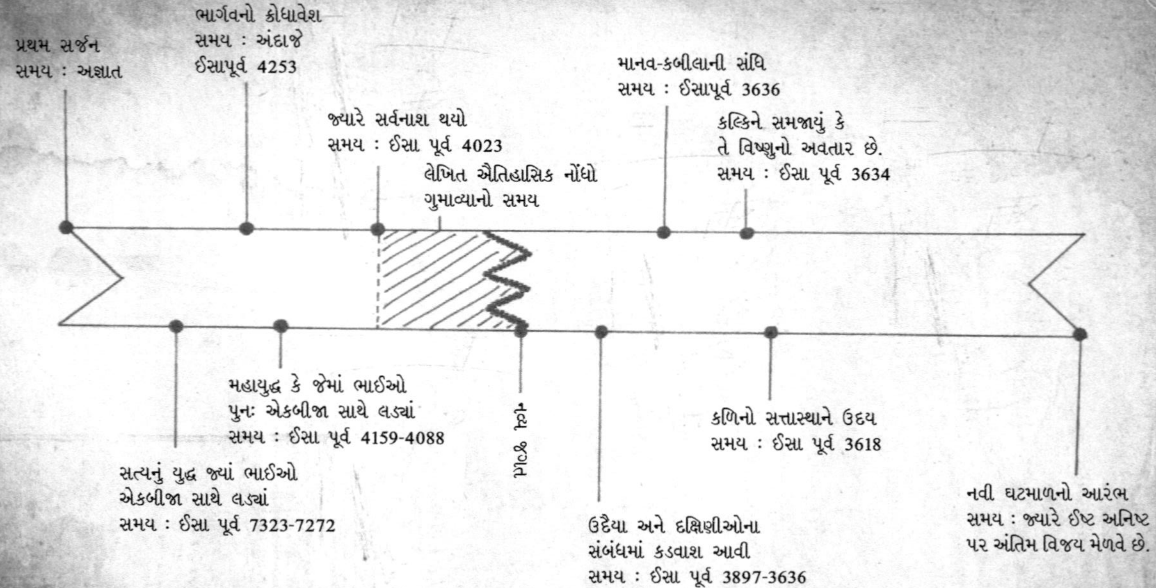

પુસ્તકની ઘટનાઓની સમયરેખા

મારા વાચકો માટે...

પ્રસ્તાવના

કળિયુગ વીતી ચૂક્યો હતો. યુદ્ધ સમાપ્ત થઈ ગયું હતું.

સુમતિ ક્યારની મંદિરના ખંડમાં બેઠી હતી.

તેને પોતાના પુત્રો વિશેની ખબર મળ્યે એક વર્ષથી વધુ સમય થઈ ગયો હતો. હવે તેમણે ત્યાં આવવાનું છોડી દીધું હતું. સુમતિ ડરેલી હતી, પણ તેને વિશ્વાસ હતો કે બંને પુત્રો જીવિત જ હશે. તે એવી આશા સાથે જીવતી હતી કે એ સહીસલામત હતા. તેઓ બિલકુલ ઠીક હતા અને ઉચિત સમય પર જરૂર તેને મળવા આવશે.

જ્યારથી યુદ્ધ થયું હતું, ત્યારથી ભગવાન બજરંગના મંદિરમાં કંઈ ખાસ બન્યું નહોતું – ગરીબોને માથે છત અને ભોજન મળતું હતું, કેટલાક અનાથો માટે શિક્ષણનો પ્રબંધ હતો અને પૂજારી રોજની જેમ બબડતા રહેતા હતા.

પણ સંસ્થા માટે લોકોના મનમાં વિશ્વાસ નહોતો રહ્યો. હવે કોઈ સમારોહ આયોજિત નહોતા થતા.

દિવસેદિવસે સુમતિની વ્યાકુળતા વધતી જતી હતી. તેના માટે દિવસનો સૌથી ઉત્સાહિત સમય બપોરનો હતો જ્યારે સંદેશવાહક આવતો હતો. એ લોકોને તાજી ઘટનાઓ વિશે જણાવતો કે યુદ્ધમાં કોણ હાર્યું અને કોણ જીત્યું.

અને એક દિવસ તેણે ગ્રામવાસીઓના ચહેરાઓ પર તોળાઈ રહેલા ભયને જોઈને સાંત્વના આપી કે કળિયુગનો અંત થયો છે.

બધું જ જાણે સ્થિર થઈ ગયું હતું. અરે, યુદ્ધભૂમિનો વ્યાપક વિનાશ પણ પળભર માટે રોકાઈ ગયો હતો.

હજુ એ નિર્ણય નહોતો થયો કે કોણ વિજયી થયું હતું.

કોઈ નહીં, સંદેશવાહક સુધ્ધાં જાણતો નહોતો કે કોનો વિજય થયો છે.

સુમતિ ભયભીત હતી. યુગો પહેલાં થયેલી ભવિષ્યવાણી મુજબ કળિયુગમાં અસંખ્ય લોકોનાં મૃત્યુ નિશ્ચિત હતાં. મોટાભાગની માનવતાનો નાશ થશે.

પણ એને તો તેના પુત્રોની ચિંતા હતી. એ મોટેભાગે અડધી રાત્રે ઊઠી જતી અને તેમની સલામતી માટે ભગવાનને પ્રાર્થના કરતી, પણ છેવટે એક દિવસ તેની પ્રાર્થનાઓ પૂરી થઈ ગઈ – જ્યારે મંદિરના પૂજારીએ તેને પ્રાંગણમાં બોલાવી.

"સુમતિ મા, તમને કોઈ મળવા આવ્યું છે."

મને મળવા માટે કોઈ આવ્યું છે?

આવું વિચારીને જ તેનું હૃદય તેજીથી ધબકવા લાગ્યું. છેલ્લાં કેટલાંય વર્ષોથી તેને મળવા કોઈ આવ્યું નહોતું.

આવું બની જ ન શકે.

એ લથડતાં પગે આગળ વધી અને પછી કોણ આવ્યું છે તે જોવા માટે ચાલમાં તેજી આવી ગઈ.

એ તો ત્યાં જ ઊભો હતો – લાંબો-પહોળો યુવક, તેનાથી થોડાંક ડગલાં દૂર હતો. તેને ઓળખવામાં સહેજ સમય લાગ્યો. તેના ખભા પર એક પોપટ બેઠો હતો અને પાસે એક સુંદર ઘોડો હતો.

પડછાયામાં તેનો ચહેરો ઢંકાયેલો હતો, પણ એ આવી ગયો હતો અને તેને ઓળખવામાં કોઈ વાર નહોતી લાગી.

તે દોડીને તેની પાસે પહોંચી અને ભેટી પડી, તેની આંખોમાંથી સતત આંસુ વહેતાં હતાં. તે તેની સાથે નજર મિલાવ્યા સિવાય જ તેના ઉપરી શરીર પરના ઘાનાં નિશાન જોઈ રહી હતી, જે તેને પોતાના પરિવારની રક્ષા કરતાં મળ્યાં હતાં.

એ તેના હૃદયના ધબકાર સાંભળી શકતી હતી – ધીમો હતો. તે બહુ જ ઉદાસીન અને તૂટી ચૂકેલો હતો.

તેનો પુત્ર પણ પોતાની રહીસહી તાકાતથી તેને ભેટ્યો, પોતાનાથી બનતું જોર તેણે અજમાવી લીધું હતું. થોડી ક્ષણો બાદ બંને અલગ થયાં.

"એ ક્યાં છે?" સુમતિએ પૂછ્યું, "શું એ પાછળ છે? શું તેને એવું લાગે છે કે મને એવી રીતે ચોંકાવી દેશે."

એના શરીરમાં ધ્રુજારી વ્યાપી ગઈ. તેણે પોતાનું માથું ઝુકાવ્યું અને મા સાથે નજર મેળવી.

એ બરફ જેવી ઠંડી પડી ગઈ હતી.

"નહીં!" એને મોટો આઘાત લાગ્યો અને પોતાનો ચહેરો હાથ વડે ઢાંકી દીધો, "ના, એવું બની જ ન શકે."

"મને માફ કરી દે મા!" તે બોલ્યો, "હું તેને બચાવી ન શક્યો."

તેણે ફરીથી માને ભેટવા ઇચ્છ્યું. મા જાતને જોર લગાવી પાછળ હટવા ગઈ, પણ તેના પુત્રના બાહુબળ આગળ તેનું કશું ન ચાલ્યું અને ફરીથી બંને ભેટી પડ્યાં.

નહીં... આ ન બની શકે.

માનું કમજોર હૃદય તેની છાતીમાં છુપાયેલું હતું. મા એ સાંભળવા માટે મનથી તૈયાર જ નહોતી.

તે એ વાત સ્વીકારી ન શકી. તેના મનમાં અત્યારે કોઈ વિચારો નહોતા. તે સન્નાટાને ઘૂંટવા સિવાય કશું જ નહોતી કરી શકતી.

તેને શું થયું કે તે પાછો ન આવી શક્યો?

ભાગ-૩

ઇન્દ્રગઢમાં હુમલો

1

એ નીચે પડ્યો.

એ વધુ તો કશું જોઈ ન શક્યો. જોકે એ ઘણું બધું મહેસૂસ કરી શકતો હતો. મોટા ખડકો પર તેના હાથ અથડાતા હતા અને કાંટાઓ તેના વેઢા અને કાંડામાં વાગી રહ્યા હતા. તેને ક્યાંકથી પાણીનો અવાજ આવ્યો; સતત પાણી પડતું હોય તેવો અવાજ હતો. તેના શરીરે ઘા, ઘસરકા અને કાપકૂપનાં નિશાન હતાં. ફાટેલી ધોતી તેના અંગને પૂરી રીતે ઢાંકી નહોતી રહી.

તેને પોતાના હાથના ટેકે જમીન પરથી ઊઠવાની ઇચ્છા કરી.

"કલ્કિ!" કોઈએ તેના નામની બૂમ પાડી. આ તો કોઈ છોકરી હતી. ઓહ, નક્કામી છોકરી. તેણે તેની સાથે વાત પણ નહોતી કરી, તો પણ એ બોલાવી રહી હતી, પણ તેમાં તેનો વાંક નહોતો. કલ્કિ પોતે જ પહાડના ઢોળાવ પર ઘોડા પરથી પડી ગયો હતો.

કલ્કિ ટેકરી પાસે ઝૂકીને ચારેય બાજુ છવાયેલા આકાશને જોઈ રહ્યો. તે પાસે દેખાવા છતાં તેનાથી કેટલું દૂર હતું. પાછળ અવાજો ગુંજી રહ્યા હતા, પણ તે અવગણતો રહ્યો. એ શાંત હતો. એ છેલ્લા પંદર દિવસથી આ બધા સામે ઝઝૂમી રહ્યો હતો. હવે તે આ બધાથી દૂર રહેવા માગતો હતો એટલે તેને પહાડ પરથી પડવું સારું લાગ્યું. જો કે આ બધી તેની જ અસ્તવ્યસ્તતાને આભારી હતું. તેણે ઘેરા વનમાં છવાયેલી હરિયાળી, વૃક્ષોના અડાબીડ મંડપ તરફ જોયું. એ બુરાઈનો પીછો છોડાવવાની કોશિશ કરતો હતો, ઇન્દ્રગઢથી દૂર, શંભલથી દૂર. જ્યાંથી આ બધી ઘટનાઓની શૃંખલા શરૂ થઈ હતી.

"કલ્કિ!" આ વખતે પુરુષનો અવાજ હતો.

કૃપા, ઓહ! આ પણ ઓછો દુષ્ટ નહોતો. કમ-સે-કમ હવે એ શરાબ નહોતો પીતો.

"માણસ!" એક બીજો અવાજ આવ્યો ને એ અજાણ્યો હતો. હકીકતમાં એ તો તેની પાસે આવી રહ્યો હતો.

તેણે કાન પર જોર કરીને માથું તે તરફ ઝુકાવ્યું અને તેને એક નાનકડી ગુફા દેખાઈ, જે પહાડોના ઢોળાવની નીચે તરફ જઈ રહી હતી. ત્યાંથી કોઈ નાના બાળકની જેમ ડોકું કાઢીને જોઈ રહ્યું હતું.

"માણસ?"

કલ્કિએ આંખો ઝીણી કરી, "ઊંહ!" તેણે પાછળ જોયું. એ કૃપા અને પદ્માને પોતપોતાના ઘોડા પરથી નીચે ઊતરતા જોઈ શકતો હતો. અસમતલ રસ્તો પરેશાની કરે તેવો હોવાને લીધે કલ્કિને થયું કે એ લોકો ઝટ ઊતરી જાય તો સારું, કારણ કે તેની સામે ઊભેલો જીવ જે પણ હોય એ સામાન્ય નહોતો લાગતો.

"માણસ?"

કલ્કિ એક જગ્યાએ સ્થિર થઈ ગયો, "માણસ... હા." તેણે જવાબ આપ્યો.

"માણસ." તેણે સ્વીકૃતિ આપી.

એ કલ્કિની સમક્ષ આવ્યો તો કલ્કિએ જોયું કે તેણે માથા પર સિમ્હાનું ચામડું પહેરેલું હતું. તેના ગળા પર વિચિત્ર રૂવાંટી હતી અને છાતી વાળથી ભરચક હતી. પીઠ પર ખૂંધ નીકળેલી હતી અને અંગ બેઢંગા લાગતાં હતાં. એ ભૂખ્યો લાગતો હતો અને કલ્કિ પર હુમલો કરવાની તૈયારીમાં હતો. એ કોઈ જાનવરની જેમ ચોપગો હતો. તેના કાંડાં વળેલાં હતાં પણ તે જ્યારે ઊભો થયો તો કલ્કિથી પણ ઊંચો નીકળ્યો.

"હું, સિમ્હા."

"સિમ્હા?" કલ્કિએ આ નામ ક્યાંક સાંભળેલું હતું.

"દારૂડ સિમ્હા." એ ચહેરા પર પાગલપનભર્યા સ્મિત સાથે તાળી બજાવવા લાગ્યો, "તું માણસ." એ કલ્કિને કોચવા લાગ્યો. તેના તીણા નહોર અડતાં જ ત્વચામાંથી લોહી નીકળવા લાગ્યું.

"દારૂડ, હમ્મ." વિચિત્ર નામ છે, પણ એ માણસના મોં પર મૂછો દેખાઈ રહી હતી અને કલ્કિ અવશ્ય જ કોઈ ખોટી જગ્યાએ આવી ચડ્યો હતો.

"દારૂડ." એ પોતાના પગ પર ઉશ્કેરાઈને છાતી પીટવા લાગ્યો. તેના મોંમાંથી હૂ-હૂના અવાજો નીકળી રહ્યા હતા.

"આટલો ઉત્તેજિત ન થઈશ દોસ્ત." કલ્કિ માંડ હસ્યો. તેને ક્યારેય કબીલાવાળા ગમ્યા નથી, ક્યારેય નહીં. એ લોકોએ તેમનું ગામ નષ્ટ કર્યું, તેના જીવનનો પ્રેમ નષ્ટ કર્યો અને પછી તેના મિત્રોને મરવા ત્યાં મૂકી દીધા. માનવો પણ તેને ગમતા નહોતા, કબીલાવાળા પર વધુ ખીજ હતી. એમાંથી જ એક તેની સામે ઊભો રહી દોસ્તીની કોશિશ કરતો હતો.

"ખોરાક?" દારૂડ બોલ્યો, "ભૂખ?"

"ઓહ!" કલ્કિ સાચે જ ભૂખ્યો હતો. ખરેખર તો એણે છેલ્લે ક્યારે ખાધું હશે એ પણ ભૂલી ગયો હતો. થોડા કલાકો પહેલાં સફરજન ખાધું હતું, પણ તે લાંબો સમય ટકાવે તેવું તો નહોતું.

"માંસ છે, અંદર પડ્યું છે."

"દોસ્ત, હું માંસ નથી ખાતો." કલ્કિએ જવાબ આપ્યો.

દારૂડે નિરાશ થઈ ખભો ઉલાળ્યો, "માંસ તો સારું હોય છે."

"હું જાણું છું."

"આવ." તેણે ગુફાની અંદર ઇશારો કર્યો, "ખોરાક."

"મિત્રોની રાહ જોઈ રહ્યો છું." એણે દારૂડનું ધ્યાન કૃપા અને પદ્મા તરફ કરીને કહ્યું. એ લોકો પણ એ સમયે જ ઘોડાઓ સાથે સામે આવ્યા હતા.

"મિત્ર, આ ઘોડા પરથી પડવાનું કેમ સૂઝ્યું? તું એક અવતાર છે, પણ કિસ્મત સારી છે કે નીચે પડીને મર્યો નહીં." કૃપાએ ગુસ્સામાં કહ્યું.

દારૂડે જોરથી ચીસ પાડી અને ભાગીને ગુફાના દ્વાર પાસે સંતાઈ ગયો. કૃપા તેના ઘોડાની લગામ સંભાળી નીચે ઊતર્યો અને કલ્કિને ખભે હાથ મૂકી પૂછ્યું, "આને શું થયું?"

"દારૂડ સિમ્હા."

"અરે, હું એ કોણ છે એ નથી પૂછતો. મેં પૂછ્યું કે એને શું થયું?"

"કદાચ તમારા ગુસ્સાથી ડરી ગયો."

કૃપા હસ્યો.

"મને ખબર છે આ સિમ્હા છે." તે બોલ્યો.

સિમ્હા! જાણીતું નામ હતું, કુતૂહલ પણ વધારી રહ્યું હતું, "મેં આ નામ ક્યાંક સાંભળ્યું હતું?" ત્યાં એને યાદ આવ્યું કે ગુરુ વશિષ્ઠના ગુરુકુળમાં હતો ત્યારે તેને પ્રાચીન જનજાતિઓ અને કબીલાઓ વિશે શીખવાડવામાં આવ્યું હતું.

ત્યાં સુધીમાં પદ્મા પણ નીચે ઊતરીને આવી ગઈ અને તે જીવને તાકી રહી હતી. એ નાના કદની બદસૂરત અને ભયંકર યુવતી હતી. કલ્કિને તેના ગુસ્સાના કારણે તે એવી દેખાતી હતી. વાસ્તવમાં એ લાંબી અને પાતળી હતી. તેની નાની આંખોમાં કાજળ લગાડેલું હતું અને સફેદ વાળ નાના કરેલા હતા. તેની રહેણીકરણી અને આદતો અનોખી હતી.

કલ્કિએ મોં ફેરવીને તેને અવગણી. પદ્માનું ધ્યાન એ તરફ ગયું, પણ કશું બોલી નહીં. એ તેને પસંદ નહોતો કરતો અને તેવો તેને અધિકાર હતો, કારણ કે તેને લીધે જ અરજણ બંધક બન્યો હતો. અરજણની યાદ આવતા જ તેને પદ્મા પ્રત્યે નફરત ને ગુસ્સો આવી જતો હતો.

"આ ખરેખર એક સિમ્હા કે સિંહ જ છે." કૃપાએ તેના અંદાજમાં જણાવ્યું, "ક્યારેક સુપર્ણની જેમ મહાન જાતિ અસ્તિત્વમાં હતી. સિમ્હા અજ્ઞાત હતો, ગર્વીલો નાયક. દંતકથાઓ મુજબ નરસિમ્હાએ એક એવા અસુરને હરાવ્યો હતો જેને કોઈ જ હરાવી નહોતું શકતું, પરંતુ સિમ્હા પહેલેથી સિંહના ભક્ત હતા અને તેઓ બચાવ માટે સિંહનું ચામડું પહેરતા અને મોં પર સિંહ જેવી રૂવાંટી ઉગાડતા. તેમાંથી મોટાભાગના ગાયબ થઈ ગયા છે અને આ જાતિ વિલુપ્ત થવાને આરે આવીને ઊભી છે."

"આ લોકો વિલુપ્ત કેવી રીતે થયા?"

"માનવો સાથેના યુદ્ધમાં કબીલાવાળા હારી ગયા હતા, પરંતુ આ બધું મહાયુદ્ધ સમયે થયું હતું."

"સિમ્હા આટલા જૂના છે?" પદ્મા બોલી ઊઠી. તે યુદ્ધ વિશે વિચારવા

લાગી જ્યારે પ્રાચીન લોકો પરસ્પર લડતાં હતાં અને પ્રલયમાં આખી સૃષ્ટિ નાશ પામી હતી. આ બધું મહાયુદ્ધનું પરિણામ હતું. જેવું કૃપાએ જણાવ્યું હતું કે તેઓ પુરાતન ભગવાન ગોવિંદ અને તેમના જેવા વ્યક્તિઓથી પણ પ્રાચીન સમયથી જીવે છે.

કલ્કિને આ બધું જણાવવામાં આવ્યું હતું, પણ તેની શંકા ઘણી વધી ગઈ હતી. એ વિચારવા લાગ્યો કે કૃપાનું આયુષ્ય કેટલું હશે. તેણે તો સોએક વર્ષનું જણાવ્યું હતું. મહાયુદ્ધ તો તેનાથી પણ ઘણાંયે વર્ષો પહેલાં થયું હતું, પણ આ બધી કૃપાની વાતો હતી એટલે તેના પર બહુ વિશ્વાસ નહોતો. ઇતિહાસ ઘણો ગૂંચાયેલો અને જટિલ હતો અને તે એના ચક્કરમાં પડવા નહોતો માગતો, નહીંતર એને વધુ એક જુઠ્ઠાણા પર વિશ્વાસ કરવો પડતો.

"હમ્મ, તેઓ યોદ્ધા અને સૂર્યના ઉપાસક હતા અને આજે જુઓ કેવા પાગલ થઈ ગયા છે. આ તેમનો જ વંશજ હશે." તેણે દારૂડ તરફ આંગળી ચીંધી, "તે એનો વારસો ભૂલી ચૂક્યો છે. બિચારો! તોય તેના પૂર્વજોની વધી-ઘટી શાન સાચવી ફરે છે."

કલ્કિએ પૂછ્યું, "આ લોકો કેમ પાગલ થયાં?"

"મહાયુદ્ધ દરમિયાનનાં વિકિરણોને કારણે."

"વિકિરણ?? એ શેના?"

"વિસ્ફોટક, જેને તમે વ્યક્તિગત ઉપયોગ માટે રાખ્યા હતા. તેમાંથી નીકળનારાં કિરણો." તે સીધો પદ્મા તરફ ફરીને બોલ્યો.

કલ્કિએ પદ્માને તેની થેલી સંકોરતી જોઈ. એ કૃપાના શબ્દોથી બચવા માગતી હતી જે હજુય તેની પાસે એ હતા.

"તેને ભારે પ્રમાણમાં વાપરવામાં આવ્યાં. મેં તને જે આપ્યાં હતાં એ સાધારણ જ છે. એ કોઈ વ્યક્તિને હાનિ પહોંચાડવા માટે પૂરતાં છે. જોકે તેનાથી મહાવિનાશ અશક્ય છે." તેણે પદ્મા આગળ સ્પષ્ટતા કરી.

"મહાયુદ્ધ સમયે તો ભયંકર વિસ્ફોટકોનો ઉપયોગ થયો ને તેનાથી કેટલાય પાગલ થઈ ગયા હતા. તેમના પછી રાજા આવ્યા, પણ કોઈ બચ્યું નહીં. યુદ્ધમાં ભાગ લેનારા પણ પહાડો તરફ જતા રહ્યા, પણ

કેટલાય દિવસોના ભૂખ્યા-તરસ્યા આખરે ભયંકર રીતે મૃત્યુ પામ્યા."

કૃપા જે ભયાવહતા વિશેનું અતીતનું વર્ણન કરતા હતા તે કલ્કિને ગમ્યું નહીં. જોકે તે આટલો રક્તપાત જોયા પછી તેનો આદિ થઈ ગયો હતો.

"હવે આપણે શું કરવું જોઈએ?" કલ્કિએ પૂછ્યું. તેને દારૂડની ચિંતા થતી હતી, "આ માણસે તેના જીવનમાં ઘણાં કષ્ટ જોયાં હશે."

"શું કરીશું? આપણે ઉત્તર તરફ જઈશું, જે તરફ જઈ રહ્યા હતા." કૃપા ઘોડા તરફ આગળ વધ્યો અને તેને વિરુદ્ધ દિશામાં લઈ જવા લાગ્યો, જે તરફથી તેઓ આવ્યા હતા.

"આનું શું થશે?" તેણે પેલા જીવ તરફ ઇશારો કર્યો.

"અહીં જ રોકાઈએ, વરસાદ આવે છે એટલે." પદ્મા વચ્ચે બોલી.

કલ્કિએ તેની વાતોને અવગણી.

"આપણે પાછા જઈ રહ્યા છીએ." કૃપા બોલ્યો, "દોસ્ત, રસ્તે મળેલા દરેક પાગલ કે વિચિત્ર જીવને મદદ ન કરી શકીએ, બસ એટલું સમજી લેવું."

"શું તમારામાં હૃદય જેવું નથી કે દરેકને તમારા અભિયાન માટે પોતાનો પ્રાણ આપવાનો છે." કલ્કિએ ગુસ્સામાં કહ્યું.

"ભારે વરસાદ થવાનો લાગે છે." પદ્મા ફરીથી બોલી. તે વાતાવરણને હળવું કરવા માગતી હતી. કલ્કિ પણ વાદળોની ગર્જના સાંભળી શકતો હતો.

કૃપાએ નસકોરાં ફુલાવી પૂછ્યું, "તું કહેવા શું માગે છે?"

"હું શું કહેવા માગું છું તે આપ જાણો જ છો." કલ્કિએ કટુતાથી કહ્યું, "અરજણે જતાં પહેલાં મને કંઈક કહ્યું હતું જે તેણે કોઈકની પાસેથી સાંભળ્યું હતું."

"તો હવે અફવાઓ પણ કાને ધરવાની શરૂ કરી દીધી છે." કૃપા ટસનો મસ થાય તેમ નહોતો.

ત્યાં સુધીમાં મુશળધાર વરસાદ શરૂ થઈ ગયો. ગોળીની જેમ ટીપાં વાગતાં હતાં. કલ્કિને કોઈ રોકી શકે તેમ નહોતું. તે કૃપાનો સામનો કરવા તૈયાર હતો.

"તમે બે લોકો પણ..." પદ્મા ઊકળી ઊઠી, "વરસાદ ચાલુ છે, આપણે ક્યાંક છત શોધવી પડશે."

"આપણે વરસાદમાં જ જઈશું. આ કોઈ આગ નથી કે તેનાથી બચીને ચાલવું પડે." કૃપાએ તો એલાન કર્યું. કૃપા તો પોતાને સર્વેસર્વા જ માનતો હતો. એ વૃદ્ધ હતો. તેની ચીમળાયેલી ચામડીમાંથી નસો બહાર દેખાતી હતી. ગંધાતું મોં અને ચપટ વાળ સાથે શરીરમાંથી લોહી અને શરાબની વાસ આવતી હતી પણ એની અકડ હજુય ઓછી થઈ નહોતી.

કલ્કિએ ડોકું ધુણાવ્યું, "ના, આપણે અહીં જ દારૂડ સાથે રહીશું." તેણે ધ્રૂજી રહેલા જીવ સામે આંગળી ચીંધી.

"હું કોઈ પાગલ સાથે નથી રહેવાનો."

"ખોરાક." દારૂડ ખૂણામાંથી બોલ્યો.

પદ્માએ બંને માણસોને અંદર ધકેલ્યા, "તમે માથાભારે લોકો અંદર લડો. હું આ જગ્યાએ આરામ કરી લઈશ." પછી સિમ્હાને કહ્યું, "દારૂડ, કેમ છે તું?"

એ હસી અને ત્રણેય ઘોડાઓને પણ વરસાદથી બચાવવા ગુફાની અંદર ધકેલ્યા.

કલ્કિ એક પળ માટે એ જગ્યાએ રોકાયો ને ખભા ઉલાળ્યા, "અમે બંને જાણીએ છીએ કે આપ જે દેખાવ છો તેનાથી કંઈક ઓર જ છો. આચાર્ય, હું જવાબની અપેક્ષા નથી રાખતો, પણ એટલું જરૂર જાણવા માગું છું કે શું તમારી નૈતિકતા હજુ જીવે છે ખરી. હું નિર્દોષ લોકોના મૃત્યુનો ભાર મારે માથે નથી રાખવાનો. હું તમારા માટે મહત્ત્વનો છું એટલે તમે મને સલામત રાખો છો, પણ બહુ જલદીથી જાણી લઈશ કે આવું કેમ છે."

આ સાથે જ એ વૃદ્ધને વરસાદમાં છોડીને આવી ગયો. એ ઠંડી કે વરસાદમાં મરવાનો નહોતો, કારણ કે એ અમર હતો અને સ્વયં આખરી અવતાર તેની સાથે હતો.

કલ્કિ પાસે પણ કોઈકને અમર બનાવવાની શક્તિ હતી, પણ તેવું કરીને તે નૈતિક સમસ્યાનો સામનો કરવા નહોતો માગતો. કોઈને અમરતાનું

વરદાન આપવું એ આશીર્વાદ, ભેટ કે વરદાન હોઈ શકે, પરંતુ આ બાબત કૃપા માટે શ્રાપ હતી. એ દારૂડની માફક પાગલ લાગતો હતો, પણ કમ-સે-કમ દારૂડ ઇમાનદાર અને દરિયાદિલ લાગતો હતો.

શુકો તેનો સાથી ત્યારે તેના ખભે બેઠો અને તરત અવાજ કરવા લાગ્યો, "પિશાચ! પિશાચ."

કલ્કિ તેની વાત સમજી ન શક્યો. તેણે તેના પક્ષીને આસપાસ કોઈ ખતરો નથી તેવું જોવા મોકલ્યો હતો અને અહીં આ શું આડુંઅવળું બોલતો હશે. કદાચ તે કોઈ ખતરા માટે સચેત કરી રહ્યો હતો.

કલ્કિ ગુફામાં સહેજ અંદર ગયો તો જોયું કે પદ્મા એક જગ્યાએ સડક થઈને મૂર્તિની જેમ ઊભી હતી. તેની સ્થિતિ જોઈને કલ્કિને પણ કંઈક અજુગતું હોવાની શંકા પડી. તેણે ગુફામાં જોયું. એ પહાડોમાં જોવા મળતી બીજી ગુફાઓ જેવી જ હતી. ભેંકાર, અંધારી અને ધૂળ-માટી વાળી.

પણ અંદર એ ગુફાઓ જેવું નહોતું, અહીં તો સાચે જ કેટલાક લોકો હયાત હતા. એ બાંધેલા હતા અને તેમના મોંમાં કપડાં ખોસેલાં હતા. એ બધા ધ્રૂજી રહ્યા હતા. તેમના ચહેરા પર સુકાયેલાં આંસુની ધારા હતી. તેમના ઘૂંટણ અને શરીર પર ઘસરકાઓ દેખાતા હતા. એ બધી સ્ત્રીઓ હતી, એમાં એકને ટાલ હતી, એકના વાળ જટાઓ જેવા લાંબા હતા અને ત્રીજીની આંખ પર બાણની આકૃતિમાં અજબ છૂંદણું કરેલું હતું. કદાચ તે માનવ હતી, પણ કલ્કિ સાચું સમજી ન શક્યો.

"ખોરાક." દારૂડ સિમ્હા ઊછળવા લાગ્યો. એ તાળી બજાવતો તેની છાતી પીટતો હતો.

"પેલા?" કલ્કિએ દ્વિધાથી પૂછ્યું.

"ના..." તેણે ડોકું ધુણાવ્યું જાણે અત્યાર સુધી કલ્કિને ગેરસમજ હતી "*તમે!*"

2

દુનિયાની બધી જ સારી વાતો એક તરફ રહી, અરજણે તો ક્યારેય એવું વિચાર્યું નહોતું કે પોતે એક કુસ્તી લડનારો પહેલવાન બનશે અને કુલીન વર્ગ માટે મનોરંજન તરીકે પ્રદર્શિત થશે. દરબારીઓ ઉચ્ચ શ્રેણીનું માંસ અને શરાબનો આનંદ ઉઠાવતા, પોતાના ખોળામાં બેસાડેલી સ્ત્રીઓ સાથે હસી રહ્યા હતા. એ માનવો અને અન્ય પ્રજાતિઓની સામે બે કદાવર દેહ ધરાવતા પહેલવાનો મલ્લ-યુદ્ધ કરી રહ્યા હતા.

અરજણને ખ્યાલ હતો કે હવે તેનો વારો છે. હાથમાં પડેલી બેડીઓ સાથે તેણે અન્ય કેદીઓ અને પહેલવાનોને જોયા, તેઓએ એકબીજાના ખભાનો સહારો લીધેલો હતો. એ પગનું સંતુલન બનાવવામાં પડી જતા હતા. એક કેદીનું સંતુલન મેળવ્યું તો તેણે બીજા પહેલવાનની ડોક મરડી નાંખી. આ એવી રમત હતી જેમાં કોઈને પરવા નહોતી કે કોણ જીવે કે કોણ મરે. અરજણે જ્યાં જોયું કે હજુ તેનો વારો આવ્યો નહોતો એટલે એણે રાહતનો શ્વાસ લીધો. તે રાહ જોવાની સાથે પોતાના ભાવિ સ્પર્ધકો પાસેથી જલદી નવું શીખવા માગતો હતો.

એ અખાડામાં દર્શકોની પણ ભીડ હતી અને આગળની તરફ કળિ તેના અંગરક્ષકો સાથે બેઠો હતો. એક અપ્સરા તેના ખોળામાં બેઠી હતી ને એ પણ આ રમતનો પૂરો આનંદ ઉઠાવતો હતો. જ્યાં તે ખિલખિલાટ હસ્યો તો તેના હાથમાંનો શરાબ છલકાઈ ગયો. કુલીન વર્ગના લોકો પહેલવાનો પર સારી એવી શરતો લગાવતા હતા. એ બધા શરાબમાં ચકચૂર હતા.

અરજણને આ બધાથી ઊબ આવતી હતી. આ શરાબપાન અને વેશ્યાવૃત્તિ એક વિશાળકાય વિષ્ણુની પ્રતિમાની સામે થઈ રહી હતી જેને પવિત્રતાનું પ્રતીક માનવામાં આવે છે. આ પવિત્ર સ્થળ ઇન્દ્રની

નગરીના બહારના વિસ્તારમાં સ્થિત હતું. જ્યાં જિંદગી અને મોત દાવ પર મૂકવાનું ચલણ હતું, પણ કળિને તેનાથી કોઈ અસર નહોતી.

"શી... સસ્સ." પાછળથી હળવો અવાજ આવ્યો.

અરજણ ઉદાસ અને ભયભીત ચહેરાઓ વચ્ચે ઊભો હતો. તેણે ધ્યાનથી ફાટેલી ધોતી પહેરેલા, બેડીઓમાં જકડેલા કેદીઓ જોયા. કેદીઓના પગ ખુલ્લા હતા અને તેમની પીઠ પર કોરડાના મારના નિશાન હતાં. ઉસ્તાદ રંગા તેમનો રખેવાળ અને પ્રશિક્ષક હતો. અરજણ તેની પાસેથી ખાસ કશું શીખ્યો નહોતો, કારણ કે તે રખેવાળનું શરીર પહેલવાની લાયક નહોતું. તેનું કદ પણ નાનું હતું. જોકે તે કેદીઓની જવાબદારી ધરાવતો હતો, પણ તેને કોઈ ગંભીરતાથી લેતું નહોતું.

અરજણે પાછું ફરીને જોયું, અવાજ કરનાર છોકરા તરફ. કદાચ એ સૌથી નાનો હતો અને આંખો ફાડીને આ બધું જોઈ રહ્યો હતો. કાન સુધી એના લાંબા વાળ હતા અને બીજા કેદીઓથી અલગ થોડું ભરાવદાર શરીર હતું. અરજણને જોઈને આશ્ચર્ય થયું કે આનું પેટ કોણ ભરતું હશે, કારણ કે કારાગૃહમાં ભરપેટ ખાવાનું કોઈના નસીબમાં નહોતું. ત્યાંના દૂધમાં તો કોઈ ચુડેલના પરસેવાની ગંધ મારતી હતી.

"મારું નામ વિક્રમ છે. તમે કેમ છો મિત્ર?" તે બોલ્યો.

અરે વાહ.

"મેં તમને તે દિવસે ઊડનારા યંત્ર સાથે જોયા હતા. હું પણ ત્યાં સજાની રાહ જોતા કેદીઓ વચ્ચે ઊભો હતો." તેની આંખોમાં એક વિચિત્ર ચમક હતી.

અરજણ લાંબી વાત કરવા માગતો નહોતો.

"જોઈને મજા આવી ગઈ હતી. એ ચલાવ્યું કેવી રીતે? મારે એ જાણવું છે. હું તો વહેલામાં વહેલી તકે છૂટીને એક જગ્યા ખરીદીશ અને ત્યાં નવી શોધો માટે કામ કરીશ."

"મને આટલું કડવું બોલવું ગમતું નથી, પણ અહીં આપણે આપણા મૃત્યુની રાહ જોઈએ છીએ અને તને એ યંત્રની પડી છે." અરજણે તેના ઉત્સાહ પર પાણી રેડી દીધું.

"ઓહ, આ તો આપણને ડરાવવાની ચાલ છે." વિક્રમ બેડીમાં જકડેલા હાથ હલાવી બોલ્યો, "ફક્ત એ લોકો જ લડે છે જે ઉત્તમ છે. આપણે તો હજુ શીખીએ છીએ અને કશું જ ન કરી શકીએ. કોઈ પણ અનાડી લોકોનો નિરસ મુકાબલો જોવા ન ઇચ્છે, સમજ્યા ને."

"આશા રાખીએ કે જલદીથી હાલત બદલાશે." અરજણે દાંત ભીંસ્યા. એ આ બધું સમજી શકતો હતો. કળિ રાજા બન્યો ને રાતોરાત બધા નાગ રહસ્યમયી રીતે ગાયબ થઈ ગયા. માનવો જ કારાગૃહમાં રખેવાળ અને અધિકારી હતા. તેણે છેલ્લા રાજાના હાથમાંથી કિલ્લો પણ પડાવી લીધો હતો. અરજણ પદ્માની સાથે વેદાંતના કિલ્લામાં પ્રવેશ્યો હતો. જો એ કિલ્લો વેદાંતનો હોય તો તેની સુનવણી વેદાંત સામે થઈ હોત, પણ એવું નહોતું થયું. તેને કળિ સમક્ષ લઈ જવામાં આવ્યો હતો. કળિએ જ આદેશ આપ્યો હતો કે તેનો નિર્ણય એ લેશે.

કુસ્તી સમાપ્ત થઈ ત્યાં જ કળિ ઊભો થઈ આગળ આવ્યો અને વિજેતાના નામની ઘોષણા કરી. બધા લોકોએ તાળીઓનો ગડગડાટ કર્યો જેમણે શરત લગાવી હતી. કુસ્તી કરનારનો ચહેરો સખત અને આંખો મોટી હતી. આંખોમાં ગુસ્સો અને જીદ દેખાતાં હતાં તેમજ તેની ચામડી કોલસા જેવી કાળી હતી. એ સુંદર હતો, અરજણના પેટમાં હલચલ મચી પણ તેણે ડામી દીધી. એ પેલા લડવૈયાને કામુક ગણવા નહોતો ઇચ્છતો, જેની સાથે એની સંભવતઃ લડાઈ થઈ શકે તેમ હતી. જોકે તે જાણતો હતો કે તેની સામે મોરચો માંડવામાં તો એ ચપટીમાં લૂગદી બની જાય. જેવી રીતે રોજ તેમને બાફેલાં બટાકા ખાવા માટે અપાતા હતા.

એનું નામ રુદ્ર હતું. આ નામ ભગવાન શિવના જ એક નામ પરથી રાખવામાં આવ્યું હતું.

"અમારો સૌથી ઉત્તમ કુસ્તીબાજ, એનો કોઈ મુકાબલો જ નથી શક્યું ને કરી પણ નહીં શકે." તેણે રુદ્રનું બાવડું પકડ્યું, "કેમ છોકરા, આજે તો મજા આવી ગઈ." તેણે રુદ્રની પીઠ થપથપાવી અને હુંકાર કર્યો. પછી કળિ એ તરફ જવા લાગ્યો જ્યાં અરજણ પણ એ લોકોની વચ્ચે હતો.

અરજણે તે સમયે પોતાને યાદ એવા દરેક દેવતાને યાદ કરી લીધા કે કળિની ભેદી નાખે તેવી સોનેરી આંખો તેની ઉપર ન પડે. કળિએ એ લોકો પાસે આવીને કહ્યું, "તમારે પણ આ રીતે લડીને અમારા મહાન દેવતા જરાસંધનો વારસો સંભાળવાનો ને જીવંત રાખવાનો છે." એ આર્યાવર્તના દંભી સમ્રાટની વાત કરતો હતો, જે પ્રલય પહેલાંનો એક પ્રાચીન શાસક હતો. એ ભગવાન ગોવિંદના હાથે ભયંકર રીતે માર્યો ગયો હતો. તેણે વૃકોદર સાથે મળીને કુસ્તીનું આયોજન કર્યું હતું. જરાસંધનું મોત થાય તેવું નહોતું કારણ કે તે અસુર હતો, એ જાતિ અત્યારે વિલુપ્ત થઈ ગઈ હતી. કૃપાએ ઇન્દ્રગઢની યાત્રા દરમિયાન જણાવ્યું હતું કે જરાસંધનું મૃત્યુ એ કારણે શક્ય નહોતું, કારણ કે તે સોમરસનું સેવન કરતો હતો. કૃપા એવી રીતે વાત કરતો જાણે બધું તેણે નજરે જોયું હોય. જ્યારે જરાસંધના શરીરના બે હિસ્સા કરીને અલગ-અલગ દિશામાં ફેંકવામાં આવ્યા ત્યારે તેનું મૃત્યુ નિશ્ચિત થયું. એ મૂંઝવણને કારણે પોતાને ફરીથી જોડી નહોતો શક્યો.

જ્યારે તેણે આ વાત પહેલીવાર સાંભળી તો એ ઘણો ડરી ગયો હતો ને પછી ગભરાઈને હસવા લાગ્યો હતો. જરાસંધના મૃત્યુની વાર્તા તેના મતે ખરેખર અનોખી લાગી હતી. એવું કશું થયું નહોતું પણ તેણે હવે કળિને જોયો હતો. તેણે તેના ભાઈ કલ્કિની સક્રિયતા જોઈ હતી.

કળિ તેની પાસે આવીને રોકાયો. તેણે અરજણને ઘૂર્યો. તેણે પહેલા આંખો ઝીણી કરી અને પછી વિસ્ફારિત થઈ. અરજણનો શ્વાસ રૂંધાવા લાગ્યો પણ તેણે ચહેરા પર ગુસ્સો કે ભય આવવા ન દીધો. કળિ એવું જ જોવા માગતો હતો. તે ઇચ્છતો હતો કે અરજણ કશુંક બોલે કે કરે પણ તેણે જાતને વશમાં રાખી.

"તું જ." તેણે અરજણનો કાંઠલો પકડીને આગળ ખેંચ્યો.

અરજણને જબરજસ્તી ત્યાંથી લઈ જઈને જુગારીઓ વચ્ચે ઊભો રાખી દેવામાં આવ્યો. એ લોકો તેમની સાથેની વેશ્યાઓ સાથે આડું-અવળું બોલવા લાગ્યા. પોતાના હાથનો શરાબ તેની તરફ રેડીને જીભ કાઢીને ચીડવવા લાગ્યા.

અરજણ નિઃસહાય હતો, કારણ કે તેના હાથ હજુય બાંધેલા હતા. તેની સમજમાં જ ન આવ્યું કે તેને અહીં કેમ લાવવામાં આવ્યો છે, કારણ કે કુસ્તી માટે તો તે હજુ શિખાઉ હતો. રુદ્ર દૂરથી જ તેની સામે ઉપહાસ કરતો જોઈ રહ્યો હતો.

"તું કમજોર છે."

"આ તો અનાડી છે તેને કેમ મોકલો છો? તેને શીખવા તો દો?"

"આનું તો શરીર જ કસાયેલું નથી. તેને બહાર ફેંકી દો."

ભીડમાંથી અવાજો આવવા લાગ્યા.

કળિએ અરજણને પકડમાં લીધો. એક રાજાના રૂપમાં કળિ અરજણ કરતા ઘણો શક્તિશાળી હતો.

"ચાલો, આજે આપણા જાંબાઝ રુદ્ર સાથે આ શિખાઉને ભીડાવીએ. ઘણી મજા આવશે, હેં ને?"

અરજણના ધબકારા વધી ગયા.

નહીં.

ઉસ્તાદ રંગાએ પાન ચાવતાં ચાવતાં કહ્યું, "મહારાજ, આ છોકરો તો પોતાનો બચાવ પણ નથી કરી શકતો. આ કુસ્તી કરાવવી ઉચિત નથી."

કળિએ તેની સામે એ રીતે જોયું જાણે તેણે કોઈ અપમાનજનક વાત કરી હોય, "મને શું ફેર પડે છે. મારે તો મુકાબલો જોવો છે. એ ઉચિત હોય કે અનુચિત એનો કોઈ મતલબ નથી."

બધા લોકોએ તાળી બજાવીને હુરિયો શરૂ કર્યો.

"પણ મહારાજ, મારી પાસે રુદ્ર સાથે લડવા માટે બીજા છોકરાઓ છે. એ પૂરી રીતે ચુસ્ત અને તૈયાર છે." એ ડરી ગયો, લાગ્યું કે વધુ બોલી ગયો છું, "એને તૈયાર તો થવા દો, પછી તેનું જે કરવું હોય તે કરી શકો છો."

કળિ તેની તરફ આવ્યો તો એ ડરીને પાછળ હટી ગયો, "જતો રહે અહીંથી."

કેદીઓનો રખેવાળ તો ભયભીત અને અપમાનિત થઈને હટી ગયો.

અરજણને ત્યારે જ એ રંગાની જરૂર હતી. તેને પોતાના બચાવ માટે તેની જરૂર હતી.

બધા ખુશીના માર્યા ચિચિયારીઓ પાડવા લાગ્યા. અરજણને ભીડમાં વેદાંત કે કુબેર દેખાયા નહીં. દર્શકોમાં ફક્ત દરબારીઓ, વેપારીઓ, કેટલાક વિદેશી અને કેટલાક વરિષ્ઠ અધિકારીઓ સામેલ હતા.

"ચાલો, શરત લગાવો." કળિ બરાડ્યો, "કોણ **જીતશે** આ બેમાં?"

બધાએ એકસાથે રુદ્રનું નામ ઉચ્ચાર્યું. આ પ્રશ્ન સાંભળીને જ રુદ્રએ મજાકભરી નજરે અરજણ સામે જોયું, જે શાંત ઊભો હતો. તે એને હરાવવા માટેના ઉપાયો વિચારી રહ્યો હતો. રુદ્રએ એ બધી ઘટનાઓ વિશે વિચાર્યું જેમાં તેનો કોઈ વાળ પણ વાંકો નહોતો કરી શક્યા. તેણે પ્રતિસ્પર્ધીને એક ક્ષણમાં ધૂળ ચટાડી દીધી હતી. તેમની ગરદન મરોડવામાં તેને વાર પણ નહોતી લાગી. કેટલીકવાર તો સામેવાળાનાં હાડકાઓનો ચૂરો કરી નાખ્યો હતો.

અરજણે તેની ગરદન ધીરેથી વિક્રમ તરફ ઘુમાવી જેના ચહેરા પર ચિંતા દેખાતી હતી. તેણે તો કહ્યું હતું કે ફક્ત શ્રેષ્ઠ કુસ્તીબાજોને જ લડવા મોકલતા હોય છે. જોકે અરજણ જાણતો હતો કે કળિ ફક્ત તેની સાથે બદલો લઈ રહ્યો છે, કારણ કે તે થૂંક્યો, તેનું સોમ ચોર્યું અને સળગાવીને અપરાધીને ભાગવામાં મદદ કરી. આમ જોવા જઈએ તો કળિ દયા બતાવતો હતો, કમ-સે-કમ ભૂખ્યા વાઘની સામે તો નાખી નથી દીધો ને, પણ રુદ્રને જોતાં જ તેના શરીરમાંથી લખલખું પસાર થઈ ગયું.

માનવસૈનિકો આગળ આવ્યા અને અરજણની સાંકળો ખોલી નાખીને જમીન પર ફેંકી દીધી. અરજણે જમીનની માટીનો સ્પર્શ અનુભવ્યો પછી આકાશના મંડપ નીચેના અખાડા પર નજર નાખી. જગ્યા ખૂબ જ નાની હતી. દર્શકોને બેસવા માટે બાંકડાં મૂકવામાં આવ્યાં હતાં જેથી એ ભયાનક મૃત્યુઓને નજરે જોઈ આનંદ લઈ શકે. આ નગરનો બહારનો ભાગ હતો. આદર્શ રૂપે કોઈ પણ રાજા આવા આયોજનમાં ભાગ નથી લેતા, પરંતુ કળિ ઇન્દ્રગઢથી આ તમાશો જોવા માટે આવ્યો હતો. આ

રમત પ્રત્યેનો તેનો લગાવ જોઈને જ તેની ચાલચલગત વિશે અનુમાન લગાવી શકાય તેમ હતું.

અરજણ ઊભો થયો અને તેણે હાથ-પગ ખંખેર્યા. રુદ્ર તેની આગળ ઊભો રહી હાંફી રહ્યો હતો. તેના ચહેરા પર ખેલંદાનું હાસ્ય દેખાતું હતું. અરજણે કળિ તરફ જોયું જે તેના અંગરક્ષકો કોકો-વિકોકોની પાછળ બેસી ચૂક્યો હતો. કળિએ નાક મસળ્યું ને હાથના સંકેતથી લડાઈ શરૂ કરવાનો આદેશ આપ્યો. ક્યાંકથી રણશિંગું ફૂંકાવાનો અવાજ આવ્યો.

અરજણ માટે બધું જ ધૂંધળું થયેલું લાગ્યું. તે ભાનમાં આવ્યો ત્યારે એક કદાવર દેહ ધરાવતી વ્યક્તિ દ્વારા જમીન પર પટકાયેલો હતો. તેની પીઠ જોરથી ટકરાવાને લીધે તેની આંખ પીડાના કારણે આંસુથી છલકાઈ ગઈ.

રુદ્ર જ્યાં તેની ગરદન તરફ ત્રાટક્યો તો અરજણે તેને ચકમો આપી દીધો અને તેની પાતળી ભુજાઓએ રુદ્રની ભારે ભુજાને મરોડી દીધી. જેવો રુદ્ર આગળ આવતો અરજણ તેના હાથને ઝટકીને પ્રહાર કરી દેતો હતો. આખરે રુદ્રના પગ અરજણના પગને આંટી મારવામાં સફળ થયા અને તેણે ભીંસ વધારી અને તેના ઉપરના શરીરને નીચે પછાડી દીધું. પછી એ અરજણના શરીરને જમીન પર પછાડવા લાગ્યો. રુદ્ર આગળ નમ્યો અને તેની ચામડી પર બચકું ભરતાં બોલ્યો, "મજા આવે છે ને?"

અરજણનાં ભવાં ચડ્યાં, તેને એ કદાવરની વાત સમજાઈ નહીં, પણ અરજણે જોર કર્યું અને પૂરી તાકાતથી પોતાના શરીરને જમીન પરથી ઉઠાવી દીધું તો રુદ્ર નીચે લથડિયું ખાઈ ગયો. રુદ્ર ઊભો થવા ગયો ત્યારે ભીડમાં સન્નાટો છવાઈ ગયો. તે ઊભો તો થયો, પણ તેનો એક ખભો નીચે નમેલો હતો. એવું લાગતું હતું કે ત્યાં એને ભારે ઈજા થઈ હશે.

"તું જોરદાર છે." રુદ્ર મજાકમાં બોલ્યો, "પણ માફ કરજે, મારે જીવવા માટે તને મારવો જ પડશે."

જ્યારે રુદ્ર કોઈ માતેલા સાંઢની જેમ બે હાથની કોણી વડે તેની તરફ ધસ્યો તો અરજણના પગ ત્યાં જ સ્થિર થઈ ગયા, પણ તેણે

ઝડપથી જાત સંભાળી. તેણે બંને હાથની મુઠ્ઠીઓ ભીંસી દીધી જેથી તે સામનો કરી શકે.

હવે આ ફક્ત મલ્લ-યુદ્ધ નહોતું રહ્યું.

રુદ્રએ અરજણ પર મુક્કાઓનો વરસાદ વરસાવી દીધો ત્યારે તેને એવું લાગ્યું કે અરજણનું એકેય હાડકું સલામત નહીં રહ્યું હોય. તેના સાંધાઓ મૂળમાંથી હલી ગયા હતા. તે ગમે ત્યારે પોતાની હિંમત હારવાની સ્થિતિમાં હતો. રુદ્ર તેની છાતી પર બેસી ગયો. તેની ભારે અને મોટી જાંઘો ખરાબ રીતે ઘાયલ ધડ પર ટેકવેલી હતી.

"માફ કરજે દોસ્ત, હવે તારું બચવું શક્ય નથી."

પછી તો કોઈ રસ્તો હતો જ નહીં. અરજણે બચવા ઇચ્છ્યું, રુદ્રએ મુક્કા મારીને તેનું નાક તોડી નાંખ્યું. તેના ચહેરા અને નાક પરથી લોહી વહેવા લાગ્યું. જ્યારે શંભલમાં અરજણે ઝેરી બોર ખાઈ નાખ્યાં હતાં ત્યારે તેને લાગ્યું હતું કે એ જીવનની સૌથી ખરાબ ક્ષણ જોઈ રહ્યો છે, પરંતુ તેનો રક્તરંજિત ચહેરો અને ચૂર થયેલાં હાડકાંએ તે વાત ખોટી પાડી દીધી. તેના વહેતા લોહીથી તે ગૂંગળામણ અનુભવતો હતો. પીડાથી કાનમાં ઘણ વાગી રહ્યા હતા અને દૃષ્ટિ ધૂંધળી થઈ રહી હતી તેમજ તેનું હૃદય જોરથી ધબકવા માંડ્યું હતું.

રુદ્ર તેના બંને હાથ વડે તેનું ગળું દબાવવા લાગ્યો. અરજણે શ્વાસ લેવાની મથામણમાં તેને દૂર ધકેલવા પ્રયાસ કર્યો, પણ સફળ ન થયો. તેને કાળા ધબ્બા નજર સામે દેખાવા લાગ્યા. શ્વાસ લેવાતો બંધ થવા લાગ્યો. તેની આંખો જાતે જ બંધ થવા લાગી અને તેણે અંધકારને આવકાર્યો.

3

આખુંય ઉદૈયા ક્યાંક દૂર ડાબી બાજુ રહી ગયું હતું. મનસા ધીમી ગતિએ વહેતી નદી સાથે ઈલાવર્તીની પૂર્વ બાજુ તરફ આગળ વધી રહી હતી. તે એક નાની નાવમાં બેઠેલી હતી જેને એક નાગ સૈનિક ચલાવી રહ્યો હતો. તેની આંખો ભૂરી હતી જેમાં એક આંખ કાચની હતી. તે સતત એમ બબડી રહ્યો હતો કે તે નાવ ચલાવવાના ધંધામાં કઈ રીતે આવ્યો અને કઈ રીતે અધિક સંપન્ન રાજકુમાર, રાજકુમારીઓ, નાગપુરીની રાજધાની નાગમંડલ તરફ જવા માટે મુખ્ય પ્રવેશમાર્ગથી નીકળતા હતા.

"મારી નાવમાં ફક્ત વેપારી અને ખેડૂતો જ બેસે છે, પણ રાજકુમારીજી તમે તો રાજાની બહેન છો. તમે તો સાચે જ એક રાજસી શાનનું સ્વરૂપ છો." નાવવાળાએ નાવ ચલાવતાં ખુશીથી કહ્યું.

મનસાએ તેની પ્રશંસા પર બહુ ધ્યાન ન આપ્યું. એ નગરની વચ્ચેથી પસાર થતાં પોતાની તરફ બીજા કોઈનું ધ્યાન પડે તેવું ઇચ્છતી નહોતી. તેને આશા હતી કે આ નાવ પછી તેને અસલી અને વૈભવશાળી નાવમાં લઈ જવામાં આવશે. એવું વાહન કે જે વાસ્તવમાં રાજાશાહી લોકો માટે બન્યું હોય. જો કે એ બધું તો નાગવંશના રાજા મહારાજ વાસુકિના આવતાં પહેલાં જ સંભવ હતું, જે તેમના આખા સૈન્ય સાથે માનવોની ધરતી ઇન્દ્રગઢ જતા રહ્યા હતા. જ્યારે વાસુકિ નહોતો ત્યારે મનસાએ ગમે તેમ કરીને ક્રોધિત મંત્રીઓને વશમાં રાખ્યા હતા. તે લોકો તેના કહ્યામાં જ રહ્યા પણ જ્યારે મનસા ઉદૈયામાં વાસુકિને સ્થાયી થવામાં મદદ કરવા ગઈ તો આ સ્થળે તેની સંબંધી બહેન કદ્રુએ ધીમે-ધીમે તેની જગ્યા લઈ લીધી.

તાજેતરની સ્થતિમાં રાજાના મૃત્યુ બાદ બધું જ બદલાઈ ગયું હતું

અને મનસા નહોતી ઇચ્છતી કે કોઈનું પણ ધ્યાન તેની તરફ પડે. તે જાણતી હતી કે તેને શું કરવાનું છે – તેને શંભવીને મળવાનું હતું. વાસુકિની પત્ની શંભવીને મળીને તેના પતિ વિશે ખબર આપી તેને સાંત્વના આપવાની હતી. તે એને વચન આપશે કે તેને કોઈ તકલીફ નહીં પડે અને કદ્રુ પાસે જઈને તેના સૈન્યને નવેસરથી તૈયાર કરશે. તે ઇચ્છતી નહોતી કે આ બધી વાતોમાં મંત્રીઓની સલાહ લેવી પડે જેથી તેમને આ યોજનાની ગંધ પણ ન આવે.

તે અચાનક પાછી આવી હતી અને બધું જ ગુપ્તરૂપે પાર પાડવાનું હતું.

જો તેના આવવાની વાત જાહેર થઈ જાય તો મંત્રીઓને સાચી વાત જાણવામાં વાર ન લાગતી. તે એવું જ ઇચ્છતી હતી કે નાગરાજનું સિંહાસન મેળવવા માટે કોઈ સંઘર્ષનો સામનો ન કરવો પડે.

હજુ તો એ નક્કી કરવાનું હતું કે સિંહાસન પર કોને બેસાડવો. મનસાએ મનોમન વાસુકિના પુત્ર શક્તિ માટે વિચાર્યું હતું. એ કદ્રુની સહમતીથી પ્રભાવશાળી મંત્રીઓને પોતાની તરફ કરી શકતી હતી અને તેનાથી તેનું ઇન્દ્રગઢ પાછું જવાનું આસાન થઈ શકે. જો કે તેને એ વાત સ્વીકારવામાં શરમ આવતી હતી, પરંતુ કદ્રુએ થોડા સમયમાં જ સારી રીતે દરબારના મંત્રીઓ સાથે સરસ તાલમેલ બેસાડી દીધો હતો. મનસા ક્યારેય આવું નહોતી કરી શકી. મનસાનો સ્વભાવ જિદ્દી અને અડિયલ હતો. તેને એવું જ લાગતું હતું કે તેણે કહેલી વાત બ્રહ્મવાક્ય છે, તેથી મંત્રીઓને એ પસંદ નહોતી.

તેણે પાછળના રસ્તે પ્રવેશ કર્યો તો તેને સ્ફટિક અને ચૂનાના પથ્થરોથી બનાવેલા પ્રાંગણની આસપાસની હરિયાળી પર નજર ગઈ. એ પહેલાંથી પણ વધુ સુંદર લાગતું હતું. ફળ અને શાકભાજીની સુગંધથી તેનું મન પ્રફુલ્લિત થયું. પક્ષીઓના કલશોર અને લુહારોની ઠક-ઠક વચ્ચે તેને પોતાના ઘરે પાછા ફરવાનો અનુભવ થયો. તેણે ખેતરના ઊંડા કાદવમાં ઊભા રહેલા ખેડૂતોને નીંદણ કરતા જોયા. પછી તેનું ધ્યાન સરોવર તરફ ગયું જ્યાં આખું નાગમંડળ પાણીમાં ભીંજાયેલું જોયું. તે જગ્યાએ

પગપાળા જવું સંભવ નહોતું. નગરના વચ્ચેના એ ભાગમાં જવા માટે લાંબા અંતરના જળમાર્ગની મદદ લેવી પડતી હતી. લોકો પોતાના સ્તર પ્રમાણે નાની કે મોટી નાવમાં મુસાફરી કરતાં હતાં. કોઈ લાંબા-પહોળા રસ્તાઓ નહોતા. ક્યાંય પથરાળ ધરતી નહોતી. ફક્ત લીલાંછમ ખેતરો અને હરિયાળી, જાણે કે નાના-નાના ટાપુઓનો કાફલો એકસાથે ઊભો હોય. મુખ્ય પ્રાંગણ શુદ્ધ સ્ફટિકથી બનેલું હતું જેની ઉપર નુબિયા – તેમની પોતાની ભાષામાં અંકિત કરેલું હતું – ખડકો પર તેમની ભાષામાં શિલાલેખ અંકિત હતા, તેમાંથી કેટલાક ખડકો ઊંચા અને કેટલાક શંકુ આકારના નાના હતા.

જ્યાં તે શાહી દરબાર નજીક પહોંચી, ઘણાબધા લોકોનું ધ્યાન તેની તરફ ગયું. તેણે ઉત્તર દિશા તરફના પ્રવેશદ્વાર પાસે પહોંચીને પોતાનો ચહેરો શાલથી ઢાંક્યો અને છેલ્લે પુર તરફ જોયું. નગરના ખડીપથ્થરથી બનેલાં સંકુલ ઘરોને પુર કહેવાતું હતું.

મનસા નાવમાંથી ઊતરી. તેણે નાવવાળાને કિંમત આપવા માંડી, પણ તેણે ન પાડી દીધી, "રાજકુમારીજી, હું તમારી પાસેથી પૈસા ન લઈ શકું. આ તો મારું નસીબ છે કે તમે મારી નાવમાં સવારી કરી. હું આજીવન આ યાદ રાખીશ."

મનસાએ આગ્રહ કર્યો તો પૈસા લઈને તેણે કહ્યું કે, તે આ પૈસા શેષ ભગવાનના મંદિરમાં ચઢાવી દેશે. મનસાએ સંમતિ આપી. એક શાહી પાલકના મૃત્યુ પછી તેના સ્વભાવમાં વિનમ્રતા આવી ગઈ હતી અને તેને માટે આ નવો જ અનુભવ હતો.

એ શાંભવીનું પુર શોધવા લાગી, પણ મળ્યું નહીં. એ કાદવવાળી જગ્યા પર ઊતરી અને ઝડપથી ચાલવા લાગી. નાગરક્ષકો તેની તરફ જોતા હતા. એ લોકો તરત જ તેની પાસે આવી ગયા.

"રાજકુમારીજી." એ લોકોએ નમીને પ્રણામ કર્યાં.

હાલત શરૂઆતથી જ બગડી ગઈ. એ આવું તો નહોતી ઇચ્છતી, જો કે તે મુખ્ય માર્ગથી જતી તો કેટલાંય લોકોનું ધ્યાન તેની તરફ જઈ શકતું હતું. તે તરફ તો મંત્રીઓ ખુલ્લેઆમ ફરતા રહેતા હતા.

ત્યારે તો આખા દેશમાં તેના આવવાની ખબર પહોંચી જતી.

"મહારાણી શાંભવીનું પુર ક્યાં આવ્યું?" એ ધીમે અવાજે બોલી.

રક્ષકો એકદમ આશ્ચર્ય પામ્યા – એકબીજાની સામું જોવા લાગ્યા, "રાજકુમારીજી, તમે નથી જાણતાં?"

મનસાએ માથું ધુણાવ્યું. સૈનિકોએ એકસાથે માથાં ઝુકાવી દીધાં. તે લોકો તેને એ જગ્યાએ લઈ ગયા જ્યાં શાંભવીનું પુર પહેલાં હતું. તેની સામે એક અડધું તૂટેલું પુર હતું, જે ખંડેર બનેલું હતું. એક ભારેખમ તોપ વડે તેનો દરવાજો કચડેલો હતો જ્યાંથી અંદર જવાની જગ્યા નહોતી. મજૂરો આ વિનાશને સમેટવાની કોશિશ કરી રહ્યા હતા અને સૈનિકોએ એ આખી જગ્યાની નાકાબંધી કરેલી હતી.

"શું થયું અહીંયા?" એ જાણવા નહોતી માગતી, પણ જવાબ લીધા વગર પાછું જવા પણ નહોતી માગતી.

તે ધીમે-ધીમે લાચારી અનુભવતી હતી. જો તેની છાતી ચીરવામાં આવે તો તેમાં ઊંડા ખાલીપા સિવાય કશું જ હાથમાં ન આવે.

"રાજકુમારીજી!" તેમાંથી એકે ભારે અને મોટે અવાજે નુબિયા ભાષામાં બોલવાનું શરૂ કર્યું, "મહારાણી શાંભવીનું પુર... તેના પર સુપર્ણોએ હુમલો કર્યો હતો, જે..."

એ સાંભળવા નહોતી માગતી. *સુપર્ણ? નવાઈની વાત છે.* સુપર્ણ લોકો તો ક્યારેય નાગમંડળ નહોતાં આવતાં.

એ જાણતી હતી કે ફક્ત એક જ માણસ પાસે આ દુર્દશાનો સાચો જવાબ હશે.

નાગમંડળમાં વાસુકિનું પુર સૌથી મોટું અને ભગવાન શેષના મંદિર પાસે આવેલું હતું. તે જગ્યાએ જ પવિત્ર નાગમણિ રાખવામાં આવ્યો હતો. આ પવિત્ર જગ્યાએ આખા દેશ માટે મહત્ત્વની એવી મોટાભાગની સભાઓનું આયોજન થતું અને નિર્ણયો લેવામાં આવતા.

મનસા ભારે ઝડપથી અંદર ગઈ, એ જ્યારે સુવર્ણમંડિત પુર પાસે પહોંચી તો સૈનિકોએ તેને રોકી. તેણે ચહેરા પરથી શાલ હટાવી તો સૈનિકો અચંબો પામી ગયા.

"અમને માફ કરો." તેઓએ કહ્યું.

મનસા કાજળભરી ગુસ્સાથી તપેલી આંખોથી આગ વરસાવતી આગળ વધી. ભૂતપૂર્વ નાગરાજોની વિશાળ મૂર્તિઓ ત્યાં એકસાથે સ્થાપવામાં આવી હતી. શરૂઆતમાં, સૌથી પહેલી નાગરાજ તક્ષકની મૂર્તિ હતી. એક બાજુ વાસુકિની મૂર્તિ પણ જોવામાં આવી. ફક્ત છેલ્લા રાજાની જ મૂર્તિ ત્યાં નહોતી. મનસા સારી રીતે જાણતી હતી કે નાગ સંસ્કૃતિમાં પોતાના વારસા પર ઘણો ગર્વ કરવામાં આવતો હતો. અસંખ્ય પેઢીઓથી પોતાના પૂર્વજોના નામ વારંવાર રાખવામાં આવતા હતા. તેનું નામ પણ કોઈ પૌરાણિક કથાના પાત્ર પરથી મનસા રાખવામાં આવ્યું હતું.

આખી પરસાળ રત્નો, સોનું, ચાંદી, કાંસુ વગેરે ઝળહળી ઊઠતી ધાતુઓથી ભરેલી હતી જેનું પ્રતિબિંબ તેની ભેજવાળી અને દ્વેષયુક્ત આંખમાં ઝળક્યું. તે સભાખંડમાં પહોંચી કારણ કે કોઈ સૈનિકે તેને રોકી નહીં. તે લોકો એને રોકવાની હિંમત ન કરી શક્યા. એ લોકો તેને જોઈને નવાઈ પામ્યા અને પછી ભયભીત થયા. કેટલાક લોકોએ તેને જોઈને મોં પણ મચકોડ્યાં, કારણ કે તે એમને છોડીને વિદેશીઓને મદદ કરવા જતી રહી હતી. પ્રજાને તેનો આ નિર્ણય સહેજેય નહોતો ગમ્યો. નાગપુરીના લોકોમાં વાસુકિ અને કળિ વચ્ચે થયેલી સંધિ બાબત શંકાઓ હતી. તે લોકો કોઈની સાથે સંધિ કરવાને બદલે પોતાના બળ વડે રહેવા માગતા હતા તે માટે આજેય અડગ હતા. રાજા તેમની પાસે ન રહેતા એ લોકો નેતૃત્વથી વંચિત થઈ ગયા. તેમની પાસે તેમના છેલ્લા રાજાની ઘાયલ બહેન સિવાય કોઈ સહારો ન રહ્યો.

હવે મનસા તેમનું ધ્યાન બીજી તરફ વાળી નહોતી શકતી. જેવી એ નકશીદાર દરવાજામાં અંદર પ્રવેશી તો નાગની આકૃતિઓ વડે સજાવેલું મેજ દેખાયું. લાંબી ખુરશીઓ પર બેઠેલા પુરુષોએ રાજાશાહી પોશાક પહેર્યો હતો અને મેજના બીજા છેડે કદ્રુ બેઠેલી દેખાઈ.

તેના લાંબા વાળ ચોટલામાં ગૂંથેલા હતા. તેની આંખોનો રંગ આછો ભૂરો હોવા છતાં લીલો હતો. તે કારણસર લોકો તેને નાગ માનતા

નહોતા, પણ મનસાને કોઈની પડી નહોતી. કદ્રુ તેની બાળપણની મિત્ર અને ઘણી પ્યારી પિતરાઈ બહેન હતી જેને આગળ વધારવા તે સતત પ્રયત્ન કરતી આવી હતી. તેનો ચહેરો અને આંખોનો રંગ નાગલોકો જેવો નહોતો તેનો મતલબ એવો નહોતો કે તેને તેનો હક પણ ન અપાય. મનસા તેની શારીરિક અક્ષમતાને લીધે આ બાબત સારી રીતે સમજતી હતી.

બધા મંત્રીઓ મનસા અને કદ્રુ તરફ જોવા લાગ્યા. તે પોતાના હાથ સુધી લાંબા અને જેમાં નાગનું ચિત્ર અંકિત હતું તેવા યુદ્ધના પોશાકમાં હતી. મનસાએ તેની વિસ્ફારિત આંખે કદ્રુને જોવાનું શરૂ કર્યું તો ત્યાં જાણે કે એક સન્નાટો વ્યાપી ગયો. તેણે ઇચ્છ્યું કે કદ્રુ જ આગળ આવીને કંઈક કહે અથવા કમસેકમ મંત્રીઓ તેમની જગ્યા પર ઊભા થાય પણ એવું કશું બન્યું નહીં.

"સભા અહીં સમાપ્ત કરીએ છીએ. આપણે આ રણનીતિ પર પછીથી ચર્ચા કરીશું." કદ્રુએ મેજ પર મુઠ્ઠી પછાડી. મોટેભાગે સભા આવી રીતે જ પૂરી થતી હતી. મંત્રીઓ ચોરની જેમ બહાર નીકળવા લાગ્યા, પણ જતાં પહેલાં મનસા તરફ ત્રાંસી નજરે જોતાં જ આગળ વધ્યા.

જ્યારે એ બધા ગયા તો મનસાએ એક મંત્રી સામું જોયું જે તેને તાકી રહ્યો હતો – બગડેલ જાંબુ જેવો. એક જાડો, દયાહીન અને તથાકથિત શાસકનો વંઠેલ પુત્ર, જેણે નાગપુરીના ઘણા બધા ભાગ પર પોતાનો કબજો જમાવેલો હતો.

કદ્રુ આગળ આવી, તેના ચહેરા પર કોઈ આત્મીયતા દેખાતી નહોતી, "આપ અહીંયા શું કરી રહ્યાં છો?"

મનસા તો ચોંકી ગઈ. પોતાની બહેનના મોંમાંથી નીકળેલા આ શબ્દો પર તેને વિશ્વાસ ન બેઠો, "મેં અહીં આવીને શું ખોટું કર્યું છે? આ મારું પોતાનું રાજ્ય છે."

કદ્રુએ ડોકું ધુણાવ્યું, "તમારે તો ઇન્દ્રગઢમાં રહેવું ન જોઈએ?"

"હમ્મ..." તેણે ફક્ત સંમતિ દર્શાવી.

"હું ફરીથી પૂછું છું. અહીંયા શેના માટે આવવાનું થયું?"

મનસા એક અજીબ બેચેની અનુભવતી હતી. એ કદ્રુને જણાવવા નહોતી માગતી કે જે સંધિ બચાવવા ગયાં હતાં, એ તૂટી ગઈ છે અને તે પોતાનો જીવ બચાવીને ભાગી આવી છે.

એ મૌન હતી.

"અમે વાસુકિ વિશે જાણ્યું." કદ્રુના કપાળે કરચલી પડી. એ મનસાને તાકી રહી હતી.

"તને ખબર હતી?" મનસા બીજું કશું બોલી ન શકી.

"હમ્મ." કદ્રુએ નિ:શ્વાસ નાખ્યો, "તમે કમસેકમ આવવાની જાણ કેમ ન કરી. તમે...?"

"તમે લોકોએ મને શાંભવી વિશેની ખબર કેમ ન આપી?"

કદ્રુની આંખમાં ક્ષણભર માટે ગુસ્સો તરવર્યો, પણ પછી એ ખુરશીમાં બેઠી ને મનસાને બેસવા ઇશારો કર્યો. તેના ચહેરા પર ચિંતા દેખાઈ આવતી હતી, "માફ કરજે, પણ હું ખૂબ થાકી ગઈ છું."

"વાસુકિએ આપણને બચાવવા જીવ ગુમાવ્યો. હવે તેના પરિવારનો પણ એ જ અંજામ આવ્યો."

"તમે સમજી નથી રહ્યા." કદ્રુએ મનસા તરફ જોયું, "આપણે યુદ્ધનો સામનો કરી રહ્યા છીએ."

"કેમ?"

"**વાસુકિને** કારણે જ." તે ગુસ્સામાં બોલી.

મનસાની આંખો પહોળી થઈ ગઈ. એ ભલે કદ્રુને ગમે તેટલો પ્રેમ કરતી હોય, પણ તે ઉંમરમાં નાની હતી ને આવી રીતે ઊંચા અવાજમાં કેવી રીતે બોલી શકે.

"માફ કરજે, *દી*." એ મોટેભાગે મનસાને આવું જ સંબોધન કરતી હતી, "મારે તમને લોકોને શાંભવીભાભીના ખબર આપવા જોઈતા હતા, પણ હું સાચું બોલવાથી ડરતી હતી. હું ભયભીત હતી. સંધિનો વિચાર ખરેખર ખોટો હતો. તેનાથી બીજી શક્યતાઓની સાથે સુપર્ણો માટે પ્રવેશના દરવાજા ખૂલી ગયા. તેમને રોકનારું અહીંયા કોઈ નહોતું."

"મરુડ," મનસા હળવેથી બોલી.

"હા, એ મરુડ." કદ્રુ ત્યારે સુપર્ણોના આગેવાન, ગરુડના વંશજ મરુડની વાત કરી રહી હતી. તે લોકો હંમેશાંથી નાગલોકો સાથે શીતયુદ્ધ પ્રમાણે વર્ત્યા હતા. સુપર્ણ સંધિમાં સામેલ નહોતા અને કળિનું માનવું એવું હતું કે એ લોકોને આધીન કરી શકાય તેમ છે.

"મરુડને આપણા પર હુમલો કરવાની તક મળી ગઈ, કારણ કે અહીંયા રાજાની હાજરી નહોતી. એ સીધો વાસુકિના પરિવાર પાસે ગયો અને તેમનો વધ કર્યો. તેના ગુસ્સાનો અંત નહોતો. એ સતત નિર્દયી થઈને હુમલા કરતો રહ્યો. અમે તેનાથી બચવાની સતત કોશિશ કરી રહ્યા છીએ. હવે અમારી પાસે માણસો અને સંસાધનો રહ્યાં નથી. આપણી મોટાભાગની સેના તો વાસુકિએ ઉદૈયા મોકલી દીધી હતી."

કદ્રુ બંને હાથે ચહેરો ઢાંકી રડવા લાગી. મનસા મોટીબહેનની જેમ આગળ આવી ને તેનું માથું પકડી છાતીએ લગાવી દીધું. તેનાં રત્નજડિત કપડાં ભીનાં થયાં, પણ તેણે કોઈ પરવા ન કરી. તેને ખ્યાલ આવી રહ્યો હતો કે વાસુકિનો નિર્ણય કેટલો ખતરનાક નીવડ્યો હતો. ભલે તે સમયે તેના માટે ગર્વની બાબત રહી હોય. માનવો વિરુદ્ધ પડવાનું ભલે રોચક અને સન્માનજનક રહ્યું હોય, પણ તેનાથી જ અત્યારે તેનો અને તેના પરિવારનો અંત આવ્યો હતો.

"મંત્રીઓએ તમને પરિષદમાંથી કાઢવાનો નિર્ણય લઈ લીધો છે." કદ્રુએ જણાવ્યું.

ઓહ! મને પણ આવી આશંકા હતી જ.

"તો પછી નાગરાજ કોણ બનશે?"

"તે લોકો આ જવાબદારી મને આપવા માગે છે, પણ હું તેનો ભાર નહીં ખમી શકું." તેણે ભીની આંખે જોઈને કહ્યું, "દી, એ લોકોનો વિરોધ કરો. કેટલાક મંત્રીનો ટેકો મેળવો... અમને મદદ કરો. આનાથી મને બચાવો." તે મોટેથી રડવા લાગી, "હું આ બધું સહન નહીં કરી શકું. દી, હવે તો હદ થઈ ગઈ છે. હું આપણા લોકોનું પતન જોવા નથી માગતી."

મનસાને ઝડપથી વિચારવાનું હતું. એ જાણતી હતી કે હાલના મંત્રીમંડળ

પર તેનો ખાસ પ્રભાવ નહોતો. તેના તરફથી થનારા નિર્ણયોનો વિરોધ જ થવાનો. હવે તેનું ચાલશે નહીં. વાસુકિના મૃત્યુ પછી એ સમજી ગઈ કે મંત્રીઓ તેનું કહ્યું નહીં માને. મનસા એટલી આસાનીથી તેમનો વિરોધ કચડી શકે તેમ નહોતી, કારણ કે તેમાં ઘણા નાગમંડળના મોટા અને જૂના આગેવાન હતા જે નાગમંડળને ભોજન, સૈનિક અને તાજું પાણી આપી રહ્યા હતા. એ જ તો આ તાજના સમર્થકો હતા અને તાજ હવે એક નિર્ધનના શિરે હતો.

"પ્રિય, આપણે કોઈને કોઈ રસ્તો કાઢી લઈશું." તેણે બહેનનું કપાળ ચૂમ્યું અને દિલાસો આપીને નવી યોજના વિચારવા લાગી.

એ ખોટી પડી. તેને લાગ્યું હતું કે એ આવીને સૈન્ય એકઠું કરશે અને હુમલો કરી દેશે, પણ અફસોસ. તેને પહેલા તો નગરમાં ઊભાં થયેલાં પરસ્પર વૈમનસ્યનો નાશ કરવો પડશે.

તેણે આ બધી બાબતોને એવી રીતે હલ કરવાની હતી કે કોઈને તેનો અસલી ઇરાદો ખબર ન પડે.

એકવાર આ બધું સમાપ્ત થયા બાદ એ લોકો માટે એક વધુ મોટી લડાઈ રાહ જોઈ રહી હતી.

પરંતુ એ કોઈ બદલો લે તે પહેલાં મરુડને મરવું જ પડશે.

4

અરજણ જીવતો હતો.

સરદાર કળિ આટલી સરળતાથી અને કોઈ હળવી રીતે અરજણને મરવા દે તેવો નહોતો. તે અરજણને એવો તડપાવવા માગતો હતો કે તે સ્વયં પોતાના મૃત્યુ માટે ભીખ માગે, પણ તોય તે એને મૃત્યુ ન આપતો. અરજણનું મૃત્યુ તો થવાનું જ હતું, પરંતુ તેના મૃત્યુને વધુ ને વધુ દર્દભર્યું બનાવવા માગતો હતો. તેને ઘણું જ વધારે કષ્ટ આપવું હતું. આ ખરેખર એક અંગત વેર હતું, કેમ કે તે દુષ્ટે એવી એક વસ્તુ નાશ કરી દીધી હતી કે જે તેને જીવિત રાખી રહી હતી. જો અરજણને છોડી દેવામાં આવે તો તે તેના માટે મોટો ખતરો બની શકે તેમ હતો.

લોકોને મૃત્યુની અણી સુધી લઈ જઈ હેરાન કરવાનો પણ એક આગવો આનંદ હતો – તે તેને મુકત થવાનું કે શરીરનું ખોળિયું છોડી દેવાનું સુખ પણ આપવા માગતો નહોતો. કળિએ તે પણ ધ્યાન રાખ્યું હતું કે ક્યાંક અરજણનું મૃત્યુ ન થઈ જાય. તે તેના આખરી શ્વાસો છીનવી લેવા માગતો નહોતો. તે પોતાના કેદીઓને બરાબર મારતો હતો અને ધીરે ધીરે તેની અંદર આવું કરવાનો શોખ પેદા થયો હતો. હવે તેને મારવાની આ રીતમાં મજા આવવા લાગી હતી.

કળિ બેભાન પડેલા અરજણની સામું જોયા વિના જ પોતાનો રથ લઈને મહેલ તરફ જવા નીકળી ગયો. કોકો અને વિકોકો પોતાની તલવારની મૂઠ પર હાથ જમાવીને તેની આજુબાજુ ઊભા હતા. તે કોઈ પણ શંકાસ્પદ ઘટનાની રાહ જ જોઈ રહ્યા હતા જેથી તે એક જ ઝટકામાં હુમલો કરનારને ખતમ કરી શકે. કોકો અને વિકોકો મૂળમાં તો સરદાર કળિને વફાદાર નહોતા. તે ઉદૈયાના અંતિમ મહાન શાસક, કુરુવંશના અંતિમ રાજા પરીક્ષિતના રક્ષક હતા. તે રાજ્ય પછીથી ઇન્દ્રગઢ જેવા

ઘણાં નાનાં રાજ્યોમાં વિભાજિત થયું. હવે તેમને કોઈ અણધાર્યા અંતનો શિકાર ન થઈ જાય ત્યાં સુધી પોતાના મહારાજ કળિની રક્ષા કરવાની.

કળિને પરીક્ષિત વિશે ખાસ તો કશું યાદ ન હતું. તે પોતાના મિત્રને વધારે યાદ પણ કરતો નહોતો. કોઈ અંગતના મૃત્યુ બાદ તે માણસ પર તેનો શું પ્રભાવ પડે છે તેવું જોઈને તેને નવાઈ લાગતી હતી. તેને કંઈક આછું એવું યાદ હતું કે તે કોઈ એવા માણસની સાથે બદલો લેવાના અભિયાનમાં નીકળ્યો હતો કે જેને તે કાયમથી નફરત કરતો આવ્યો હતો. તેનાં ભાઈ-બહેન કોઠારમાં લાગેલી આગમાં બળીને મરી ગયાં હતાં. ફક્ત આ જ વાત તેને હેરાન કરતી હતી એવું નહોતું. પરીક્ષિતના મૃત્યુથી પણ તેની અંદર ઊથલપાથલ મચી ગઈ હતી. તે શોકમાં અધમૂઓ થઈ ગયો હતો, પણ તેણે મજબૂત થવાની પૂરી કોશિશ કરી. પોતાની જાતને વધુ સારી બનાવવા માટે મિત્રતાથી સારી બીજી કોઈ તક ન હોય અને સરદાર કળિ થોડા જ સમયમાં પહેલાં હતો તેના કરતાં પણ વધુ સારો બની ગયો હતો. તે રાજસી કાર્યવાહીઓથી અજાણ રહતા સીધાસાદા માણસમાંથી એવો માણસ બની ગયો હતો કે જે પોતે અત્યારે સિંહાસન પર બિરાજમાન હતો, પણ અંદર ને અંદર તેને હજુય પોતાના પરિવારની યાદ સતાવી રહી હતી.

તેણે પોતાના હાલના લક્ષ્ય પર ધ્યાન આપવા વિચાર્યું. તેણે પોતાના રોજબરોજનાં કામમાં પોતાના અધિકારીઓને રાજી રાખવાનું શીખી લીધું હતું. તેમને કુસ્તી તથા જુગાર જેવી નાની-મોટી બાબતોમાં વ્યસ્ત રાખવા જરૂરી હતા, જેથી તે લોકો આનંદમાં રહે અને કોઈ પણ વિરોધ વગર પોતાને ટેકો આપ્યા કરે. તે બધા વેદાંતના દરબારી હતાં. તેમને આદરણીય પરંતુ ગર્વિત વેદાંતથી દૂર કરવાનો એક જ ઉપાય હતો કે તેમને પોતાની સાથે રાખે અને તેમને એ બધું જ આપવામાં આવે જે તે લોકો મેળવવા માગતાં હતાં.

વેદાંતને નગરમાં કોઈ પણ અનૈતિક કામ પસંદ નહોતું. જોકે તેને આ બધું સારું પણ કઈ રીતે લાગે? તે એક ધાર્મિક સ્વભાવનો વ્યક્તિ હતો, પણ કળિને નૈતિક-અનૈતિકની કોઈ પરવા નહોતી. તાજેતરના

સમયમાં તો બધું જ નિરર્થક થઈ ગયું હતું. તે સમજી ગયો હતો કે આવનારી દુષ્ટ રાજનીતિક સંધિઓ વચ્ચે બચી રહેવા માટે આ જ વર્તન કરવું યોગ્ય હતું. તે જાણતો હતો કે રક્તપિપાસુ દરબારીઓની વચ્ચે સિંહાસન મેળવવાની ભૂખ હંમેશાં હોય છે.

જે શરૂઆતથી જ વેદાંતના સમર્થનમાં હતાં તેવા કેટલાક તેજસ્વી લોકો તેના રથને ઘૂરવા લાગ્યાં. તે લોકોએ તેની સામે જોયું. કોઈએ મોં મચકોડ્યું તો કેટલાકે હાથ જોડીને દયાની ભીખ માગી. સરદાર કળિ નગરમાં ત્રાટકેલી ગરીબી અને ભયનો સાક્ષી હતો. એ ચોક્કસ હતું કે કબીલાવાળા પ્રશાસનનો હિસ્સો બનવાથી નગર પ્રશાસન અપંગ થઈ ગયું હતું.

"રથ રોકો." તેણે સારથિને કહ્યું.

તે માણસે કશું જ પૂછ્યા વગર જલદીથી રથ રોકી દીધો.

"મહારાજ!" પાછળથી એક દુર્બળ અવાજ સંભળાયો. આ અવાજ તેના જોડિયા અંગરક્ષકનો નહીં પણ એક બીજા અંગરક્ષક રાક્ષસોના સેનાપતિ પ્રદમનો હતો, જે હંમેશાં તેમની સાથે રહેતો હતો, "શું થયું?"

પ્રદમના ધડ પર ઘાનું ઊંડું નિશાન હતું. તેની આંખો જાંબલી હતી અને તે હાથ જોડી ઊભો હતો. તે સમયે પ્રદમ રક્તપ વિશે વિચારી રહ્યો હતો. તે થોડા સમયથી રક્તપ સાથે સાવ જુઠ્ઠું બોલતો હતો, કે શહેરમાં બધું બરાબર ચાલે છે. જેથી રક્તપ અગ્નિગઢમાં ભૂતપૂર્વ શાસક સમ્રાટને પોતાને આધીન રાખી શાસન કરતો રહે.

કળિએ તેની આજુબાજુ નજર દોડાવી ગરીબ લોકોને જોયા જે તરફ રાજમહેલ હતો, એ તરફ દક્ષિણમાં વિશાળ ભવન, આલીશાન શેરીઓ, વેપારીઓથી ભર્યાં બજાર અને ફળોની દુકાનો દેખાતી હતી. પરંતુ આ તરફ રોગ અને ગંદકીનું સામ્રાજ્ય હતું. કેટલાય લોકોની શાલ સૂરજના તાપથી ફિક્કી પડેલી હતી, અમુક લોકો ખાંસી રહ્યાં હતાં અને બધાં જ લોકો તેમના નાનાં અને તૂટ્યાં-ફૂટ્યાં ઘરોમાં રહેતાં હતાં જેનું સમારકામ પણ મુશ્કેલ હતું.

કળિએ આજ સુધી તેમના માટે કશું નહોતું કર્યું, કશું જ નહીં.

તેને તે જ્યારે યુવાન હતો ત્યારે દુરુક્તિ સાથે થયેલી વાત યાદ આવી.

“તો તમે રાજા થવા માગો છો?”

“હા, કંઈક એવું જ.” તેણે નિઃસાસો નાખ્યો. એ લોકો તબેલામાં બેઠાં હતાં અને બહાર વરસાદ વરસી રહ્યો હતો. એ સમયે જ ઘણાબધા ભિખારીઓ ભાગીને તબેલામાં આવી ગયાં હતાં. આ બધાં એ લોકો હતાં જે વરસાદમાં ઘણાં પલળી ગયાં હતાં.

“જો રાજા બની જશો તો કયા સુધારા કરવાનું વિચારી રહ્યા છો?” દુરુક્તિને કળિની રાજા બનવાની વાત ગમી નહોતી એટલે એણે પૂછ્યું.

તે સમયે કળિના મનમાં રાજા બનવાની કોઈ એવી ઇચ્છા નહોતી. તેણે કદી વિચાર્યું પણ નહોતું કે આવું શક્ય બની શકે. તે કહેવા લાગ્યો કે, “હું મહેલ બનાવડાવીશ અને મારી પ્રતિમા મુકાવડાવીશ, જેથી લોકો મારી પૂજા કરી શકે. મારી પાસે સૌથી મોટી સેના અને નૌસેનાનો કાફલો હશે...”

“તમારા વિચારોમાં આ લોકો માટે કોઈ જગ્યા છે?” દુરુક્તિએ એક પરિવાર સામે આંગળી ચીંધી, જે એક ખૂણામાં એકસાથે કામળો ઓઢીને બેઠું ધ્રૂજી રહ્યું હતું, “હે મહારાજ, તમે આ લોકો માટે શું કરશો?”

કળિને વિશ્વાસ ન આવ્યો કે દુરુક્તિ જેવી નાની બાળકી આ વિશે વાત કરી શકતી હતી જેને તેણે અવગણી નાખી હતી. તેને જાત પર શરમ આવી, “હમ્મ, આ લોકો માટે પણ કંઈક કરીશ.”

“શું રાજાનું કામ નથી કે એ ગરીબો પર દયા દાખવે, તેમને માથા પર છત અને જરૂરતમંદ લોકોને સહાય કરે તેમજ મુશ્કેલીઓથી બચાવે? કે પછી ફક્ત લુખ્ખા વાયદા જ કર્યા કરે?”

કળિનું માનવું હતું કે તે ફેરિયાઓ પાસેથી પુસ્તકો લઈને વાંચતી હતી તેનું આ પરિણામ હતું. એક રાજ્ય તેની પ્રજા જેટલું જ મહાન હોય છે. પ્રજા વિના રાજ્યનું મહત્ત્વ નથી હોતું. તેણે પોતાની જાતને જ કહ્યું. તેનું માનવું હતું કે જો રાજા વાસ્તવમાં આદરણીય ન હોય તો તેની કોઈ પ્રતિમા ન હોવી જોઈએ.

“હમ્મ, તેં બરાબર કહ્યું.” તેણે દુરુક્તિનું કપાળ ચૂમી લીધું, “હું એ

ધ્યાન રાખીશ કે એ લોકો આમ બેઘર ન થાય. હું એક એવું મહાન નગર તૈયાર કરીશ જ્યાં બધાં લોકો પોતાની મરજીથી અને સંપન્નતાથી જીવી શકે."

"હું એવા જ રાજ્યમાં રહેવા માગીશ." દુરુક્તિએ માસૂમિયતથી ખિલખિલાટ હસીને કહ્યું.

તેના સંઘર્ષમાં એક જાદુ હતો. તે હંમેશાં જંગલોના વસવાટ દરમ્યાન પોતાની અને બહેનની રક્ષા કરતો આવ્યો હતો. આ એક જાદુ હતો, કારણ કે સંઘર્ષ વગર કોઈ સફળતા નથી મળતી. જ્યારે એ તેના મહેલથી દૂર રક્ષકોથી ઘેરાયેલા મંચ પર ઊભો થયો ત્યારે તેને પોતાના પદનો અધિક આનંદ આવ્યો. તે એક ખૂણામાં જવા લાગ્યો તો લોકો તેની આસપાસ ટોળે વળવા લાગ્યા, જાણે તે રાજ્યનો કોઈ લોકપ્રિય અભિનેતા હોય!

પદમના નેતૃત્વમાં રાક્ષસ અંગરક્ષકો અને કોકો-વિકોકોના નેતૃત્વમાં માનવરક્ષક ઝડપથી નાકાબંધી કરવા લાગ્યા, જેથી લોકો મહારાજ કળિની વધુ નિકટ આવી ન શકે.

કળિ એક ખૂણામાં પીઠ ટેકવીને બેઠો ને પછી આકાશ તરફ જોવા લાગ્યો.

આ યોગ્ય સમય હતો.

"હું અહીં આવ્યો છું..." તેણે ફરીથી પોતાના શબ્દો ઉચ્ચાર્યા, "હું તમારી બધાની મદદ કરવા આવ્યો છું. મહેરબાની કરીને વારાફરતી આવો અને જણાવો કે શું જોઈએ છે?"

આ રીતે બધું શરૂ થયું, એ લોકો વારાફરતી આગળ આવીને રજૂઆતો કરવા લાગ્યા. એ લોકોને સોનું નહીં, પણ ભોજન જોઈતું હતું. કળિ પાસે ભોજન તો નહીં, પણ અખાડામાં જીતેલા સિક્કા હતા. તેણે તેમાંથી અડધા સિક્કા બે ભરતકામ કરેલી થેલીમાં ભરીને એક મહિલાને આપ્યા. તે આટલું બધું ધન એકસાથે જોઈ બેભાન થઈ ગઈ. કળિના ચહેરા પર બાલીશ સ્મિત આવ્યું. કંઈક સારું કરવામાં મનને કેટલો આનંદ આવે છે, તેનો કોઈ વિરોધ ન કરી શકે. હિંસક બનવા કરતાં તો તેનાથી તમને ઘણી શાંતિ થાય છે. તેનાથી તમને એક ગર્વની

લાગણી થાય છે. જો કે હિંસક થવાના પણ કંઈક જુદા જ લાભ હોય છે.

"મહારાજ!" એક વૃદ્ધ સામે આવ્યો, "મારી પાસે રહેવા માટે ઘર નથી. રસ્તા પર જ સૂઈ જવું પડે છે. તમને હેરાન કરવા નહોતો માગતો પણ હવે કોઈ ઉપાય જડતો નથી."

મહારાજ કળિનાં ભવાં ચડી ગયાં અને વૃદ્ધ માટે તાત્કાલિક સમાધાન સાધવા માટેનો રસ્તો વિચાર્યો. તેણે સહેજેય વિચાર કર્યા વગર પોતાનો મુગટ ઉતારીને વૃદ્ધને આપી દીધો, "લો, આ બજારમાં વેચીને તેમાંથી એક મહેલ ખરીદી શકાશે." તે હસતો હસતો બોલ્યો અને વૃદ્ધ સ્તબ્ધ થઈ ગયો.

"ના મહારાજ, હું આ લઈ જ ન શકું."

મહારાજ કળિએ હસવાનું બંધ કરીને તેની સામે કરડાકીથી જોઈ કહ્યું, "મહારાજની વાતનો વિરોધ કરશો?"

વૃદ્ધે આભાર પ્રગટ કરીને એ મુગટ લઈ લીધો અને તેને ઊંચો કરીને બધાની સામે બતાવીને ગળગળા સ્વરે બોલી ઊઠ્યો, "મહાન કળિ, આપણા **મહારાજ**."

બીજા લોકો પણ તેની જયજયકારમાં જોડાઈ ગયાં. એ લોકો તેમના રાજાને જોઈને મુગ્ધ હતાં.

મહારાજ કળિને તેના આ કાર્યના પરિણામની ખબર હતી. એ જાણતો હતો કે બીજાં લોકોની અંદર ભય પેદા કરવા માટે તમે બળવાન બનો છો, પણ વચ્ચે વચ્ચે પ્રેમ આપવાથી લોકો તમારું સન્માન કરે છે.

"મહારાજ!" એક સ્ત્રીના અવાજથી વિચારો તૂટ્યા.

એક દુર્બળ સ્ત્રી બાળકી સાથે ત્યાં ઊભી હતી. તેનો ચહેરો ઘૂંઘટમાં હતો અને માથું આદરથી ઝૂકેલું હતું, "એક મહાજને અમને હેરાન અને અપમાનિત કર્યા. અમે પેટ ભરવા માટે થોડા રૂપિયા તેની પાસેથી ઉધાર લીધા હતા અને પાછા આપી ન શકાયા. અમે તેની પાસે ખાલી હાથે ગયા તો તેણે અમારી દીકરીની માગ કરી, પછી દીકરી સાથે જબરજસ્તી કરી."

એ ચોધાર આંસુએ રડવા લાગી.

મહારાજ કળિના ચહેરાના ભાવ એકદમ બદલાઈ ગયા.

તેની અંદરની દુષ્ટ સ્મૃતિઓ જાગી ઊઠી – જેને તે લગભગ ટાળતો આવ્યો હતો. એ યાદોએ જ તેની અંદર એક બદલાની ભાવના રચી નાખી હતી.

એ કોકો અને પ્રદમ તરફ વળ્યો, “મને લાગ્યું હતું કે આ વિસ્તારમાં કોઈ મહાજન નહીં હોય.”

“મહારાજ, કેટલાક પૈસાદાર જમીનદાર શહેરની બહારના વિસ્તારોમાં આ જ કામ કરે છે.” પ્રદમ બોલ્યો અને કોકોએ મૂક સંમતિ દર્શાવી.

મહારાજ કળિએ પ્રદમને કહ્યું, “આપણા પાંચ માણસોને આ સ્ત્રી સાથે મોકલો.” પછી એ સ્ત્રી સામે જોઈને કહ્યું, “હું ઇચ્છું છું કે તું આ લોકોને એ વ્યક્તિની ઓળખાણ કરાવ. અમે તેના પાપની સજા નક્કી કરીશું.” પછી એ બાળકી તરફ જોઈ બોલ્યો, “બેટા, તું ચિંતા ન કરીશ. હિંમત રાખજે.” તેણે રત્નથી ઝગમગતી વીંટી કાઢીને તેને આપતાં કહ્યું, “મારા તરફથી ક્ષમાયાચના તરીકે આ રાખી લે, આ ઘટનામાં મારી જ બેદરકારી કહેવાય. હું નથી ઇચ્છતો કે કોઈ સ્ત્રી સાથે ખરાબ વર્તાવ થાય.”

એ સહેજ રોકાયો. તે જાણતો હતો કે તેના તરફથી સ્ત્રીઓ પર દયા દાખવવી એ ફક્ત દેખાડો જ હતો. તેણે પણ દુરુક્તિને એકવાર ઈજા પહોંચાડી જ હતી. એ ઘટના તેનો ગર્વ ઉતારવા માટે કાફી હતી.

ગુસ્સામાં આવીને ઘણીવાર વ્યક્તિ નૈતિકતા ખોઈ બેસે છે.

પેલી છોકરીએ વીંટી લીધી તો તેણે જોયું કે તે કેટલી નાની ઉંમરની હતી. તેની માએ માથું નમાવ્યું પણ એ છોકરી દોડીને કળિને વળગી પડી. વિકોકો આગળ આવવા ગયો પણ કળિએ ઇશારાથી રોક્યો. એ છોકરી રડતી રડતી વળગી અને પછી કશું જ બોલ્યા વગર તેની મા પાસે જતી રહી.

પાંચેક કલાક બાદ જ્યારે સૂર્યાસ્ત થયો તો મહારાજ કળિએ જોયું કે હજુય ઘણા લોકો પ્રતીક્ષામાં ત્યાં હાજર હતાં. એ થાકી ગયો હતો. એ લોકો તરફ ફરીને બોલ્યો, “હું જોઈ રહ્યો છું કે તમે લોકો ઘણી તકલીફમાં છો. તમે લોકો પહેલા કેમ ન આવ્યા? અત્યાર સુધી કેમ રાહ જોતાં રહ્યાં?”

તે લોકોમાંથી એકે જવાબ આપ્યો, “મહારાજ, અમને એવી ખબર જ નહોતી કે તમે પ્રતિભાવ આપશો કે નહીં. અમે તો એવા રાજાની

આશા જ નહોતી રાખી જે અમારા દુઃખમાં સાથ આપે."

કળિએ ખીજમાં પોતાનો હોઠ કરડ્યો.

"તો પહેલા તમે કોની પાસે જતાં હતાં?" કળિએ પૂછ્યું.

"ભગવાન વિષ્ણુની મૂર્તિ પાસે; અમે તેમને પ્રાર્થના કરતા હતા કે એ અમારાં દુઃખ દૂર કરે. મહારાજ વેદાંતનો એવો જ આદેશ હતો કે અમારે દરબારમાં આવવાને બદલે મંદિરમાં જવું જોઈએ. ત્યાં જ અમારી મનોકામના પૂર્ણ થઈ શકશે."

કળિએ પોતાની મુઠ્ઠીઓ ભીંસી, "તો શું તમારી મનોકામના ક્યારેય પૂરી થઈ?"

કેટલાંય લોકોએ માથું ધુણાવ્યું.

"આ ખોટું છે." કોઈ બોલ્યું.

"ભગવાન વિષ્ણુ માટે આવું બોલવાનું બંધ કરો." કોઈએ મોટે અવાજે કહ્યું. એ અવાજ ગણગણાટમાં ખોવાઈ ગયો.

"એક સાચો દેવતા હોય તે સાંભળે છે અને મદદ કરે છે." મહારાજ કળિએ તેમના પર જવાબી હુમલો કર્યો, "મારા નગરવાસીઓ, તમને ખોટા દેવતાઓના આશ્વાસન આપવામાં આવતા રહ્યા અને તમે માનતા ગયા. તમે માનતા રહ્યા કે સામાન્ય અને કઠોર પથ્થરોથી બનેલા દેવતા તમારી મદદ કરશે." પછી તેણે દૂરથી પણ દેખાતી હતી એવી ભગવાન વિષ્ણુની દૂષિત મૂર્તિ તરફ નજર કરી. એ નગરનું એક જાણીતું બનેલું મહત્ત્વનું સ્થાન હતું.

"મને વચન આપો – ના, તમારી જાતને જ વચન આપો કે હવેથી ક્યારેય તમે લોકો એ મૂર્તિ પાસે યાચના નહીં કરો. તમારે હવે તેને પૂજવાની જરૂર નથી. જે ચીજની જરૂર હોય તે માટે મારી પાસે આવજો." તેણે મૂર્તિ સામે અણગમાભરી દૃષ્ટિથી જોયું.

"તમારે તમારી પોતાની ભલાઈ માટે એ દેવતાસમાન ભૂતપૂર્વ રાજાની આ વાતને ભૂલવી પડશે."

5

પક્ષીઓનો કલબલાટ સંભળાતો હતો અને ધૂંધળા ઊંચા પહાડો ધુમ્મસથી ઘેરાયેલા હતા. જ્યાં દારુડ તેની પાણીદાર આંખો વડે એની સામું ઘેરા આકર્ષણ સાથે આગળ આવ્યો તો કલ્કિને ખ્યાલ આવ્યો કે તેણે ઝડપથી કંઈક કરવું પડશે.

"તું આ બધાને ખાય છે?" કલ્કિએ એ ત્રણ અસહાય લોકો સામે જોઈને પૂછ્યું જેમને દરુડે ભોજન માટે બાંધી રાખ્યા હતા.

"હું?" દરુડે તેના ખોખરા અવાજમાં આશ્ચર્યથી કહ્યું, "હું નહીં, એ લોકો ખાશે."

"એ લોકો કોણ?"

કલ્કિ સમજી ન શક્યો કે દારુડ શું કહી રહ્યો છે. સમસ્યા એ હતી કે શુકોની વાત પણ સમજી નહોતી શકાતી જે સતત "પિશાચ, પિશાચ"નું રટણ કર્યા કરતો હતો. ઘણીવાર એ પક્ષી તેની ચિચિયારીથી મગજ ખરાબ કરી નાખતું હતું.

તેણે એ બંધકોને છોડાવવા માટે કંઈક કરવું પડે તેવું હતું. એ બિચારા સાવ નિઃસહાય લગતા હતા. તેમાંથી એકના વાળની તો જટા બાંધેલી હતી, બીજાના ચહેરા પર છૂંદણું કરેલું હતું અને ત્રીજીને માથે ટાલ હતી. કલ્કિએ પહેલીવાર આવી ટાલવાળી સ્ત્રી જોઈ. તેને જોઈને કળિની યાદ આવી ગઈ.

તેને યાદ કરીને પણ લોહી ઊકળી ઊઠે છે.

એ દુષ્ટે કલ્કિના મિત્ર બાલાને મારી નાંખ્યો, કલ્કિએ તેને બચાવવાનો હતો, પણ ત્યારે જ રાત્રિને પણ મારી નાંખી. કમસેકમ તેની સાથે જે થયું એ સાવ ખોટું થયું.

તેમનામાંથી કોઈની સાથે આ નહોતું બનવા જેવું.

હવે તે એવા વ્યક્તિને મળવા જઈ રહ્યો હતો જેની પર તેને આંખ બંધ કરીને ભરોસો કરવાનો હતો અને તે અત્યારે એક વિચિત્ર ઊછળ-કૂદ કરનારા કબીલાની વચ્ચે ગુફામાં બંદી હતો.

"તારે એને છોડી મૂકવા પડશે." પદ્મા ધીમેથી બોલી. કલ્કિ આગળ વધ્યો તો પદ્માએ તેનો હાથ પકડ્યો.

તેણે તેની તરફ ઘૃણાથી જોયું.

"ચાલો, અહીંથી." એ બબડી.

કલ્કિ તેવું કરી શકે તેમ નહોતો. તે એ અજાણ્યા લોકોને બચાવ્યા વગર જઈ શકે તેમ નહોતો. એ હાથ છોડાવીને ગુસ્સામાં દારુડ તરફ ધસ્યો. દારુડ પણ જોરથી બરાડ્યો. તેણે એક જ ઝાટકે ભાલો ઉઠાવીને કલ્કિને વિચારતો કરી મૂક્યો.

"શાંતિથી બેસી જા." તેણે કલ્કિને બેસવાનો ઇશારો કર્યો.

કલ્કિ ઘણું સહન કરી ચૂક્યો હતો, "દારુડ, હું તને કોઈ નુકસાન પહોંચાડવા નથી માગતો."

"મને નહીં, તું તને જ નુકસાન કરી રહ્યો છે." તેની ભ્રમરો ઊંચે ચડી ગઈ.

ઓહ, મારે એને મજા ચખાડવી પડશે.

કલ્કિ હુમલાખોરના અંદાજમાં તેની પર ત્રાટક્યો. કબીલાવાળા એકદમ ચીસો પાડવા લાગ્યા ને પદ્મા પણ ચોંકી ગઈ. કલ્કિએ તેના ભાલા પર તરાપ મારી તો એ તેને લાવા જેવો ગરમ લાગ્યો. તેણે તરત જ તેના હાથમાંથી તે છોડી દીધો. તે ભાલાને તોડવા માગતો હતો, પણ તે શક્ય ન બન્યું. આટલી ગરમ વસ્તુને તે તોડી નહોતો શકતો. કલ્કિના ખભા પર ભાલાનો વાર થયો અને તેને દીવાલ તરફ ધકેલી દેવાયો.

દારુડે કલ્કિ તરફ ગુસ્સાથી દાંત કાઢ્યા અને તેમાંથી લાળ ટપકવા લાગી. તે સમયે જ પદ્માએ એકાએક દારુડ પર હુમલો કર્યો અને તે બંને હાથમાં ખંજર સાથે દારુડ પર ચડી બેસી. દારુડ તેની પકડમાંથી છૂટવા ધમપછાડા કરવા લાગ્યો. કલ્કિએ તેનું માથું દારુડની છાતીમાં માર્યું. તેણે પીડાના ભારથી ચીસ પાડી. તેણે બીજી વખત તે જગ્યાએ

જ હુમલો કર્યો અને તે જમીન પર ફસડાઈ પડ્યો. *આ દુષ્ટ જીવ આટલી જાડી ચામડીનો કઈ રીતે છે?*

કલ્કિ પીડાથી સહેજ ખાંસ્યો અને પદ્મા શું કરવા માગે છે તે જોયું. તેણે તેના હાથથી દારુડનું ગળું પકડેલું હતું અને તે ખંજરો વડે તેની ચામડી ચીરી નાખવા માગતી હતી, પણ એ જેવો હાથ ચલાવતી દારુડ તેના પંજા વડે તે ચુકાવી દેતો હતો. આખરે તેણે પદ્માને દીવાલ પર પછાડી ને પદ્મા સહેજ સ્થિતિ સંભાળવા જાય ત્યાં તો તેણે પદ્માને સખત પથ્થરો પર પછાડી અને તે બેભાન થઈ ગઈ.

હવે દારુડ ભાલો લઈને કલ્કિ તરફ આગળ વધ્યો, ત્યારે જ કલ્કિને ગુફાના દ્વાર પર કોઈ આવતું દેખાયું.

"સિમ્હા!" તેણે ત્રાડ નાખી.

એ કૃપા હતો જેના હાથમાં દાંતાવાળી કટાર હતી.

દારુડ આશ્ચર્યથી પાછો ફર્યો અને સીધો કૃપા તરફ ચાલ્યો. કલ્કિ અધમૂઓ હતો, માંડ ઊભો થવા મથ્યો. તે ઢસડાતો પદ્મા તરફ ગયો અને જોરથી માથું હલાવ્યું. ભલે તે નફરત કરતો હતો, પણ તેના સાથીનો જીવ બચાવવો હતો. કલ્કિ તેને હોશમાં લાવવા પ્રયાસ કરતો હતો અને ત્યાં કૃપા દારુડ સામે લડવામાં વ્યસ્ત હતો. કૃપાની સ્ફૂર્તિ જોઈને કલ્કિ અચંબો પામ્યો. કેટલાંય વર્ષોની મહેનત બાદ આવું શક્ય બનતું હશે.

પદ્મા ભાનમાં આવી તો તેણે જોયું કે કલ્કિ ચિંતાથી તેને જોઈ રહ્યો હતો. એ કશું બોલ્યો નહીં. પદ્માએ આંખો ઝપકાવીને પૂછ્યું, "હમણાં શું થયું હતું?"

કલ્કિએ દાંત ભીંસીને તે વાત અવગણી. તે અજાણ્યા લોકો તરફ આગળ વધ્યો અને તેમના મોંમાં ખોસેલાં કપડાં કાઢ્યાં. ત્યારે જ તેણે જોયું કે કૃપા કાદવમાં લપસીને નીચે પડ્યો અને કોઈ ડાળી તૂટી હોય તેવો અવાજ આવ્યો.

"અરે દોસ્ત, કશી મજા ન આવી." કૃપાએ ઊભા થવાની કોશિશ કરતા નિ:સાસો નાખ્યો.

દારુડ સિમ્હાએ ઝડપથી કૃપાની છાતીમાં મુક્કો માર્યો. કૃપાની ચીસો

ગુફામાં ગુંજવા લાગી. દારુડ સતત મુક્કાઓ વરસાવવા લાગ્યો. કલ્કિએ તેને પાછો ધકેલ્યો કે જેથી તે એને રોકી શકે.

પણ કશું કામ ન આવ્યું. તે ઘણો થાકેલો હતો અને શરીર પર ખાસ્સા ઘા પડ્યા હતા. તેની અને દારુડની વચ્ચે ખાસ્સો સંઘર્ષ થયો, એ બંને એકબીજાને કચડી નાખવા માગતા હતા, પરંતુ કલ્કિનું સંતુલન બગડ્યું અને જ્યારે હોશમાં આવ્યો ત્યારે સામે પેલો પશુ ઊભો હતો. તે સિંહની ગુસ્સાભરી આંખોથી તેને તાકી રહ્યો હતો.

"આવ." કલ્કી બરાડ્યો.

જોકે તેણે ન ચીડવ્યો હોત સારું હોત.

દારુડે તરત જ તેને લાતો મારવાનું ચાલુ કરી દીધું. થોડીવારમાં તે બાજુમાં ફર્યો અને તેના મોં પર એક જોરદાર મુક્કો મારી દીધો.

તે સમયે જ કલ્કિની આંખ સામે લોહી અને અંધકાર છવાઈ ગયો.

કલ્કિની આંખો ખૂલી ત્યારે તેને ખ્યાલ આવ્યો કે તે થોડીવાર પહેલાં જ્યાં હતો ત્યાં જ છે. ફરક એટલો જ હતો કે હવે તેના બંને હાથ જે દોરડા વડે બાંધેલા હતા તેનાથી પગ પણ બાંધ્યા હતા. તે જાણતો હતો કે તેના હલવાથી તેના પગ ઉપર પણ દબાણ આવશે. હવે બચવાનો કોઈ રસ્તો નહોતો. દારુડ ચાલાક નીકળ્યો. તેણે પહેલા મુક્કામાં જ નક્કી કરી નાખ્યું હતું કે કલ્કિ દોરડું તોડી શકે છે, એટલે તેણે પગ પણ બાંધ્યા હતા. તેની બીજી બાજુ ઘાયલ કૃપા અને સુજેલા શરીરવાળી પદ્માને પણ બાંધેલી હતી.

કલ્કિએ પેલી બાંધેલી અજાણી સ્ત્રીઓ તરફ નજર કરી. તે જાણે તેને ચીડવતી હોય તેમ સૂકી નજરે તેને તાકી રહી હતી.

દારુડ ગાયબ હતો. તેને કોઈ સડેલી દુર્ગંધ આવી. ગુફાની બહારથી આવેલા ઠંડા પવનથી તેને સારું લાગ્યું. તેને તાજી હવાની સખત જરૂર હતી.

"મેં કહ્યું હતું કે અહીંથી વહેલી તકે નીકળી જઈએ." પદ્મા ગુસ્સામાં બોલી.

"આપણી ગણતરી ખોટી પડી." કલ્કિ ખીજ સાથે થૂંક્યો, "ક્યાં ગયો એ?"

"આપણા જેવા બીજા માણસોને લેવા ગયો હશે." કૃપા પર કલ્કિની ખીજની કોઈ અસર નહોતી.

"ઘોડાઓનું શું થયું? શું એણે મારી નાખ્યા?"

કૃપા હસીને બોલ્યો, "મારી નાખ્યા? સિંહ પશુઓને નથી મારતા. એ તેમની પૂજા કરે છે."

"તો એણે માથા પર સિંહનું ચામડું કેમ પહેર્યું છે?"

"મારી પાસે એનો કોઈ સાચો જવાબ નથી."

"હવે આપણે મહેન્દ્રગિરિ કેવી રીતે જઈશું?"

"આ પ્રશ્ન મને શું કામ કરે છે? હું પણ તારી સાથે બંધાયેલો છું. મારી પર થોડી દયા તો ખા."

કૃપાએ બીજા બંદી લોકો સામે જોઈને પૂછ્યું, "શું હું પૂછી શકું કે તમે લોકો અહીં કેવી રીતે આવ્યા?"

એ લોકોએ કોઈ પ્રતિભાવ ન આપ્યો.

"વાહ કૃપા, જે બોલી નથી શકતા તેમની પાસે જવાબ ઇચ્છો છો."

"કમસેકમ આપણાં મોં તો ખુલ્લાં છે. મહેરબાની કરીને કલ્કિ તું બોલીબોલીને મારું માથું ન ખાઈશ." કૃપા ગુસ્સે થયો.

"હમ્મ..." કલ્કિએ માથું હલાવ્યું. કૃપા સાથે બંદી બનીને બેસવાની વાત જ કંઈક જુદી હતી. તે સતત આડુંઅવળું બોલ્યા કરતો હતો.

"આ આટલો બધો શક્તિશાળી કેવી રીતે છે?" પદ્માએ કૃપાને પ્રશ્ન કર્યો.

કૃપાએ તેની સામે એવી રીતે જોયું જાણે તેણે કોઈ મૂર્ખામીભર્યો પ્રશ્ન કર્યો હોય, "આ એક સિંહ છે. તને ખબર નથી કે આ કબીલો કેટલો શક્તિશાળી છે. તેમના શરીરની તાકાત દરેક રીતે ચડિયાતી મનાય છે."

"આ મારા પ્રશ્નનો જવાબ નથી." પદ્માએ નારાજગી દર્શાવી.

કૃપા બોલ્યો, "સદીઓથી આ લોકોને રક્તપાત અને હિંસા માટે જ પાળવામાં આવે છે. કદાચ, આ તારા પ્રશ્નનો જવાબ હોઈ શકે."

"હમ્મ, આ તેમાંનો એક છે."

કલ્કિને ગુસ્સો આવી રહ્યો હતો. તે પોતાના અસીમ બળ વડે પણ સિમ્હાને વશમાં નહોતો કરી શક્યો. કદાચ એવું માનવું પડે કે તે વધુ તાકાત ધરાવતો હશે.

કલ્કિએ જોયું કે તે દારુડ સાથે લડી રહ્યો હતો ત્યારનો શુકો ગાયબ હતો. તેણે ઘણીવાર સીટી મારી ત્યારે શુકો પાંખ ફેલાવી અંદર આવ્યો અને તેના ખભે બેસી ગયો.

"આ નસીબદારને જુઓ. સારું છે કે તે આપણી જેમ બંધનમાં નથી." કૃપા બોલ્યો.

"પિશાચ! પિશાચ!" કલ્કિ સમજ્યો નહીં અને કૃપા કશું બોલે તે પહેલા એણે શુકોને દોરડું ખોલવાનો ઇશારો કર્યો.

"ખોલ... આ કાપી નાખ." તેણે શુકોને હાથથી સંકેત કર્યો.

શુકોએ ઝડપથી હાથનું દોરડું કાપ્યું ને કલ્કિએ શુકોને પંપાળ્યો. કલ્કિએ ઝડપથી પોતાના પગ ખોલી નાખ્યા.

"જલદી કર, જલદી કર. કોઈ આવતું હોય તેવું લાગે છે." કૃપા ધીમેથી બોલ્યો.

કલ્કિએ નજર ફેરવી તો ચાંદનીમાં એક પડછાયો દેખાયો. બહાર અંધારું થઈ ગયું હતું તેવી પણ તેને ખબર નહોતી. તે કેટલા સમયથી બેભાન હતો એ પણ જાણતો નહોતો. ઓહ, તેણે ઝડપથી કામ કરવું પડશે. તેણે જોયું કે તે પડછાયો બીજું કોઈ નહીં, પણ સિમ્હા જ હતો. તેના વિશાળ શરીરની બંને તરફ બે મોટા હાથ ઝૂલતા હતા. કલ્કિએ ઝડપથી કૃપાને બંધનમુક્ત કર્યો અને પછી પદ્માને છોડાવવા લાગ્યો.

"હું બીજા લોકોને બચાવું છું." તે બોલ્યો તો પદ્માએ તેની સામે પ્રશ્નાર્થ નજરે જોયું.

"તું મને અવગણી પણ શકતો હતો." જ્યારે કૃપા અને કલ્કિ બીજા લોકોને મુક્ત કરતા હતા ત્યારે પદ્માએ દાંત ભીંસ્યા.

"સારું હવે, અંદરોઅંદર ઝઘડવાની જરૂર નથી." કૃપા બોલ્યો.

કલ્કિ બોલ્યો, "એવું થઈ શકતું હોત તો કેટલું સારું, પણ તું મારી સાથે આવી રહી છે એટલે."

"એ કારણે જ તો હું આ બધું કરી રહી છું."

"કદાચ અમને મુશ્કેલીઓમાં નાંખવા માટે?" કલ્કિની ભ્રમર તંગ થઈ.

"તારા ભાઈએ મારી પાસેથી વચન માગ્યું હતું કે મારે તને મદદ કરવાની છે." એ બોલી.

કલ્કિએ આંખો પહોળી કરી તેની સામે જોયું. *અરજણે વચન માગ્યું હતું? આ અજાણી છોકરી પાસેથી?*

પદ્માએ નજર ફેરવી અને પેલી ત્રણ સ્ત્રીઓને બંધનમુક્ત કરવા લાગી.

કલ્કિ પણ દાંત કચકચાવી તે કરી રહ્યો હતો. તેણે પેલી ટાલવાળી સ્ત્રીને છોડાવીને તેની સામે જોયું, તેની આંખો લક્ષ્મી જેવી મોટી હતી. એક ક્ષણ માટે તે તેના ભરાવદાર હોઠ અને તીણા નાક સામે જોઈને મોહિત થઈ ગયો. કોઈ પણ તેનો ચહેરો જુએ તો એવું જ વિચારે તેવી તે સુંદર હતી.

"ઓહ!" કલ્કિ શરમાયો, પછી તેને લાગ્યું કે તે કંઈક કહેતી હતી.

"બોલ!" તેણે કલ્કિને જોરદાર તમાચો માર્યો.

"જી...જી... માફ કરજો." કલ્કિને અફસોસ થયો અને તેણે પરિસ્થિતિ સમજવા માગી.

"બીજા લોકો પણ છે?"

"શું?"

કૃપાએ તેના ખભે ટપલી મારીને ગુફા તરફ ઇશારો કર્યો.

બીજા લોકો પણ હતા.

કલ્કિને ત્યારે તે ટાલવાળી સ્ત્રીની વાત સમજાઈ. દારુડ સિમ્હા તેના બે સાથી સાથે ઊભો હતો. શુકો તો પોતાની સલામતી ખાતર ત્યાંથી ભાગી છૂટ્યો.

"ખોરાક!" દારુડના તીણા અને ભયાનક દાંત ચાંદનીમાં ચમકી રહ્યા હતા.

6

"અરે આમ આવ, મને લડતાં શીખવ." કલ્કિએ તેને ઉશ્કેર્યો.

અરજણે ખભા ચડાવ્યા, "કલ્કિ, હું લડાકુ નથી. તું આ વાત બીજા કોઈ કરતા વધુ સારી રીતે જાણે છે." તેણે પોતાના હાથમાં રહેલા પુસ્તક પર પકડ મજબૂત કરી.

"આટલો ડરપોક ન બન." કલ્કિ તરત જ તેની પર કૂદ્યો, પણ પોતાના જ પગમાં અટવાઈને નીચે પડ્યો અને દાઢીમાં ઘસરકો પડ્યો.

અરજણ પુસ્તક બાજુમાં મૂકીને તેને ઊભો કરવા ગયો. તે બંને શંભલમાં તેમના ખેતરમાં હતા. ચારે તરફ હરિયાળી વચ્ચે આંબા અને ફૂલોની મહેક અને પક્ષીઓના કલરવ જોઈને અરજણને લાગતું કે કીકતપુરનાં બધાં જ ગામોમાં શંભલ સૌથી સુંદર અને ઉત્તમ હતું, આ લડાકુઓ માટેની ભૂમિ નહોતી.

કદાચ કલ્કિ ખોટી જગ્યાએ જન્મ્યો છે.

અરજણે પોતાની ધોતી પરની ધૂળ ખંખેરી અને કલ્કિને બેઠો કર્યો.

કલ્કિએ નાક ચડાવ્યું, "મને માનવામાં નથી આવતું કે તું લડવા નથી માગતો. લડવામાં કેટલો આનંદ આવે છે. જો મારા હાથમાં હોય તો કાયમ લડતો જ રહું. હું કોઈ જોરાવરને શોધી લઈશ. બાલા ક્યાં છે?' તેણે અરજણને જોઈને મોં ચડાવ્યું અને ત્યાંથી જતો રહ્યો.

અરજણને ખોટું નહોતું લાગ્યું. જો કે ક્યારેક તે કલ્કિની વાત માની લેતો હતો, પણ બાલા અને કલ્કિની રોમાંચક વાતોમાં તેને રસ નહોતો. તેને ફરવું ગમતું, પણ હિંસા તેનો જન્મજાત ગુણ નહોતો. અરજણ નીચે બેઠો અને તેણે પુસ્તક બાજુમાં મૂક્યું.

તે પણ કલ્કિની જેમ એવી રીતે જ જોશ અને ઉમંગ અનુભવવા માગતો હતો. એ ઇચ્છતો હતો, પરંતુ તેને ખબર હતી કે આ બધું તેને

માટે નથી બન્યું. આમેય તેને લડાઈ-ઝઘડા ગમતાં નહોતાં.

"હું માનું છું કે તું આ ફેંકવા નથી માગતો." તેના હાથમાં પુસ્તક પાછું મૂકવામાં આવ્યું.

તેણે જોયું કે પિતા વિષ્ણુયશ ત્યાં ઊભા રહીને હસી રહ્યા હતા.

"બાબા." અરજણે સ્મિત આપ્યું ને તેઓ બાજુમાં આવીને બેઠા.

"એ ફરીથી ભાગી ગયો ને?" વિષ્ણુયશે માથું હલાવી નિઃસાસો નાંખ્યો.

"હું તને જણાવી દઉં કે તારા ભાઈને ઘરના કામમાં કોઈ રસ નથી. મેં તેને અહીં જ રહેવાનું જણાવ્યું હતું."

"એ બાલાને મળવા ગયો છે."

"ઓહ પેલો જંગલી?" તેના પિતાનું મોં બગડ્યું, "પણ તું કેમ આમ ઉદાસ બેઠો છું?"

"બાબા, હું કેમ એવો લડાકુ નથી?" અરજણ નીચી નજરે બોલ્યો.

"પણ તારે શું કામ લડાકુ બનવું છે?"

"હું એવો બનવા માગું છું, પણ બની નથી શકતો. મને એ ગમતું નથી."

"શું તારા પ્રશ્નનો જવાબ આ જ નથી?"

"હું જાણું છું... પણ..." અરજણ કશું બોલી ન શક્યો, "તમે જાણો છો કે હું બહાદુર બનવા માગું છું. હું લડવા ઇચ્છું છું. મને પણ આવું કસરતી શરીર ગમે છે. હું પણ યુદ્ધમાં સાહસ બતાવવા માગું છું. આ પુસ્તકોમાંથી મને શું મળશે? કશુંય નહીં. મને કોઈ વ્યવહારિક જ્ઞાન નથી મળવાનું. હું કાયમ માટે ઘરમાં પુસ્તકો વાંચતો જ રહી જવાનો."

વિષ્ણુયશે અરજણને ભેટીને જણાવ્યું, "બેટા, તારે હિંસક બનવા વિશે વિચારવું જ ન જોઈએ. શું આપણે પહેલેથી જ ઘણું ભોગવી નથી ચૂક્યા? આપણને ભણતરની જરૂર છે... જ્ઞાનીની જરૂર છે, જે સાચો રસ્તો બતાવી શકે."

અરજણે માથું હલાવ્યું, "પણ આ બધામાં ભણવાનું પણ સામેલ છે?"

"કદાચ તું મારી વાત સમજ્યો નહીં. આ રીતે તું નાની, દયાળુતા અને સાહસ ભરેલી વાતો શીખે છે. તું એ ન ભૂલીશ કે સ્નાયુઓમાં

અસલી તાકાત છુપાયેલી નથી." તેમણે અરજણને ગલીપચી કરી તો એ ખીલી ઊઠ્યો, "અસલી તાકાત તારા મગજમાં છે. બેટા, ભલે ને આખી દુનિયાની તાકાત તમારી પાસે હોય, પણ જો તેને સાચી રીતે કેમ વાપરવી એ ખબર ન હોય તો એ શું કામની?"

"પણ વાર્તાઓમાં તો બધા જ નાયક લડાકુ જ હોય છે. એ જ મોરચા પર જઈને લડે છે. આ વાર્તાઓમાંથી તો એવું જ જાણવા મળે છે."

"આપણે એ વાત સ્વીકારવી જ પડે કે મહાયુદ્ધમાં પાંડવો પાસે જો ભગવાન ગોવિંદની બુદ્ધિમત્તા ન હોત તો એ ક્યારેય જીતી ન શકતા."

અરજણ એક ઝાટકા સાથે ઊભો થઈ ગયો. એ પરસેવાથી રેબઝેબ હતો. તેની આગળ ગાઢ અંધકાર સિવાય કશું જ નહોતું. તેણે એક પડખે સૂવાથી દુઃખી રહેલી ગરદનને ઝટકી તો કારાગૃહના સળિયામાંથી અંદર આવતી ચાંદની દેખાઈ. તેને અચાનક પોતાનું સપનું યાદ આવતાં તેના મનમાં આનંદ થયો. એ નાનો હતો ત્યારે તેના બાબા આવી જ રીતે વાતો કરતા અને પછી બધું કેવું બદલાઈ ગયું? તેણે નક્કી કરેલું કે તે કલ્કિની જેમ યોદ્ધા નહીં બને અને તે અત્યારે એક સિંહની ગુફામાં કુશ્તીબાજનું જીવન વિતાવી રહ્યો હતો.

"શી...સ...શી." તેણે એક અવાજ સાંભળ્યો.

અરજણે સળિયા તરફ નજર ફેરવી. ત્યાં ભારેખમ ચહેરાવાળો વિક્રમ તેની મોટી-મોટી આંખોથી તેને તાકી રહ્યો હતો.

"માફ કરજે દોસ્ત, કેવું છે? મેં સાંભળ્યું કે તારી તબિયત નાદુરસ્ત છે."

અરજણ જાણતો હતો કે રુદ્ર તેને ખરાબ રીતે પટકીને હરાવશે. તેને ઇલાજ માટે લઈ જવામાં આવશે અને પછી એ પોતાની કોટડીમાં આવી રીતે સપનાં જોશે. એ સપનાંઓ એવાં જીવંત હતાં કે શંભલની બધી યાદો જાણે જીવંત થઈ ગઈ. કદાચ આ દવાઓની અસર હતી જે તેને સારવાર તરીકે જબરજસ્તી આપવામાં આવી હતી. તે હંમેશાં મતિભ્રમથી ઘેરાયેલો રહેતો હતો.

"મને નહોતી ખબર કે તે તારા જેવા શિખાઉને મેદાનમાં ઉતારી દેશે. આવું પહેલાં ક્યારેય નથી થયું."

અરજણે નિરાશાથી માથું હલાવ્યું, હમ્મ! જાડિયા તને તો ખબર જ હશે.

"દોસ્ત, તને ખોટી આશા બંધાવવા માટે હું માફી માગું છું."

"તું કંઈ પહેલો થોડો છું?" અરજણે તેને જવાનો ઇશારો કર્યો.

"જો કે ઉસ્તાદ રુદ્રને બધાએ અભિનંદન આપ્યા."

બેશક આપ્યા જ હશે!

"એ અત્યારે ક્યાં છે?" અરજણે દાંત ભીંસ્યા.

"તે એની કોટડીમાં જ છે."

રાજાએ પણ તેને અભિનંદન આપ્યા. પોતાની સાથે ભોજન કરાવડાવ્યું, પણ ફરીથી કોટડીમાં નાખી દીધો. અરજણ વિચારમાં પડી ગયો.

"આ ખુશી થોડા સમયની જ હોય છે, બંધુ." વિક્રમ હસતો હસતો બોલ્યો.

અરજણ પણ હસ્યા વગર ન રહી શક્યો. વિક્રમ ગુરુકુળના એ જાડિયા અને પ્યારા છોકરામાંનો હતો જેને બધા હેરાન કરતા અને તે તમને ગમતું.

"તું ક્યારેય મેદાનમાં નથી ઊતર્યો." અરજણે તેને અખાડા વિશે પૂછ્યું. ધંધાદારી પહેલવાનો કેટલીય પ્રકારની સ્પર્ધાઓમાં ભાગ લેતા હતા, જે ફક્ત આનંદ-પ્રમોદ માટે હતું, પણ એવું કાયમ થતું નહીં. ઇન્દ્રગઢમાં ખોટાં કારણોથી કુશ્તીનો પ્રચાર થયો. તંત્રએ જુગાર રમવા માટે આ રમતનો ઉપયોગ કર્યો. આ બધું વેદાંતના શાસનમાં છૂપી રીતે ચાલતું હતું, પણ તેણે કશું ધ્યાન નહોતું આપ્યું. પરંતુ આ રમતને કળિએ સાર્વજનિક કરી દીધી. તેણે બીજા ઘણા દરબારીઓ અને સામંતોને આમંત્ર્યા. રમતને વધુ રંગત આપવા માટે અપ્સરાઓને પણ બોલાવવામાં આવતી. હવે અરજણ સમજતો હતો કે આ એક મોટી કૂટનીતિક ચાલ હતી.

"સાચું કહું તો હું પણ મેદાનમાં ઊતરવા માગું છું, પણ આ ભારે

શરીરનું શું કરું? મને કોઈ મેદાનમાં જોવા નથી માગતા."

"ક્યારેય તેં જણાવ્યું ખરું?"

"શું ફેર પડે છે. હું કહું તો પણ મારી વાત કોઈ ધ્યાન પર નહીં લે. કોઈ આવા જાડિયા પહેલવાનને મરતો જોવા નથી માગતું. તેમને તો બળવાન પહેલવાન જોઈએ છે. મારી વાત સમજમાં આવી?"

અરજણ જાણતો નહોતો. તે પણ ક્યાં એવો બળવાન હતો તોય તેને મેદાનમાં ઉતારવામાં આવ્યો. આ કોઈ પરસ્પર દુશ્મનાવટ હતી.

"તું કેમ આ કારાગૃહની કોટડીમાં બંધ છે?"

"મારા પિતા ગુનેગાર હતા." વિક્રમે જવાબ આપ્યો.

"તો એમાં તું...?" અરજણ કંઈ સમજ્યો નહીં.

"તું નથી જાણતો? બાપના પાપની સજા તેના બેટાને ભોગવવી પડે છે."

"પણ એવો તો કોઈ કાયદો નથી." અરજણને વાત ગમી નહીં.

"કાયદો તો નથી... પણ દોસ્ત આ દુનિયા પણ અકળ છે. ભલે કોઈ કાયદો ન હોય, પણ કાયદાઓ તો અધિકારીઓ પોતાના મુજબ ચલાવે છે. પ્રજાને તો ઘેટાં-બકરાની જેમ હાંકે છે."

"શું કર્યું હતું તારા પિતાએ?"

"એ બધાથી શું ફેર પડે છે. એ એક મંત્રી હતા અને તેમના પર દેશદ્રોહનો આરોપ છે."

"દેશદ્રોહ?" અરજણ થોડું અટક્યો.

"દોસ્ત, કેટલાય વિદ્રોહ થયા અને એ બધું આ કબીલાવાળાઓને કારણે થયું. તેમાંથી એક પ્રજાતંત્ર સાથે જોડાયેલો હતો જેમાં લોકોને સત્તા સોંપવાની વાત હતી. દોસ્ત, આ બધું સાંભળવામાં જ સારું લાગે હકીકતમાં કશુંય આવું બનતું નથી." વિક્રમે ધીમે અવાજે સાવચેતીથી વાત કરી.

"લાગે છે તો એવું જ કે રાજા હવે મરી રહ્યા છે, કારણ કે તે લોકોનું ભલું કરવાને બદલે અહિત કરી રહ્યા છે."

"જેમ કે આપણા જૂના અનુભવી રાજા વેદાંત તો સારા હતા, પણ પ્રજાતંત્રની તો વાત જ ભૂલી જા." હવે તે અરજણને કહેવા કરતા જાતે જ વાત કરી રહ્યો હતો, "તેણે મારા પિતાને માર્યા અને વ્યવસ્થા પણ

કરી કે ક્યાંક તેનો પુત્ર બદલો લેવા માટે ન આવે. મને કારાગૃહમાં નાંખ્યો જેથી હું પણ પ્રજાતંત્રના વિચારોનો પ્રચાર ન કરું. મારી સાથે બીજા કેટલાક લોકો હતા જેમાં ત્રણ સૈનિક, મારા પિતાના દક્ષિણી મિત્ર, મારો નાનો ભાઈ અને એક બહેન પણ તેમાં સામેલ હતાં. બધાને મારી નાખ્યા. વેદાંતે ખાસ ધ્યાન રાખ્યું છે કે અ વિદ્રોહની વાત કરનારું કોઈ જીવિત ન રહે. તેને લાગતું હતું કે એ લોકો પ્રજાતંત્રના વિચારોના વાહક છે અને આ ચેપને ફેલાવી શકે છે, જે આગળ જતા આખા રાજ્યને તેના ભરડામાં લઈ શકે છે. આ સાંભળીને પણ ગુસ્સો આવે છે ને?"

"એ લોકોએ તને કેમ છોડ્યો?"

તેણે છાતી ફૂલાવીને કહ્યું, "મારાથી કોઈ ખતરો ન દેખાયો. હું એટલો ભારેખમ છું કે સરખી રીતે ચાલી પણ નથી શકતો. એ લોકોએ મારા પર દયા ખાધી. તેમને લાગ્યું કે મારામાં હુમલો કરવાનું કોઈ સાહસ જ નથી તો મારીને પણ શું કામ છે. હું ક્યારેય મારા પિતાનો બદલો ન લઈ શકું એટલે હું બચી ગયો."

દુનિયામાં કેટલા પ્રકારના લોકો જોવા મળે છે.

"તારા પિતા દક્ષિણી લોકોને કેવી રીતે મળ્યા?"

"એ લોકો એકબીજા માટે પરિવાર જેવા હતા. તેમનો હેતુ એક હતો, પણ મારા મનમાં તેમના માટે શંકા હતી."

"કેમ?"

"એ દક્ષિણી અને રાજપરિવાર સાથે જોડાયેલા હતા."

"રાજ પરિવાર?"

"તે રાજા વિભીષણના પરિવારના હતા. એ ઉદૈયા ચાલ્યા ગયા... ખેર, તું તો દક્ષિણની એ વાત જાણે જ છે."

અરજણે હા પાડી. વિક્રમની વાતો રોચક હતી, પણ ત્યારે જ સૈનિક હાથકડી અને બેડીઓ લઈને આવ્યો. બધા કેદીઓને કોટડીમાં મોકલવામાં આવી રહ્યા હતા.

સૈનિકોએ તેને અને વિક્રમને બહાર ખેંચ્યા અને લાઇનમાં ચાલવાનો આદેશ આપ્યો.

"આ લોકો જૂની રમતના અભ્યાસ માટે લઈ જતા હશે."

અરજણે નિઃસાસો નાખ્યો. હાડકાં દુઃખી રહ્યાં હતાં એટલે એ આરામ ઇચ્છતો હતો, પણ મોટેભાગે રાત્રે જ અભ્યાસ કરાવવામાં આવતો. તેને મેદાનમાં પછાડ્યો. સાંકળો ખોલી દેવાઈ એટલે તે બીજા કેદીઓની જેમ અભ્યાસ કરી શકતો હતો. તેને યાદ આવવા લાગ્યું કે તે કલ્કિને છોડાવવા માટે કેવી રીતે બહાર નીકળ્યો હતો. જો કે કલ્કિ હવે અહીંયા નહીં હોય તેવા વિચારથી તેની આંખોમાં પાણી આવ્યું. એ ઘેર જવા માગતો હતો, રડવા માગતો હતો. એને થતું કે તેને પણ તેની માની સંભાળ ને પ્રેમ મળે. તેને સંદેશો મોકલનાર કોઈ નહોતું. તેની મા જીવિત છે કે નહીં તે પણ ખ્યાલ નથી. જ્યારે તેના એક પુત્રના જીવન-મરણની ખબર નથી ને બીજો પુત્ર કારાગૃહમાં બંધ છે તેવામાં તે એકલી કેવી રીતે જીવી શકશે.

રેડ્ડી ઉસ્તાદે બધાને કતારબંધ દોડ લગાવવાનું કહ્યું. અરજણે તેના બધા જ આદેશો માન્યા. એ પછી ગદાને હવામાં ફેરવવાની હતી જેથી તેના હાથમાં લડવાની તાકાત આવે. એ વિક્રમ સાથે આ બધું કરી રહ્યો હતો ત્યારે તેણે રુદ્રને જોયો. તે તેની તરફ જ આવી રહ્યો હતો.

અરજણે નજર ફેરવી લીધી. રુદ્ર થોડીવાર ત્યાં જ ઊભો રહ્યો.

તે બોલ્યો, "છોકરા, મેં જે કર્યું એ તો રમત હતી. શું મારાથી આમ નારાજ થઈશ?" તેનો અવાજ ભારે હતો અને કેદી હોવા છતાં તેનામાં શાહી ઠાઠ દેખાતો હતો.

અરજણે જડબાં ભીંસ્યાં.

"તું હોશિયાર છે. તને મારી પકડમાંથી છૂટતા આવડતું હતું. તને હરાવવો આસન નહોતો, પણ સાચું કહું તો તને ઈજા પહોંચાડવાનો કોઈ ઇરાદો નહોતો." રુદ્રએ અરજણ સામે આંખ મીંચકારી.

અરજણે નિઃસાસો નાંખ્યો. ચાંદનીની ઠંડકનો અહેસાસ હતો, પણ અરજણના શરીરમાં કસરતને કારણે ગરમી હતી.

"મને આનંદ થયો કે કળિએ મને રોકી લીધો. આ મારી ભૂલ નથી. મેં આ બધું કરવામાં વર્ષો વિતાવ્યાં છે, એટલે હું જાણું છું કે તને કેવી

રીતે હરાવી શકું."

અરજણનો ચહેરો તંગ થયો ને પરસેવો ચમકી ઊઠ્યો. તેણે પોતાની સામે ઊભેલા અડિયલ પુરુષ સામે ગુસ્સે થઈને કહ્યું, "શું ઇચ્છે છે?"

"થોડું કામ તો છે."

"કેવું કામ?" અરજણે જોયું કે તેના શ્યામ ચહેરા પર પરસેવો ચમકતો હતો.

હે ભગવાન, મારે આ રીતે જોવું બંધ કરવું પડશે.

"હું મારી ટુકડીમાં કેટલાક તાકતવર લોકોને ભેગા કરી રહ્યો છું અને તારી સાથે લડવામાં મને મજા આવી." રુદ્રએ શાંત ભાવે સ્મિત સાથે કહ્યું, "કળિ તને ધિક્કારે છે. તેનો મતલબ એ છે કે તેં જરૂર તેનું કોઈ મોટું નુકસાન કર્યું હશે. તારી પાસે પણ કોઈ હેતુ હશે. તું પણ અહીંથી ભાગવા માગતો હોઈશ."

"કયા પ્રકારનું કામ?" અરજણે ફરીથી પૂછ્યું.

રુદ્ર તેની વધુ નજીક આવ્યો. તેના પરસેવાની ગંધે અરજણના ચિત્તમાં ખળભળાટ પેદા કર્યો. તે હવે વધુ નિકટતા નહોતો ઇચ્છતો. રુદ્ર હળવેથી બોલ્યો, "આ નરકમાંથી બહાર નીકળવાનું કામ, છોકરા. આપણે બહુ સહન કરી લીધું. હું કેટલાય વખતથી બધાને ભેગા કરી રહ્યો છું. ફક્ત એ જ નક્કી કરવાનું બાકી છે કે બહાર કેવી રીતે જવાય."

અરજણે આંખો ઝીણી કરી. એ કશું બોલે એ પહેલાં જ ઉસ્તાદ રેડ્ડીએ તેના ઊંચા અવાજથી તેમાં ભંગ પાડ્યો.

"તમે બંને આમ ભેગા મળી શું કરી રહ્યા છો?" એણે ગુસ્સામાં કહ્યું.

"માફ કરો ઉસ્તાદ!" રુદ્ર શાંતિથી બોલ્યો અને અરજણ તરફ જોઈને બોલ્યો, "ફરીથી વાત કરીશું. જલદીથી મળીશું." તેણે આંખ મીંચકારી અને તેના હાથ પર હાથ પસવારીને ચાલ્યો ગયો.

અને આ વખતે, તેનો ભાઈ તેની સાથે નહોતો.

7

મનસાએ સંકલ્પ કરેલો હતો કે તે ત્યાં જ રહેશે, જ્યાં શાંભવીના પુરને નષ્ટ કરવામાં આવ્યું હતું. તેણે દીવાલો બનાવડાવવી પડશે, ફરીથી છત પણ બનાવવી પડશે અને ઘર સાફ કરાવવું પડશે. મનસાએ સુથારોને કશી વાત ન કરી, કારણ કે તે લોકો જાતિપ્રથાની સૌથી નીચલાં સ્તરે હતા, પણ તેને આશા હતી કે તેમની વાતોથી કોઈ બાતમી તો મળશે. બની શકે કે તેને સુપર્ણ લોકોના હુમલાની વધુ માહિતી મળી જાય.

પણ તેને જે જવાબ જોઈતો હતો, તે કોઈની પાસે નહોતો.

તે એક ખુરશી પર બેસીને પેલા ભવનને જોઈ રહી હતી જ્યાં તેના પરિવારનું લોહી વહ્યું હતું, એ પરિવાર જેને મળવા અને ભેટીને હસવા માટે જાણે ક્યારનીય તડપતી હતી. જીવનમાં અમુક નાની વાતો એવી હોય જે કરમાઈ જાય તે પહેલાં તેનો આનંદ માણી લેવો જોઈએ. મનસાની આંખો વહેતી હતી, પણ સુથારોને જોઈને લૂછી નાખી. તે બીજા કોઈ સામે પોતાની નબળાઈ દર્શાવવા નહોતી માગતી. તે રાજાની બહેન હતી. તે આખા નગર માટે સત્તાની ઉત્તરાધિકારી હતી.

હવે એ બિચારી કદ્રુ સિવાય કોઈના પર ભરોસો નહોતો કરી શકતી. એવું કોઈ નહોતું જે તેના પર ભાવ રાખે અથવા તેની સુરક્ષા અથવા દેખરેખ કરે. તેનો કોઈ પ્રેમી પણ નહોતો, જો કે તેના ટૂંકા વૈવાહિક જીવનના અંત પછી તેણે કદી તેની ઇચ્છા જ નહોતી રાખી. પ્રેમનો વિચાર જ તેને દુઃખી કરી દેતો હતો. તેણે જ એ વાત અવગણી હતી, પણ અત્યારે કોઈ સાથીની જ જરૂર હતી જેની પર નિર્ભર રહે કે વિનાસંકોચે ભરોસો કરી શકે. નાનો ભાઈ વાસુકિ હંમેશાં તેની બહેન પાસે આશા રાખતો હતો. હવે તેની ગેરહાજરી તેને ખાસ્સી પીડા આપી રહી હતી.

ગમે તેમ તોય તે બધા સાથે તો છે.

આ વિચારોથી મન મનાવ્યું.

મનસાએ માથું ઊંચું કર્યું તો બારી લગાવનારો માણસ દેખાયો. તે પોતાનું કામ પડતું મૂકીને તેને એકીટશે તાકી રહ્યો હતો.

મનસાની ભ્રમરો તણાઈ. તે જાણતી હતી કે મોટાભાગે લોકો તેની આંખથી ડરતા હતા, "એ કીડા, શું તકલીફ છે?" જો કે તેણે કશું બોલવાનું નહોતું, "મારી સામે જોવા કરતાં પુરના કામમાં ધ્યાન રાખ." તેના અવાજમાં કડવાશ હતી, પણ તેને લાગ્યું કે તેણે એ ગરીબ પર ગુસ્સો ન ઉતારવો જોઈએ. તેણે શાંત રહીને શહેરમાં પોતાની ભાવિ યોજનાઓ માટે વિચારવું જોઈએ. આખરે તેણે સૈન્યની જવાબદારી પણ સંભાળવી પડશે જેથી કળિને એવા મુકામ પર લાવી શકાય કે તે પોતાનો જીવ બચાવવા ભીખ માગે. કળિ તેના પગમાં પડીને ભીખ માગે છે, એવા વિચારથી જ મનસાનો ચહેરો ખીલી ઊઠ્યો. તેનું આ સપનું તેને પૂરું કરવું હતું.

અને હવે તેનું મન આ ઊંડી યોજનાઓમાં ખોવાયેલું હતું ત્યારે જ કોઈ આવતું દેખાયું. નજીક આવતા જ તેનો ચહેરો સ્પષ્ટ થયો. તે પુરમાં દાખલ થયો. તેણે તેના શરીર પર ઝભ્ભો પહેરેલો હતો. લાંબા-પહોળા ગોરા શરીર પરના વાળ પાછળની તરફ ખેંચીને બાંધેલા હતા.

મનસાએ નંદને જોયો તો એકસાથે ઘણું બધું અનુભવ્યું. તે એનો ભૂતપૂર્વ પતિ હતો એમ નહીં, પણ ખાસ તો તેની સાથે બદલાની ઊંડી ભાવના ધરાવતો પતિ હતો. એ દુષ્ટ વ્યક્તિ હતો જેણે એક યુવતી માટે તેને છોડી દીધી હતી. તેના માટે મનસાને કોઈ લગાવ હતો નહીં. તેને જોઈને મનસાને જૂની વાતો યાદ આવી ગઈ અને તેમાં ગૂંચવાઈ ગઈ. તેણે અંદરના ભાવોને શાંત કરીને તેની સામે જોવાનું હતું, જાણે કે તેના ગયા પછી તેને કોઈ ફર્ક નથી પડ્યો! તે પોતાને વર્તમાનમાં પાછી લઈ આવી.

"મેં સાંભળ્યું કે તું પાછી આવી ગઈ છે." બીજા નાગલોકો કરતા નંદનો અવાજ ઘણો પાતળો અને નબળો હતો, "મને જાણીને આનંદ

થયો." તેણે આગળ આવીને સ્મિત આપ્યું જેને મનસાએ અવગણ્યું.

"નંદ, તું અહીં શું કરે છે?"

"તને મળવા આવ્યો છું."

નંદનું નાગ સમાજમાં કોઈ ઊંચું સ્થાન નહોતું એટલે લોકોને નવાઈ લાગી હતી કે રાજાની બહેનનું દિલ તેની પર કેવી રીતે આવ્યું. ઘણાં ઓછાં લોકો તેની એ ખૂબીથી વાકેફ નહોતા કે તેનામાં મોટાં લોકો સુધી પહોંચવાની કાબેલિયત હતી. તે એક વેપારી અને યાત્રીની સાથે રસિક માણસ હતો. તે યુવતીઓ સાથે સમય વિતાવતો, મજા કરતો અને વેપાર કરતો. બીજી ભાષામાં તેને ગુનેગાર કહી શકાય. જો કે તેણે મનસા સાથે લગ્ન કર્યાં ત્યારે બધું છોડી દીધું હતું. પરંતુ થોડા સમયમાં જ તે આવી સામાન્ય લગતી જિંદગીથી ઉબાઈને પોતાના જૂના રસ્તે પાછો વળ્યો હતો. મનસા જાણતી નહોતી કે તે અહીં શા કારણથી આવ્યો હતો. તેને ફક્ત એટલી ખબર હતી કે તે એની કે બીજા કોઈ સાથે સોદો કરવા આવ્યો હતો અને દાવ પર તેને લગાવી હતી.

"મને નથી લાગતું કે મને મળવા આવ્યો છે. કોઈ માગણી લઈને આવ્યો લાગે છે."

"તું હંમેશાં મને અધમ માનતી આવી છે. ખરેખર, તો હું તારા ખબરઅંતર પૂછવા જ આવ્યો છું."

મનસાએ નિઃસાસા સાથે કહ્યું, "હું મજામાં છું. તું જઈ શકે છે."

"સારું મને એમ હતું કે તું જાણવા માગતી હોઈશ કે શાંભવી સાથે શું થયું."

મનસાની ભ્રમરો તંગ થઈ ને નીચી નજર કરી બોલી, "તેના પર સુપર્ણોએ હુમલો કર્યો, એવું જ છે ને?"

"ઓહ, હા." એ થોડો નજીક આવ્યો. ફૂલ અને શરાબની વાસ તેના શરીરમાં ભળી ગયેલી હતી. તાજા હજામત કરેલા ચહેરાને આટલો નજીકથી જોઈને મનસા ભૂતકાળમાં સરી ગઈ, "શું ઉદૈયાના લોકોએ તને એટલી અડિયલ બનાવી દીધી કે, તું સાંભળેલી વાતો પર ભરોસો કરવા લાગી?"

"શું કહેવા માગે છે? શું તેની પર હુમલો નહોતો થયો?"

"હુમલો તો થયો હતો. જ્યારે અડધી રાત્રે તે લોકો બચાવ માટે ભાગ્યા તેનો હું સાક્ષી હતો. મેં તને પત્ર પણ મોકલ્યો હતો."

"તો પછી પત્ર મને કેમ મળ્યો નહીં?"

"હું એ તો કહેવા માગું છું કે તારા સુધી પત્ર કેમ ન પહોંચ્યો? તને એ વિચાર ન આવ્યો કે બધા પુરને છોડીને વાસુકિના પરિવાર પર જ કેમ હુમલો થયો?"

"કદ્રુએ કહ્યું કે, વાસુકિને નુકસાન પહોંચાડવા માગતો હતો."

"એક મરેલા માણસને નુકસાન પહોંચાડવું કેવી રીતે શક્ય બને? આ અજીબ વાત નથી. તેના મનમાં બદલો લેવાની કોઈ જ ઇચ્છા નહોતી."

"તારો ઇશારો કોના તરફ છે?"

તે ગંભીર થઈ ગયો. તેણે મનસાને એ રીતે જોઈ, જાણે તે આત્માની અંદર છેક ઊતરી જવા માગતો હોય! "અહીં પાસે જ એક છાવણી છે. સુપર્ણોની એક ટુકડીએ ત્યાં કબજો કરેલો છે. હું તેમના મુખીને ઓળખું છું. અમે સાથે હંસની ચામડીનો વેપાર કર્યો છે. હું તને ત્યાં લઈ જઈ શકું છું પછી જોઈએ કે શું જાણકારી મળે છે."

"મતલબ તને ખબર નથી."

"મને પૂરી વાત ખબર નથી, પણ એટલું જાણું છું કે પરિષદમાં કંઈક તો ખોટું થઈ રહ્યું છે અને તારી બહેનના માથે પણ તલવાર લટકે છે. જો તે થોડીય આડી-અવળી થઈ તો તેને પણ હંમેશ માટે ચૂપ કરી દેવામાં આવશે." નંદે મુઠ્ઠીઓ ભીંસી, "હવે તારે નક્કી કરવાનું છે કે શું કરવું છે."

મનસાએ તેની સામે જોઈને ઇનકાર સાથે માથું ધુણાવ્યું, "જો મારા વિરુદ્ધ કોઈ ષડયંત્ર કે મને મારવાની કોઈ કોશિશ થઈ તો હું સૌથી પહેલા તને જ મારી નાંખીશ." એમ કહીને તેણે હાથ ઊંચો કર્યો.

નંદે બીજું કશું બોલ્યા વગર તેની આંગળીઓને કસીને પકડી અને ચહેરા પર ભેદી સ્મિત લાવી બોલ્યો, "મારા પર વિશ્વાસ તું કરે છે કે નહીં એ ખબર નથી, પરંતુ આ સમયે નાગપુરીમાં તું ફક્ત મારા પર જ વિશ્વાસ કરી શકે છે."

તે થાકેલી ને દુઃખી પણ હતી. બાણથી મળેલા ઘાથી તેના હાથમાં દુખાવો હતો. એક હાથ અપંગ હોવાથી તે વધુ સંવેદનશીલ થઈ ગઈ હતી. *જો મારા પર હુમલો થાય અને હું બચાવ પણ ન કરી શકું તો?* નંદ પર ભરોસો કરાય તેમ નહોતું. તેનો ઘરોબો જ દુષ્ટો ને ગુનેગારો સાથે હતો.

પણ એ તો તેની તરફદારી કરી રહ્યો હતો.

તે એની સાથે જવા માગતી નહોતી, પણ તેની પાસે બીજો કોઈ વિકલ્પ પણ ક્યાં હતો?

૪

આ એક અલગ જ વાત હતી.

પોતાના મુગટ, રાજાશાહી ઠાઠ અને શાન વગર વેદાંત પોતાની જાતને નિર્વસ્ત્ર અનુભવતો હતો. તેને સિંહાસન પરથી ઉતારી મૂકવામાં આવ્યો હતો. લોકો તેને ઈજા કરીને અપમાનિત કરી રહ્યા હતા. તેની પાસેથી એક એવી વસ્તુ જબરજસ્તી છીનવી લેવામાં આવી હતી, જે સિંહાસન પામવા માટે તેણે આટલો લાંબો સંઘર્ષ કર્યો હતો. તે ઉદૈયાના સૌથી મજબૂત રાજ્યનો રાજા બનવા માગતો હતો, પણ હવે તે શક્ય નહોતું બનવાનું. તેણે પોતાના લોકોને જ નીચા દેખાડ્યા હતા.

કેમ?

કળિને તેની કમજોરી ખબર પડી ગઈ હતી. તે હતી તેની તેર વર્ષની માસૂમ દીકરી જે પોતાના હાથથી બનેલી લાકડાની ઢીંગલી રમતી હતી.

વેદાંત જ્યારે પણ તેની દીકરી વિશે વિચારતો ત્યારે તેની આંખમાં પાણી આવી જતાં. આ દુનિયાથી જવાનું દુઃખ એવું હતું કે તે જાત કાબૂમાં નહોતી રાખી શકતો. તેની પત્ની સુખથી મરી, પણ તેના અંતિમ સમયમાં તે ઘણો વ્યાકુળ હતો. તે ઉર્વશીને એકલી મૂકવા નહોતો માગતો અને તે કારણથી જ તે સિંહાસન સુધ્ધાં છોડવા તૈયાર થઈ ગયો હતો. એ ઇચ્છતો હતો કે તેનું રાજગૌરવ તેની દીકરીની સુરક્ષા માટે કોઈ ખતરો ન બને.

તેને એ દિવસ યાદ આવ્યો, જે દિવસે તેની સત્તા ઝૂંટવી લેવામાં આવી હતી.

"તું મારી સાથે એવું ન કરી શકે." જ્યારે કળિએ બીજા કોઈ યોગ્ય વ્યક્તિને સત્તા સોંપવાની વાત કરી ત્યારે વેદાંત એકાએક તો ખળભળી ઊઠ્યો હતો. કળિએ તેના મહેલમાં આવીને આ વાત કરી હતી.

કળિએ ખભા ઝાટક્યા, "હું એવું કરી શકું છું ને મારે જ કરવું જોઈએ. મહારાજ, તમે સમજી નથી શકતા, પણ તમે મારા માટે ખતરો બની ગયા છો." કળિના શબ્દો વેદાંતને પસંદ નહોતા આવ્યા. તે બોલ્યો, "તમે અને કુબેર... બંનેએ મળીને ષડયંત્ર રચ્યું અને એ હું સહન ન કરી શકું."

વેદાંતને કોઈ ખ્યાલ નહોતો આવ્યો કે કળિને આ બધી કેવી રીતે ખબર પડી. જો કે તે જ્યારથી બીમારી બાદ બહાર આવ્યો એ પછી તેના નિર્ણયો ફટાફટ અમલમાં મૂકતો હતો. પહેલાં કરતાં વધુ સમજદાર પણ લાગતો હતો. તેણે દરેક જગ્યાએ પોતાના જાસૂસ નિયુક્ત કરેલા હતા.

"કિંમત તો ચૂકવવી જ પડશે. હું ધારત તો તમને મારી શકતો હતો, પણ તમારી દીકરીને અનાથ કરવા નહોતો માગતો. તમને મારીને મને કોઈ આનંદ નથી થવાનો. હું બિનજરૂરી રક્તપાત કરવા માગતો નથી."

આ તો સાવ બકવાસ વાત છે.

"મેં કોઈ ષડયંત્ર નથી રચ્યું."

"તમારી ઇચ્છા હોય એટલો સમય આ વિષય પર વાત કરી શકો છો. તમે કહેશો કે તમે કશું જ નથી કર્યું, પરંતુ મેં કંઈક બીજું જ સાંભળ્યું છે. તમે વાસુકિથી પીછો છોડાવવા માગતા હતા એટલે તેના સેનાપતિને મરાવ્યો. તેણે વળતો હુમલો કર્યો. આ કારણે જ મારા પર હુમલો થવાની આશંકા મને છે. હું બધું જ જાણું છું એટલે મેં એને તો પાઠ ભણાવી દીધો અને તેની બહેન સાથે પણ એવું જ થશે. તે કશુંક ખતરનાક કરવાની ફિરાકમાં હતો. મેં એક દુષ્ટ કબીલાથી નગરને રક્ષણ આપ્યું. તમને નથી લાગતું કે મેં તમારા પર ઉપકાર કર્યો છે?"

"આ જગ્યાએ તેને તમે તો લાવ્યા હતા."

"હા... હા." તેણે એ રીતે હાથ હલાવ્યા જાણે તે મનોમન કોઈ વાંસળી સાંભળી રહ્યો હોય! "મને કોઈ ફરક નથી પડતો કે તમે તેની સાથે ષડયંત્ર કર્યું કે નહીં. મહારાજ, હવે આમ પણ આ જગ્યાએ તમારી કોઈ જરૂર નથી રહી, ને હું કોઈ જોખમ લેવા માગતો નથી."

"તો પછી તમે કુબેરને કેમ સજા નથી આપતા?"

"એને પણ યોગ્ય સમય આવશે એટલે સજા આપીશ જ."

"હું મારું સિંહાસન નહીં આપું." વેદાંત પોતાના નિર્ણય પર અફર હતો, "મારું ઘણું બધું તમે પહેલેથી જ છીનવી ચૂક્યા છો. હવે અહીંથી જાઓ, અત્યારે જ જાઓ."

કળિએ આંખો ઝીણી કરી ત્યારે જ એક ધડામ અવાજથી તેમની વાત અટકી ગઈ. વેદાંતે જોયું કે પડદા પાછળથી બે આંખો તેને નિહાળી રહી હતી.

"નહીં."

"ઉર્વશી, અહીંથી જતી રહે." વેદાંતે આદેશ આપ્યો. એ છુપાઈને બધું સાંભળી રહી હતી.

"ના...ના... આવ છોકરી! અહીં આવી જા." કળિ તરત જ વચ્ચે બોલ્યો.

પડદા પાછળથી ગુલાબી ગાલ અને વાંકડિયા વાળવાળી પ્યારી ઉર્વશી બહાર આવી, જે વેદાંતનું અનમોલ ઘરેણું હતું. તેના હાથમાં લાકડાની ઢીંગલી હતી. તેની આંખો નફરતથી કળિ તરફ મંડાઈ હતી, જાણે કે તે કશુંક ભયંકર કરવા જઈ રહી હતી.

"મારું નામ કળિ", કળિએ નમીને હાથ ધર્યો. "તારું નામ શું છે?"

ઉર્વશીએ વેદાંત સામે જોયું એટલે તેણે કમને તેને સંમતિ આપી.

"ઉર્વશી." એ કઠોર અવાજમાં બોલી.

કળિએ ઊભા થઈને ખભા પહોળા કર્યા અને બોલ્યો, "તમારી દીકરી ઘણી પ્યારી છે. તમારે તેના માટે પણ વિચારવું જોઈએ. મેં દયા અને સન્માનથી મારો પ્રસ્તાવ રાખ્યો હતો." પછી ઉર્વશી તરફ નજર ફેરવી, "મારી નમ્રતાને મારી કમજોરી સમજવાની ભૂલ ન કરતા." અને તે વાવાઝોડાની જેમ બહાર ચાલ્યો ગયો.

"પિતાજી, આ બધું શું હતું?"

વેદાંત તેના ઓરડામાં રાખેલા છોડ પાસે પહોંચ્યો, "કશું જ નહોતું."

"શું કશું જ નહોતું પિતાજી! આ તો ધમકી હતી."

વેદાંતે તેની સામે જોયું. નાની ઉંમરમાં પણ તેની સમજદારી ઘણી વધારે હતી.

"હું સમજુ છું."

"હવે આપણે શું કરીશું?" ઉર્વશીની આંખો ભીની હતી, "આપણે લડવું જોઈએ."

"મારે કંઈક વિચારવું પડશે... અને ઝડપથી કંઈક કરવું પડશે." વેદાંતે નિઃસાસો નાખ્યો.

તે દિવસમાં અને આજના દિવસમાં જમીન-આસમાનનો ફર્ક હતો. જો તે ઉર્વશીને બચાવવા માટે હતું તો તેને કોઈ વાંધો નહોતો કે સિંહાસન પર તેની જગ્યાએ બીજું કોઈ ભલે બેસી જાય. જો કે તેની દીકરી ઘણા ગુસ્સામાં હતી. તેને એ વાતનો ગુસ્સો હતો કે તે હવે રાજકુમારી નહોતી અને પહેલાંની જેમ હવે એવા માન-પાનની અધિકારી નહોતી રહી. તેને એવો ખ્યાલ નહોતો કે દુનિયામાં રાજા બનવા કરતાં, પણ વધુ અગત્યનાં કેટલાંય કામ હોઈ શકે છે.

વેદાંત તેના રથમાં સવાર હતો અને ચાર અંગરક્ષકો ઘોડા પર તેની સાથે હતા. રથનો સારથિ ઘોડાઓ પર ચાબુક વરસાવી રહ્યો હતો.

વેદાંતના હાથમાં થાળી હતી અને તે ઇન્દ્રગઢમાં વિષ્ણુની મૂર્તિની પૂજા કરવા જઈ રહ્યો હતો. તે દર સપ્તાહના અંતમાં ત્યાં પૂજા કરવા જતો હતો. ઘૂંટણિયે બેસીને માથું નમાવીને તે પ્રભુનું સ્મરણ કરતો. તે ઉર્વશીને પણ બળજબરીથી ત્યાં લઈ જતો હતો. જો કે તે આવું બધું કરવામાં કોઈ વિશ્વાસ નહોતી ધરાવતી. તેને બધી રીતે ભગવાન શિવ પસંદ હતા.

પણ આજે તેનું મન ઠેકાણે નહોતું. તેને રસ્તામાં દેખાતા લોકો ઉપર પણ ખીજ ચડતી હતી. તે લોકો તેની સામું કોઈ સામાન્ય છોકરી હોય તેવી નજરથી જોતાં હતાં. તેમની આંખોમાં કોઈ ભય કે આદર નહોતો અને તેને નજરઅંદાજ કરતાં હતાં.

"તમારું હવે કોઈ માન નથી." ઉર્વશીએ હળવેથી કહ્યું અને પિતા સાંભળે તેવી આશા પણ હતી.

"હોદ્દાનો કોઈ અર્થ નથી હોતો."

"તમારે વિરોધ કરવો જ જોઈએ."

"હું યોજના બનાવી જ રહ્યો છું."

"તમે કેટલાય સમયથી આ યોજનાની વાતો કરો છો." ઉર્વશીએ મોટા સાદે કહ્યું.

વેદાંતે કરડાકીથી જોયું, "આપણે એકદમ નગરના રાજા પર હુમલો ન કરી શકીએ. તે કીકતપુરનો મુખી અને ઇન્દ્રગઢનો રાજા છે. આપણી પાસે નક્કર યોજના હોવી જોઈએ."

"મને લાગે છે કે તમે એ બાબતે ગંભીર નથી."

"બેટા, મને ચિંતા છે. હું એવું કોઈ પગલું ભરવા નથી માગતો જેનાથી તારો જીવ જોખમમાં આવી જાય."

"તમારા ઠીંગણા દોસ્તનું શું થયું?"

શું આને મારી અને કુબેરની મુલાકાત વિશે જાણ છે? ના, એવું તો ન બની શકે.

"એ મારો દોસ્ત નથી."

"તેના મગજમાં તો કશુંક હશે જ."

અને ચિંતાની વાત એ હતી કે કુબેરના મગજમાં કોઈ પ્રયોજન નહોતું. વેદાંત તેની પાસે ગયો અને કહ્યું કે કોઈ વ્યવસ્થા કરીને કળિના મહેલ પર હુમલો કરી દેવો જોઈએ, પણ તેણે ઇનકાર કરી દીધો. કુબેર જાણી ચૂક્યો હતો કે કળિ કઈ હદે જઈ શકે છે. તે હવે કોઈ પગલું ભરતાં અચકાતો હતો. કળિ પાસે દરેક જોખમને જવાબ આપવાની તાકાત હતી અને કુબેર હવે કોઈ બિનજરૂરી તકલીફ ભોગવવા નહોતો માગતો.

ત્યાં તો રથ એક ઝાટકા સાથે ઊભો રહી ગયો.

"શું થયું?"

"મહારાજ, લોકોએ રથનો રસ્તો રોક્યો છે."

"એ લોકોને પાછળ હટાવી દો."

"શક્ય નથી. ઘણાબધા લોકો છે."

વેદાંત રથમાંથી નીચે ઊતર્યો. મંદિરની બહાર લોકોની ખાસ્સી ભીડ હતી. પ્રદમ લોકોની ભીડને કાબૂમાં કરી રહ્યો હતો. તે એ લોકોને મૂર્તિ પાસે જવા નહોતો દેતો.

વેદાંત તેના અંગરક્ષકો સાથે અને પુત્રીનો હાથ પકડીને ભીડમાંથી રસ્તો કાઢીને વચ્ચે પહોંચ્યો. તેના સૈનિકોએ રસ્તો કરવામાં ત્વરા બતાવી. તે જ્યારે વચ્ચે પહોંચ્યો તો મંદિરનું પ્રવેશદ્વાર દેખાયું. મંદિરની બહાર સૈનિકો લાઇનસર ઊભા હતા અને થોડે દૂર કોકો અને વિકોકો તેમના ઘોડા પર તહેનાત હતા. ત્યાં વચ્ચે એક રંગબેરંગી આસન પર કળિ બેઠો હતો.

વેદાંતને હવે આખું દશ્ય સમજાયું. કોકો અને વિકોકોએ મૂર્તિને દોરડાઓથી બાંધી હતી અને એ દોરડાઓનો બીજો છેડો લોકો પાસે હતો. એ લોકો ખેંચીને મૂર્તિ જમીનદોસ્ત કરવાની તૈયારીમાં હતાં.

"કળિ આ શું? ભગવાનને ખાતર આવું ન કરો."

કળિ પાછળ ફર્યો ને આંખો ઝીણી કરીને બોલ્યો, "ઓહ, આપણા ભૂતપૂર્વ મહારાજ પધાર્યા છે."

મોટેભાગે લોકોએ તે તરફ ધ્યાન ન આપ્યું. એ લોકોએ મોં મચકોડ્યું પણ વેદાંતે એ બધું અવગણ્યું.

"તમે શું કરી રહ્યા છો?"

"ઓહ, માફ કરજો, આ તો સહેજ..."

"શું... કરી શું રહ્યા છો?"

"ઓહ... આ તો હવે બસ થોડી ક્ષણોની જ વાત છે."

કળિએ તાલી બજાવી. વેદાંતે નજર ફેરવીને કોકો-વિકોકો અને બીજા સૈનિકો તરફ જોયું. તે લોકોએ કામ શરૂ કરી દીધું. મૂર્તિની આસપાસ બાંધેલું દોરડું કસવામાં આવ્યું. એ વિશાળ મૂર્તિ તેના મૂળમાંથી સ્હેજ ખસી, લથડી અને અંતે પથ્થરો અને આરસપહાણથી બનેલી એ મૂર્તિ જમીન પર ધરાશાયી થઈ ગઈ અને હજારો ટુકડામાં તૂટીને અસ્તિત્વ ગુમાવી ચૂકી હતી.

વેદાંત આ દૃશ્ય જોઈને થીજી ગયો. જે ચીજ પર આટલા સમયથી તેને અખૂટ શ્રદ્ધા હતી તેને રાજા હોવાનો દાવો કરતા વ્યક્તિએ ચૂર-ચૂર કરી નાખી હતી. તેની નજર પણ તે કપટી રાજા તરફ હતી જે તેની તરફ આવી રહ્યો હતો.

ક્ષણભર માટે વેદાંતને લાગ્યું કે પોતાના અંગરક્ષકોને કહીને તે વિધર્મીનું ગળું કપાવી નાંખે. ત્યાં જ ઉર્વશીએ તેનું કાંડું પકડીને શાંત રહેવા ઇશારો કર્યો.

"તમે લોકોએ આ કામ કર્યું એ ખોટું કર્યું." તેની આંખમાં આંસુ આવી ગયાં.

કળિએ ખભા ઝાટક્યા, "આ નગરના લોકો સમજી ગયા છે કે જુઠ્ઠા દેવતાઓને પૂજવાથી કશુંય મળવાનું નથી."

"તો એ લોકો કોની પૂજા કરશે?"

"તેમણે પોતાના કામ, ઝનૂન અને એ બધાની પૂજા કરવી જોઈએ જે તેમને જેવા છે એવા બનાવે છે. તેમણે કોઈ મૂર્તિ પર પૈસા ચડાવીને અંધશ્રદ્ધા ન રાખવી જોઈએ."

"પૂજારી તમને નહીં છોડે."

"આ જ સમસ્યા છે." કળિ હસ્યો, "વેદાંત, હવે હું આ નગરનો રાજા છું. કેટલાંક પરિવર્તનો સ્વીકારવાનો સમય આવી ગયો છે." આ સાથે જ કળિએ બીજી બાજુ પડેલું ભગવાન વિષ્ણુની મૂર્તિનું ભારેખમ માથું ઉઠાવ્યું જેને વેદાંતના પૂર્વજોએ બનાવ્યું હતું, "આ તમારા ભગવાન છે? જે પોતાના લોકોની રક્ષા નથી કરી શકતા, તેમને દેવતા કહેવડાવવાનો કોઈ અધિકાર નથી. એટલું સમજો કે આ ફક્ત એક પથ્થર જ છે જેને ગમે ત્યારે નષ્ટ કરી શકાય છે."

તે સાથે જ કળિએ તે પથ્થરનું માથું પોતાના બંને હાથ વચ્ચે ભીંસ્યું. તે સાવ ચૂર-ચૂર ન થઈ જાય ત્યાં સુધી એને ભીંસ્યા કર્યું.

વેદાંત કળિના હાથની તાકાત જોઈને દંગ થઈ ગયો. કળિએ પછી પોતાના હાથ ખંખેર્યા.

વેદાંત હજુય સમજી નહોતો શકતો કે આ બધું શું થઈ ગયું. તેની પાસેથી ફક્ત તેનું પદ નહીં, પણ વિશ્વાસ પણ છીનવી લેવામાં આવ્યો. તેણે ઉર્વશી સામે જોયું. એ તેને જ જોઈ રહી હતી. તેણે આંખથી ઇશારો કર્યો કે તેને જે કરવું હોય તે કરે.

9

કલ્કિ એવું જ માનતો હતો કે તેને એક શાનદાર મૃત્યુ મળશે. તેને એવી તો નહોતી જ ખબર કે કોઈ તેને જીવતો ચાવી જશે.

દારુડ સિમ્હા અને તેના સાથી અંદરોઅંદર વાતચીત કરી રહ્યા હતા. તે લોકો પરસ્પર છાતી કૂટવાની સાથે હૂ-હૂના અવાજો સાથે સંવાદ કરી રહ્યા હતા. કલ્કિએ તેમના હાવભાવ અને બોલીથી અનુમાન લગાવ્યું કે બીજા વિશાળકાય જીવનું નામ પૂરબ સિમ્હા એટલે કે પૂરબ સિંહ હતું.

કલ્કિને ઘણી બધી દોરીઓની મદદથી બાંધીને ખૂણામાં નાખી દીધો હતો જેથી તે ભાગી ન શકે. પદ્મા તેને શાંત નજરે તાકી રહી હતી અને કૃપા સીટી બજાવી રહ્યો હતો જાણે બંદી બનવું તેના માટે કોઈ મોટી વાત નહોતી. ટાલવાળી સ્ત્રી અને તેની સાથેની બંનેએ કલ્કિ તરફ ધ્યાન ન આપ્યું. સમય વીતવાની સાથે કલ્કિનું આત્મબળ તૂટતું જતું હતું.

"આપણે થોડીવારમાં જ તાજા માંસ હોઈશું." પદ્મા બોલી.

બધા આવું જ વિચારી રહ્યાં હતાં અને ભવિષ્ય માટે ભયભીત હતાં.

કૃપા ધીમેથી બોલ્યો, "મને એવું નથી લાગતું. આપણામાંથી કોઈ અહીં મરવાનું નથી. આપણને બંદી બનાવવા અને પછી મારીને ખાવામાં કોઈ તથ્ય નથી."

કલ્કિના માથે ચિંતાની રેખાઓ હતી. તે કશું બોલવા ગયો, પણ બાંધેલા મોંમાંથી ગોં-ગોં જેવો અવાજ જ બહાર નીકળ્યો.

"દોસ્ત કલ્કિ, યાદ રાખ કે તું જ્યારે નાયક બનવાનો પ્રયાસ કરે છે ત્યારે ખરાબ રીતે હારે છે. આ કારણથી જ હું તને ભાર્ગવ રામને મળવા લઈ જઈ રહ્યો છું. નાયક બનવાના ચક્કરમાં તું કેવો મૂર્ખ બને છે. તને ખ્યાલ પણ નથી કે સિંહોની તાકાત કેટલી હોય ને તોય તું

વગરવિચાર્યે સામો થયો. કોઈ યોજના પણ ન બનાવી. હંમેશાં ધ્યાન રાખો કે સિંહો કાયમ જૂથમાં જ આવે છે."

પદ્માએ આંખો ઝીણી કરી, "ઓહ, વૃદ્ધ બાબા, આ સમજમાં ન આવ્યું. એ તો એકલા આવે છે. ઘેટાંઓ ટોળામાં આવે. સિંહ તો હંમેશાં એકલો જ હોય."

કૃપાએ મોં મચકોડ્યું, "હમ્મ... એ જે હોય તે. હવે તારા બંને પ્રશ્નોના જવાબ છે – સિંહ નરભક્ષી નથી હોતા. તે પશુઓનું માંસ તો ખાય પણ માણસોનું માંસ નથી ખાતા."

"તો પછી આ શું કરી રહ્યો છે?" પદ્માએ ફરીથી પૂછ્યું.

કૃપાને કશોક અહેસાસ થયો અને કલ્કિને પણ તે ખ્યાલ આવી ગયો, "કદાચ તને આ વાત નહીં ગમે..."

ત્યારે જ કૃપાની વાતમાં વિક્ષેપ પડ્યો. દારુડ અને તેના સાથીઓ કલ્કિને બીજી તરફ ખેંચી ગયા, પણ તેણે જોર કરીને વિરોધ કરવાનો પ્રયાસ પણ કર્યો. પછી તેઓએ વારાફરતી બધા કેદીઓ સાથે એવું કર્યું.

તે એ લોકોને બાંધીને બહાર લઈ ગયા અને કલ્કીના ઘોડાઓ પર બાંધી દીધા. કલ્કિને હજુ વિશ્વાસ નહોતો આવતો – કલ્કિના ઘોડા! તેમના ચહેરા પર તડકો આવી રહ્યો હતો. દારુડ અને તેના સાથીઓ ઘોડા પર સવાર થઈ ગયા. કૃપા અને પદ્મા બીજા ઘોડા પર અને પેલી ત્રણ સ્ત્રીઓ ત્રીજા ઘોડા પર અને કલ્કિ પહેલા ઘોડા સાથે બંધાયો.

આ આપણને ક્યાંક લઈ જાય છે, પણ ક્યાં લઈ જાય છે?

દારુડે ઉત્સાહમાં ફરીથી પોતાની છાતી પર મુક્કા માર્યા. કલ્કિએ તેના ચહેરા પર ધૂળ-કાંકરા અને પથ્થરોનો માર સહન કરવો પડ્યો.

આનાથી ખરાબ બીજું શું હોઈ શકે છે.

કલ્કિને ખ્યાલ આવ્યો કે તે એવી જગ્યાએ હતો જ્યાં તેણે નહોતું હોવું જોઈતું. હવે તે ગોચર જમીન પરથી પસાર થઈ રહ્યાં હતાં અને શરીર પર ડાળીઓ અને પાંદડાઓ ખૂંચી રહ્યાં હતાં. જો કે ધૂળ કરતા

તો આ સારું લાગતું હતું. તેના સાથીઓ કણસી રહ્યાં હતાં. કલ્કિને થયું કે તે પોતાના પલંગ પર ગાઢ ઊંઘમાં સૂઈ જાય, પણ તેના નસીબમાં તેવું લખ્યું નહોતું.

તે દારુડનો બબડાટ સાંભળી રહ્યો હતો. તેણે આંખો બંધ કરી અને સિંહોના ગરિમામય, ભવ્ય દેવતા ભગવાન નરસિંહ પર ધ્યાન લગાવ્યું – જે મહાયુદ્ધ, ધરતીના પ્રલય પહેલાં, ભગવાન રાઘવથી પણ પહેલાં થઈ ગયા. તે ગુરુકુળમાં શિખવાડવામાં આવેલા પાંચમા અવતાર વિશે ચિંતન કરી રહ્યો હતો.

કૃપાએ સાચું કહ્યું હતું કે તે લડવા માટે હજુ તૈયાર નથી. ફક્ત આ જ એક વિકલ્પ બાકી હતો કે એક સિંહ બીજા સિંહને હરાવતા શીખી જાય.

તે માનસિક સંપર્કની શક્તિઓનો ઉપયોગ કરવા લાગ્યો અને તેણે તેનું પૂરું ધ્યાન ત્યાં કેન્દ્રિત કરવા ઇચ્છ્યું. જો કે વચ્ચે-વચ્ચે પથ્થરો અને ધૂળથી અથડાવાને કારણે થનારા અવાજોથી ધ્યાન ભંગ થતું હતું. તેના વાળમાં ચીકાશ જામી હતી, પણ તેને કોઈ પરવા નહોતી, પછી એ અડચણો ખોવાતી ગઈ અને તે પોતાના યથાર્થ બહાર નીકળી ચૂક્યો હતો. તેના હાથ ઝૂલવા લાગ્યા અને પોતાની આંખો ખોલી.

તે એક જંગલમાં હતો.

તેને શંભલના બહારના વિસ્તારો યાદ આવ્યા – હરિયાળી અને પંખીઓનો કલશોર. સંતરાં અને સફરજનની સુગંધ પણ આવી રહી હતી. કલ્કિએ પાછું ફરીને જોયું તો એક વિચિત્ર એવા ગૌરવર્ણીય વ્યક્તિ તરફ નજર ગઈ. તેની લંબાઈ કલ્કિ જેટલી હતી અને શરીર આખું સિંહ જેવું હતું. આંગળીઓમાં લાંબા તીણા નખ હતા, પણ પાસેથી જોયું તો ખ્યાલ આવ્યો કે તે નખ નહીં, પણ પંજો હતો. તેને લાકડીઓ અને અણીદાર વસ્તુઓથી સજાવવામાં આવ્યા હતા કે પહેરાવામાં આવ્યા હતા. કલ્કિ આ અનોખી શોધથી દંગ થઈ ગયો.

કલ્કિને તેના માનસિક સંપ્રેષણના એક સત્રમાં ભાર્ગવ રામ પાસેથી જાણવા મળ્યું હતું કે તે બીજા અવતારો સાથે પણ સંવાદ કરી શકે

છે. જો કે તે સીમિત હશે લાંબા સમય સુધી એવું થવું સંભવ નથી. સમય ઓછો હતો. કલ્કિને ભગવાન નરસિંહ સાથે વાત કરવી હતી.

"મારા પ્રભુ, મારે તમારી મદદ જોઈએ છે." તે બોલ્યો.

ભગવાન નરસિંહ ફર્યા તો તેમનો દાઢીથી ઢંકાયેલો ચહેરો જોયો. તેમની આંખો જોઈને સિંહની યાદ આવતી હતી. તેમની છાતી પર વાળ હતા. તે જેવી રીતે કલ્કિ તરફ જોઈ રહ્યા હતા ત્યારનું તેમનું આભામંડળ જોઈને કલ્કિને પરસેવો છૂટી ગયો.

"શું જોઈએ છે તને?" તેઓ બોલ્યા.

તે પૂછવા માગતો હતો કે કોઈ સિંહની હત્યા કેવી રીતે થઈ શકે પણ હવે તે પ્રશ્ન મૂર્ખતાપૂર્ણ લાગતો હતો. કોઈ સિંહને આ પ્રશ્ન કેવી રીતે કરી શકાય?

"મારું આપની તરફના એક વ્યક્તિએ અપહરણ કર્યું છે."

"તેમાં કોઈ કારણ તો હશે જ."

જો કે તે એક સિંહ પ્રમાણે તો એકદમ સભ્ય હતા. ત્યારે જ કલ્કિને ખ્યાલ આવ્યો કે તેમની શું દશા થઈ ગઈ હતી, પરંતુ કલ્કિ તેમના વ્યંગ્યને આવકારી ન શક્યો.

"હું સિંહ ઉપાસકોને કેવી રીતે હરાવી શકું છું?"

"તું એવું નહીં કરી શકે. અમે અજેય છીએ."

કદાચ ભગવાન નરસિંહનું આ રૂપ બહુ પ્રાચીન હતું – ઘણું જ આત્મવિશ્વાસથી અને ઝગમગાટથી ભરપૂર. કલ્કિ જાણતો હતો કે નરસિંહને એ ખબર નથી કે આખરે તેમનું શું થયું હતું. સિંહોને કચડીને નષ્ટ કરવામાં આવ્યા હતા. કલ્કિને તેનો ઉત્તર બીજી રીતે મેળવવો પડશે.

"નર, હું આપને જાણું છું." તે આગળ આવ્યો, તેના ધબકારા વધી ગયા હતા, "તમે પ્રહલાદને તેના પિતાથી બચાવ્યો હતો."

પ્રહલાદનું નામ સાંભળીને તેમના ચહેરા પર નરમાશ આવી.

"તમે એક અસુર પુત્રને કેમ સહાય કરી?"

તેમણે નિઃસાસા સાથે આંખો મીંચી, "કારણ કે મારું માનવું છે કે પિતાના પાપનો દંડ પુત્રને ન મળવો જોઈએ." પછી એમણે કલ્કિ સામે

ઊંડી આશાથી જોયું, "જ્યારે પણ હિરણ્યકશ્યપને હરાવવા વિશે વિચારું છું તો અચંબિત થઈ જાઉં છું."

"તમે આ બધું કેવી રીતે કરી શક્યા?"

"તેના વ્યવહારનું માળખું પારખીને – પોતાના દુશ્મનોને હરાવવા હોય તો પહેલા તેની રીતે વિચારવું પડે."

અને તેવામાં જ તે દૃશ્ય ઓગળી ગયું. તે વર્તમાનમાં હતો. તે પોતાના ચહેરા પરથી ધૂળ ઝાટકી રહ્યો હતો. તેણે પાછું ફરીને જોયું તો તે એવા વનમાં હતો કે જ્યાં સૂર્યની રોશનીનું કોઈ નામોનિશાન નહોતું. તેઓ અંધારામાં ઘેરાયેલાં હતાં.

દુશ્મનને હરાવવો હોય તો પહેલા દુશ્મનની રીતે વિચારો.

તે જાણતો હતો કે તેણે શું કરવાનું હતું.

તેણે કંઈક બોલવાના, કણસવાના અને ઘૂરકવાના અવાજો કાઢવા માંડ્યા. દારુડ તેની સામે વિસ્મયથી જોવા લાગ્યો. તે ઘોડા પરથી ઊતરી તેની પાસે આવ્યો અને વર્તમાન અવતારે આડાઅવળા થઈને પાંદડાઓ પર પોતાનું નાક ઘસવા માંડ્યું.

દારુડે નીચે નમીને તેના મોં પરથી કપડું હટાવ્યું, "એ માણસ, શું થયું?"

કલ્કિને ખ્યાલ હતો કે તેણે શું કરવાનું છે. તે આડુંઅવળું બોલવા લાગ્યો. અલગ-અલગ અવાજો, ચીસ-બૂમો અને ઘુર્રાટના અવાજથી દારુડનું ધ્યાન તેની તરફ ખેંચ્યું પછી તેની સામે જોઈ થોડું અલગ રીતે બોલાવ્યો. દારુડે ઉત્સાહમાં આવી જવાબ આપ્યો, કારણ કે તેની વાત કરવાની આવી જ રીત હતી. આમ તેને લાગ્યું કે કલ્કિ પોતાના જેવો જ છે.

"તું શું કરી રહ્યો છે?"

કલ્કિ તેને ચૂપ કરાવવા માગતો હતો. જલદીથી દારુડ પણ તેના રંગમાં રંગાઈ ગયો. દારુડના સાથીઓ પણ એવી રીતે વર્તવા લાગ્યા.

કલ્કિએ તેનું બંધન બતાવીને તે ખોલવાનું કહ્યું. દારુડે પણ દાંત બતાવ્યા અને તેના નહોર વડે તે ખોલવા લાગ્યો.

બહુ જ સરસ!

કલ્કિ ચહેરાઓ બદલતો રહ્યો. તેણે દાંત પીસ્યા, છાતી કૂટી અને ઘોડા પર ઊંધો લટકી ગયો. તેણે દારુડના પગ પકડીને નીચે પાડવાનો મોકો શોધવાનો હતો. જેવા એના હાથ ખૂલશે તે પોતાના પગ ખોલીને સાથીઓના હાથ ખોલી નાખશે અને બાકીના બે સિંહો પર હુમલો કરી દેશે.

કલ્કિના મગજમાં આયોજન ચાલી રહ્યું હતું કે દારુડ શાંત થઈ ગયો જાણે તેને ખ્યાલ આવી ગયો હોય. જ્યારે દારુડે બેભાન થઈને જમીન પર પડતાં પહેલાંની ક્ષણે કલ્કિને ઘૂર્યો તો તેનું લોહી થીજી ગયું. આ શું બની રહ્યું હતું.

દારુડની પીઠ પર બરછી વાગી અને ઝડપથી બાકીના બંને સિંહોને પણ બરછી વાગી. એ લોકો પણ ઘોડા પરથી નીચે પડ્યા.

આ શું થઈ રહ્યું હતું?

કલ્કિ સહેજ આગળ ધપ્યો અને ગાંઠ ખોલવા લાગ્યો જેનાથી તે ઘોડા સાથે બંધાયેલો હતો અને ત્યારે જ તેણે કોઈ અવાજ સાંભળ્યો – ખામોશ અને ડરામણો. તે જોવા ગયો અને તેમાં અટવાયો. અચાનક ચીંથરાંથી શરીર ઢાંકેલો એક અજીબ માણસ તેની સામે આવી ઊભો. તેના શરીર પર અજીબ છૂંદણાં કરેલાં હતાં. તેના વાળ ઘૂંટણ સુધી લાંબા હતા. તે વાંસની નળીથી બરછી ચલાવતા હતા.

ત્યાં તો એણે જોયું કે બીજા કેટલાક લોકો વાંદરાની જેમ ઊછળતાં ઊછળતાં ડાળીઓ પર કૂદવા લાગ્યા.

કલ્કિ ધીમેથી કૃપા તરફ ફર્યો. તે હસીને બોલ્યો, "સિંહો ક્યારેય નરભક્ષી નહોતા. તે મુર્દાખોર હતા. તેમને જે પણ મળે તે બીજાને આપીને બદલામાં હથિયાર કે જોઈતી વસ્તુઓ લાવતા હતા."

"તો આ કોણ છે?" કલ્કિએ આશ્ચર્યથી પૂછ્યું. તેને એ લોકોમાંથી દુર્ગંધ આવી રહી હતી.

"જેમણે સિંહોને કામ સોંપ્યું હતું."

"જો સિંહોને સોંપવામાં આવ્યું હોય તો તેમને મારી કેમ નાખ્યા?"

"કદાચ તેમનું કામ પૂરું થઈ ગયું હશે."

"આ લોકો કોણ છે?" કલ્કીને ગુસ્સો આવતો હતો. તે લોકો તેમને ઘેરીને તેમના પીળા દાંત બતાવતા હતા.

"ઓહ... આ લોકો?" કૃપાએ સહેજ અટકીને થૂંક અંદર ઉતાર્યું અને પદ્માએ આંખો નચાવી. કૃપાને જવાબ આપતાં વાર લાગી, "આ લોકોને... પિશાચ કહેવાય છે."

"પિશાચ?" કલ્કિએ આ નામ ક્યાંક સાંભળ્યું હતું. એ લોકો અસભ્ય લોકો હતાં, જે સ્મશાનઘાટની આસપાસ રહેતાં હતાં. ગુરુકુળમાં તો ગુરુઓએ તેને આવું જ શીખવાડ્યું હતું. જો કે આ લોકોની સામે જોવું પણ ગમતું નહોતું.

"હમ્મ... એક બીજી વાત."

"શું?"

કલ્કિના મનમાં પિશાચો સાથે લડવાના કેટલાય ઉપાયો આવતા હતા, પણ તેની પાસે હથિયાર નહોતાં. તેમનાં તીર ગમે ત્યારે આવીને વીંધી શકતાં હતાં.

"આ ખરેખર નરભક્ષી લાગે છે."

ત્યારે તેને સમજાયું કે દારુડ કલ્કિ અને તેના સાથીઓને ભોજન-ખોરાક કેમ કહેતો હતો. એ તેમના માટે નહીં, પણ પિશાચોના ભોજનની વાત હતી. કલ્કિએ પિશાચોને જોઈને નસકોરાં ફુલાવ્યાં અને આત્મસમર્પણ કરવાનો જ હતો... આ વખતે તો એ સાચે જ તેને ખાઈ જવાના હતા.

10

જામુન એક દુષ્ટ માણસ હતો, ઘણો જ અધમ હતો.

મનસા જ્યારે અંધારી રાતમાં નંદની નાવની રાહ જોતી હતી ત્યારે તેને જામુનનો વિચાર આવ્યો.

જ્યારે તે કદ્રુને મળવા ગઈ હતી ત્યારે તેણે જામુનને પરિષદ ખંડમાંથી નીકળતો જોયો હતો. કદ્રુ જામુન સાથે વાત કરતી હતી. ચોક્કસપણે જામુન સેનામાં અસરકારક પ્રભાવ ધરાવતો હશે. એ તેમને ભોજન અને વસ્ત્રો આપતો હતો અને હથિયારો માટે ધનનો પ્રબંધ પણ કરતો હતો. કદ્રુને જામુનનું ધ્યાન રાખવું જ પડતું હતું. તે પરિષદનો મહત્ત્વનો વ્યક્તિ બની ગયો હતો.

આ બધાથી વાતો વધુ ગૂંચવાઈ હતી.

જો જામુન કદ્રુ જેવી નાગકન્યાને ફસાવવાની ચાલાકી ધરાવતો હોય તો તેણે પણ જામુનને રોકવા માટે પોતાના તરફથી બધો પ્રયાસ કરવો પડશે. જામુનને વાસુકિ પ્રત્યે ઘૃણા હતી, મતલબ કે મનસાને પણ નફરત કરતો હતો. તેના અને જામુનના પિતા વચ્ચે વેર હતું, પણ જ્યારે જામુનના પિતાની સેના નષ્ટ થઈ ગઈ ત્યારે તે વેરનો અંત આવ્યો. આ એક સમજૂતી હતી, પણ ઘણી ખરાબ હતી. ભલે, લડાઈનો અંત સમજૂતી સાથે આવ્યો, પણ બદલાની ભાવના હંમેશાં મનમાં રહે છે અને વિરોધી માણસ ગમે ત્યારે ડંખ મારવા માટે તૈયાર રહે છે.

જામુનના પિતાએ મનસાના પિતાને મારીને પોતાનો બદલો લીધો. વાસુકિ અને મનસાએ લડીને સિંહાસન પાછું ન મેળવ્યું ત્યાં સુધી સ્થિતિ સંવેદનશીલ હતી. જ્યારે વાસુકિએ સત્તા સંભાળી તો જામુનને જીવવાનો અધિકાર આપવામાં આવ્યો.

જો કે વાસુકિએ જામુનની હાજરીમાં જ તેના પિતાનું માથું ધડથી અલગ કર્યું હતું.

ત્યારથી જામુન તેની ઇચ્છા છુપાવીને રાજનીતિક રીતે આત્મીય બનીને વર્તતો હતો.

"આપણે તેને મારી નાંખવાનો હતો." મનસાએ વાસુકિને કહ્યું હતું, "એક દિવસ તે ફરીથી બદલો લઈ શકે છે."

"જો આપણે તાકાતવર હોઈશું તો તે એવું નહીં કરી શકે. જામુનનો આ ખૂનરેજી સાથે કોઈ સંબંધ નથી, એ તો તેના પિતાએ શરૂ કરેલું હતું." વાસુકિએ ત્યારે જવાબ આપ્યો હતો.

"પણ જો એ પણ એવું કરે તો? જેમ આપણે તેના પિતાને માર્યા તેમ..."

"વહાલી, નાગલોકો ભાવનાઓમાં વિશ્વાસ નથી રાખતા." વાસુકિના ચહેરા પર સ્મિત હતું અને તેની આંખમાં સામેના સરોવરનું આસમાની પાણી ચમકતું હતું, "જો તે લોકો એવું કરતા તો તું અત્યારે પિતા માટે રડતી હોત, પણ એવું નથી. તું કોઈને મારવા માટે વિચારી રહી છે અને તારા ચહેરા પર કોઈ બેચેની પણ નથી દેખાતી."

મનસાએ એક ક્ષણ માટે વિચાર્યું પછી કહ્યું, "આપણે જામુનને વ્યસ્ત રાખવો પડશે. સંતુષ્ટ રાખવો પડશે. આપણે પોતાને દુર્બળ બતાવી ન શકીએ. આ એક ખરાબ રાજનીતિક ચાલ હશે અને જો આપણે સ્થિતિ સંભાળીશું નહીં તો મામલો વધુ બગડી શકે છે."

"ચિંતા છોડી દે. આપણે કમજોર નહીં પડીએ. આપણને જામુનના પૈસા અને મદદ જોઈએ. તેમની પાસે આપણા રાજકોષ કરતા પણ વધુ સંપત્તિ છે. તેમના પૂર્વજોએ જ શેષ મંદિર બનાવડાવ્યું હતું. તેને તેમાંથી જ આ બધી સંપત્તિ મળી છે." વાસુકિએ તેની આંખો નચાવી હતી.

"ચિંતા ન કરીશ, બધું સારું થઈ જશે."

મનસા વર્તમાનમાં પાછી આવી ગઈ. તે હસી પડી. વાસુકિએ જામુનને જીવતો છોડીને ખોટું કર્યું. હવે તેણે તેની પર સતત નજર રાખવી પડશે.

નાવ આવી પહોંચી. મનસાએ તેના સુંદર શરીર પર નજર નાંખી. લાંબા-પહોળા કાળા વાળવાળો નંદ ચહેરા પર સ્મિત સજાવીને ઊભો હતો. તેની સાથે એક લાકડી પણ હતી. નાવ સરપટમાંથી બનેલી હતી, બે માણસો હલેસા વડે મનસા તરફ નાવને લાવી રહ્યા હતા.

"તું એકદમ સુંદર લાગે છે." નંદે હસીને કહ્યું.

મનસાએ ખભા ઉલાળ્યા, તે નાવમાં ચડતી વખતે સહેજ લથડી તો નંદે તેને સંભાળી. તે મોં મચકોડી એક ખૂણામાં જઈને બેઠી. તેને આવા વ્યવહારનો અહેસાસ હતો. નાવિકોએ નાવ ચલાવી તો નંદ તેની પાસે આવીને બેઠો.

"આખી રાતની સફર છે. આશા રાખું છું કે તું મને અવગણીશ નહીં. પ્રિય, વાત કરવા માટે બીજું કોઈ અહીં છે પણ નહીં."

"નંદ, પ્રિય કહેવાનો અધિકાર તેં ગુમાવી દીધો છે." મનસાનાં નસકોરાં ફૂલી ગયાં, "એ અધિકાર ગુમાવ્યાને ઘણો સમય થઈ ગયો છે."

નંદે નિઃસાસો નાંખ્યો, "તું હંમેશાંથી આવી કઠોર જ રહી છે."

ચોક્કસપણે તે એવી જ હતી, પણ તેનો પતિ પણ ગુનેગાર જ હતો. તેણે તેને સુધારવા ઇચ્છ્યું હતું. તેને શરાબ અને જુગારથી દૂર કરવા માગતી હતી, પણ તેનાથી એ શક્ય ન બન્યું. તેણે મનસા સાથે કપટ કર્યું તે આખરી ઘા નહોતો. એ નહોતી જાણતી કે બીજી સ્ત્રી કોણ છે, પણ તેને પરવા પણ નહોતી. તેણે તો નંદે જે કર્યું તેને જ ગણતરીમાં લીધું હતું.

"આ સફરમાં મારો જીવ તો બચશે ને?"

"હું તારી રક્ષા કરીશ."

"ક્યાંક મારે જ તારી રક્ષા ન કરવી પડે."

"તને સમસ્યા શેની છે?"

"કશી જ નહીં."

"ઓહ... તો મહેરબાની કરીને ચૂપ રહે."

મનસાએ નજર ફેરવીને આકાશના તારા અને ચંદ્ર તરફ જોયું. રાત ભલે રસિક હતી, પણ સૌથી અરસિક વ્યક્તિ સાથે હતી.

"સુપર્ણ ડેરાનો મુખી કોણ છે?"

"મરુડ."

તેને મનોમન ગુસ્સો આવ્યો, "મરુડ?" તેને હમણાં જ તેની ઘણી જાણકારી મળી હતી, "એ ડેરા પાસે શું કરી રહ્યો છે?"

"એ તપાસ કરવા તો જઈ રહ્યા છીએ."

"તેં મરુડ સાથે હંસોની ચામડીનો વેપાર કર્યો હતો?"

"શું હું કહી શકું છું કે પક્ષીઓને આ પસંદ છે."

મરુડને નાગ સાથે વેપાર કરવામાં કોઈ વાંધો નથી.

સુપર્ણ અને નાગ વચ્ચે ફક્ત તે દુર્લભ વનસ્પતિ માટે જ વેર હતું. તેણે પોતાના વિચારોને વિરામ આપ્યો. ઇતિહાસ પર જેટલું ધ્યાન આપશે તેમ તેનું વર્તમાન પરનું લક્ષ્ય ભટકી જશે. લડાઈ ઘણા લાંબા સમયથી ચાલતી હતી એટલે સમાધાનનો કોઈ પ્રશ્ન જ નહોતો.

"મરુડે મારા ભાઈના પરિવારને ખતમ કર્યો."

"આપણે એની તપાસ કરવા જ જઈ રહ્યાં છીએ કે તેણે એવું કેમ કર્યું?"

"જો તેણે મને જોઈને મારી નાંખી તો?"

"તે એવું નહીં કરે."

"એટલો બધો વિશ્વાસ કેવી રીતે છે?"

"તે મારો કરજદાર છે. તેણે હજુય તેની જૂની રકમ ચૂકવી નથી."

"મજાકની વાત નથી. તને પણ મારી દે તો તેનો હિસાબ પણ ચૂકતે થઈ જાય."

"એટલું સહેલું નથી. સુપર્ણ બદલાની ભાવના ધરાવતા પાગલ હોઈ શકે છે, પણ પીઠ પાછળ હુમલો કરે તેવા નથી."

તે જોખમી રસ્તે જઈ રહી હતી અને તે તેને ગમતી વાત નહોતી.

"મનસા."

"હમ્મ... શું?"

"રાત ખૂબસૂરત છે, એટલે મનની વાત કહેવા માગું છું."

"મનની વાત?" તેણે તેના તરફ નજર કરી, "કયા પ્રકારની વાત કરવા માગે છે?" જો કે તે વાતને વધારવા નહોતી માગતી ને કુતૂહલ

પણ હતું કે નંદ શું કહેવા માગતો હતો. તેની દિલમાં ઘૂસીને વાત કઢાવવાની આદત હતી.

"એક સત્ય જણાવવું છે."

"શું?... જણાવ."

"મને લાગે છે કે આ જ યોગ્ય સમય છે."

"બોલ...!"

"હું..."

"તું એ છોકરી સાથે લગ્ન કરવા જઈ રહ્યો છે."

"એ વાત જ કરવા માગતો હતો."

મનસાને નવાઈ લાગી કે તેના દિલને કેમ ધક્કો પહોંચ્યો. એ તો નંદને પ્રેમ નથી કરતી તો પછી તેને સાંભળીને કેમ ખરાબ લાગ્યું, "સારું કહેવાય."

"ક્યારેય એવી કોઈ છોકરી હતી જ નહીં."

"મતલબ... કહેવા શું માગે છે?"

"એ એક જુઠ્ઠાણું જ હતું."

"તેં મારી સામે જ કહ્યું હતું કે તું બીજા કોઈ સાથે પ્રેમમાં છે એટલે આપણો સંબંધ પૂરો કરવો પડશે. તેં કહ્યું હતું કે તું મારા જેવી ઘરડીનું ધ્યાન નહીં રાખી શકે."

"એ બધું સાવ ખોટું હતું. મારી જાણમાં તું સૌથી સુંદર યુવતી છે. એ તો તારાથી દૂર જવા માટેનું એક બહાનું હતું."

"કેમ મારાથી પીછો છોડાવવો હતો?"

"તારા ભાઈના કારણે. તેણે જ મને મજબૂર કર્યો હતો."

શું આ પણ તેનું જુઠ્ઠાણું છે? મનસાએ નંદ સામે જોઈ જાણવા માગ્યું કે એ સાચું બોલે છે કે ખોટું, પણ ખ્યાલ ન આવ્યો, "હું તારા પર વિશ્વાસ ન મૂકી શકું."

"વિશ્વાસ કરાય પણ નહીં. મેં તારા ભાઈને કારણે આ સત્ય છુપાવ્યું. તને વિશ્વાસ આવવો જોઈએ. તું એવું જ માનીને ચાલ કે હું ભરોસાપાત્ર નહોતો. હું હંમેશાં અટપટાં કામ કરતો આવ્યો છું, ત્યાં તું મને મળી.

તારી સાથેનો સમય સારી રીતે વીતી રહ્યો હતો ત્યાં તારો ભાઈ વચ્ચે આવ્યો. તેને મારી મદદ જોઈતી હતી." તેણે ઊંડો શ્વાસ લીધો અને તે ક્ષણોને યાદ કરી, "તે માનવો વિરુદ્ધ કળિના અભિયાન માટે જઈ રહ્યો હતો અને તેણે મને એક મૂર્ખતાપૂર્ણ કામ સોંપ્યું – તેણે મને ભગવાન શેષનું મંદિર લૂંટવાનું કહ્યું."

મનસાને તો વિશ્વાસ જ ન આવ્યો. વાસુકિ ધાર્મિક વ્યક્તિ નહોતો એ વાત સાચી, પણ શેષનું મંદિર લૂંટવાનું કામ કહે તે મોટી વાત હતી.

"આ એક કારણથી તેણે મને આ કામ સોંપ્યું કે તે જામુનની બધી જ તાકાત છીનવી લેવા માગતો હતો. મેં તેના કામ માટે માણસોને સાથે લીધા અને એક રાત્રે મંદિરમાં ગયો. જામુનને આ વાતની ગંધ આવી ગઈ હતી એટલે તે આખી રાત પહેરો ભરતો હતો. અમારે લડવું પડ્યું પણ હારી ગયા. હું પાછો આવીને વાસુકિ પાસે ગયો. આ બધું કામ તેની ખુશી અને આદેશથી કર્યું હતું એટલે મેં મારા માણસો ગુમાવ્યા હતા તેની ભરપાઈ માગી. તેણે મારી વાત નકારી. તેણે મને ધમકી આપી કે મેં પૈસા માગ્યા તો મને કારાગૃહમાં નાખી દેશે અને મારું જીવન બરબાદ કરી નાંખશે. તેણે મને નાગપુરી છોડવાનો આદેશ કર્યો કારણ કે તેને લાગતું હતું કે હું તેને માટે ખતરો બની ગયો હતો. મંદિરની વાત બહાર પડે તો વિદ્રોહ થઈ જાય એટલે એ સાવચેત હતો. તારો પતિ હતો એટલે તેણે મને માર્યો નહીં, પણ દુશ્મની ખાસ્સી થઈ ગઈ હતી. હું તેને મારીને બદલો લેવા માગતો હતો એટલે નવી શરૂઆત કરવા માટે બીજે સ્થળે જતો રહ્યો હતો."

"તેં મારા ભાઈની દુષ્ટ યોજનાઓને કારણે મારો ત્યાગ કર્યો?"

"હમ્મ... નાછૂટકે."

"તો બીજી કોઈ છોકરી આપણી વચ્ચે નહોતી?"

"ના, એવું કશું નહોતું. કોઈ નહોતું. તારા પછી પણ કોઈ જીવનમાં નથી આવી. મનસા, મારા માટે તો હંમેશાંથી તું ને માત્ર તું જ હતી. તારા મૂર્ખ ભાઈને કારણે આપણે જુદાં થવું પડ્યું."

મનસા વિચારમાં પડી ગઈ ને તેને નંદના ગાલ પર થપ્પડ મારવાનું

મન થઈ ગયું. તેણે થોડીવાર મૌન રહ્યા બાદ તેની છાતીમાં મુક્કો માર્યો, "તેં ફરીથી મારું દિલ તોડ્યું."

"કેમ?" તેણે છાતી પંપાળતાં પૂછ્યું, "મને લાગ્યું હતું કે આવું જણાવવાથી કદાચ તું મને ચાહવા લાગે."

"ના, મને વધારે નફરત થઈ. તું ખોટું બોલ્યો. હું તારો આદર કરતી હતી કે તેં બીજી છોકરી સાથે પ્રેમ હોવાની સાચી વાત કહી, પરંતુ તું તો દગાબાજ નીકળ્યો."

તેણે વિચિત્ર નજરથી મનસાને જોઈ, "ખબર છે મનસા, હું ક્યારેય તને સમજી ન શક્યો. મેં તને મન મૂકીને..."

"તું મારા ભાઈને હાથે બરબાદ થવાના ડરે જીવતો રહ્યો. તું કેટલો ડરપોક છે." મનસાએ ફરીથી તેના ખભા પર મુક્કો માર્યો.

"આહ... દુઃખે છે."

"દુઃખવું જ જોઈએ." મનસાએ ગુસ્સામાં કહ્યું, "મૂર્ખ, એટલે જ મારી રહી છું."

થોડીવાર બંને વચ્ચે એક જુદા જ પ્રકારની ખામોશી છવાયેલી રહી અને મનસા બીજી તરફ જોવા લાગી. સ્વચ્છ પાણીમાં આસમાની આકાશ દેખાતું હતું. મંદ મંદ પવનથી આજુબાજુના વૃક્ષનાં પાંદડાંઓનો ફરફરાટ સંભળાતો હતો. ત્યારે જ નાવિકોએ ખામોશી તોડી. તેઓ કોઈ ધૂન ગણગણતા હતા. મનસા આંખો બંધ કરીને સાથે સાથે ગણગણવા લાગી.

તે નંદને જોવા કે તેની સાથે વાત કરવા નહોતી માગતી. ઓહ, પહેલાંથી વધુ નફરત થઈ ગઈ હતી... પણ મનોમન ચાહતી પણ હતી. આ કારણથી જ તેની માનસિક સ્થિતિ ડામાડોળ હતી.

મન પરેશાન હતું એટલે તેણે નાવિકો તરફ નજર કરી. મનસાનું ધ્યાન અચાનક તેમનાં હલેસાં પર ગયું. તેની પર એ જ નિશાન હતું જે મોટેભાગે નાગમંડળના સૈનિકોના હથિયાર પર હોય છે.

"સાંભળ." તે નંદ તરફ ફરી.

"હમ્મ... બોલ."

"તને આ બંને નાવિકો ક્યાંથી મળ્યા?"

"આ લોકો ખેડૂત છે."

"ના, એ લોકો ખેડૂત નથી." એ ધીરેથી બોલી.

તેવામાં એક નાવિકે હલેસું છોડીને કટાર કાઢી.

નંદ પરિસ્થિતિ પારખીને ઝડપથી મનસાની આગળ આવી ગયો. પેલા નાવિકની કટાર તેના પેટમાં ઘૂસી ગઈ. મનસા એક ક્ષણ માટે ચોંકી પણ જેવો બીજો નાવિક હથિયાર સાથે આગળ વધ્યો, મનસાએ તેની કટાર બહાર કાઢી. મનસાની કટાર બીજા નાવિકનું ગળું ચીરી ગઈ અને લોહીનો ફુવારો ઊડ્યો.

તે અરસામાં નંદે પોતાના પેટમાંથી કટાર કાઢીને પેલા નાવિકના પેટમાં ઘુસાડી દીધી. નાવિક નીચે ફસડાયો, પણ પાછો ઊભો થવા ગયો અને નંદ પોતાની જગ્યા પર કણસતો હતો. મનસાએ તેના ચહેરા પરની નિરાશા જોઈ.

તેણે ફરીથી નંદ પાસે જવાનો પ્રયાસ કરનાર નાવિકને લાત મારી. માંડ-માંડ જાત સંભાળતા એ નાવિકે પોતાની પરવા કર્યા વગર કટાર બહાર ખેંચી અને ચારેબાજુ લોહી ખરડાઈ ગયું.

તે ઘૂંટણિયે બેઠી અને નાવિકનું ગળું પકડ્યું, "બોલ, કોણે તને અહીં મોકલ્યો છે?"

હત્યારો હસ્યો, "તેની કોઈ ફિકર ન કર. તું સાવ ઘરડી થઈ ગઈ છે…"

"મને ઘરડી ન બોલ… મને સહેજ પણ ગમતું નથી." તેણે ગળા પરની પકડ વધારી, "તારા જેવા મૂર્ખોને સતાવીને મને કશુંય નથી મળવાનું. જલદી બોલ, તને માફ કરી દઈશ."

"તમારી પાસે માફ કરવાનો હક પણ નથી. પરિષદ તમને અને તમારા સહયોગીને તબાહ કરી દેશે."

'પરિષદ? તેણે હત્યારાઓ મોકલ્યા?' એ જાણતા હતા કે તે મરુડને મળવા જઈ રહી છે તે મુલાકાત સફળ ન થાય.

"તે લોકોને મારા આ પ્રવાસની જાણકારી ક્યાંથી મળી?"

એ હસ્યો, "તેમને બધી જ જાણકારી મળી જાય છે."

"તું હવે આમ ગૂઢ રીતે બોલીને મને ચીડવે છે." તેણે કટાર કાઢી અને તે હત્યારાના શરીરમાં ત્રણ વખત ઘુસાડીને તેને કાયમ માટે શાંત કરી દીધો.

તે બે લાશ અને એક ઘાયલ નાગના લોહીથી લથપથ સ્થળે ઊભી હતી. તે નંદ પાસે ગઈ, જે નાવના એક ખૂણે નમીને ખાંસી રહ્યો હતો. તે એની પાસે બેઠી અને તેનું માથું છાતીએ લગાડી દીધું. તેણે પોતાના પોશાકમાંથી કપડું ફાડીને તેના ઘા ઉપર બાંધ્યું.

"એ યાદ રાખજે કે મેં તારો જીવ બચાવ્યો." તે માંડ બોલી શક્યો.

"ચૂપ રહે." મનસાએ તેનું માથું થપથપાવ્યું. કેટલાય સમય બાદ તે નંદના શરીરની આટલી નજીક હતી.

મનસાએ નદી સામે જોયું. પ્રવાહ સ્થિર હતો અને નાવ હલેસાં વગર ચાલી શકતી હતી, પણ એ રીતે તો પહોંચવામાં ઘણું મોડું થઈ જાય. તે નંદને આ હાલતમાં છોડી નહોતી શકવાની. જો તે સૂઈ જશે તો તેનું બચવું મુશ્કેલ થઈ જશે. તેને જગાડી રાખવો પડશે.

"કદાચ મરુડ પાસે તારી પ્રાથમિક સારવાર મળી જશે."

"મને હવે કોઈ ચિંતા નથી."

મનસા ઝીણી આંખે બોલી, "કેમ?"

"કારણ કે આજે રાત્રે જો હું મરી જાઉં તો એ તે સ્ત્રીના ખોળામાં મળેલું મૃત્યુ હશે જેને મેં જીવનમાં સૌથી અધિક ચાહી છે."

મનસાને વાત સાંભળી શરમ અનુભવાઈ. ઓહ! તેની રસિકતાની તો શું વાત થાય! તેનું માથું નીચે હતું એટલે તે મનસાને જોઈ નહોતો શકતો પણ મનસાના ચહેરા પર શર્મિલું સ્મિત આવી ગયું. તેને સારું લાગ્યું, પણ નંદ સામે હજુ કોઈ એવી સહજ પ્રતિક્રિયા નહોતી આપી.

તે રાતની બધી જ યાદો ગમે તેવી હતી. જો કે તેને એ વાત પસંદ ન આવી કે મંત્રી પરિષદે બે હત્યારાઓને નિયુક્ત કરીને તેની હત્યાના કામ માટે મોકલ્યા.

"પરિષદની ઇચ્છા એવી છે કે આપણને સત્ય ખબર ન પડે. મને હવે કદ્રુની ચિંતા થાય છે."

નંદ કશું બોલ્યો નહીં, પણ થોડીવારે એ બોલ્યો, "આ પરિષદની બાબત નથી. તેમાં તો કેટલાક સીધા-સાદા વિદ્વાન અને પ્રાયોજક સામેલ છે, જે લોકોના સદ્ભાવ પર જીવિત છે. આ બધું કામ પેલા અધમ જામુનનું છે. તેને તેના પિતાનો બદલો લેવો છે."

"આપણી શી યોજના છે? આપણે જાણીએ છીએ કે આ બધું જામુન કરી રહ્યો છે. તો હવે આપણે શું કરવાનું છે?"

"આપણે મરુડને મનાવીએ કે તે એની સાથે નહીં, પણ આપણા માટે કામ કરે."

"એટલે જ આપણે મળવા જઈ રહ્યા છીએ. તને બધું પહેલેથી ખબર હતી. તું જામુનનો ઇરાદો પણ જાણતો હતો?"

"હું એ વાત માનું છું." તે હસ્યો.

એ તેને ફરીથી મારવા માગતી હતી, પણ રાત અને બંને વૃદ્ધ હતાં. તે ઘાયલ પણ હતો એટલે અત્યારે મારવું ઠીક નહોતું. *ફરી ક્યારેક હું એને મારીશ.*

હકીકતમાં તે પહેલાં મરુડને મારવા માગતી હતી, પણ હવે તેની સાથે સમજૂતી કર્યા વગર છૂટકો નહોતો. નહીંતર તે બદલો લીધા પહેલાં જ ખતમ થઈ જશે.

મ્યાનમાંથી તલવારો નીકળવાના અવાજોથી તેની ઊંઘ ઊડી ગઈ. આ અવાજ સાંભળી તેને જૂની વાત યાદ આવી ગઈ. તેને પિતાજીની યાદ આવી જે તેને લડવા માટે તૈયાર કરવા માટે કંઈક આવું જ કરતા. મ્યાનમાંથી તલવાર કાઢવાનું અને સહેલાઈથી કેવી રીતે કાઢવાનું તે માટેની તૈયારીઓ કરાવતા હતા.

તે આ અવાજથી અચાનક ઊઠી ગઈ. દિવસનો સમય હતો, ઘુવડના અવાજો આવતા નહોતા, પણ આકાશમાં પંખીઓ ઊડતાં દેખાઈ રહ્યાં

હતાં. તેને યાદ નહોતું કે તે ક્યારે સૂઈ ગઈ હતી. તેણે બાજુમાં નંદને જોયો. તેનો ચહેરો ફિક્કો પડી ગયો હતો ને આંખો બંધ હતી.

નહીં... નહીં... આ જીવતો તો છે ને!

તેણે નંદના ઘા જોયા જે કાળા પડી ગયા હતા. તેણે તેને ઢંઢોળ્યો તો તેણે આંખો ઊંચી કરીને સામે જોયું.

"તેં તો મને ડરાવી દીધી હતી." તેણે ઊછળતા શ્વાસને શાંત પાડ્યા.

"મને પણ ડર લાગી રહ્યો છે." તેણે ભેદી સ્મિત આપ્યું.

તે સમજી નહીં, પણ જ્યારે નંદે તેને સામે જોવાનો ઇશારો કર્યો ત્યારે ખ્યાલ આવ્યો કે તલવારોના અવાજો ક્યાંથી આવ્યા હતા. પાંચ સુપર્ણ નાવમાં ઊભા હતા, તેમાંથી એક મૃત નાગ માણસોને તલવારોથી કોચી રહ્યો હતો. તેમના કવચ પર ઊડતાં પક્ષીનું ચિહ્ન હતું અને તેની તીરના ભાથા જેવી આકૃતિ હતી. તે ઘણા ઊજળા હતા અને દેખાવમાં સોનેરી ત્વચાવાળા લાગતા હતા. તેણે પાછું ફરીને જોયું કે એ લોકો જમીનની પાસે હતા. નાવ આપોઆપ ત્યાં ગઈ કે સુપર્ણોએ મશાલો જોઈને તેમની જમીન તરફ ખેંચી હતી તેનો કોઈ ઉત્તર તેની પાસે નહોતો.

"અરે વાહ, જુઓ આ લોકો કોણ છે? એક ગુનેગાર અને બીજી નિષ્ફળ રાણી." તેમાંના એક સુપર્ણે કહ્યું, "મને ફક્ત એક કારણ બતાવો કે હું તમારા સુંદર ચહેરાને અત્યારે જ કેમ ન મિટાવી દઉં?"

11

જ્યાં સુધી વિક્રમે ભાગવાની યોજના વિશે વાત નહોતી કરી ત્યાં સુધી અરજણે તે વિષય પર વિચાર્યું નહોતું. રુદ્રએ પૂછ્યું હતું.

"દોસ્ત, શું આપણે અહીંથી ભાગી છૂટવાના છીએ?"

અરજણને ખ્યાલ ન આવ્યો કે શું જવાબ આપે, કારણ કે તેને એની જાણ નહોતી કે આ જાડિયાને સત્ય ખબર હતી કે નહીં.

"દોસ્ત, મૂંગા રહેવાની જરૂર નથી. મેં બધું સાંભળ્યું છે. બધાને ખબર છે. રુદ્ર હર્ષ સાથે આ યોજના બનાવી રહ્યો છે."

"હર્ષ?" અરજણને ખબર નહોતી. તેણે હર્ષને જોયો હતો, જે તેના નામ પ્રમાણે બિલકુલ નહોતો. તે શાંતિથી વાત કરતો હોય ત્યારે સારો લાગતો પણ હકીકતમાં વિશાળ રાક્ષસની જેમ રુદ્રથી પણ બદતર હતો. રુદ્ર લાંબો અને દૂબળો હતો, પણ પૂરી સ્ફૂર્તિથી લડતો હતો. હર્ષ તેનાથી વિપરીત હતો. તે વધારે હલન-ચલન નહોતો કરતો અને બીજા લોકો પણ તેની મરજી મુજબ હલી નહોતા શકતા. એ ફક્ત ઊભો રહેતો અને સામે જે આવે તેના ચહેરા પર જોરદાર મુક્કો મારતો. રુદ્ર પાસે મગજ હતું અને હર્ષ પાસે એ રીતે શરીરની તાકાત સિવાય કશું નહોતું.

કારાગૃહની કુશ્તી પર હકીકતમાં કોઈને ભરોસો નહોતો. જો કે અમુકવાર તે કુશ્તી જ કહેવાતી અને અરજણને કેટલીય વાર લડવા માટે અભ્યાસ પણ કરવો પડ્યો. પરંતુ આ બધું સસ્તું અને નિમ્ન મનોરંજન સિવાય કશું જ નહોતું. *તે એની પર નિર્ભર હતું કે દર્શક શું ઇચ્છે છે?* અમુકવાર તો તેમને ફક્ત ખૂનરેજી જોવી પસંદ હોય છે અને એમ વિચારીને અરજણનું હૃદય બેસી જતું હતું.

તેણે શંભલના યુદ્ધમાં ઘણી ખૂનામરકી જોઈ હતી અને તેને પૂરો

વિશ્વાસ હતો કે હવે તે કશું જ જોઈ નહીં શકે, પણ તે ખોટો હતો. દરરોજ તેના શરીરનું કોઈ ને કોઈ અંગ તૂટતું હતું. તેનું નાક ખરાબ રીતે કચડવામાં આવ્યું હતું. તેને ચહેરા પર પટ્ટી બાંધવી પડતી હતી. પોતાના ઘાનાં નિશાન અને પટ્ટીને કારણે તે કોઈ ગ્રામ્ય છોકરો નહીં પણ ઘણો ખતરનાક દેખાતો હતો.

"તે તને બહુ પસંદ નથી કરતો, પણ દોસ્ત, તેનું કારણ મને નથી સમજાતું." વિક્રમ બોલ્યો.

"કોણ... હર્ષ?"

"હમ્મ."

"તેને હું કેમ સારો નથી લાગતો?"

"ખબર નથી, પણ એ તારા પર ભરોસો નથી કરતો."

અરજણે આંખો નચાવી, "તને આ યોજનાની જાણ કેવી રીતે થઈ?"

"અરે, બધાને ખબર છે. એ બધા જ ભાગવા માગે છે. અફવા તો એ પણ છે કે અભ્યાસના કોઈ સત્ર દરમ્યાન રાત્રે જ ભાગવાનું છે."

"તને ખ્યાલ છે કે તે ક્યારે થવાનું છે?"

"ખ્યાલ હોત તો હું તૈયાર રહેતો, પણ દોસ્ત એની જાણ નથી. એ લોકો બહુ ખાનગીમાં કામ કરે છે."

અરજણે ડોકું ધુણાવ્યું. વિક્રમની જેમ તેને પણ કશી ખબર નહોતી. હવે તે વધુ વાત કરવા માગતો નહોતો. તે જમીન પર માથું ટેકવીને બચવા વિશે વિચારવા લાગ્યો. *ભાગવાની વાત વિચારવી એ મૂર્ખતા હતી કે સમજદારી?* ચોક્કસપણે અહીંથી છૂટીને કલ્કિને શોધવાનું અને મા સાથે બજરંગ મંદિરમાં જવું ગમશે. આ કમનસીબ જગ્યાએથી બહાર જઈને હજારો પ્રકારના કામ થઈ શકશે. ધીરે-ધીરે ભાગવાની વાત તરફ મન ઢળવા માંડ્યું. તેણે એકવાર એવું કર્યું છે અને ફરીથી કરી શકે છે. તે તૈયાર હતો.

ત્યારે જ પગલાંનાં અવાજ થયા. રાત્રે તારાઓ સાથેનું આકાશ દેખાતું હતું. આ સમયે કોણ આવ્યું હશે?

અરજણે ફરીને જોયું તો બીજા કેદીઓ પણ જાગી ગયા હતા. તેમણે

એક સશસ્ત્ર સૈનિકને આવતા જોયો. તેની સાથે બીજી કોઈ વ્યક્તિ હતી, જે અરજણની કોટડી પાસે આવીને અટકી.

"આનો શો મતલબ છે?"

તેણે દરવાજો ખોલ્યો અને કશું જ બોલ્યા વગર અરજણને નિર્દયતાથી બહાર ખેંચ્યો. તેની પીઠ પર ભાલાની અણી મૂકીને ચુપચાપ આગળ ચાલવાનો ઇશારો કર્યો.

"આ શું કરી રહ્યા છો? મને ક્યાં લઈ જઈ રહ્યા છો?" અરજણે બૂમો પાડી.

કોઈ જવાબ મળ્યો નહીં. બીજા કેદીઓ તેને જઈ રહેલો જોઈ રહ્યા હતા. કેટલાક કેદીઓને શંકા હતી અને કેટલાકને દયા આવતી હતી. જેને રુદ્ર સાથે નજર મિલાવવાનો મોકો મળ્યો તેની આંખમાં પણ ચિંતા છલકતી હતી.

"મને ક્યાં લઈ જાઓ છો?" તેણે હતાશાના ભાવથી એ માનવ સૈનિકને પૂછ્યું.

"મહારાજ કળિની પાસે જઈ રહ્યા છીએ." સૈનિકે વેધક અવાજમાં જવાબ આપ્યો.

અરજણે જોયું કે કળિનો કક્ષ તે જેવો હતો તેવો નહોતો દેખાતો. તે સામાન્ય કક્ષ હતો જ્યાં ભયાનક શિંગડાં, કાંટા કે આગ જેવી વસ્તુઓ નહોતી. કારાગૃહમાં મોટેભાગે કળિની વાતે લોકો મજાક કરતા હતા. બધાએ કળિ વિશે કોઈને કોઈ અફવા સાંભળેલી હતી. તેનો કક્ષ સાધારણ હતો – પૂંઠાવાળા પુસ્તક, મેજ, ખુરશી, મશાલો અને પથ્થરથી બનેલું ભોંયતળિયું. પાછળ બારીમાંથી કારાગૃહ દેખાતી હતી.

નસીબથી કારાગૃહ અને મહેલ એટલા પાસે હતા કે તેને વધારે ચાલવું નહોતું પડ્યું.

કળિ ખુરશી પર બેસીને સીટી વગાડતો વાંચી રહ્યો હતો. તે ટાલિયો થઈ ચૂક્યો હતો, પણ આંખો તેની તેજ હતી. તેનો ચહેરો જોઈને લાગતું

કે તે ક્યારેક સુંદર હશે, પણ હવે એ જૂના કળિનું કોઈ નામોનિશાન રહ્યું નહોતું. તે પોતાનું જ અસ્તવ્યસ્ત સંસ્કરણ લાગતો હતો.

સૈનિકો ત્યાં મૂકીને ગયા અને હાથ પણ બાંધ્યા નહોતા. તેઓ જાણતા હતા કે કળિ સામે અરજણની કોઈ હેસિયત નહોતી. સોમના સેવન પછી તો તેના માટે કોઈને પણ હરાવવું સહેલું થઈ ગયું હતું.

"તમારો મુગટ ક્યાં છે?" અરજણે પૂછ્યું.

એ હસ્યો, "એક ગરીબને આપી દીધો. કદાચ કોઈ સાધુ હતો."

કળિ એવી રીતે બોલતો હતો, જાણે તેને તેના શબ્દોથી આનંદ આવતો હોય.

"મને કેમ અહીં બોલાવવામાં આવ્યો છે?"

"તું ઘણો બિન્દાસ છે. મારે કંઈક પૂછવું છે એટલે બોલાવ્યો છે." કળિએ દુષ્ટતાથી જવાબ આપ્યો.

અરજણે દાંત ભીંસ્યા. તે એના જેવા કેદી પાસેથી શું ઇચ્છતો હશે. જોકે અરજણને એ ખ્યાલ હતો કે કળિ કોઈ પણ કારણસર તેનામાં હંમેશાં રસ લેતો હતો – કદાચ કલ્કિનો ભાઈ હોવાને નાતે તેના તરફ ઘૃણા હતી.

"શું તને લાગે છે કે મારું મગજ ફરી ગયું છે?" તે પોતાના પ્રશ્ન પર ખડખડાટ હસવા લાગ્યો.

અને એ જ મને પૂછે છે કે પાગલ છે કે નહીં. અરજણ તેનું અપમાન થવાના ભયથી ચૂપ રહ્યો. ચોક્કસપણે કળિ પાગલ જ થયો હતો પણ તે એક દિવસનું નહોતું. ધીરે-ધીરે રોજ વધતું જતું હતું.

"તારા મનની વાત બોલ. તને પહેલેથી જ ઘણો હેરાન કરાયો છે. હું કોઈ ત્રીજી વ્યક્તિ રૂપે પ્રશ્નનો ઉત્તર માગું છું." કળિએ શાંત સ્વરે પૂછ્યું.

"મારું માનવું છે..." અરજણે તેના ડર ઉપર કાબૂ કર્યો, "તમે હંમેશાંથી પાગલ હતા. બસ, હવે લોકો સમક્ષ તે દર્શાવવા લાગ્યા છો."

"અને એવું કેમ છે?"

"એટલે કે... હવે લોકો સમક્ષ કેમ જતાવો છો... એમ."

"હમ્મ."

"કારણ કે તમે હવે કોઈની પરવા કરવાની છોડી દીધી છે."

તેણે એકદમ તાળી બજાવી, "બિલકુલ સાચું. સાચો જવાબ આપ્યો. મેં પરવા કરવાની છોડી દીધી છે. સોમની અસરથી એવું લાગે છે કે કોઈની પરવા ન કરાય. બધા મારા ગુલામ બની રહે."

"હું સમજી ગયો."

"અરજણ તું જાણે છે, જો કે લોકોને મારી વાતોમાં અતિશયોક્તિ લાગે છે, પણ હું ઉદાસ છું. મારા મનની દશા કોઈ નથી સમજતું. કોઈ નથી જાણતું કે હું આવી રીતે કેમ વર્તુ છું? તેઓ મને મારા વર્તમાનથી માપે છે, પણ એ નથી જોતાં કે હું પહેલાં શું હતો. હું પહેલેથી તો આવો નહોતો. તું કોઈકનો ભાઈ છે, એમ હું પણ કોઈકનો ભાઈ હતો." તેની આંખોમાં એકલતા છલકાતી હતી. તે મનોમન કશું વિચારી રહ્યો હતો.

"હું એક ખરાબ ભાઈ હતો, કારણ કે હું તેને બચાવી ન શક્યો. તે મારાં ભાઈ-બહેનોમાં સૌથી નાનો હતો અને મારાથી થોડો જ નાનો હતો. તને ખબર છે કે તે આગમાં કેમ સળગી મર્યો?"

"ના, હું નથી જાણતો."

"તે કબીલાઓની આપસી દુશ્મનાવટને કારણે થયું. બે કબીલા વચ્ચે બિનજરૂરી લડાઈ હતી. મારું આખું ગામ નષ્ટ થયું અને કેટલાય લોકો માર્યા ગયા. હું ફક્ત દુરુક્તિને બચાવી શક્યો અને બધાં જ ભાઈ-બહેન માર્યાં ગયાં. ખબર છે, કેમ? કારણ કે તે કબીલાઓની રાજનીતિ કારણભૂત હતી. અમે બધા અસભ્ય રાક્ષસ અને વિનાશક છીએ. આપણે હજુ પરસ્પર શાસન માટે તૈયાર નથી. આપણને રાહ ચીંધનાર જોઈએ. આ જ કારણ છે કે આપણે ધર્મ પર ભરોસો કરીએ છીએ." પછી તેણે ઊંડો શ્વાસ લીધો, "તેથી જ હું એક અનાથમાંથી રાજા બન્યો. કારણ કે તું જોઈ શકે છે કે હું એવું જ ઇચ્છતો હતો કે ફરીથી ખૂનામરકી ન થાય. કોઈ મા, બાપ, બહેન કે ભાઈ રાજનીતિને કારણે તેમનું પ્રિયજન ન ગુમાવે, મેં મારા તરફથી ઘણા પ્રયાસો કર્યા. મને લાગ્યું કે કબીલાઓ હળીમળીને સાથે રહી શકે છે, પણ એવું થયું નહીં. તેઓ એકબીજા સાથે લડવા જ લાગ્યા અને મારે શાસન હાથમાં

લેવું પડ્યું. આપણે એકબીજાને જીવતા ખાઈ ન જઈએ તે માટે એક શાસકની જરૂર પડે છે."

હે ભગવાન, આ વાતો તો સાચી કરી રહ્યો છે.

"તમને કોણે કહ્યું કે, તમે સર્વોચ્ચ શક્તિ બનવા માટે યોગ્ય છો?"

કળિની આંખમાં એકાએક આતંક ચમક્યો, "જો હું નહીં તો બીજું છે કોણ?" તેણે અરજણને બોલવાની તક ન આપી, "સત્તા સાથે જ કેટલીક જવાબદારીઓ આવે છે. તેની કિંમત ચૂકવવી જ પડે છે. તે લોકો જ નગરમાં કાનૂન-વ્યવસ્થા જાળવી શકે છે. તેમને પ્રસન્ન કેવી રીતે રાખી શકાય? તેમને મનોરંજન માટે લોહી અને હિંસા આપવી પડે. આ કારણે જ હું કેદીઓને મલ્લયુદ્ધની તાલીમ આપી રહ્યો છું. શું તને લાગે છે કે આ બધું કરવાનો મને આનંદ આવે છે?"

"મને નથી ખબર."

"મને આનંદ નથી આવતો. સાચું કહું તો મને નફરત છે, પણ લોકોને આવું મનોરંજન જોઈએ છે. એટલે જ મારે આ વ્યવસ્થા કરવી પડે છે."

"ભલેને તેમાં કોઈનો જીવ જાય."

"ઓહ! છોડ હવે, તમે બધા હત્યારા, અપહરણકર્તા અને દગાબાજો છો. એવું નથી કે હું રસ્તા પરથી ઉઠાવીને લાવ્યો છું. અરજણ, મેં આ બધું એટલે કહ્યું, કારણ કે મારી પાસે એક યોજના છે. ભલે હું ગમે તેટલો પાગલ કે માથાભારે લાગું, પણ મારી પાસે જીવન ટકાવી રાખવા માટે હંમેશાં એક યોજના હોય છે. એટલે મેં જ્યારે સાંભળ્યું કે..." કળિ ભયંકર રીતે નજીક આવી ગયો કે તેનો શ્વાસ ગળા પર અનુભવી શકતો હતો, "મેં સાંભળ્યું છે કે કેટલાક મૂર્ખ કેદીઓ કારાગૃહ તોડીને ભાગવાની યોજના બનાવી રહ્યા છે. મને લાગ્યું કે તે મારી યોજનાઓ માટે ખતરો બની શકે તેમ છે."

અરજણનું લોહી થીજી ગયું. આને કેવી રીતે ખબર પડી? વાત બહાર પડી ગઈ છે, વિક્રમે જણાવ્યું હતું. *હવે તો ભગવાન જ બચાવે. કળિએ કારાગૃહમાં પણ જાસૂસ રાખ્યા લાગે છે.*

"હું સમજ્યો નહીં કે તમે શું કહેવા માગો છો?"

"ચૂપ! મને ખબર કે તને જાણ છે. વાંધો નહીં, હું જાણું છું કે તું તેમાં ભાગ નહીં લે. કારણ કે એટલો મૂર્ખ તું છે નહીં. આખા કારાગૃહનું પ્રશાસન મારી મુઠ્ઠીમાં છે એટલે કશુંય સફળ નહીં થાય."

અરજણે ભયના માર્યા માથું હલાવ્યું.

"એ લોકો કોણ છે?" કળિના અવાજમાં કડવાશ આવી, "મને ખ્યાલ છે કે તને એ બધાના નામ ખબર છે, એટલે ચૂપચાપ જણાવી દે."

"મેં કહ્યું તો ખરું કે હું તમારી વાત સમજ્યો નહીં."

કળિએ ઊંડો શ્વાસ લીધો, "જો હું આ જાણકારીના બદલામાં તને છોડી મૂકું..."

અરજણની આંખોમાં ચમક આવી. શું આ સાચેસાચ છોડી મૂકે? તે થોડીવાર પહેલાં જ કારાગૃહથી નીકળીને પહેલા ક્યાં જશે તેમ વિચારતો હતો.

"જોયું, તને મારી વાત સમજાઈ લાગે છે. બોલ, છોડી મૂકવાનો આદેશ ક્યારનો બનાવું?"

અરજણે થૂંક ઉતાર્યું. ઘણો કઠિન સમય હતો. તે કળિ પર ભરોસો મૂકી શકે ખરો?

તેણે રુદ્ર, વિક્રમ અને હર્ષ વિશે પણ વિચાર્યું. ધીમે-ધીમે કપાળ પરનો પરસેવો લૂછતો તે સહેજ આગળ આવ્યો ને બોલ્યો, "તમે ખોટું સાંભળ્યું છે. ભાગવાની તો કોઈ યોજના નથી બનાવી રહ્યું."

અરજણ કુશ્તીની સાથે ભાલો ફેંકવાનો અભ્યાસ પણ કરી રહ્યો હતો. તેની પીઠ પર સૂરજનો આકરો તડકો પડી રહ્યો હતો.

પાછલી રાત્રે કળિ સમક્ષ જુઠ્ઠું બોલીને એ સાચે જ ડરી ગયો હતો. એવું લાગ્યું કે તેની સોનેરી આંખો અરજણના આત્માને ભેદીને સત્ય પામી જશે પણ તે સહેજેય ડગ્યો નહીં.

હવે તેને શાંતિ હતી. તેણે રુદ્રને આવતો જોયો. તેણે ત્રાંસી નજરે ઉસ્તાદ રેડ્ડી તરફ જોઈ લીધું જે મેદાનની બીજી તરફ હતો. રુદ્ર તેના

દેહસૌષ્ઠવને પારખીને તેને તાલીમ આપવા લાગ્યો અને અરજણને ફરીથી એ વાતોનો વિચાર આવ્યો જે તેને આવવો નહોતો જોઈતો. તે કારણસર તેણે રુદ્રને શક્ય હોય તે રીતે અવગણ્યો.

"અરજણ!" રુદ્ર કોમળતાથી બોલ્યો.

"હમ્મ?"

"તને કાલે રાત્રે ક્યાં લઈ ગયા હતા?"

"કળિ પાસે."

અરજણ રુદ્ર તરફ જોયા વગર જવાબ આપતો હતો જેથી રેડ્ડીને કોઈ શંકા ન પડે. તે લોકો પોતાના કાર્યોની આડમાં જ વાત કરતા રહેતા.

"તને કયા કારણથી બોલાવ્યો હતો?"

"તે જાણવા માગતો હતો કે કારાગૃહમાં કોઈ વિદ્રોહની વાતો રંધાઈ રહી છે?"

રુદ્રના હાથ ભાલા ફેરવતા હતા તે રોકાઈ ગયા, "આશા રાખું છું કે તેં કશું નહીં જણાવ્યું હોય."

"સાચે જ, મેં કશું નથી જણાવ્યું." અરજણને ઝટકો લાગ્યો કે રુદ્ર તેના પર વિશ્વાસ નથી રાખતો, "મને છોડી મૂકવાની લાલચ પણ આપી પણ હું અટલ રહ્યો. જો છૂટવું હશે તો બધા જ ભાગી છૂટીશું, હું એકલો આમ ન છૂટી શકું."

રુદ્રનો આનંદ છલકાઈ ઊઠ્યો, "આભાર અરજણ! તું એક સુંદર યુવક હોવા સાથે સાચો મિત્ર પણ છે."

અરજણ શરમાયો, "ઓહ!" તે રુદ્ર જેવા પુરુષ સામે શરમાઈ રહ્યો હતો પણ તે ચૂપ રહ્યો અને માથું હલાવી બોલ્યો, "મને સમજાયું નહીં કે અહીં સુંદર શબ્દની શી જરૂર હતી?"

"મેં મારી રીતે અધિક પ્રશંસા કરવા માટે તે શબ્દ ઉમેર્યો." રુદ્ર બોલ્યો. તેણે તરત જ વિષય બદલ્યો, "જો કે મારે તને એ પણ કહેવું છે કે હર્ષ બધાને એમ કહે છે કે તું કળિનો જાસૂસ છે જે અહીંની બધી ખબર ત્યાં પહોંચાડે છે."

"હું...? શું બકવાસ વાત છે."

"હું જાણું છું અને તારા પર વિશ્વાસ ધરાવું છું, પણ બીજાને નથી. હું તારી વાત જણાવીને સમજાવવાનો પ્રયાસ કરીશ."

અરજણને રુદ્રની વાત ગમી અને તે જતો હતો તે જોઈને તેને આશ્ચર્ય થયું. બધા પોતાનો અભ્યાસ રોકીને એક તરફ જોઈ રહ્યા હતા. કળિ દુષ્ટતા સાથે હસતો તેના સૈનિકો સાથે આવી રહ્યો હતો. આ જોઈને રેડ્ડીએ માથું નમાવ્યું અને કેદીઓને પણ તેવું કરવા જણાવ્યું. કારાગૃહમાં કળિનું આગમન અચાનક થયું, તે કઈ બાજુથી આવ્યો તે પણ અરજણને ખ્યાલ ન આવ્યો. તેણે પણ માથું નમાવ્યું અને ત્રાંસી નજરે તેની તરફ જોયું.

"વિશ્રામ!" કળિએ સંકેત કર્યો, "મને આનંદ છે કે તમે લોકો રમતને સાચી રીતે રમી રહ્યા છો." તેના અવાજ પરથી તો તે પરેશાન લાગતો હતો, "હું અહીં એટલે આવ્યો હતો... તમારા માટે એક ખરાબ સમાચાર છે."

બધાના ચહેરા પર પરેશાની દેખાઈ. અરજણે વિક્રમ તરફ જોયું, જે તેની બાજુ સરકીને આવ્યો હતો.

"મને હમણાં જ એવું જાણવા મળ્યું છે કે તમે કારાગૃહ તોડવા માટેના પ્રયાસો આદર્યા છે. અહીંયા શેની કમી છે? શું હું કશું બોલ્યો? શું ભોજન નથી સારું મળતું? શું આ જગ્યા આરામદાયક નથી? કદાચ તમને લોકોને એકબીજા સાથે લડવું નથી ગમતું, એ બધું હું સમજુ છું." તે કેદીઓની નજીકથી પસાર થતો હતો, "હું તમને લોકોને આ જીવનથી દૂર લઈ જવા માગું છું."

જ્યાં સુધી કળિ બરાબર તેની પાછળ ન આવ્યો ત્યાં સુધી અરજણને ખબર ન પડી કે તે શું કહેવા માગે છે. બધા કેદીઓએ માથું ઊંચું કર્યું અને અરજણ તરફ જોયું. કળિએ અરજણનું માથું ઊંચું કર્યું અને એક તરફ ખેંચ્યો.

બીજી બધી પીડાની જેમ આ પીડા પણ અરજણે મૂંગે મોંએ સહન કરી.

"કારણ કે આણે તમારા બધાનું રહસ્ય મારી સામે બકી નાખ્યું છે. હું તમારી એક-એક વાત જાણું છું. બધું જ આણે મને જણાવી દીધું છે એટલે મજાની વાત એ છે કે હવે પરિણામ ભોગવવું પડશે."

તેણે અરજણની પીઠ થપથપાવી. અરજણ આંખો પહોળી કરી જોતો રહ્યો અને પગ લાકડા જેવા થઈ ગયા. તેને તો કશું સમજાયું જ નહીં કે શું થઈ રહ્યું છે.

"શુક્રિયા છોકરા, તેં મને મદદ કરી તે બદલ. તમારી યોજના પર આણે પાણી ફેરવી કાઢ્યું છે એટલે સજા રૂપે તમારે મલ્લયુદ્ધ કરવું પડશે. પહેલા અરજણ તમારી સાથે હતો એટલે એ પણ આ મલ્લયુદ્ધમાં જોડાશે તે ઠીક રહેશે અને ધ્યાન રાખજો, મારા વિરુદ્ધ જતાં પહેલાં વિચારી લેજો." તેણે જતાં પહેલાં ફરીથી અરજણની પીઠ થપથપાવી.

અરજણનું તો મગજ ચકરાઈ ગયું. તે કળિની યોજના સમજી ગયો કે તે શું કરવા માગે છે. બધી વાતનો દોષનો ટોપલો તેના માથે નાખી દીધો હતો. આ રીતે અરજણ હવે લોકોની આંખમાં કાંટાની જેમ ખૂંચવા લાગ્યો. તેણે રુદ્રને નિરાશ અને હર્ષને ગુસ્સામાં ઊભેલો જોયો. તે એક નવી મુસીબતમાં ફસાયો હતો.

ઓહ, કળિ કેવી વિકૃત પરપીડન વૃત્તિ ધરાવે છે.

અરજણને ખ્યાલ આવ્યો કે તેને તો મલ્લયુદ્ધ આવડતું જ નથી. મતલબ તે પહેલીવારમાં જ મરવાનો એ નક્કી થઈ ગયું.

12

એ ઘાનાં નિશાનોથી ગ્રસિત એ માણસ અને ...આગ.

તે પોતાની નોંધપોથીમાં કશુંક લખતી વખતે વિચારતી હતી. દુરુક્તિને હવે ખ્યાલ આવી ગયો હતો, પણ કળિની સમજની એ બહાર હતું – દરેકની આસપાસ ષડયંત્ર રચાયેલું હતું. આ એક એવા વ્યક્તિએ કરાવેલું હતું જેનાથી લોકોએ ડરવું જોઈએ. જો કે બદકિસ્મતી એ હતી કે કોઈ જાણતું નહોતું.

સિમરીન પણ એક મહોરું જ હતી. તેનું કામ પૂરું થયા બાદ તેને આસાનીથી દૂર કરી શકાય તેમ હતું. હકીકત એ હતી કે પ્યારી સિમરીન જુઠ્ઠી, દગાબાજ અને ભયંકર હતી. પણ આ તબક્કે દુરુક્તિએ સિમરીન સામું અજાણ્યું રહેવાનું હતું. જો તેની નફરતનું કારણ જાણી જાય તો સિમરીન પાસેથી સત્ય જાણવું કઠિન થઈ જાય.

એ માણસ કોણ હતો? તેણે બધી વાતો પર ફરી વિચાર કરીને વંચાયેલ ઇતિહાસ યાદ કરી જોયો. તે સિમરીનને કોઈ ને કોઈ બહાને પોતાના તરફથી દૂર રાખવા લાગી. તે જાણીજોઈને કરતી હતી, પણ એવું દર્શાવતી હતી કે તે ઘણી વ્યસ્ત હોય.

તે માણસ આજુબાજુ જ હતો અને ધ્યાન રાખતો હતો કે બધું યોગ્ય સમયે શરૂ અને ખતમ થાય. તેણે જ બધી ઘટનાઓને વારાફરતી અમલમાં આવે તેમ રચી હતી. તે કલ્કિને બહાર કાઢી, કળિને બીમાર કરવા માગતો હતો.

દુરુક્તિને યાદ આવ્યું કે જ્યારે કળિ બીમાર હતો ત્યારે તેમની વચ્ચે શું વાત થઈ હતી. તેને યાદ આવ્યું કે કળિએ સપનામાં જોયું કે બાળપણમાં લાગેલી એ આગના કારણે કબીલાવાળાઓમાં કોઈ પરસ્પર દુશ્મની નહોતી. તે કોઈ એક માણસનું કામ હતું... એક લાંબા માણસનું,

જેના માથા પર ઘાનું નિશાન હતું.

શું આ તે જ વ્યક્તિ હશે જે સિમરીન સાથે વાત કરતી હતી.

અને આ બ્રહ્માનું નેત્ર શું હતું? દુરુક્તિએ સિમરીનને આ વિષયે વાત કરતા સાંભળી, પણ તેના વિશે અનુમાન કરવું અઘરું હતું.

સિમરીનની ગતિવિધિઓ પર નજર રાખીને કદાચ વધુ જાણકારી મળી શકશે.

અને તે એવું જ કરી રહી હતી. દુરુક્તિ મોટેભાગે કાળું પહેરણ પહેરીને તેનો પીછો કરતી અને એક સલામત અંતર રાખતી. સિમરીન મોટેભાગે તેની નજરમાંથી ગાયબ થઈ જતી અથવા તેની જગ્યાએ કોઈ છોકરો દેખાય, જાણે તેને જાદુ આવડતું હોય. જ્યાં તેને આભાસ થતો કે કોઈ તેનો પીછો કરી રહ્યું છે તે રૂપ બદલી નાંખતી. તે કોઈ પણ પ્રકારે દુરુક્તિને ચકમો આપી દેતી અને દુરુક્તિને ખ્યાલ જ નહોતો આવતો કે સિમરીન ક્યાં જતી રહે છે?

આજે સિમરીનનો પીછો કરવામાં તેણે બીજા રંગનું પહેરણ પહેર્યું હતું. દૂરથી તે ત્રાંસી નજરે તેને જોઈ રહી હતી. અંગરક્ષકો પણ સાથે નહોતા. સિમરીને રૂપ ન બદલ્યું અને આગળ વધતી હતી.

સિમરીન બજારમાંથી પસાર થઈને કાચાં મકાનો પાસેથી નીકળી અને પછી એક ઘર પાસે પહોંચી, જે પહેલાં રાત્રિનું પુસ્તકાલય હતું. અત્યારે ત્યાં કોઈ બીજું રહેતું હતું. વેદાંત જ તેની દેખરેખ રાખતો હતો, જો તે ન હોય તો તેના માણસો ત્યાં હાજર હોય.

દુરુક્તિએ તેને અંદર જતાં જોઈ અને તે પણ પાછળ-પાછળ ગઈ. પુસ્તકાલય પહેલાં કરતાં પણ ભવ્ય લાગી રહ્યું હતું. કાંસાની બનેલી સીડીઓ સાથે સોનેરી રંગના પડદાઓ હતા. સ્થાનિક ચિત્રકારોનાં ચિત્રો લગાવેલાં હતાં અને હંમેશની જેમ દુરુક્તિ કાગળની સુવાસમાં ખોવાઈ ગઈ.

તેણે સિમરીનને એક ખૂણા બાજુ જતાં જોઈ. તે પુસ્તકાલયના અધ્યક્ષ સાથે વાત કર્યા બાદ કબાટમાંથી પુસ્તક કાઢવા ગઈ. દુરુક્તિ તેમની વાતો સ્પષ્ટ સાંભળી શકે તેમ નહોતી.

"મારા માટે પુસ્તક મંગાવવાનો આભાર."

"માંડ આ પુસ્તક મળ્યું છે. તેનું મુદ્રિત સંસ્કરણ પૂરું થઈ ગયું છે."

પૂંઠાવાળા એ પુસ્તકના ખૂણા ખરાબ થઈ ગયેલા હતા. સિમરીન એક કલાક સુધી એ પુસ્તક વાંચતી રહી અને પછી જ્યાંથી લીધું હતું ત્યાં પાછું મૂકી દીધું.

સિમરીન પાછી ફરી ત્યારે તેની નજર દુરુક્તિ પર પડી. દુરુક્તિએ ચહેરો ઢાંક્યો અને પુસ્તકો શોધવા લાગી. સિમરીને તેને ન જોઈ હોય તો સારું, એણે ત્રાંસી નજરે જોયું તો સિમરીન ગાયબ હતી.

દુરુક્તિ ઝડપથી એ પુસ્તક લેવા ગઈ જે સિમરીન વાંચતી હતી. તે પુસ્તકનાં પાનાં ફેરવવા લાગી. તેમાં પ્રાચીન યુદ્ધકલાનું વિસ્તૃત વર્ણન હતું – શિવની તલવાર, યમનો પાશ... તેમાં ઘણાંબધાં અસ્ત્રો-શસ્ત્રોનું સચિત્ર વર્ણન હતું જેનાથી તેની પ્રાચીનતા નજરે પડતી હતી. અચાનક તેણે અજીબ નેત્રનું પ્રતીક જોયું જેના પર કાચના ચાર ટુકડાઓ એ રીતે જોડવામાં આવ્યા હતા, જે જોડાઈને નેત્રનું ચિત્ર બનાવતા હતા જેની પાંપણો મોટી હતી.

તેના ઉપર લખ્યું હતું – બ્રહ્માનું નેત્ર!

દરેક ટુકડો કોઈ ને કોઈ ચીજનું પ્રતીક હતું. પહેલો ટુકડો ભૂતકાળનું પ્રતીક, વચ્ચેનો વર્તમાન અને ત્રીજો ભવિષ્ય બતાવતો હતો. ચોથો હતો એ સૌથી અનોખો હતો. ત્યાં કશો ઉલ્લેખ નહોતો, અધૂરો છોડવામાં આવ્યો હતો.

"બ્રહ્માનું નેત્ર..." તે મનમાં બોલી, "દુનિયાને આ ચાર રીતે ભગવાન બ્રહ્માએ જોઈ" પછી તેણે આગળ જોયું.

ઈલાવર્તીના આરંભમાં માનવો કરતાં પશુઓ અધિક સંખ્યામાં હતાં, અંધકાર નહોતો અને દુનિયામાં આશાનું કિરણ હતું – એક કબીલો હતો જેમાં બધા જ કબીલા સામેલ હતા. તેના પ્રમુખ બ્રહ્માજી હતા. તે વિશુદ્ધ હતા, પ્રલોભનો અને વ્યાકુળતાથી દૂર હતા. તે એકદમ પ્રસન્ન હતા. બધા વચ્ચે પરસ્પર પ્રેમ હતો. પ્રમુખ નેતા ભગવાન બ્રહ્માએ પોતાની શક્તિના જોરે બધાનું કલ્યાણ કર્યું. પરંતુ તેમને દૈત્યોના પ્રમુખ

કશ્યપ, પાતાળલોકના રહેવાસીઓ સાથે યુદ્ધ કરવું પડ્યું. તે બ્રહ્માજી અને તેમની પ્રજાને પરેશાન કરવા લાગ્યા. આખરે તેમની જીત થઈ અને બ્રહ્માજીનું તેમના જ લોકો પર શાસન ન રહ્યું. એ પછી તે પાંચ કબીલામાં વહેંચાયું – નાગ, રાક્ષસ, ગંધર્વ, યક્ષ અને માનવ. બ્રહ્માજીએ સ્વર્ગ પાછું જવાનું નક્કી કર્યું, પરંતુ તેમણે એ પ્રત્યે ધ્યાન ન આપ્યું કે આવનારી પેઢી પર આ અભિશાપની અસર ન પડે. તેમણે શિવજીને કહ્યું કે, એ તેમનું માથું કાપી નાખે. જ્યારે શિવજીએ પોતાની તલવારથી તેમનું માથું કાપ્યું તો તેના ચાર ટુકડા થયા. તેમની આંખો માનવજાતિ માટે એક ભેટ હતી – બ્રહ્માનું નેત્ર. એ ત્યારથી ખોવાયેલું છે અને કહેવાય છે કે જેને તે મળ્યું તે દૈવીય રૂપે મહત્ત્વપૂર્ણ લોકો રહ્યા. તે અતીત, વર્તમાન અને ભવિષ્ય બતાવતા હતા અને...

આગળનાં પાનાં કોરાં હતાં. તેણે વાંચવાનું બંધ કર્યું. આ કેવું કહેવાય. આ બધું સાવ બકવાસ છે. આ બધી માન્યતા છે. દુરુક્તિ વિચારવા લાગી કે શું તેની પાછળ કોઈ વૈજ્ઞાનિક તર્ક હોઈ શકે, પરંતુ ત્યારે તે એ જોઈ ચૂકી હતી કે સિમરીન શું કરી શકતી હતી અને કેવી રીતે તે માણસની ચમકતી છબી સાથે સિમરીને વાતો કરી હતી – શું એ જાદુ-ટોણાં હતું?

દુનિયાની દરેક વસ્તુમાં તર્ક કામ નથી કરતો.

દુરુક્તિએ પુસ્તક બંધ કર્યું. તે આ વાત વિશે જણાવવા માટે કોના પર ભરોસો કરી શકતી હતી? તે કલ્કિ સાથે વાત કરવા માગતી હતી, પણ એ તો ત્યાં હતો નહીં. તે વિચારમાં પડી ગઈ. તેને વિચાર આવ્યો કે કલ્કિ અત્યારે ક્યાં અને શું કરી રહ્યો હશે? શું ...એ જીવતો હશે?

અરજણ... કલ્કિનો ભાઈ...

તે કારાગૃહમાં હતો. તેની પર ભરોસો કરી શકાય તેમ હતો, પણ તે ચાર દીવાલો વચ્ચે કેદ હતો. બની શકે કે તેની પાસે વધુ જાણકારી ન હોય.

જો હું તેને બહાર કાઢી શકું તો તેની સાથે મળીને કલ્કિની શોધ કરી શકાય.

પરંતુ તેને ક્યાં શોધવા જવું? તેને તો એ પણ જાણ નથી કે કલ્કિ જીવે છે કે નહીં? તેની શક્યતાઓ પણ દેખાતી નહોતી. તે ફરીથી એ છોકરાનો ચહેરો યાદ કરીને એક યુવતીની માફક વિચારવા ઇચ્છતી હતી.

"દેવી દુરુક્તિ, તમને ખ્યાલ છે કે તમે સારી રીતે તમારી ઓળખ પણ છુપાવી નથી શક્યા?" પાછળથી તેને ચીડવતો હોય તેવો અવાજ આવ્યો.

દુરુક્તિએ પાછું વળીને જોયું તો વાળની ઊંચી ચોટલી બાંધેલી, ખિલખિલાટ ચહેરો અને બદામ જેવી આંખોવાળી તેર વર્ષની છોકરી દેખાઈ. સુંદર પહેરણ પહેરેલી છોકરીના હાથમાં ઢીંગલી હતી.

તે વેદાંતની પુત્રી ઉર્વશી હતી.

"તું આ જગ્યાએ શું કરે છે?"

"આ પુસ્તકાલય છે. આ જગ્યાએ બધા કેમ આવે?" તેણે આંખ મારી.

દુરુક્તિને થયું કે તેણે બુદ્ધિ વગરનો પ્રશ્ન પૂછ્યો, "ઉર્વશી, શું કહેવા માગે છે?"

"બસ, એ જ જાણવાનું હતું કે રાજાની બહેન તેની દાસીની ગતિવિધિઓ પર કેમ નજર રાખે છે? મને થોડી ગપસપ કરવા મળશે." ઉર્વશીની આંખમાં તોફાન હતું. તે તાળી બજાવી બોલી, "કેવી મજેદાર વાત છે, હેં ને?"

તેણે કળિ માટે રાજા શબ્દ બહુ ઘૃણાથી લીધો હતો. તેમાં ખોટું પણ નહોતું, કારણ કે કળિએ વેદાંતનું સિંહાસન છીનવી લીધું હતું.

"કળિના વર્તાવ માટે હું માફી માગું છું..."

"તેમાં તમારો કોઈ વાંક નથી, જેમ મારા પિતાનાં પાપોની ચિંતા મને નથી. આપણે પોતે જ આપણી અસફળતા અને ભૂલો માટે જવાબદાર હોઈએ છીએ. બીજું કોઈ આ બધા માટે મદદ નથી કરી શકતું —આપ જાણો જ છો."

"સાચી વાત છે." દુરુક્તિએ તેર વર્ષની છોકરીની આટલી સમજદારી વાળી વાતો સાંભળવાની આશા નહોતી રાખી.

"તમારે દાસીથી ચેતતાં રહેવું જોઈએ."

તેની ભ્રમર ચડી ગઈ, "કેમ?"

"કેમ કે તે વિદ્યાધર છે."

ચોક્કસ! વિદ્યાધર એવા જાદુગર હોય છે જેને વેશ બદલવાની અને માયા રચવાની કળામાં મહારથ હોય છે. *આ જ કારણથી જ્યારે કળિ પર હુમલો થયો ત્યારે તેણે એક અંધ જ્યોતિષીનો વેશ ધારણ કર્યો હતો.*

"તને કેવી રીતે ખબર પડી?"

"ઓહ, કારણ કે મેં તેમના વિશે વાંચ્યું છે. જ્યારે તમે સંતાતા હતા ત્યારે મેં તેને રૂપ બદલતાં જોઈ હતી – તેને શંકા પડી ગઈ હતી."

"હમ્મ... એ વાત તો સાચી છે."

"શું હું જાણી શકું કે તમે તેનો પીછો કેમ કરી રહ્યા હતા?"

દુરુક્તિએ છોકરીનું કુતૂહલ જોઈ ખભા ઉલાળ્યા, "તારે એ બધી વાતમાં ન પડવું જોઈએ."

"ઓહ, દેવી દુરુક્તિ! તમારી વાત સાચી પણ તમે મારા જેવાને ઓળખવાની ભૂલ કરો છો. હું પણ તમને કામ આવી શકું છું."

"તું મને શું કરવા મદદ કરે?"

"હું કંટાળી ગઈ છું. દિલ બહેલાવવા માટે કોઈ સાધન જોઈએ છે."

દુરુક્તિને નવાઈ લાગી, "તું પણ અજીબ છે."

"તમે તેની પાસેથી કશું જાણવા ઇચ્છો છો, હેં ને?"

દુરુક્તિએ આંખો ઝીણી કરી, "તને કેવી રીતે ખબર પડી?"

"એ તો સ્પષ્ટ જ છે. તમે તેને સામેથી પૂછી નથી શકતા એટલે પીછો કરો છો. તમને લાગે છે કે કોઈ ગડબડ છે, નહીંતર તમે રાજકુમારી હોવાના રૂએ તે દાસીનો સફાયો કરી શકો છો ને તમારા ભાઈને ખબર પણ ન પડે. હું એ જ વિચારી રહી હતી... તમે તમારા પ્યારા ભાઈને કેમ નથી જણાવ્યું?" તેના પ્રશ્નમાં ભારોભાર કટાક્ષ હતો.

દુરુક્તિએ સંમતિ દર્શાવી, "કારણ કે આ વ્યક્તિગત મામલો છે." *અને તેના પર મને ભરોસો નથી.*

"સારું, પણ જો મારી મદદની જરૂર હોય તો મને જણાવજો."

દુરુક્તિએ ખાંસી ખાધી, "તું કેવી રીતે મદદ કરી શકીશ?"

ઉર્વશીના ચહેરા પર ભેદી સ્મિત હતું, “મને તમારી દાસી પાસેથી બધું ઓકાવવાની રીત સારી રીતે આવડે છે.”

“કેવી રીતે?”

“એનું પ્રમાણ મળી જશે.”

દુરુક્તિને લાગ્યું હતું કે અરજણ આ અભિયાનમાં મદદ કરી શકે તેમ છે, પણ તેને અપેક્ષાથી વિરુદ્ધ એક સહાયક મળી ગઈ હતી. ભલે એ નાની હતી, પણ આગળ જતાં એ શક્તિશાળી બની શકે તેમ હતી.

13

વેદાંતને લાગ્યું હતું કે તે આ નગરની ભલાઈ વિશે વધુ જાણકારી ધરાવે છે જ્યાં તે શાસન કરતો હતો. તેણે પ્રજાને જે ધર્મનું સમાધાન આપ્યું હતું તે ધીરે-ધીરે ગાયબ થવા લાગ્યું હતું. તેને ઇન્દ્રગઢનાં બીજાં નગરોની જાણ નહોતી, પણ ઇન્દ્રગઢ દરેક પ્રકારે વિનાશને આરે હતું. એટલે જ તેણે કહેવાતા રાજા કળિના અત્યાચારોનો અંત લાવવાનું નક્કી કર્યું.

તેણે ઘણો વિચાર કર્યો કે આ કામ કરવા માટે તેણે શું આયોજન કરવું પડશે. તેણે કેટલીય વ્યૂહરચનાઓ પર વિચાર કર્યો, અનેક પુસ્તકોનું અધ્યયન કર્યું ને બધા રાજાઓના શાસનમાંથી ઉપાય જાણવાના પ્રયાસો કર્યા. તેમાં ક્યાંય સોમનું સેવન કરેલા વ્યક્તિ સામે લડવાનો તાળો મળે તેવું લાગ્યું નહીં. તેને એવો વિચાર આવ્યો કે કળિ સામે લડવા માટે શું તે સોમનો ઉપયોગ ન કરી શકે?

ના, આ તો પોતાની જાતને અનૈતિકતા તરફ લઈ જવાની વાત હતી.

તે કળિ જેવો બનવા નહોતો માગતો, પણ તેની સામે જીતવા તેના જેવું થવું જરૂરી બન્યું હતું. જો એ તેના રસ્તે ચાલે તો તેને સોમ મળે તેમ હતું? સોમનો આખો ભંડાર નષ્ટ કરી દેવામાં આવ્યો હતો. કદાચ કળિએ તેને બીજે ક્યાંક છુપાવ્યો પણ હોય. શું ખરેખર કળિ પાસે બીજો ભંડાર હતો?

તે નગરમાં પાછું જવું હોય તો અત્યારના રાજાએ મરવું જ પડે. વિદ્રોહ જ એક રસ્તો હતો.

તેવું કરવા માટે સેના ઊભી કરવી પડે. સૈનિકોને પ્રલોભન આપવા માટે ધન નહોતું એ એક સમસ્યા હતી. તેને જાણ હતી કે એક જ વ્યક્તિ તેને મદદ કરી શકે. તે હતી — કુબેર.

વેદાંત તેના બે સૈનિકો સાથે નગરમાં નીકળ્યો ત્યારે બધા તેની સામે જોઈ રહ્યાં હતાં. તેને એ સમય યાદ આવ્યો જ્યારે તે લોકો નજર મિલાવવાનું સાહસ પણ નહોતા કરતાં. એક વિદ્રોહ ઘણા સમય પહેલાં થયો હતો જે ઉર્વશીના જન્મ પહેલાંની વાત હતી, જ્યારે તેની પત્ની જીવિત હતી. તેનું લોહી ઊકળી ગયું હતું, પણ તોય તે ડરેલો હતો. એકવાર પિતા પાસેથી સિંહાસન લીધા બાદ ક્યારેય ભયે તેનો પીછો નહોતો છોડ્યો. તે સતત સિંહાસન ગુમાવવાનો ભય સેવતો હતો. તે એટલી અસલામતી અનુભવતો હતો કે વિદ્રોહમાં સામેલ દરેકને મારી નંખાવ્યા હતા. રાજા વિભીષણે આ વિદ્રોહીઓને સાથ આપ્યો હતો. તેના પિતા વિભીષણ પ્રથમે દક્ષિણીના મહત્ત્વના એવા મુખ્ય નગર લંકા પર રાજ્ય કરેલું હતું.

રક્તપ વિભીષણનો ભાઈ હતો. જ્યારે વેદાંતે વિભીષણને હરાવ્યો અને તેના પરિવારનો વધ કર્યો ત્યારે વિભીષણે બદલો લેવાનો સંકલ્પ લીધો, પરંતુ સફળ ન થયો. વિભીષણ પોતાનું વચન પાળે તેવો સાહસી હતો. એટલે વેદાંત જાણતો હતો કે કળિના અભિયાનનો હિસ્સો બનવા રક્તપ કેમ ઉત્સુક હતો. એ ઇચ્છતો હતો કે વેદાંત હારે, કારણ કે વિભીષણને તેણે દુઃખ પહોંચાડ્યું હતું.

શું વેદાંતને આ બધી વાતોનું દુઃખ હતું? ચોક્કસપણે દુઃખ તો હતું જ. હવે તેનામાં ઘણો બદલાવ આવ્યો હતો. તેને પણ એક પુત્રી હતી. તે સમજી શકતો હતો કે વિભીષણ પર શું વીતી હશે. વેદાંતને જો દક્ષિણી રાજા સાથે માફી માગવાની તક મળી હોત તો એણે માગી જ હોત, પણ હવે નહીં. હવે તેને બીજી મહત્ત્વપૂર્ણ બાબતો પર ધ્યાન આપવાનું હતું.

તે કુબેરના મહેલ પર પહોંચ્યો તો તે અપેક્ષા મુજબ જ લાગ્યો. મહેલની દીવાલો છત સુધી સોનાથી મઢેલી હતી. આજુબાજુથી ફળોની સુગંધ આવી રહી હતી. ઝીણાં વસ્ત્રો પહેરેલી નર્તકીઓ નૃત્ય વડે મંત્રીઓનાં મન મોહી રહી હતી.

વેદાંત ઘોડા પરથી ઊતરીને આગળ વધ્યો. તેનો એક હાથ તલવારની

મૂઠ પર હતો. તે નર્તકીઓ અને મંત્રીઓની સામે ઊભા ઠીંગણા યક્ષોની નજરની પરવા કર્યા સિવાય સીડીઓ વાટે ઉપર જતો રહ્યો. યક્ષો માટે એક વાક્યમાં વર્ણન કરવું હોય તો એમ કહેવાય કે તેઓ ઠીંગણા અને બદસૂરત હતા. કુબેરનો દેખાવ ઠીક હતો, પણ એ લાંબો-પહોળો હતો અને તેના પુત્રો નલકુબેર અને મણિગ્રીવ પણ તેના જેવા જ હતા. તેઓ આકર્ષક અને ભવ્ય હતા જે જરૂર પડે ઉગ્ર પણ થતા હતા. તેઓ સ્વભાવે કુબેર જેવા નહોતા, તેમના વિશે વેદાંતે ઘણું સાંભળ્યું હતું.

વેદાંત કુબેરના કક્ષમાં દાખલ થયો તો તે એક નાના સિંહાસન પર બેસીને અપ્સરાઓ દ્વારા આપેલી દ્રાક્ષ ખાઈ રહ્યો હતો. કુબેરનું જીવન વૈભવ અને વિલાસથી ઘેરાયેલું હતું.

ઓહ! કુબેરે તરત તેની સામે ઊભેલી અપ્સરાને હટાવી, "મહેરબાની કરીને અંદર જાઓ." તેણે એક બાજુ બેસવાનો ઇશારો કર્યો, પણ તેણે તેવું કર્યું નહીં.

"આપણે આ કળિનું કંઈક કરવું પડશે."

"મહારાજ, તમે ખરેખર સાવ મૂર્ખ છો."

"શું કહેવા માગે છે?" વેદાંત ગુસ્સે થયો.

"અહીંયા દિવસના અજવાળામાં આવવાનું કોણે કહ્યું હતું. કળિ તેના જાસૂસોને કારણે ઘણો મજબૂત થયો છે. તેને જરૂર જાણ થઈ જશે."

"ભલે તેને ખબર પડે." વેદાંતે જાહેર કર્યું અને આખા કક્ષમાં તેનો અવાજ ગૂંજ્યો, "મેં તેને મારી પુત્રીને નામે સિંહાસન આપી દીધું, પણ તે મારી આસ્થા સાથે રમત ન કરી શકે. તે નગરનાં બધાં મંદિરો અને તીર્થને નષ્ટ કરીને લોકોની શ્રદ્ધા છીનવી રહ્યો છે."

"પરંતુ મારી સાથે તો તે એવું કશું નથી કરી રહ્યો."

વેદાંતે દાંત ભીંસ્યા, "મને તમારી ચિંતા નથી. તમને તો લોકો દેવતાની જેમ પૂજે છે. તમારા અને મારા ધર્મમાં ઘણો ફરક છે."

"ઓહ, એ વાત સાચી." કુબેરે અટ્ટહાસ્ય કર્યું. વેદાંતને તેની ગરદન પાસે એક જાંબલી રેખા દેખાઈ, જાણે કે તેણે પહેરેલા કપડાથી તેનો શ્વાસ રૂંધાતો હોય. પણ કુબેરને કોઈ ઉતાવળ નહોતી, તે શાંતિથી બેઠો

હતો, "ના, મારો ધર્મ ઊંચો છે. શું મને નીચો દેખાડવા આવ્યા છો?"

"હું તમારી મદદ માગવા આવ્યો છું."

"તો મહારાજ, મારી પહેલી સલાહ એ છે કે તમે શિષ્ટાચાર જાણી લો." તેણે પોતાના હાથથી ઇશારો કર્યો, "હું જાણી શકું છું કે કળિને હરાવવા શું યોજના બનાવી છે?"

"હું તેનું સૈન્ય લઈ લઈશ. ભલે એ બદજાત દ્રવ્યના સેવનથી શક્તિશાળી બન્યો હોય, પણ એ આખી સેનાને તો હરાવી નહીં શકે."

"શું તમારા વફાદારો તમારા પક્ષમાં છે?"

"હમ્મ... ઘણા લોકોને હજુ મારા પર ભરોસો છે. જેને ભરોસો નથી તેને ધન આપવામાં આવશે."

"લાંચ? હમ્મ? મેં તામ્ર જેવા આદરણીય વ્યક્તિ તરફથી આવી આશા નહોતી રાખી."

"સમય ખરાબ ચાલી રહ્યો છે."

"અને ખજાનો તો કળિ પાસે છે – ધનની જરૂર પણ પડશે જ ને?"

વેદાંતે નિરાશા સાથે માથું હલાવ્યું, "મેં પહેલા વાસુકિને મારવામાં તમારી મદદ કરી, ત્યાં સુધી કે..."

"આપણી સમજૂતીમાં કોઈ સફાઈ આપવાની જરૂર નથી. સાચું કહું તો મારે પણ કળિને વહેલી તકે ખતમ કરવો છે, પણ તે પહેલાં કરતાં વધુ હોશિયાર અને ખતરનાક થઈ ગયો છે. જો તેને આપણા છળ વિશે જાણ થશે તો તે આપણને મારવામાં વાર નહીં કરે." પછી થોડું વિચારી બોલ્યો, "પણ એ રાજ્ય તો સારી રીતે ચલાવે છે. અનાજના ભાવ ઘટ્યા છે, વેરાઓમાં ઘટાડો થયો છે. તે લોકોને દાન આપી રહ્યો છે અને ગરીબો માટે ઘર બનાવડાવી રહ્યો છે. હા, તેને મૂર્તિપૂજાથી આવક નહીં થાય, કારણ કે તે મંદિરો નષ્ટ કરી રહ્યો છે."

વેદાંત ઉકળ્યો, "મારે કોઈ મતલબ નથી કે તે શું કરી રહ્યો છે. હું તેનાથી સારું શાસન કરતો હતો. હું મારા પૂર્વજોની પરંપરામાં વિશ્વાસ ધરાવું છું."

"અને કોણે કહ્યું કે તે પરંપરા સાચી હતી?"

વેદાંત ચૂપ હતો.

કુબેર હસ્યો, "મારા બે પુત્રો છે – નલકુબેર અને મણિગ્રીવ."

"હું જાણું છું."

"ના, તમને ખબર નથી. મને હમણાં જ સમાચાર મળ્યા છે કે મણિગ્રીવ નથી રહ્યો."

વેદાંતની ભ્રમરો ઊંચી ચડી, "ઓહ, સાંભળીને ઘણું દુઃખ થયું."

"સારું, કોઈ વાંધો નહીં. તે ક્યારેય મારો પ્રિય નથી રહ્યો. તેને કોણે માર્યો એ જાણો છો? તેના ભાઈ નલકુબેરે, હુંહ." તે તાળી બજાવી હસ્યો, "બસ, એક અપ્સરા માટેનો વિવાદ હતો. ખરેખર તો મણિગ્રીવ સન્માન યોગ્ય હતો જે તેના કાર્ય કર્તવ્ય પરાયણતા અને સ્નેહપૂર્વક કરતો હતો. તે સંવેદનશીલ હતો. તે બધાની ચિંતા પણ કરતો હતો, પરંતુ નલકુબેર પાગલ, કટ્ટર અને દુરાચારી છે. મણિગ્રીવની સારપ જ તેના મૃત્યુનું કારણ બની. હું શું કહેવા માગું છું, એ સમજો છો ને? આપણે એવા સમયમાં નથી જીવી રહ્યા કે જેમાં સારા અને સૈદ્ધાંતિક માણસો જીતે છે અને કદાચ જીત પામી લેવાય તો તેના બદલામાં કશુંક તો ગુમાવવું જ પડે છે."

વેદાંત સમજી શકતો હતો કે તેની સરખામણી મણિગ્રીવ અને કળિને નલકુબેર સાથે સરખાવે છે. વેદાંત સમજદાર હતો. તેણે યુદ્ધ કર્યા હતા, વિદ્રોહીઓને કચડી પણ નાખ્યા હતા. મણિગ્રીવ પાસે એવો કોઈ અનુભવ નહોતો, "હું જેટલો તમને લોકોને દેખાઉં છું એટલો આદરણીય છું નહીં."

"સારું તમારી વાત માની. હું તમને મારું સૈન્ય આપું તેના બદલામાં તમારે મારું પણ એક કામ કરવું પડશે."

"કયું કામ કરવાનું છે?"

"પ્રદમને મારી નાંખો. તે મારી યોજનાઓમાં આડો આવે છે."

પ્રદમ? એ કળિના સૈન્યનો રાક્ષસ સેનાપતિ હતો. *આખરે તેને મારવાનો છે, પરંતુ કુબેર તેને શું કામ મારવા માગે છે?* વાત ગળે ઊતરે તેવી નથી, પણ પ્રશ્ન કરવાથી સલામતી જોખમાય એટલે વેદાંતે ચૂપ રહેવું મુનાસીબ માન્યું.

"આવું જ કરવું જરૂરી છે. તે કળિના આદેશથી બધાં તીર્થ અને મંદિર નષ્ટ કરી રહ્યો છે. તેને સ્વધામ મોકલી દો અને મારી સહાય તમને મળશે. એક આસાન કામ જ છે."

વેદાંતે સંમતિથી માથું હલાવ્યું.

"મનમાં કોઈ પ્રશ્ન લાગે છે."

"ના... પણ મને થયું કે કશું બીજું કામ હશે."

"ચોક્કસપણે નથી. લોકો આજેય તમારા પર વિશ્વાસ ધરાવે છે. તમારા સૈનિકો પણ તમને ચાહે છે, કારણ કે તેઓ માને છે કે તમે એક મહાન વ્યક્તિ છો. તમે કોઈ પણ ભોગે સિદ્ધાંતોથી પાછા નહીં પડો. તમે મને પ્રદમને મારીને બતાવો અને મને વિશ્વાસ બેસી જશે કે તમારી અંદર મહારાજ કળિને પણ મારવાની શક્તિ છે, તમારી ક્ષમતા છે."

ક્ષમતા? કેમ નહીં. મારી પાસે અપાર ક્ષમતા અને શક્તિ છે. તે પગ પછાડતો કુબેરના કક્ષમાંથી બહાર આવ્યો. તે મનોમન વિચારતો હતો કે તે એક ભયંકર અને ઉગ્ર રાક્ષસનો સફાયો કેવી રીતે કરશે!

14

પદ્માએ આવું ક્યારેય નહોતું વિચાર્યું કે ઇન્દ્રગઢ નગરની એક વિદ્રોહી-હત્યારી તરીકે જીવતી છોકરી તેની જીવનયાત્રામાં આવા કોઈ મુકામે પહોંચશે, જ્યાં તેને કહેવાતા રક્ષકની સેવા કરવી પડશે. કલ્કિ ગમે તે હોય પણ નાયક તો સહેજેય નથી. તે સૌથી પહેલા મૂર્ખ, અશિષ્ટ અને બીજાનો અનાદર કરનાર બદતર વ્યક્તિ હતો. તે ચીડિયા સ્વભાવનો અને હંમેશાં વ્યર્થ યોજનાઓ કરતો જેનો કોઈ હેતુ જ ન સરતો.

પિશાચ અચાનક પ્રગટ્યા તેનું પણ એક કારણ હતું. કલ્કિએ એટલો બધો ઘોંઘાટ કર્યો કે પિશાચ સાવધ થઈ ગયા. જો આટલો બધો હલ્લો તે ન કરતો તો આ સમય નહોતો આવવાનો. જ્યારે તેમને ઘોડાઓથી ઘસડીને લઈ જવાતા હતા ત્યારે તેણે નાની કટારથી તેના હાથનું બંધન કાપી નાખ્યું હતું. તે ભાગી છૂટવાની અણી પર જ હતી, પણ આ રક્ષકે તે સમયે જ બુધ્ધુ મગજનો ઉપયોગ કર્યો.

અને હવે તે લોકો એવી જગ્યાએ હતાં જ્યાં શરીર છુંદાવેલા કબીલાવાસીઓ તેમની આજુબાજુ હતાં. કેટલાક ઝાડ પર આમથી તેમ છલાંગો મારી રહ્યાં હતાં અને કેટલાક જમીન પર ઊભા રહીને ભાલાથી નિશાન તાકીને ઊભા હતા. જો સહેજ પણ આડુંઅવળું કરે તો તે લોકો હુમલો કરી દેવાના હતા.

પદ્મા જાણતી હતી કે પિશાચ તેમને મારશે નહીં. તેઓ તેમની સાથે રમત કરતા તેમને ખાશે, પણ એકદમ મારી નહીં નાંખે. સમાજમાં પિશાચ સૌથી વધુ અભણ, દુષ્ટ અને નાસમજ મનાય છે. તેઓ લૂંટારુઓ અને બળાત્કારીઓ હતા, પણ તેમની પદ્ધતિઓ હતી. તેમણે જ સિમ્હાઓને ભોજન માટે માનવોનો પ્રબંધ કરવાનું કહ્યું હશે. તે નરભક્ષી સમાજ હતો.

અને પદ્મા, કૃપા અને કલ્કિ તેમના પ્રધાન મુખીને મળવાનાં હતાં.

તેઓએ જંગલની અંદર જોયું તો આખો વિસ્તાર કાદવયુક્ત હતો. વૃક્ષો પર એટલાં પાંદડાં નહોતાં, પણ વૃક્ષોના ઝુંડે સૂર્યપ્રકાશને રોકી રાખ્યો હતો. તરત જ પદ્માને તેની આગળ અંધારિયો રસ્તો દેખાયો. તે એ જગ્યાને બીભત્સ રીતે સુંદર કહી શકતી હતી, કારણ કે તેની સામે કાળો કાદવ જ હતો. દુર્ગંધ પણ હતી અને ચારે તરફ મચ્છરો હતા. દેડકાઓના અવાજ આવી રહ્યા હતા. ફક્ત પિશાચોની બેહૂદી બોલી સંભળાઈ રહી હતી. તે તેમની વાતો સમજી શકતી હતી, કારણ કે તેમની બોલી તેની બોલી જેવી જ હતી ફક્ત તે લોકો ઊલટું બોલતા હતા. *કેટલી અજબ વાત હતી કે તે લોકોએ પણ આ જ બોલી શીખી હતી.*

એ કાદવની ઉપર ઝૂંપડાં અને જાળ હતી, જે ઝાડ વચ્ચેના અંતરને કાપતા હતા. ઝૂંપડાં લાંબાં હતાં અને કેટલાંય ઝાડની નીચે હતાં. એ બધાં લાકડીઓ અને સોટીઓમાંથી બનાવેલાં હતા. ઝાડની ડાળીઓ મજબૂત હતી. જાળ એવી રીતે રાખવામાં આવી હતી કે તે રસ્તા તરીકે ઉપયોગમાં લેવાય. સીડીઓ વડે બહાર જઈ શકાતું હતું, પણ બંદીઓ કે પિશાચોને તેની જરૂર નહોતી, કારણ કે તે ખુલ્લા પગે દરેક જગ્યાએ છલાંગ લગાવી શકતા હતા.

જો કે ત્યાંના વેલાઓ ઘણા બિહામણા હતા. કોઈ દૂરની ઝૂંપડી જ્યાં જાળ ન હોય તો એ લોકો વેલાઓના સહારે વાંદરાની માફક ઝૂલીને ત્યાં પહોંચતાં. પદ્માએ તેની નજરે આ બધું જોયું.

“આપણે કોઈ નરકમાં આવી ગયા છીએ?” પદ્મા બોલી તો કૃપાએ જવાબ આપ્યો.

“આ કળણભૂમિ છે. આ કીચડમાં કોઈ ચાલી નથી શકતું. જો કોઈ ચાલવા જાય તો એ પાછું નથી આવી શકતું.”

પદ્માએ પ્રશ્નાર્થ નજરે કૃપા સામે જોયું, ત્યારે કલ્કિ બોલ્યો, “તું પોતાની જાતે જ વાતો બનાવી નાખવામાં ઉસ્તાદ છે, હેં ને?”

“હમ્મ... દોસ્ત એવું માની લે.” કૃપાએ કટાક્ષમાં જવાબ આપ્યો.

પદ્માને સીડીઓ ચડવાનું કહેવામાં આવ્યું. એ જાળ સુધી ગઈ અને સાવચેતીથી ચાલીને એક ઝૂંપડી સુધી આવી જેના તળિયાને ડાળીઓ, થડ અને પાંદડાંઓ વડે સખત બનાવવામાં આવ્યું હતું. કલ્કિ તેની પાછળ હતો અને તેઓ બધાં એક હરોળમાં ઊભાં હતાં ત્યારે પિશાચે ઝૂંપડીનો દરવાજો ખખડાવ્યો.

તે દરવાજો ખૂલ્યો.

ત્યાં એક ગોરા રંગનો પિશાચ હતો. તેણે પદ્મા તરફ ઇશારો કરીને અંદર આવવા કહ્યું. તે બધા અંદર જતા રહ્યા. તેને તો એ પણ ખબર નહોતી કે તેમની સાથે આવનારી ટાલવાળી સ્ત્રી કોણ છે, જો કે તે અપ્સરા જેવી દેખાતી હતી – અસાધારણ રૂપની સુંદરી જેને માથે વાળ નહોતા એટલે પદ્મા તેને અપ્સરા માની નહોતી શકતી.

ઝૂંપડીમાં મીણબત્તી સળગી રહી હતી. બહારથી સ્ત્રી-પિશાચીઓના ઢોલના ધીમા અવાજો આવી રહ્યા હતા. વચ્ચે એક ઘેરા કાળા રંગનો પિશાચ પલાઠી મારીને બેઠો હતો. તેની આંખો બંધ હતી અને નસકોરામાં વચ્ચે છેદ પાડ્યું હતું. તેના તેલ લગાવેલા વાળને પાછળ બાંધેલા હતા. તેણે માનવ ખોપરીઓની માળા બનાવી પહેરી હતી. તેમાં એક ખોપરી બાળકની પણ હતી જે દૃશ્ય ડરામણું લાગતું હતું.

"તેમના દેવતા કે હાલના દેવતા. આ લોકો વારંવાર તેમના દેવતા બદલતા રહેતા હતા." કૃપાએ ધીમેથી કહ્યું.

"તે લોકો શેમાં માને છે?" કલ્કિએ જોરથી પૂછ્યું. પદ્માને પાછળથી હથોડો પડ્યો હોય તેમ લાગ્યું.

"તેમનું માનવું છે કે સૌથી શક્તિશાળી લોકો જ જીવવા યોગ્ય છે. જો બે પિશાચ લડે ને જે હારે તેને મારી નાંખવામાં આવે છે, કારણ કે તે લોકો હારને ઘણી શર્મનાક માને છે."

"લડાઈ? હદ થઈ ગઈ. આ લોકો ક્યાં લડતાં હશે?" પદ્મા ચિડાઈને બોલી.

"ચૂપ રહો!" પિશાચોનો મુખિયા જોરથી બરાડ્યો.

પદ્માના આખા શરીરમાં લખલખું પસાર થઈ ગયું, જેવું ઉર્વશીની

હત્યા કરતા સમયે થયું હતું અને તેનો નિર્ણય બદલાયો હતો. આ અનુભવ મૃત્યુથી ઓછો નહોતો.

પિશાચોનો નેતા તો તેમની બોલી જ બોલી રહ્યો હતો.

તેણે આંખો ખોલી તો પદ્માએ જોયું કે લાલઘૂમ હતી. તેના ચહેરા પર સ્મિત ફરક્યું, "કેટલી નાદાન છે. મારા જ વિસ્તારમાં મારી મરજી વગર બોલી રહી છે. તમારા જૂથનો નેતા કોણ છે?"

ટાલવાળી યુવતી આગળ આવી, "અમારું કોઈ જૂથ નથી. અમે અલગ લોકો છીએ."

"ઓહ, બહુ સરસ." તે એવી રીતે બોલ્યો જાણે ગળામાં ખારાશ આવી હોય, "આ જગ્યાએ સ્ત્રીઓ અવાજ પણ નથી કાઢતી અને તું મારી સામે બોલે છે?"

ટાલવાળી સ્ત્રીએ દાંત ભીંસ્યા અને પદ્મા તેમની વચ્ચેની ખેંચતાણ અનુભવી શકતી હતી. જો કે તેને પણ આ વાત નહોતી ગમી. ઈલાવર્તી હજુય પછાત હતું, તે નાગલોકો જેવું નહોતું, જ્યાં પિતૃસત્તા નહોતી. દરેક કબીલાઓ કોઈને કોઈ રીતે કટ્ટર હતા.

"પ્રિય, તારું શું નામ છે?"

"રત્ના... મારુ."

નેતા ગરજ્યો, "તારા બીજા મિત્રો કયા છે?"

રત્નાએ જટાવાળી યુવતીને જોઈ કહ્યું, "આ સ્મૃત છે. અને આ છૂંદણાવાળી યુવતી આયના છે."

"અને તું?" તેણે સુક્કી આંખોથી પદ્માને પૂછ્યું.

"હું પદ્મા ને આ કૃપા અને કલ્કિ છે."

નેતાએ ડોકું ધુણાવ્યું, "તમે લોકો થાકેલા અને ચિંતાગ્રસ્ત લાગો છો. મારા ઘરમાં સ્વાગત છે. થોડો આરામ કરી લો. માફી માગું છું કે મારો પરિચય આપવાનો ભૂલી ગયો. હું બ્રહ્મપુત્રાક્ષ છું."

ત્યારે જ કૃપાએ પદ્માને કોણી મારી. પદ્માએ તેની સામે જોઈને તે ઇશારામાં જાણવા માગ્યું કે તે શું કહેવા માગે છે. કૃપા સતત પિશાચોના નેતા સામે જોતો રહ્યો જાણે તેને યાદ આવ્યું હોય કે આ બ્રહ્મપુત્રાક્ષ

કોણ હતો. તે ઘણો શિષ્ટતાથી વર્ત્યો, પણ તેના મગજમાં હજુ ગડભાંજ ચાલતી હતી. એ તો નરપિશાચ હતા તો પછી આમ સામાન્ય રીતે કેમ વર્તતા હતા.

પદ્માએ કૃપાને અવગણ્યો ને એ લોકો બહાર જવા લાગ્યા ત્યારે જ પાછળથી અવાજ આવ્યો, "ઊભાં રહો."

એ લોકો ત્યાં જ સ્થિર થઈ ગયાં.

"અમે અમારા મહેમાનોના સ્વાગત માટે એક નાની રમત રમીશું. આ ઉત્તરજીવિતાની રમત છે. તમે બે જૂથ છો જેમાં ત્રણ-ત્રણ સભ્ય છે એટલે જો તમે લોકો રમત માટે તૈયાર થાઓ તો મને ઘણું સારું લાગશે."

"શું?" પદ્મા બોલી.

"અમે આ પરંપરાનું પાલન કરીએ છીએ, જે જીતશે તે બીજે દિવસે જીવતો હશે." તેનું સ્મિત હાસ્યમાં પરિવર્તિત થયું.

પદ્માએ જોયું કે તે દાઢમાંથી કીડો કાઢીને ખાઈ ગયો. તે એટલો તો સભ્ય નહોતો જ. તેને જોઈને જ મન બેચેન લાગતું હતું, "આપણી પહેલી લડાઈ તમારા બંને વચ્ચે હશે."

તેણે પદ્મા અને આયના તરફ સંકેત આપ્યો.

15

ઉર્વશી ઘણીબધી બાબતો માટે વિચારી રહી હતી, પણ તેને અમલમાં મૂકવા માટે તેને મંજૂરી નહોતી મળતી.

હંમેશાં તેના પિતાની છત્રછાયામાં મોટી થયેલી ઉર્વશીને ઘરમાં જ શિક્ષણ મળ્યું અને યુદ્ધકલા પણ તે ત્યાં જ શીખી. સૈન્યના ખાસ લોકોએ તેને તલવારબાજી અને યુદ્ધકલા શીખવી. તેના મિત્ર કોઈ નહોતા એટલે તેણે ગુરુ સાથે જ સ્નેહનો સંબંધ વિકસાવ્યો હતો, જે વાસ્તવમાં એક વિદ્યાધર હતા. આ વાત ગુરુએ ઉર્વશી સિવાય કોઈને કહી નહોતી, કારણ કે વેદાંત અજાણ્યા માણસોથી ડરતો રહેતો હતો. તે એવું જ ઇચ્છતો કે ઉર્વશીને ફક્ત માનવો જ શિક્ષણ આપે.

બીજી બાજુ ઉર્વશીને આ બાબતોની કોઈ ચિંતા નહોતી. તેને તેના ગુરુ કોઈ વિલુપ્ત પ્રજાતિના હોવાથી કોઈ ફર્ક નહોતો પડતો.

તેને શીખવું, પુસ્તકો વાંચવાં અને જાદુ કરવાનું ગમતું હતું. તેનામાં આ બધા માટે ખાસ્સું આકર્ષણ હતું. તે ક્યારેય વિદ્યાધર નહોતી બની શકવાની, પણ તેનો મતલબ એ નહોતો કે તે નાના-મોટા જાદુ નહોતી કરી શકતી.

વિદ્યાધર લોકો જાદુગર હતા. તે સામાન્ય માણસો જેવા દેખાતા પણ તેઓમાં જાદુ કરવાની મહારત હતી. કોઈ શૂન્યમાંથી વસ્તુ કાઢવાથી માંડીને દૂર સુધીની યાત્રા અને પ્રાકૃતિક તત્ત્વો પરનું નિયંત્રણ તેમાં સામેલ હતું. તેમની પાસે આ કરવાની બે રીત હતી – બાહ્ય અને આંતરિક જાદુ. આંતરિક જાદુને જાદુનું તત્ત્વ સંબંધી રૂપ કહી શકાય, જેમાં ધરતી, જળ, વાયુ, આકાશ અને અગ્નિનો પ્રયોગ થતો. તેમના ગુરુએ શીખવાડ્યું હતું કે દરેક વિદ્યાધરની અંદર ઇન્દ્ર, વાયુ, વરુણ અને અગ્નિનો અંશ આવેલો હોય છે. તેનાથી તેઓ પોતાની શક્તિનો

પ્રયોગ કરી શક્તા હતા. જો કે આ દેવતાઓની શક્તિ જેવી નહોતી. બાહ્ય જાદુ કોઈ ચીજ પર નિર્ભર હતું જેમાં જાદુઈ શક્તિ સમાવિષ્ટ હોય જેમ કે તાવીજ કે હાથનું કડું.

ઉર્વશી એક માનવ હોવાને કારણે બાહ્ય જાદુ જ કરી શકતી હતી, પણ તેની અદમ્ય ઇચ્છા હોવાને કારણે ગુરુએ તેને થોડું પૈશાચિક કર્મ પણ શીખવાડ્યું હતું. તેમણે શીખવાડ્યું હતું કે કોઈને સ્પર્શ કર્યા વગર પણ ઈજા કેવી રીતે પહોંચાડી શકાય. ઉર્વશીને આ બધું અસંભવ લાગતું પણ થોડા સમયમાં જ તેને સાબિતી મળી ગઈ.

જ્યારે તેણે મહારાજ કળિની બહેન દુરુક્તિને મુસીબતમાં જોઈ તો એને લાગ્યું કે તે એની સમસ્યા હલ કરી શકશે. ઉર્વશીના ગુરુ પણ વધુ સાધના માટે ગયા હોવાથી તે એકલી હતી. તે જાદુનો પ્રયોગ નહોતી કરી શકતી, પણ રાજકુમારી દુરુક્તિના માધ્યમથી કરી શકતી હતી.

"મારી ફક્ત એક જ વિનંતી છે." તેણે દુરુક્તિના ઓરડામાં પ્રવેશ કરતા જણાવ્યું, "આ બાબતે મારા પિતાને જાણ ન થવી જોઈએ."

"ચિંતા ન કરીશ, હું કોઈને નહીં જણાવું." દુરુક્તિએ અવિશ્વાસથી માથું હલાવ્યું.

ઉર્વશીને દુરુક્તિની સુંદરતા જોઈ ઘણીવાર ઈર્ષ્યા થતી. ઉર્વશીને તેના વાળમાં ચમક અને ચહેરા પરનો ઉજાસ લાવવા ઘણી મહેનત કરવી પડતી હતી. ઉર્વશી હજુ નાની હતી, પણ તેને મનમાં એવું હતું કે મોટા થઈને દુરુક્તિ જેવું સુંદર બનવું છે. કાળા લાંબા વાળ, ભરચક આંખો, નાનો ચહેરો અને તીણી ચિબુક. ઉર્વશી એવી જ બનવા માગતી હતી અને નસીબ કે તેને રાજકુમારી દુરુક્તિ એવી જગ્યાએ મળી કે જ્યાં તે કાયમ જતી-આવતી હતી.

"આ વાતથી તમારા ભાઈ અને મારા પિતા વચ્ચે જે વેર છે તેમાં કોઈ ફરક નથી પડવાનો. આપણે મિત્ર નથી. હું કંટાળેલી છું અને તમને મદદ જોઈએ." ઉર્વશીએ તેની વાત મૂકી. જો કે તેનો અવાજ માસૂમ હતો પણ તેના રાજસી ઠાઠ દેખાઈ આવતો હતો.

"હું જાણું છું, હું સમજી શકું છું." દુરુક્તિએ ફરીથી સંમતિ દર્શાવી,

જાણે તેને આ બધી વાતની કોઈ પરવા ન હોય. તે ઉર્વશી સામે કોઈ નાની છોકરીની જેમ વર્તતી હતી.

સારું, તો હું આ બધું ખોટું સાબિત કરી દઈશ.

"સારું, તો હું ઇચ્છું છું કે તમે મારા માટે કંઈક કરો." ઉર્વશીએ તેનો થેલો ફંફોસીને અંદરથી લાકડાની ઢીંગલી બહાર કાઢી.

"આ શું છે?"

"આ લાકડાની ઢીંગલી મેં બનાવી છે. મારા પિતાને લાગે છે કે આ મારો શોખ છે, પણ આ કોઈની સાથે સંપર્ક સાધવાની રીત છે. તમે આના માધ્યમથી કોઈને પણ ઈજા કરી શકો છો."

"ઉફ્ફ, આટલી નાની છોકરી થઈને આટલી દુષ્ટ વાતો."

ઉર્વશી લજાઈ ને હસી, "ઓહ, આભાર રાજકુમારીજી! હું ઇચ્છું છું કે તમે સિમરીનનું ધ્યાન બીજી તરફ કરો. ત્યારે હું તેના માથાનો એક વાળ ઉખાડી લઈશ."

"વાળ? શું તું કોઈ યોગ્ય જ વાત કરી રહી છે?" દુરુક્તિ કશું સમજી નહીં.

"હમ્મ, આપણે તે વાળ આ પૂતળા પર બાંધવો પડશે."

"એવું શેને માટે કરવાનું છે?"

"તેનું પરિણામ આપ જોઈ લેજો."

દુરુક્તિએ સંમતિ દર્શાવી, "આશા રાખું છું કે તારો આ પ્રયોગ સફળ થાય."

"નહીંતર...?"

"નહીંતર, મારો સમય બરબાદ થશે. બીજું તો શું?" આવું બોલી તે પોતાના ઓરડામાંથી બહાર નીકળી ગઈ.

ઉર્વશી તેની પાછળ નીકળી. તે મહેલની વાસ્તુકલા જોવા લાગી. કળિએ મહેલની સુંદરતા વધારવા કશું ખાસ કર્યું નહોતું, પણ સૈનિકો વધારી દીધા હતા. દરેક પરસાળમાં તેના બે-ત્રણ સૈનિકો તૈનાત હતા.

જ્યારે તે બંને છેલ્લા દરવાજે પહોંચ્યા તો દુરુક્તિએ ઊંડો શ્વાસ લીધો.

"મને એ વાતની જાણ છે કે તમે શંભલ પર હુમલો કર્યો હતો. તમે

એક સાધારણ દાસીથી કેમ ડરો છો?"

"તે એક વિદ્યાધર છે." દુરુક્તિ ધીમેથી બોલી, "હું વિજ્ઞાનને માનું છું અને આ તંત્ર-મંત્ર કરતા માણસનો કેવી રીતે સામનો કરવો તે હું જાણતી નથી."

ઉર્વશીએ તેના ખભે હાથ મૂક્યો, "ઇતિહાસ એવું કહે છે કે વિજ્ઞાન અને જાદુ એકસાથે ચાલે છે."

દુરુક્તિ દરવાજો ખખડાવતાં પહેલાં હસી, "હું તેને વાતોમાં રાખીશ... તું તારે જે કામ કરવાનું હોય તે સિફતથી કરી લેજે."

"તમે મારી કોઈ ચિંતા ન કરો."

દુરુક્તિ કશું બોલે તે પહેલાં અંદરથી સિમરીન બહાર આવી. તે દુરુક્તિ જેવી સુંદર નહોતી અને તેનું મોટું માથું જોઈને ચીડ ચડે એવું હતું. તેના એક હાથમાં છ આંગળીઓ હતી. છઠ્ઠી આંગળી ઉપર તરફ ઊભરેલી હતી. ઉર્વશીએ આવાં લોકો વિશે વાંચ્યું હતું, જો આવો દોષ રાક્ષસોમાં હોય તો તેનું ઘર નાળીમાં હોય.

એવું નહોતું કે ઉર્વશી આ બધી વાતોમાં વિશ્વાસ નહોતી ધરાવતી.

"રાજકુમારીજી!" સિમરીને માથું ઝૂકાવ્યું.

"શું કરી રહી હતી?" દુરુક્તિના ચહેરા પર ઉદાસીનતા હતી.

ઓહ, કમાલનો અભિનય આવડે છે.

"હું મારાં ફાટેલાં અમુક વસ્ત્રો સીવી રહી હતી."

"સારું." દુરુક્તિએ તેનો હાથ ઝાટક્યો. ઉર્વશી તેનો મતલબ ન સમજી, ત્યારે એક અજબ ખામોશી છવાઈ ગઈ. ઉર્વશીને લાગ્યું કે તેને હરકત કરવાનો સમય આવી ગયો હતો.

"ખબર છે, અમે બજાર જઈ રહ્યાં હતાં ત્યાંથી થોડાં તાજાં સફરજન લાવવા..." ઉર્વશી અચાનક ચૂપ થઈ ગઈ અને સિમરીનના વાળ તરફ ફરીને બોલી, "ઓહ, આ શું?"

"શું થયું?" સિમરીન વિચારમાં પડી ગઈ અને તેણે ત્યારે તેના વાળને હાથ લગાવ્યો.

"આ શું છે?" ઉર્વશીએ તેના વાળ તરફ ઇશારો કર્યો.

“કશું નથી, શું?” સિમરીને ફરીથી તેના વાળ પર હાથ ફેરવ્યો.

“ઓહ પ્રિય, આ તો કેટલી ખરાબ વાત કહેવાય. ઊભા રહો, હું ફરીથી જોઉં.” ઉર્વશી આગળ આવી અને તેના માથામાંથી એક વાળ ખેંચ્યો.

સિમરીને ચીસ પાડી, “શું કરી રહી છે?” તેણે ઉર્વશી તરફ શંકાથી જોયું, “રાજકુમારીજી, તમે શું કહેતાં હતાં?”

“અરે, મને એક સફેદ વાળ દેખાઈ ગયો, હવે વાંધો નથી.”

“શું વાત કરે છે, એવું ન હોય.”

“સારું તો આપણે જઈએ.” ઉર્વશીએ હાથનો ઇશારો કર્યો અને તેણે દુરુક્તિનો હાથ પકડ્યો. તે બંને સિમરીનના ઓરડામાંથી બહાર નીકળી ગયા.

“બજાર જવાની વાત હતી ને?”

ઉર્વશીએ તેને જવાબ આપવો જરૂરી ન સમજ્યો.

તે લોકો દુરુક્તિના ઓરડામાં પાછાં આવ્યાં. ઉર્વશી તેના કામમાં પરોવાઈ ગઈ. તેણે એ વાળ ઢીંગલીની આસપાસ લપેટી લીધો.

“તેં તો કમાલ કરી નાંખી.” દુરુક્તિએ તેનાં વખાણ કર્યાં.

“હું જાણું છું.” ઉર્વશીએ સ્મિત આપ્યું.

“હવે આ ઢીંગલીનું શું કરવાનું?”

“આ હવે કોઈ ઢીંગલી કે પૂતળું નથી, હવે આ સિમરીન છે.” તેણે વાળને ચોકસાઈથી બાંધીને દુરુક્તિને બતાવ્યું.

“સિમરીન?”

“અરે હા, હવે આ ઢીંગલી સિમરીન છે. આ કોઈ સામાન્ય લાકડી નથી. આ જાદુઈ લાકડી છે. આવી ઢીંગલીઓ અને સાચા સમય પર કામ લાગે તે માટે આ મારા ગુરુએ જ મને આપી હતી. જુઓ, હવે હું આ ઢીંગલીને જે કરું તેવી અસર તે વ્યક્તિને થશે.”

દુરુક્તિએ ઢીંગલી હાથમાં લઈને શંકાથી પૂછ્યું, "તને પૂરો વિશ્વાસ છે કે આ યુક્તિ કામ કરશે?"

"મેં આ યુક્તિ એકવાર મારા નોકર પર અજમાવી હતી, પણ તે તેને ગમ્યું નહોતું."

"જો હું આ ઢીંગલીને મારું અને મરોડું ...ને જો આ તૂટી જાય તો?"

"એ વ્યક્તિ પણ તૂટી જાય."

"આ તો કાળો જાદુ કહેવાય, હેં ને?"

"હમ્મ..."

"તારો ગુરુ કોણ હતું?"

ઉર્વશી ડરી ગઈ, "આમ તો તમને કહેવાય નહીં, તમે પોતે જ એ કબીલાના છો. મેં પણ તમને મારી વાત કરતાં પહેલાં કશું વિચાર્યું નહીં. ચાલો, આપણે આપણા કામમાં ધ્યાન આપીએ."

"આ ઢીંગલી પાસેથી સત્ય જાણવા માટે શું કરવું પડશે?"

"તમે કોઈને પરેશાન કરીને વાત કાઢવી શકો છો?" ઉર્વશીએ ઉત્સાહમાં તાળી બજાવી, "જ્યારે તમે એવું કરો ત્યારે શું હું એ જોઈ શકું?"

"કોઈને પરેશાન કરીને? શું તું ખરેખર જ વેદાંતની પુત્રી છે ને?"

ઉર્વશીએ નિઃસાસો નાંખ્યો. આવું ઘણીવાર તેને સાંભળવા મળતું કે તેનો સ્વભાવ દુષ્ટ હતો. તેણે ભલે કોઈને કહ્યું હતું, પણ તેને રક્તપાત ગમતો હતો. તે એવા ખરાબ સ્વભાવવાળી નહોતી અને કોઈને જાણીજોઈને દુઃખી કરવા માગતી નહોતી. એ દુરુક્તિની પોતાની મરજી હતી કે તે સિમરીનને કેટલું દુઃખ આપવા માગે છે. આ રીતે તેના વિશેનું બધું આળ ઉર્વશીને માથે નહોતું આવતું.

આવી દુષ્ટ અને નિર્દયી વાતો માટે ઉર્વશીના સ્વભાવને તેની માતાના કસમયે થયેલા મૃત્યુ સાથે કોઈ સંબંધ નહોતો. તેના માટે તે પોતે જ કારણભૂત હતી. માના મૃત્યુ પછી તેણે પોતાની જાતને લોકોથી અળગી કરી નાખી હતી. તે ઘોડાઓ અને સૈનિકો પર તેના દાવ અજમાવતી. તે ગુસ્સામાં જાનવરોને ચાકુ ઘુસાડી દેતી અને ભાગી જતી. રાજકુમારી હોવાને કારણે તેને કોઈ દંડ મળતો નહીં. તેને ઘણીવાર એવું થતું કે

તેનામાં ઘણીબધી લાગણીઓ હોવી જોઈએ, પણ તેણે તેની પરવા નહોતી કરી. તેને મનમાં તેના પિતા માટે જ ફક્ત લાગણી હતી. બાકીના બધા તેને માટે કઠપૂતળી હતા, જેમ રમત કરવી હોય તેમ કરી શકાય.

"સાચું કહું તો મને હજુય વિશ્વાસ નથી આવતો." દુરુક્તિએ મોંમાં જીભ ફેરવી. ઉર્વશીએ જોયું કે તે ઘણીવાર આવું કરતી હતી.

"હું સાચું કહું છું. પણ આ કામ કરવા માટે તે વ્યક્તિની પાસે જવું જરૂરી છે."

"કેટલું પાસે જવું પડશે?"

ઉર્વશી મજાકમાં હસીને બોલી, "ચાલો, અજમાવી જોઈએ."

ઉર્વશીએ સિમરીનના ઓરડાનો દરવાજો ખખડાવ્યો અને ઝડપથી ભાગીને બીજા ખૂણે જતી રહી જે તરફ દુરુક્તિ ઊભી હતી. તે બંને પરસાળના અંધારા ખૂણામાં જઈને છુપાઈને ઊભાં હતાં. દરવાજો ખૂલ્યો અને સિમરીને બહાર આવીને તે બાજુ જોયું. તે જાણવા માગતી હતી કે દરવાજો કોણે ખખડાવ્યો.

"હવે જુઓ." ઉર્વશીએ હોઠ ભીના કર્યા અને વાળ બાંધવાના ધાતુના બક્કલને ઢીંગલીના પેટમાં ઘુસાડ્યું. તેણે એ એટલું જોરથી કર્યું હતું કે ઢીંગલીના પેટમાં કાણું પડી ગયું.

"આહ..." આ અવાજ સિમરીન બાજુથી નહોતો આવ્યો.

આ તો દુરુક્તિનો અવાજ હતો.

"અરે, આ શું થયું?" ઉર્વશીએ પાછળ ફરીને જોયું કે દુરુક્તિ જમીન પર પડી હતી ને તેના કપડામાંથી ઉર્વશીએ જે જગ્યાએ ઢીંગલીમાં કાણું પાડ્યું હતું ત્યાંથી લોહી નીકળી રહ્યું હતું.

ઉર્વશી ઝડપથી સમજી ગઈ કે આ શું થયું હતું. ઉર્વશી બક્કલને ઢીંગલીમાંથી કાઢીને જમીન પર બેઠી. તેણે દુરુક્તિનું માથું પોતાના ખોળામાં લીધું. તે હતપ્રભ અને ચિંતામાં હતી, "ધીરજ રાખો, હું મદદ માટે કોઈને બોલાવું છું. આ બધું કેવી રીતે થયું એ નથી સમજાતું."

દુરુક્તિના ચહેરા પરની ફિક્કાશ જોઈને તે મૌન થઈ ગઈ. શરીરમાંથી લોહી વહી રહ્યું હતું તેથી સાવચેતી રાખવી પડે તેમ હતું. કદાચ આ જાદુ પલટાઈ ગયો હશે. જ્યારે સિમરીનને ખ્યાલ આવ્યો કે તેનો વાળ તોડવામાં આવ્યો છે તો તે સંભવ હતું, તેના માટે તેની પાસે દુરુક્તિનો વાળ હોવો જરૂરી હતો.

આ જાદુ-ટોણાં સરળ ચીજ નથી હોતી પણ સિમરીને તે લોકોને પોતાની જાળમાં ફસાવી દીધાં હતાં. સિમરીન સમજી ગઈ હતી કે ટોણાં કરવા માટે તેનો વાળ લેવામાં આવ્યો હશે તેથી તેણે દુરુક્તિ સાથે તેના જેવું જ કર્યું. આ કામ તેને માટે સાવ આસાન હતું, કારણ કે તે બંને સાથે જ રહેતાં હતાં.

ત્યારે જ ઉર્વશીને સામે કોઈનો આભાસ થયો. હાથ બાંધીને ઊભેલી સિમરીન ત્યાં ઊભી હતી. તેના ચહેરા પર દુષ્ટતાસભર સ્મિત હતું. તે સમયે તે કોઈ ચુડેલથી કમ નહોતી લાગતી.

“ઓહ, તો બંને બધું જાણી ગઈ છે. સમય આવી ગયો છે કે બંનેનો ખાતમો કરી નાંખવામાં આવે.” તેનાં ટેરવાં પરનો પ્રકાશ તેને દેખાયો. ઉર્વશી સમજી ગઈ કે સિમરીન આંતરિક જાદુનો પ્રયોગ કરી રહી હતી.

હવે બચવાનો કોઈ રસ્તો જ નહોતો રહ્યો. એ બંને હવે મરવાનાં જ હતાં.

16

આખરે તેને એક રાક્ષસને મારવાનો અવસર મળશે.

વેદાંત તૈયાર હતો. તેણે પોતાનો યુદ્ધપોશાક પહેર્યો. કાંસાના કવચ પર તેનું વજ્રનું પ્રતીક ચમકતું હતું. તેણે ભગવાન ઇન્દ્રની વજ્રશક્તિ આગળ હાથ જોડ્યા ને અભયની પ્રાર્થના કરી. તે હવે તૈયાર હતો. ખભા પર કુહાડી લટકતી હતી, મ્યાનમાં તલવાર હતી અને જૂતાં કસીને બાંધ્યાં, પણ તે છતાં એ ચિંતિત હતો.

તેને સમજાતું નહોતું કે એવું કેમ થઈ રહ્યું છે. તેણે પલંગ પર બેઠા-બેઠા થૂંક ગળે ઉતાર્યું.

ઇન્દ્રની સોગંદ, મારે ડરવું ન જોઈએ.

અને તેને ભય હતો. તેને એમ વિચારીને દુઃખ થતું હતું કે તેણે ન્યાયના આધારે રાજ્ય પાછું લેવું હતું જે તેનો અધિકાર હતો. તે પહેલેથી એવું માનતો હતો, પણ હવે હદ થઈ ગઈ હતી.

તે લોકોએ મારા વિશ્વાસને હાનિ પહોંચાડી છે, હવે હું તેમને હેરાન કરીશ.

તેણે તેની વનસ્પતિઓને ધ્યાનથી જોઈ. છેલ્લા કેટલાક દિવસોની દોડાદોડમાં તે પાણી પીવડાવવાનું ભૂલી ગયો હતો અને સેવકોને કહેવાનું ભૂલી ગયો હતો. છોડ એવા મૂરઝાયેલા હતા કે, જાણે મૂળથી મરી ગયા હોય. તેણે પ્રેમથી તેને સ્પર્શ કર્યો, તેને લાગ્યું કે તે કંઈક કહેવા માગે છે... જાણે તે પણ એ બધાની જેમ મૂરઝાઈ રહ્યો છે.

નહીં...

વેદાંત એકદમ ઊભો થઈ ગયો. તેણે નક્કી કર્યું કે પાછો આવીને પોતાના ઓરડામાં કુંડામાં નવા છોડ લગાવશે. તેણે દાસીને બોલાવી તો તે દોડીને આવી. તેણે એક લાંબું પહેરણ પહેર્યું હતું અને ટાલવાળું

માથું કપડાથી ઢાંકેલું હતું.

"ઉર્વશી ક્યાં છે?" વેદાંતે પૂછ્યું.

દાસીએ માથું હલાવ્યું, "તે પુસ્તકાલય ગઈ હતી. હજુ પાછી નથી આવી."

"શું તેની સાથે સૈનિકો હતા?"

"જી, મહારાજ."

"મારા ગયા પછી તે આવે તો એને કહેજો કે તે સુરક્ષિત જગ્યાએ રહે. તેણે ભોજન અને વસ્ત્રો સાથે લઈને ક્યાંક સંતાઈ જવાનું છે. મારો સંદેશ ન મળે ત્યાં સુધી તે ત્યાં જ રહે. મારા અથવા સંદેશાવાહકના આવતા સુધી એ ક્યાંય જાય નહીં."

દાસીએ સંમતિથી માથું હલાવ્યું.

"મહારાજ ખોટું ન લાગે તો એક વાત પૂછું કે, તમે ક્યાં જઈ રહ્યા છો?"

વેદાંતે ખોટું ન લગાડ્યું. તેણે આંખો બંધ કરી તો તેની સામે તેની પત્નીનો ચહેરો તરવર્યો. જો તે રોગમાં મરી ન હોત તો ઉર્વશીની દેખરેખ માટે કોઈક તો હોત. પણ પરિસ્થિતિ હંમેશાં આસાન નથી હોતી. હવે તેણે પગલું ભરવું જ પડશે.

તે કશું બોલ્યો નહીં, પણ એ જાણતો હતો કે તે શું કરવા જઈ રહ્યો હતો. તે એક રાજા વિરુદ્ધ અવાજ ઉઠાવવા જઈ રહ્યો હતો, ઘણા સમય પહેલાં કેટલાક લોકોએ આવું જ તેની સાથે કર્યું હતું.

એ બધા અસફળ થયા હતા, પણ જો તે અસફળ થયો તો બધું જ ખતમ થઈ જશે.

વેદાંતે કુબેર પાસેથી થોડા યક્ષ ધનુર્ધર માગ્યા ને કુબેરે ના નહોતી પાડી. તે પોતાના બાર ભરોસાપાત્ર સૈનિકો સાથે ઘોડા પર સવાર હતો. તે આ કામ છૂપી રીતે કરી શકતો હતો, પણ તે ખુલ્લેઆમ કરવા માગતો હતો. જેથી લોકોને તેની શક્તિ અને ઠાઠ બતાવી શકે.

તે બજારમાંથી પસાર થઈને તીર્થ સુધી ગયો, જ્યાં તેની જાણ મુજબ પ્રદમની ટુકડી મોજૂદ હતી. તે જ્યારે ત્યાં પહોંચ્યો તો તેણે ભગવાન ઇન્દ્રનું વાહન ઐરાવત જોયું, જે તેમને એક સ્થાનથી બીજે લઈ જતું હતું. ભગવાન ઇન્દ્ર ચાલીને કે ઘોડા પર સવારી નહોતા કરતા. તેમની પાસે એવો હાથી હતો જે આકાશમાં પણ ઊડી શકતો હતો. વેદાંતને તેના ગ્રંથો અને તેમાં લખેલા વિવરણ પર વિશ્વાસ હતો. જો કે ઘણા લોકો એવું માનતા કે ઐરાવત વિમાનનું જ એક ઉન્નત રૂપ હતું. તે ઊડી શકે તેવું યંત્ર સોમથી સંચાલિત હતું, પણ તે સાવ ખોટી બકવાસ વાત હતી.

તેણે પ્રદમને જોયો જે તેના માણસો સાથે વાત કરી રહ્યો હતો. તેણે તેના શરીર પર ભગવા રંગનું કપડું લપેટેલું હતું. તેનું કવચ ચમકી રહ્યું હતું અને તેના કમર પર એક મજબૂત તલવાર લટકતી હતી. બીજા રાક્ષસો તીર્થસ્થળને હથોડા મારીને તોડી રહ્યા હતા. વેદાંત પહેલાથી પણ વધુ આત્મવિશ્વાસથી ભરપૂર હતો. તે એનો સદુપયોગ કરનારો હતો. તેની પાસે પ્રદમથી વધુ તાકાત હતી અને તે વેદાંતની સરખામણીએ નબળો દેખાતો હતો.

"દેશદ્રોહી!" વેદાંતે રાક્ષસોના સેનાપતિને લલકાર્યો.

પ્રદમ એકદમ ફર્યો અને સૈન્યને જોઈને વિચારમાં પડી ગયો. તેના માણસો પણ હથોડા રોકીને વેદાંતને જોવા લાગ્યા. વેદાંતની અંદર જીતવાનું ઝનૂન સ્વર હતું ને ડર ગાયબ હતો.

"મહારાજ વેદાંત, આ બધું શું છે?"

પ્રદમ રાક્ષસ હોવા છતાં સભ્ય હતો. તે માર્તંડ જેવો અશિષ્ટ, અભણ અને જંગલી નહોતો. તે જ્યાં જાય ત્યાં ખતરો તોળાતો રહેતો.

"કળિ અને તારા કામ સામે મારો વિદ્રોહ છે." વેદાંતે ઘોડા પરથી ઊતરતા કહ્યું.

વેદાંતે આકાશ તરફ જોયું. તેણે આસપાસની ઇમારતો પર તહેનાત યક્ષ તીરંદાજ જોયા. તે પ્રદમની સહેજ હરકત પર બાણ વરસાવી શકતા હતા.

"તારું મગજ તો ઠેકાણે છે ને? અહીંથી પાછો જતો રહે."

વેદાંતે માથું હલાવ્યું.

પ્રદમ જાણે કોઈ રમૂજ સાંભળી હોય તેમ હસ્યો. તેણે મ્યાનમાંથી તલવાર ખેંચી. વેદાંતે પણ તલવાર કાઢી અને તીરંદાજોને તીર ન ચલાવવા ઇશારો કર્યો.

આ તેની અને પ્રદમ વચ્ચેની વાત હતી. વેદાંતના રક્ષકો પણ વચ્ચે ન આવ્યા. તે લોકો તેમના આદરણીય મહારાજનો ઉત્સાહ વધારવા જયજયકાર કરવા લાગ્યા.

પ્રદમ તેની તલવાર વીંઝતો આગળ વધ્યો. બંનેનું લોઢું ટકરાયું અને વેદાંત નીચે ઝૂકી ગયો. તેણે પ્રદમના ઘૂંટણ પર ઘા કર્યો. તેણે તેને કમરથી પકડીને પાછળ ધકેલ્યો.

"તું મને હરાવી ન શકે. હું રાક્ષસોના મહાન વંશમાંથી આવું છું."

"એ તો જોઈ લઈએ."

પ્રજા હેરાન-પરેશાન જોઈ રહી હતી. આજુબાજુ થતા ઘોંઘાટ શમી ગયા. તેણે જવાનીમાં તલવારબાજીના અભ્યાસ દરમ્યાન શીખ્યું હતું કે *ફક્ત તમારા વિરોધીની તલવારબાજી પર ધ્યાન આપો, તેની પદ્ધતિનો ખ્યાલ આવી જશે.*

અને એવું જ થયું. પ્રદમ જે પગલું ભરતો, વેદાંતને તેનો અંદાજ પહેલેથી આવી જતો હતો. તે સ્ફૂર્તિથી તેના હુમલાઓ ખાળતો હતો. આખરે એક ઝડપી પગલું ભરી એક ઘામાં તેનું ધડ ચીરી નાખ્યું અને બીજા હુમલામાં તેની એક આંખમાં તલવાર ઘુસાડી દીધી. પ્રદમ જમીન પર ફસડાઈ પડ્યો. ચારેબાજુ લોહીની ધાર વહેતી હતી.

વેદાંતે તેની પર પગ મૂકીને તલવાર ઊંચી કરી. ભીડમાંથી કેટલાક લોકો ચમકી ગયા. તેના માણસોએ ખુશ થઈને તાળીઓ પાડવા માંડી.

બીજા રાક્ષસોએ વેદાંતના આ ઉત્સાહમાં કોઈ અવરોધ ન કર્યો. વેદાંતે તેમને કહ્યું, "હું કોઈને નહીં મારું, કારણ કે રાજા બેકસૂર લોકોનો જીવ નથી લેતો. જાઓ, કળિને જઈને કહો કે વેદાંત તેનો વધ કરવા આવી રહ્યો છે."

રાક્ષસ હજુ અવઢવમાં હતા, ત્યાં વેદાંતને તેના શરીરમાંથી વહેતું લોહી દેખાયું. તેણે જોયું કે તેની પીઠ પર બાણ વાગ્યું હતું જેની તેને ખબર નહોતી. તેણે બાણ ખેંચ્યું, પણ તેને ખ્યાલ આવ્યો કે યક્ષ તેની પર બાણ છોડી રહ્યા હતા.

થોડીવારમાં બાણોનો વરસાદ વરસ્યો. કેટલાંક બાણો વેદાંતના સૈનિકોને અને કેટલાંક ઘોડાઓને વાગ્યાં. એકાએક વરસેલા બાણોથી જીવ બચાવવા ભાગવા માટે પણ તક ન રહી. વેદાંત ગુસ્સામાં બરાડ્યો, પણ એકસાથે ચાર બાણ તેના શરીરને વીંધી ગયા.

તે ધરતી પર પડ્યો. ચારે તરફ ધૂળની ડમરીઓ ઊડી રહી હતી. તેના હાથમાંથી તલવાર છૂટી ગઈ. તેણે જોયું કે તેના માણસોની લોહીલુહાણ લાશો તેની આજુબાજુ પડી હતી. કેટલાક બચ્યા હતા તે પીડાથી ચીસો પાડી રહ્યા હતા. લોકોમાં પણ ભાગદોડ મચી ગઈ ને શું થયું તે સમજવાની કોશિશ કરતા હતા.

ઘેરા અંધકાર વચ્ચે એક વિશાળ સોનેરી રથ તેની તરફ આવતો જોયો. તેમાં સવાર કળિ તેની તરફ આવી રહ્યો હતો. તે પોતાની બંને બાજુ વિનાશથી ઘેરાયેલા સૈનિકોને જોઈ આનંદ અનુભવતો હતો. તેને લોહીની હોળી નિહાળવી ગમતી હતી.

કળિની સાથે આત્મવિશ્વાસથી હસતા કુબેરને પણ ઊભેલો તેણે જોયો.

17

રસ્તો ઘણો લાંબો હતો.

નદીના કિનારે-કિનારે સુપર્ણ તેને ચલાવીને લઈ ગયા. તેઓ તેને પોતાની તલવારોની અણી પર સૈન્યની છાવણી સુધી લઈ જતા હતા. તેમને ભય હતો કે ક્યાંક હુમલો ન થઈ જાય, પણ મનસાના મનમાં કોઈ એવું પ્રયોજન નહોતું. તે ખરેખર જાણવા માગતી હતી કે સુપર્ણોએ વાસુકિના વંશને ખતમ કરવાની કસમ કેમ ખાધી હતી? આ કોઈ એકતરફી યુદ્ધ નહોતું. ઘણાં બધાં પરિબળો કામ કરતાં હતાં. જો તેના ભાઈના પરિવારને સુપર્ણોએ ન માર્યા હોય તો તે તેમની સાથે મિત્રતા કરશે.

આમ પણ હવે તેની પાસે બીજો કોઈ રસ્તો પણ નહોતો.

તેને આજેય યાદ હતું કે આ બધું કેવી રીતે શરૂ થયું હતું. નાગ અને સુપર્ણ કબીલા પરસ્પર ભાગીદારી સાથે કામ કરતા હતા. તેમને એક નદી મળી જેમાં સોમલતા વનસ્પતિનો કીચડ હતો. આ વનસ્પતિઓમાંથી મળતા રસમાં સુધારા કરીને તેને કેટલીય રીતે ઉપયોગમાં લઈ શકાતો હતો. તે નદીને અડીને આવેલી ગુફાઓમાં જન્મ્યા હતા એટલે સુપર્ણો પાસે ગયા, કારણ કે એ તેમનો વિસ્તાર હતો, પરંતુ તે નાગલોકો સાથે સોમલતા ખનીજ અને ધાતુને વહેંચવામાં ખુશ હતા અને તેથી સૌહાર્દપૂર્ણ સંબંધો પણ હતા.

સુપર્ણ સોમને ઇંધણ બનાવી ઊડવાના કામમાં લાવવા લાગ્યા. તેઓ ધાતુ અને પીંછાઓ વડે કૃત્રિમ પાંખો બનાવી સોમની મદદથી ઊડતાં હતાં. આ કારણે તેમને દક્ષિણીઓ, રાક્ષસો અને વાનરોની સૈન્યયોગ્યતાને પછાડવાની તક મળી. નાગલોકો સ્વાસ્થ્ય અને કલ્યાણ માટે જ સોમનો ઉપયોગ કરતા હતા, તેથી તેઓ બહુ સમજી-વિચારીને તેનો ઉપયોગ કરતા હતા. સુપર્ણ તેમને મોંઘા દામે સોમ વેચતા હતા. તે લોકો સોમને

'અમૃત' કે નાગમણિ' કહેતા હતા. તેઓ માનતા કે ભગવાન શેષ દ્વારા તેમના કંઠમાંથી નીકળેલા અમૃતને નાગલોકોને ભેટમાં આપ્યું હતું.

મનસાને ઇન્દ્રગઢમાં પદ્મા સાથે થયેલી વાતચીત યાદ આવી. તેણે તેને જુઠ્ઠું કહ્યું કે નાગલોકો પાસે સોમ રહ્યું જ નથી. હકીકતમાં તેમણે ભગવાન શેષના મંદિરમાં સોમ છુપાવ્યું હતું. આ રીતે હવે તેમની પાસે બાકી રહ્યું નહોતું. સુપર્ણોએ હુમલા દરમ્યાન મંદિર પણ લૂંટી લીધું હતું.

જ્યારે અમૃતનો ભંડાર ઘટવા લાગ્યો ત્યારે સુપર્ણોએ તે વેચવાનું બંધ કરી દીધું. તેમને લાગ્યું કે અમૃતનો ભંડાર પોતાને માટે રાખી મૂકવો ઉત્તમ રહેશે, ભલે નાગલોકો સાથે સંબંધ બગડે. નાગલોકોને થયું કે સુપર્ણ ભગવાન શેષના અમૃતને છુપાવી રહ્યાં છે. આમ તે બંને વચ્ચે સંઘર્ષ શરૂ થયો. નાની-નાની લડાઈ આખરે યુદ્ધમાં ફેરવાઈ ગઈ.

વાસુકિએ સોમની પરવા કરવાનું છોડી દીધું. તે કળિના અભિયાનનો હિસ્સો બની ગયો. ઉદૈયાની દુનિયા તેને વધુ મહત્ત્વની લાગી હતી. મનસા પણ એવું માનતી હતી. તેને પણ બીજી ચિંતા નહોતી, પણ આ વાતોમાં કશું અજીબ તો હતું. નાગ અને સુપર્ણ વચ્ચે મનસાના પિતાના કારણે યુદ્ધ આરંભાયું, જે બીમાર રહેતા હતા અને તેમને સોમની જરૂર હતી. ત્યાંથી સંબંધો બગડવાની શરૂઆત થઈ. એકવાર સોમ મળવાથી તે મગજ પરનું સંતુલન ગુમાવી બેઠા અને તેમના જ લોકોએ તેમને ગાદીએથી ઉતારી મૂક્યા. તેમણે લોકો આગળ એવું સાબિત કર્યું કે અમૃત લેવાથી માણસ પાગલ પણ થાય છે. મનસાએ આ વિશે કોઈ ચર્ચા નહોતી કરી, કારણ કે તેણે જોયું હતું કે જેણે પણ સોમનું સેવન કર્યું, તે તાવ અને મતિભ્રમમાં પડીને કોઈ પાગલ જેમ વર્તતા હતા.

અમૃત, માણસો માટે બન્યું નહોતું અને બન્યું પણ હોય તો નાગલોકો તેના વિના પણ સારા જ હતા.

તેઓ છાવણી સુધી આવ્યા. તે એક ગાઢ જંગલની વચ્ચે હતી. ધુમાડા અને આગની વચ્ચે સર્પ અને કીડાઓ રાંધવાની ગંધ આવતી હતી. ધોતીધારી સૈનિકો આરામથી આમતેમ ફરતા હતા. લાલ અને સોનેરી રંગના તંબૂઓ વચ્ચેની સીમા પર પતાકા લગાવેલી હતી. પતાકાઓ પર

સમડીઓ ચકરાવા મારતી હતી. કેટલાંક લોકો મોટા સ્વરે ગીત ગાતાં હતા, તો કેટલાંક તેમની તલવારની ધાર ઘસી રહ્યાં હતાં અને કેટલાંક અભ્યાસ કરી રહ્યાં હતાં.

સુપર્ણ મનસા અને નંદને છાવણીની વચ્ચે લઈ ગયા. સુપર્ણોએ તેમની ભૂરી આંખો અને કાળા વાળથી ઓળખી લીધા અને સીટી વગાડવાના અને ચૂમવાના અવાજ કરવા લાગ્યા. નંદ આ જોઈને થોડો અસહજ થઈ ગયો.

"બહેન, તને કોઈ આવકારો નથી."

"બહેન? હવે તે ખરેખર કોઈની બહેન કહેવડાવવાને લાયક નથી રહી."

"જરા ત્યાં જુઓ. બસ, તેમને બચકાં ભરવાનું મન થાય છે."

સુપર્ણ ગમે તેમ બોલ્યા કરતા હતા. તેમના થાકેલા શરીર પર ઘાનાં નિશાનો હતાં.

"બકવાસ બંધ કરો." નંદે ફિક્કા ચહેરે કહ્યું.

મનસાએ તેનો ખભો થાબડીને કહ્યું, "કશો વાંધો નહીં."

નંદે સંમતિપૂર્વક પછી તેના ઘાના ઇલાજ માટે મલમ લગાવીને છાતી પર બાંધેલાં પાંદડાંને સરખાં કર્યાં. તે લોકો એક વિશાળ તંબૂમાં આવ્યા જેને લોખંડના મોટા ખિલ્લાઓથી ખોડવામાં આવ્યો હતો. કાંસા અને લાલ રંગના તંબૂમાં વચ્ચે ડીશમાં દ્રાક્ષ, સફરજન અને પપૈયા રાખેલાં હતાં. તે સિવાય અનેક પ્રકારનો શરાબ પણ પીરસવામાં આવ્યો હતો. જમીન પરના ગાલીચા પર મનસાને એક અજીબ-દૂબળો માણસ દેખાયો જેના અસ્તવ્યસ્ત વાળ માથા પર ઊભા હતા. તેની આંખો પર સોનેરી અબરખ લગાવ્યું હતું અને પાતળા ચહેરા પર ઝીણી દાઢી ઊગેલી હતી.

"નંદ! ઓહ, તને મળીને સારું લાગ્યું." મરુડે કટાક્ષમાં હસીને કહ્યું અને આગળ આવીને ઘાયલ નંદનું સ્વાગત કર્યું.

નંદ કશું બોલવા જાય તે પહેલાં જ જમીન પર ફસડાઈ પડ્યો.

"ઓહ, ગરુડની સોગંદ! તું તો બીમાર લાગે છે, મિત્ર. આને જલદીથી ઇલાજ માટે લઈ જાઓ. થોડો આરામ કરીને તેને પાછો લાવજો. હું તેને

જીવતો જોવા માગું છું. તેની પાસે મારું ઘણું ઉધાર છે."

તેના માણસો તરત જ વાત માનીને નંદને સાથે લઈ ગયા.

ઉધાર! મને તો એમ હતું કે તેનાથી ઊલટું હતું.

"અને દેવીજી, તમે કોણ છો?" મરુડે નિરસતાથી તેની સામે જોયું, પછી તેણે પોતાના પ્યાલામાં શરાબ રેડી, "હું તમારી શું મદદ કરી શકું છું?" ત્યારે જ તેનું ધ્યાન તેના અપંગ હાથ તરફ ગયું, "ઓહ, તો તું વાસુકિની બહેન છો? તારો અપંગ હાથ. એક વાત કહે કે નંદ તો તારો પતિ હતો ને? તમે બંને કેવી રીતે? શું આ એક હાથને કારણે સંબંધ તૂટ્યો હતો?" તેના આ કટાક્ષથી મનસાને ગુસ્સો આવ્યો.

પણ તેણે સંયમ રાખ્યો, કારણ કે તે એ લોકોની છાવણીમાં હતી અને તેની સાથે તેની સેના નહોતી.

"અમે તમારી મદદ લેવા આવ્યા છીએ. મને ખબર છે કે તમે મારા ભાઈના પરિવારની હત્યા કરી છે. તેમના પુત્રોનો વધ કર્યો, પણ અમારી બાબત વ્યક્તિગત શત્રુતાથી વધુ છે."

મરુડ આરામદાયક તકિયાને ટેકે બેસી ગયો, "સાચું કહું, હું નહોતો ઇચ્છતો કે તેના પુત્રો આગળ જતાં બદલો લેવાનું વિચારે. હું તો ફક્ત મારા તરફથી સાવધાની વર્તતો હતો. હું એ ભૂલી ગયો કે વાસુકિની એક બહેન પણ છે. મને તારા આવવાની ખુશી છે. તેં મારું કામ આસાન કરી દીધું." તે જોરથી હસવા લાગ્યો.

મનસા તેને ચપટીમાં મસળી નાંખવા માગતી હતી.

"મરુડ, હું ગંભીર છું. હું બદલો લેવા નહીં, પણ તારી પાસેથી જાણકારી લેવા આવી છું."

"શેની જાણકારી?"

"નાગપુરી પાસે સુપર્ણોની છાવણી કેમ છે?"

"અમારું ત્યાં સ્વાગત કરવામાં આવ્યું હતું."

"આ બધું શું ચાલી રહ્યું છે? શું તારી સાથે જામુન સંકળાયેલો છે?"

"તેનાથી તને શું ફર્ક પડે છે?"

"હું જાણવા માગું છું કે ખરેખર શું ચાલી રહ્યું છે?"

મરુડ થોડી ક્ષણો શાંત રહ્યો, પછી બોલ્યો, "તું મારા મિત્ર નંદ સાથે આવી છે એટલે હું તને થોડું જણાવી દઉં. કારણ કે તેટલું જ મને ખબર છે. હું તો ફક્ત કામનો અંજામ લાવું છું. મને મહારાજ તાર્ક્ષ્ય આદેશ આપે છે. તમારા મંત્રી અને તેમની વચ્ચે લોકોની કહેવાતી ભલાઈ માટે કોઈ સમજૂતી થઈ છે."

મહારાજ તાર્ક્ષ્ય સુપર્ણોના રાજા હતા. મનસાએ તેમના વિશે ઘણું સાંભળ્યું હતું – તે એક દિવસમાં અસંખ્ય સાપ ખાઈ શકતો હતો. જો કે આ વાત સાંભળવામાં તો સાવ બેવકૂફી જેવી અને અવિશ્વસનીય લાગતી હતી. તે રાજસી ઠાઠમાઠમાં રહેનારો સુંદર યુવક હતો. તેના પિતા અને મનસાના પિતા વચ્ચે કાયમી અણબનાવ હતો, તેવું વાસુકિ સાથે પણ રહ્યું, પણ તે કળિના અભિયાનમાં જોડાયો તો આ બધું બંધ થઈ ગયું હતું.

"કેવી સમજૂતી?"

"જે વીતી ગઈ એ ભૂલી જવાની."

"તેનો શો મતલબ છે?"

"મહારાજ તાર્ક્ષ્યને નાગલોકો વડે થયેલી તેના પિતાના મૃત્યુનો બદલો લેવો હતો. તમારા મંત્રીને આ વાત પસંદ આવી. તેવામાં જ વાસુકિના મૃત્યુના સમાચાર આવ્યા. એટલે તેના પરિવારને પણ... એ બધું તું જાણે જ છે."

જામુને તેને એ જગ્યાએ આવવાની મંજૂરી આપી અને કદ્રુની નાક નીચે આ બધું થયું. આ સાંભળીને તેને કદ્રુની ચિંતા થવા લાગી.

"આ સંધિના બદલામાં તમારા મંત્રી તરફથી ભેટો મળી. તેમણે ઘણી નાવ મોકલી અને તારા ભાઈના પરિવારને મારી નાંખવામાં આવ્યા ત્યારે સેના ત્યાં ઊભી જોતી રહી. આ ઘણું દુ:ખદ કહેવાય. મારે મજબૂરીમાં કરવું પડ્યું." તેના ચહેરા પર કોઈ પસ્તાવો નહોતો.

મનસાએ મુઠ્ઠીઓ ભીંસી. એકસાથે લાગણીઓ તેનામાં ઊભરાઈ પણ તેણે સંયમ રાખ્યો. જો તે હુમલો કરે તો તે જીવતી જ ન રહે.

"અમે લોકો જવાની તૈયારીમાં જ હતા અને તમે બંને દુષ્ટ અહીં

આવી ગયા.” તેણે ઉત્સાહમાં આવીને તાળી બજાવી, “દરેક વખતની લડાઈમાં કંઈક ગમતું થઈ જાય છે. શું તું પણ આ દેશના વિજય અભિયાનમાં તારા મૃતક ભાઈ સાથે હતી?”

“હા, એ વાત સાચી છે.” મનસાની આંખોમાં પાણી તરવર્યું, “હવે તાર્ક્ષ્ય શું કરવા માગે છે અને તેનાથી નાગલોકોને શું ફરક પડવાનો છે?”

“અમે બધો વેરભાવ ભૂલીને પ્રેમથી રહેવા માગીએ છીએ.”

“શું નાગલોકોને તમારા દુર્લભ અમૃતનો ભંડાર નથી જોઈતો?”

“અરે નહીં, આટલાં વર્ષોની લડાઈ પછી પણ અમે મિત્રતા ઇચ્છીએ છીએ. તેને અમારો નિઃસ્વાર્થભાવ સમજો, શું આ વાત હજુ તને સમજાઈ નથી?”

તે આ બધી વાતોને તેની અંદર મહેસૂસ કરી રહી હતી.

“તો હવે અહીંથી નીકળો, દેવીજી! તમારા વેપારી મિત્રની તબિયત સાચવો અને જાઓ. અમારી પાસે વધુ સમય નથી, અમારે હજુ દાવતની પણ વ્યવસ્થા કરવાની છે.”

“દાવત?” મનસાના મનમાં પ્રશ્ન પણ થયો.

“હમ્મ, મહારાજ તાર્ક્ષ્યએ નાગપુરીના દરબારીઓને આજે દાવતનું આમંત્રણ આપ્યું છે. મંત્રીની જ એવી ઇચ્છા હતી. કદાચ તેમને ભગવાન ગરુડના વંશજ સોનેરી ગરુડોની હસ્તીનો અંદાજ આવી ગયો છે.”

ના, મૂર્ખ છે તું. આ દાવત તો બહાનું છે. બીજું જ કંઈક બનવાનું છે.

“હમ્મ, આ બધી વાત કરવા માટે આભાર.”

મરુડે ખભા ઉલાળ્યા, “સારું, હવે અહીંથી જવાનું કામ કરો.”

“આ જગ્યાએ અમારી સુરક્ષા માટે તમારા પણ ભરોસો કરી શકું ને?”

“હું કોઈ સર્પ નથી, પણ સુપર્ણ છું. બની શકે કે તે લોકો સાથે દાવત કર્યા બાદ તેમનો આદર પણ થઈ શકે છે. હું કોઈ માનવ કે યક્ષ નથી જે પીઠ પાછળથી હુમલો કરે. ભલે તેવું કરવું સારું લાગતું હોય, પણ અમે તેવું નથી કરતા. કદાચ જો મહારાજ તાર્ક્ષ્યએ તમને મારવાનો હુકમ કર્યો હોત તો વાત જુદી બની શકે. હવે તારા પતિની

સંભાળ રાખવા માટે અહીંથી વિદાય લે." તેણે ભારે નિરાશા સાથે કહ્યું.

મનસાએ પાછા જવા માટે ડગ માંડ્યાં, પણ તેના મગજમાં એક યોજનાએ આકાર લઈ લીધો હતો.

નંદે આંખ ખોલી તો મનસાએ ગરમ ઉકાળો પીવા માટે આપ્યો પછી તેણે ભીનો પાટો મૂકીને શરીરનું તાપમાન ઓછું કર્યું. ઘા રૂઝાયો નહોતો પણ તેને સારું થવા લાગ્યું હતું. ઊપસી આવેલી નસો હવે દેખાતી નહોતી એટલે જલદીથી સારું થવાની આશા બંધાઈ હતી.

"માફ કરજે. હું બેભાન થઈ ગયો હતો."

મનસાએ તેના વાળમાં હાથ ફેરવતાં ડોકું હલાવ્યું. નંદ દેખાવમાં સુંદર અને મનસાને લાયક હતો – મોટી આંખો, સુંદર ચહેરો, લાંબા કાન અને મુલાયમ વાળ. મનસાને પુરુષોનો એવો અનુભવ નહોતો, પણ નંદ... તેની વાત જુદી હતી. તે માણસ ભલે મૂર્ખ હતો, પણ દિલનો સાચો હતો.

"તો તારા બેહોશ થયા બાદ આવું બધું થયું."

મનસા ધીરે-ધીરે બધું જણાવવા લાગી. સુપર્ણ સહાયિકા કાન લગાવીને બેઠી હતી, જેથી કંઈક શંકાસ્પદ લાગે તો મરુડને જણાવી શકાય. તે લોકો એકાંતમાં હતાં, પણ ગમે તે પડદો હટાવીને અંદર આવી શકતાં હતાં. બહારના સૈનિક પહેલેથી તેમને તાકી રહ્યા હતા.

"દાવત?"

"હમ્મ..."

"આ તો સમજમાં આવે તેવું નથી."

"વાસુકિનો પરિવાર દાવ પર લાગેલો હતો. જામુને તેમને વિશ્વાસ આપ્યો કે તેઓ સંધિ કરવા તૈયાર છે. તેણે જ તાર્ક્ષ્યને રસ્તો સુઝાડ્યો. તેણે તાર્ક્ષ્યનો વિશ્વાસ જીતવા વાસુકિનો પરિવાર આગળ કરી દીધો. જામુન તેની પાસેથી કંઈક ઇચ્છતો હતો એટલે નાગપુરીમાં દાવત રાખી છે."

"જેથી તે એની છાવણી પર હુમલો કરીને તેનું ધાર્યું કામ પાર પાડી શકે."

"કદાચ તેને સોમલતા જોઈતી હશે." મનસાએ નિઃશ્વાસ નાંખ્યો, "અથવા તેમની યોજનાઓ વિશે જાણવા માગે છે. તેમની પાસે કેટલા સૈનિકો છે અથવા તેમના વિશે બધી માહિતી લઈને હુમલો કરીને જીતવા માગતો હોય. નાગલોકોનું આ તો સપનું રહ્યું છે. નાગ દ્વારા સુપર્ણોને તેમના ક્ષેત્રમાં હરાવ્યે તો હજારો વર્ષો વીતી ગયાં છે. માહિતી મુજબ તો તે લોકોએ ઉત્તમ સુરક્ષા વ્યવસ્થા કરી છે. તે કબીલો સૌથી રહસ્યમયી છે. તે લોકો સહેલાઈથી બાહ્ય બાબતોમાં પડતાં નથી. તે લોકો પોતાને ગુંબજ જેવી દીવાલોમાં ઢાંકીને રાખે છે, જેથી બહારનું સૈન્ય ઘૂસણખોરી કરી ન શકે. તે તાર્ક્ષ્ય દ્વારા ગોઠવાયેલું તંત્ર હતું. તેનું માનવું હતું કે બીજા કબીલા સાથે વેપાર કરવાની જરૂર જ નથી. તેમના દ્વારા આમંત્રિત જ નગરમાં આવી શકે. વર્ષો પહેલાં આવું નહોતું. તેમના નગરમાં બધું જ ઉપલબ્ધ છે. એટલે સોમલતાની ખબર જંગલની આગની જેમ બહાર નથી ફેલાઈ. સુપર્ણોએ તેને પોતાના પૂરતું સીમિત કરી દીધું છે અને નાગ તેના સિવાય બીજું ઇચ્છતા નથી. જો બીજા બધાને ખબર હોત તો બીજા કબીલા પણ હુમલો કરી શકતા હતા. તે બધું આજેય નગરમાં સચવાયેલું છે અને નાગલોકો સિવાય બીજા કોઈને ખબર નથી. ઇન્દ્રગઢમાં તે થોડા પ્રમાણમાં મળ્યું હતું. આ સાંભળીને એવું લાગ્યું હતું કે કદાચ બીજી કોઈ જગ્યાએ આના ગુપ્ત ખજાના હોઈ શકે છે, જેના વિશે નાગલોકોને કશી ખબર ન હોય."

"પણ આ દાવત? બની શકે કે ફક્ત ઔપચારિક પ્રીતિભોજન પણ હોઈ શકે છે?"

"તું સુપર્ણો જેવી વાત ન કર. એ લોકો તો જન્મથી મૂર્ખ છે. આપણે નથી. આ રાજનીતિ છે. જામુન મોજ-મસ્તી માટે કશું જ નથી કરતો. કોઈ કારણ જરૂર હશે ને તે વિશે વિચારીને મને ડર લાગે છે."

નંદે તેની સામે આત્મીયતાથી જોયું, "સારું, તારી વાત સાચી. હવે આગળ શું કરવાનું છે?"

“મને બધી ખબર છે કે આપણે શું કરવું પડશે?”

“ગમે તે હોય, પણ જામુનની પોલ ખોલવા માટે સુપર્ણની મદદ જોઈએ.”

“પણ તે લોકો આપણી પર વિશ્વાસ નહીં કરે.” નંદ બોલ્યો.

મનસાએ સ્મિત આપ્યું, “ખબર છે. મારી પાસે તેના માટે પણ યોજના છે. આપણે કદ્રુની મદદથી જામુનનું અપહરણ કરીશું અને મરુડ આગળ સત્ય બોલવા મજબૂર કરી દઈશું. પછી તેને અને તેના સહાયકોને દંડ આપવામાં આવશે. આ બધું થયા બાદ આપણે નગર પર કબજો કરીને તાર્ક્ષ્યનો વિશ્વાસ જીતી લઈશું. બદલામાં આપણે અમૃતનો થોડો ભંડાર માગી લઈશું. આપણે સૈન્ય માટે તેનો ઉપયોગ કરીશું, જેથી તે મજબૂત બને.” તેની નજર સામે દૃશ્ય હતું કે સુપર્ણ અને નાગલોકો ઘોડા પર સવાર થઈને ઇન્દ્રગઢ તરફ જઈ રહ્યા છે અને પછી કળિ અને તેના માણસોને પકડીને યાતનાઓ આપી રહ્યા છે.

“કહેવું ભલે સહેલું હોય, પણ આ સમયે નાગપુરીમાં જામુન સૌથી શક્તિશાળી છે અને તું સુપર્ણોના સૈન્યની મદદ લેવા ઇચ્છે છે.”

“તે ભલે મૂર્ખ હોય, પણ પોતાના કામમાં હોશિયાર છે – યુદ્ધ કરવું અને હવામાં ઊડવું.”

“ઠીક છે.” તેણે દાંત ભીંસ્યા, “સારું તો દેવીજી, તમારી આ યોજના પર અમલ કરીએ.”

મનસા હસી અને આગળ આવીને નંદના ગાલ ચૂમી લીધા અને પછી શરમાઈને બોલી, “ઓહ, માફ કરજે.”

“એવું ન બોલીશ. તું આવું ફરીથી પણ કરી શકે છે. હું ખોટું નહીં લગાડું.”

મનસાએ આંખો નચાવી કહ્યું, “ચૂપ થા હવે.”

“ના, સાચું કહું છું. હું આવું જ ઇચ્છું છું. કદાચ તે કારણે જ ઘા રૂઝાઈ રહ્યા છે.”

મનસાએ તે વાત અવગણી, “મરુડ સાથે શું સોદો કર્યો હતો? તે આપણને મારી શકતો હતો, પણ તેવું તેણે કર્યું નહીં. એ તને તેમના લોકોમાંનો એક ગણે છે અને બોલતો હતો કે તારે ઉધાર ચૂકવવાનું

બાકી છે. મને કશું સમજાયું નહીં."

નંદે તેના ગાલ પર હાથ ફેરવ્યો, "હવે જો આ બધું જણાવવા બેસીશ તો ઘણો સમય જશે."

મનસા અને નંદ બંને હસી પડ્યાં. એક સારો સાથી, ઉત્તમ યોજના અને ત્યાં વહેતી મંદ હવા વચ્ચે તે લોકો થોડા સમય માટે પોતાની પરિસ્થિતિ પણ ભૂલી ગયાં.

આશા રાખીએ કે શેષ ભગવાન બધું ભલું કરે!

18

ઉર્વશી ઊઠી તો તે એક ગંદા ઓરડામાં હતી. તે આજ સુધી આવી કોઈ જગ્યાએ ગઈ નહોતી – ચારે તરફ નાળા અને ભઠ્ઠીઓ દેખાતી હતી. જમીન પર ચારે બાજુ ગંદા પાણીનું સામ્રાજ્ય હતું. ત્યારે જ તેને મરેલા ઉંદરની વાસ આવી અને ઉપરના ભાગમાં ઠોકવાનો અને પીટવાનો અવાજ આવવા લાગ્યો.

ચોક્કસ હું નગરના નીચલા ભાગમાં છું જ્યાં કોલસાની ખાણમાં મજૂરો કામ કરે છે.

પણ આજુબાજુ કોઈ ખાણકર્મીઓ નહોતા. તે દુરુક્તિ સાથે હતી, જે તેનું માથું પંપાળતી ધીમે-ધીમે કશુંક બોલી રહી હતી. તેમના પહેરણ પર કાળા ધબ્બાઓ પડેલા હતા.

પિતા ચિંતા કરતા હશે.

"આપણે કઈ જગ્યાએ છીએ? આ બધું શું થઈ ગયું?" દુરુક્તિએ પૂછ્યું.

તેમને કશું યાદ નથી લાગતું.

"તમને છેલ્લી કઈ વાત યાદ છે?" ઉર્વશીએ પૂછ્યું.

"ખબર નથી, તું કોણ છે?"

ઓહ... નહીં!

ઉર્વશીએ માથા પરથી પરસેવો લૂછ્યો ત્યાં તો સામે અચાનક સિમરીન આવીને ઊભી રહી. તે ગભરાઈને ચીસ પાડી ઊઠી, "દેવી, દેવી દુરુક્તિ."

તેણે નીચે બેસીને દુરુક્તિનો હાથ પકડ્યો, "દેવી, તમે અહીંયા શું કરો છો? વેદાંતની પુત્રી તમારી સાથે કેમ છે?"

"હું...હું ઉર્વશી?" દુરુક્તિ હજુય માથું પસવારતી હતી, "નહીં... કશી ખબર નથી."

"અમને એવી ખબર મળી કે તમારું અપહરણ કરવામાં આવ્યું છે."

ઉર્વશીએ ઊઠીને દાંત ભીડ્યા. *આ શું બકવાસ કરે છે.* તે જાણતી હતી કે સિમરીન તેની સાથે રમત રમી રહી હતી. તેણે દુરુક્તિનું સ્મરણ ભૂંસીને તે જગ્યાએ નવી વાતો નાખી દીધી હતી. ઉર્વશી પર જાદુની અસર નહોતી થઈ, કારણ કે તેના હાથની બાંયમાં તેણે તાવીજ પહેરેલું હતું.

"મારું અપહરણ કરવામાં આવ્યું?" દુરુક્તિએ ભયભીત થઈને ઉર્વશી સામે જોયું.

"હા, એટલે જ તો હું પણ આ જગ્યાએ પડી છું." ઉર્વશીએ કટાક્ષમાં કહ્યું, "દેવી દુરુક્તિ, આ સિમરીન તમને મૂર્ખ બનાવી રહી છે. તે નથી ઇચ્છતી કે તમને અસલી વાત યાદ આવે. આ એક જાદુગરણી છે, વિદ્યાધર છે, જે તમને આંગળીના ટેરવે નચાવે છે. તમે વિચારીને ફેંસલો લેજો. તે જ આપણને અહીં લાવી છે."

સિમરીન વચ્ચે બોલી, "ના દેવી, આ જુઠ્ઠું બોલે છે. મારો વિશ્વાસ કરો, હું ઘણા સમયથી તમારી સાથે છું." સિમરીન વિચારમાં પડી ગઈ. તેને આશા નહોતી કે ઉર્વશીને બધું યાદ હોય. શું ઉર્વશી પર તેનો જાદુ બેઅસર રહ્યો છે?

દુરુક્તિ માથું હલાવી બોલી, "મને થોડો સમય આપો."

"કશો વાંધો નથી દેવી, પણ ઉર્વશી જ્યાં લઈને આવી છે તે બદતર જગ્યાએથી આપણે ઝટ નીકળી જવું જોઈએ." સિમરીને દુરુક્તિનો હાથ પકડી લીધો.

ઉર્વશી સમજી ગઈ હતી કે તે એ લોકોને અહીંયા કેમ લાવી છે. તેની યોજના પાર ન પડે તો બંનેનો આ કોલસાની ખાણમાં જ સફાયો થઈ જાય અને કોઈને ખબર પણ ન પડે. હવે બધું બરાબર હતું અને ઉર્વશીએ કશું વિચારીને આગળ વધવું પડશે.

"આપણે મહારાજ કળિને તેની ફરિયાદ કરવી પડશે અને એ તેને

સજા આપશે.” સિમરીન ઉર્વશી વિરુદ્ધ બોલવા માટેના શબ્દો વિચારવા લાગી, “આપણે જલદીથી નીકળવું પડશે. ક્યાંક આ આપણને ફરીથી નુકસાન ન પહોંચાડી દે.”

તે દુરુક્તિનો હાથ પકડીને ઘેરીને દરવાજા તરફ ચાલવા લાગી. તેણે પાછું ફરીને ઉર્વશી સામે કાતિલ નજરે જોયું.

“પણ ઊભી રહે.” અચાનક દુરુક્તિ બોલી, “જો ઉર્વશીએ મારું અપહરણ કર્યું હોય તો તું મને કેમ બચાવવા આવી છે? આપણી સેના, સૈનિકો અને કળિ ક્યાં છે?”

સિમરીન એક ક્ષણ માટે હતપ્રભ થઈ ગઈ.

હાશ, દેવી દુરુક્તિનું ભાન પાછું આવી ગયું છે.

“નહીં, એ લોકો આગળ જ છે. તે લોકો...” સિમરીન લથડી, પછી તેના ચહેરાના ભાવ એકદમ બદલાઈ ગયા. જાણે તેને કોઈનો ડર જ નહોતો, “મતલબ કે બંનેને ખતમ કરવાનો સમય આવી ગયો છે.”

દુરુક્તિએ માથું હલાવ્યું. તે હજુય બધું યાદ કરવાની કોશિશમાં હતી. ઉર્વશી સમજી હતી કે તેનો આત્મવિશ્વાસ પાછો આવ્યો હતો, “ના, મરવું તો તારે જ પડશે. તું કોઈના માટે કામ કરી રહી છે. કોણ છે એ?”

“કોઈ પ્રશ્નો મારે નથી સાંભળવા.” સિમરીને આંખો બંધ કરી અને ઉર્વશી સમજી ગઈ કે તે એ લોકોને મારવા માટે જાદુ-ટોણાં કરવા માગતી હતી.

સિમરીને ભઠ્ઠીમાંની આગને વશ કરી તેની ઊર્જા દુરુક્તિ તરફ ફેંકી, ઉર્વશીએ તેના હાથનું તાવીજ ખોલી વચ્ચે ઊભી રહી ગઈ. જાદુ ત્યાં જ નષ્ટ થઈ ગયું.

“આ શું બકવાસ છે?” તે ઉર્વશી તરફ નજર કરીને ભયાનક અવાજે બોલી, “તું આટલું બધું જાણે છે? આ કેવી રીતે શક્ય છે?”

“હું પણ આ શીખી છું.”

“કોણે શીખવ્યું? તું તો વિદ્યાધર નથી.”

“પણ તેમના બધા પેંતરા જાણું છું.”

"પણ તેમનો મુકાબલો તું ન કરી શકે." તેણે ફરી આંખ બંધ કરી આગનું આહવાન કરવા લાગી.

ઉર્વશીએ જોયું કે દુરુક્તિએ થોડા સળગતા કોલસા લઈને સિમરીન પર ફેંક્યા. તેમાંથી એક તેના માથા પર પડ્યો ને બીજા આજુબાજુમાં પડ્યા. સિમરીન પીડાથી કણસી. તે સમજી નહોતી શકતી કે બેમાંથી કોની પર હુમલો પહેલા કરે. પછી તેણે જે કર્યું તે વિચારી પણ ન શકાય તેવું હતું. તેણે તેના બંને હાથ ઉર્વશી અને દુરુક્તિ તરફ કર્યા. તેની આંગળીઓમાં અગ્નિની ઊર્જા ભરેલી હતી.

"હવે તમે બંને મરશો."

ઉર્વશી ઝડપથી આગમાં તપી રહેલી એક જાળી તરફ ગઈ. તેણે હાથમોજા પહેરેલા હાથે તેને માંડ ઉઠાવી દીધી. તે વધુ ગરમ નહોતી. તેણે દુરુક્તિને ઇશારો કર્યો. તેણે તેના હાથમાં કોલસા ઉપાડી લીધા હતા. સિમરીન બંધ આંખે જાદુ-ટોણા કરી રહી હતી. તેના હાથમાં ગરમ ગોળા તૈયાર થઈ ગયા હતા.

દુરુક્તિએ તેની તરફ કોલસા ફેંકીને તેનું ધ્યાનભંગ કર્યું. તેણે ગુસ્સામાં આવીને આગને દુરુક્તિ તરફ ફેંકી. એ સમયે જ ઉર્વશી તેની આગળ આવી અને તેણે ગરમ જાળી સિમરીનના પીઠમાં ઘુસાડી દીધી, જે તેના હાડકાં અને માંસને ચીરીને ઘૂસી ગઈ.

દુરુક્તિએ માંડ તે આગથી પોતાનો બચાવ કર્યો, પણ કપડામાં આગ લાગી ગઈ.

સિમરીન જમીન પર ફસડાઈ પડી. તેની આંગળીઓમાંથી હજુય ઊર્જા નીકળી રહી હતી, પણ એ હવે કામની નહોતી. દુરુક્તિ ઉર્વશી તરફ આવી, ત્યારે તે ઊંડા શ્વાસ લઈ રહી હતી.

"શું આને દરબાર લઈ જઈશું?" ઉર્વશીએ પૂછ્યું.

"ના, આ તો આપણી બધી મુસીબતોનું મૂળ હતું. તેણે જ મારા ભાઈને બીમાર પાડ્યો હતો અને તેને મારવાનું આયોજન કર્યું." દુરુક્તિએ નીડરતાથી કહ્યું, "તેણે જ મારી યાદશક્તિ છીનવી લેવા માટે પ્રપંચ કર્યું." દુરુક્તિએ સિમરીનનું ગળું પકડ્યું અને તેના નખ તેની ચામડીમાં

ઘુસાડી દીધા. સિમરીન તરફડિયાં મારતી હતી. દુરુક્તિ તેને ઢસડીને આગ પાસે લાવી અને તેના શરીરમાંથી જાળી ખેંચી નાખી. સિમરીને પીડાથી જોરદાર ચીસો પાડી.

"તું કોની સાથે વાત કરી રહી હતી? તે ઘાનાં નિશાન ધરાવતો માણસ કોણ હતો?"

ઉર્વશી કશું સમજી નહીં, પણ જરૂર કંઈક તો હતું જ. તે જગ્યાએ ભારે ગરમીને કારણે શ્વાસ લેવાનું કઠિન લાગતું હતું, પણ ઉર્વશીને કોઈ પરવા નહોતી. તેને દુરુક્તિનો ગુસ્સો જોવો ગમ્યો, જાણે તે પોતાની જાતને જોઈ રહી હતી!

"એ જ તો પરિવર્તન લાવનારો છે." સિમરીને લોહી થૂંકતા કહ્યું.

"તારે બ્રહ્માનું નેત્ર કેમ જોઈતું હતું?"

"તે ખોવાઈ ગયું છે અને કેટલાય ટુકડામાં વિખેરાઈ ગયું છે. કોઈ નથી જાણતું કે તે ક્યાં છે. પહેલાં તે મારા સ્વામી પાસે હતું. તેમની પાસે ત્રીજો ટુકડો હતો, જે ભવિષ્ય બતાવતો હતો, પણ તે હવે તેમની પાસે નથી રહ્યો."

"મને ખબર છે કે પહેલા ટુકડામાં ભૂતકાળ, બીજામાં વર્તમાન, ત્રીજામાં ભવિષ્ય દેખાય છે. પણ ચોથા ટુકડામાં શું થાય છે, જલદીથી બતાવ!"

સિમરીન બહુ જ હાંફી રહી હતી, "મેં તે જાણકારીને ભૂંસી નાખી હતી, જેથી કોઈને ખબર ન પડે. પણ હવે કોઈ ફરક નથી પડતો."

"તેનાથી શું થાય છે?"

"તે તમને તમારા કોઈ ખાસ કામનું પરિણામ બતાવે છે, જે તમે હજુ સુધી કર્યું નથી. તેને કારણે તમને સાચો રસ્તો પસંદ કરવાની તક મળે."

"પણ એ તો ત્રીજા ટુકડા જેવું જ થયું."

"ત્રીજા ટુકડામાં ફક્ત ભવિષ્ય દેખાય છે. તે એ નથી બતાવતું કે પસંદગી તમારું ભાગ્ય કેવી રીતે નિશ્ચિત કરે છે. ભાગ્ય ઘણી અટપટી ચીજ છે... આ બાબતમાં તમારી પસંદગી જ તમારું ભાગ્ય બનાવે છે અને એવી રીતે..." એણે હળવો ખોંખારો ખાધો, "તે ખાસ કામ નિશ્ચિતપણે ઘટી જશે. મને લાગ્યું હતું કે જો એ ભાગ ન મળે તો

હું મારી ઊર્જાઓનો ઉપયોગ કરીને શોધીને તેમને પ્રસન્ન કરીશ.” તે પોતાની વાતનું પુનરાવર્તન કરવા લાગી જાણે કે અભિયાનમાં તેની અસફળતા માટે ખુદને દોષી સાબિત કરતી હોય.

“તું એને પ્યાર કરતી હોઈશ એટલે જ આ બધું કર્યું. તે ફક્ત તારો માલિક નથી.”

સિમરીને વાત સ્વીકારતાં કહ્યું, “એ મારો સાથી છે.”

ઉર્વશીએ જોયું કે આ સાંભળીને દુરુક્તિનો અવાજ ધીમો થઈ ગયો.

“એ કોણ છે? મહેરબાની કરીને મને જણાવ.”

“જો જણાવી દઉં તો…” ઉર્વશીએ સિમરીનને પડખું ફરતી જોઈ, તેના દાંત લોહીવાળા હતા. એ ગાંડાની જેમ હસવા લાગી, “અમે, જે બધું કર્યું કે યોજના બનાવી એ બધા પર પાણી ફરી જશે.” એ સહેજ રોકાઈને બોલી, “તું પોતાનું નસીબ નથી બદલી શકવાની.”

પછી સિમરીન જાતે જ ભઠ્ઠીમાં કૂદી પડી અને દુરુક્તિ દૃશ્ય જોઈ ડરીને બે ડગલાં પાછળ હટી ગઈ. ઉર્વશી પણ આ દૃશ્ય જોઈ ન શકી તે દુરુક્તિને વળગી પડી. તેમની સામે જ તેમની દુશ્મનનું માંસ ઓગળ્યું અને હાડકાઓનો ઢગલો થઈ ગયો.

ઉર્વશી દુરુક્તિને બહાર લઈ ગઈ. તે સિમરીનની વાતો પર વિચાર કરી રહી હતી કે દુરુક્તિ તે વિષયમાં શું જાણતી હતી. ઘાનાં નિશાન ધરાવતો માણસ? બ્રહ્માનું નેત્ર? આ બધા કોઈ સાધારણ સમાચાર નહોતા. જ્યારે તેઓ ભોંયરામાંથી બહાર આવ્યા તો ખ્યાલ આવ્યો કે તે બંને એક રસ્તા પર હતાં અને પરોઢ થવાની તૈયારી હતી. આકાશમાં વાદળોને ચીરીને સૂરજની લાલિમા દેખાવા લાગી હતી. હવા તેજ હતી અને લોકોના ચાલવાના અવાજથી ઉર્વશીને ચીડ ચડતી હતી.

“કોણે વિચાર્યું હશે કે… બે રાજકુમારી એક ચૂડેલ સાથે લડીને, લાવ-લશ્કર વિના પગપાળા પાછી જઈ રહી છે?” ઉર્વશી જાતે જ હસવા લાગી.

"આપણે પોતાની રક્ષા માટે કોઈ સૈનિકની જરૂર નથી." દુરુક્તિએ તેની સામે આંખ મારી.

"ખરેખર મારે તમને પૂછવા જેવું નહોતું કે ત્યાં શું થયું હતું..."

"ના..." દુરુક્તિએ માથું ધુણાવ્યું, "મેં જે વિચાર્યું હતું તેના કરતાં વધુ ગરબડ થઈ ગઈ. હું તેમાં પડવા નહોતી માગતી. મને તેની દયા આવે છે કે તેણે જે ઇચ્છ્યું એ તો તેને મળ્યું જ નહીં. ઉર્વશી, હું તને પણ આ બધી બાબતોમાં પાડવા નહોતી માગતી. મારે મારી દોસ્ત ગુમાવવાની ઇચ્છા નહોતી." તે ઉર્વશીને જોઈ હસી, "કારણ કે તે ઘણા સમયથી મારી સાથે હતી."

"જો મને નારાજ ન કરો તો તમને મારો સાથ મળી શકે તેમ છે."

તે બંને ખિલખિલાટ હસવા લાગી અને આકાશમાં સૂરજ ચમકવા લાગ્યો. તે બંનેએ તેમના ચહેરા ઢાંકી લીધા હતા જેથી તેમને કોઈ ઓળખે નહીં. ઉર્વશીનું ધ્યાન ગયું કે રસ્તા પરના લોકો એક જ દિશામાં દોડીને જઈ રહ્યાં હતાં. તેની આંખો ઝીણી થઈ અને પોતાના મહેલમાં જવાને બદલે એ ભીડની પાછળ જવા લાગી. દુરુક્તિ પણ તેની સાથે હતી.

"આજે કોઈ મેળો હતો?"

"ના, લગભગ તો એવું નહોતું." દુરુક્તિએ જવાબ આપ્યો.

તેણે હાથ પકડીને ભીડમાં રસ્તો કરી આગળ વધીને જોયું કે જે મંચ પરથી સાર્વજનિક ઘોષણા કરવામાં આવતી હતી ત્યાં લાકડીઓની વાડ બનાવવામાં આવી હતી અને સૈનિકો પહેરો ભરતા હતા. ત્યાં ઉર્વશીએ મહારાજ કળિને જોયા અને તેની બરાબર પાછળ સોગિયું મોં લઈને કુબેર પણ બેઠેલો દેખાયો.

ધ્યાનથી જોયું તો ત્યાં બીજું કોઈ પણ હતું.

તેના પિતા.

એ ઊભા નહોતા. એ જમીન પર ઝૂકેલા હતા, તેમના હાથ બાંધેલા હતા અને નિર્વસ્ત્ર હતા. ઉર્વશી તેમની પીઠ પરના ઘા જોઈ શકતી હતી. તેમના વાળ ચીકણાં હતા અને દાઢી પરથી લોહી ટપકતું હતું.

નહીં... આવું તો શક્ય નથી.

ઉર્વશીએ દુરુક્તિ તરફ જોયું. જ્યાં તે એના પિતાને બચાવવા માટે આગળ જવા ગઈ તો દુરુક્તિએ તેનો હાથ કસીને પકડી લીધો. તે ધીરેથી બોલી, “આવું ન કરીશ. ત્યાં જઈશ તો કળિ તારો પણ જીવ લઈ લેશે.”

“દગાબાજોને તેમના ગુનાઓની સજા પ્રજાની સામે મળશે. ઇન્દ્રગઢનો ભૂતપૂર્વ રાજા વેદાંત, તેણે રાજગાદીનો દ્રોહ કર્યો અને તેવા લોકો માટે એક જ સજા હોય છે.” મહારાજ કળિએ તેના સોનેરી પહેરણમાંથી તલવાર કાઢીને વેદાંતની ગરદન પર મૂકી દીધી, “મહારાજ વેદાંતે મારા વિરુદ્ધ વિદ્રોહ કર્યો અને દરબારના એક અધિકારીનો જીવ લીધો. રાક્ષસ ટુકડીના સેનાપતિ પ્રદમની નિર્દયતાથી હત્યા કરી. મોટાભાગના કિસ્સામાં દંડ આપનારો જે કરે તેવું જ હું કરી રહ્યો છું. આવા દંડ માટે એક રાજાએ જ સજા આપવી જોઈએ.”

ઉર્વશી એકદમ જડ થઈ ગઈ. ભગવાનને માટે આવું ન કરશો.

લોકો એકસાથે ચિચિયારીઓ પાડવા લાગ્યા તો કળિએ વેદાંતને પૂછ્યું, “શું તમે માફી માગો છો? ક્ષમાની અરજ કરશો તો જીવિત રહેશો...”

“ભગવાન ઇન્દ્રના વજ્રની...” તેનું વાક્ય પૂરું થાય તે પહેલાં મહારાજ કળિની તલવારે તેમનું માથું ધડથી અલગ કરી દીધું.

મંચ પરથી માથું ગબડીને ત્યાં ઊભેલા સૈનિકોની પાછળ જઈને પડ્યું. નિષ્પ્રાણ શરીરમાંથી લોહી વહી રહ્યું હતું.

નહીં.

ઉર્વશી તો લગભગ બેભાન જેવી થઈ ગઈ.

“આપણે જઈ રહ્યાં છીએ.” દુરુક્તિએ દાંત ભીંસીને કહ્યું. તેણે ઉર્વશીની સામે જોયું, “હવે તારો વારો છે. ચાલ, તારે ક્યાંક સુરક્ષિત જગ્યાએ રહેવું જરૂરી છે.”

ઉર્વશી જાણે બેજાન હતી.

તેનો હાથ દુરુક્તિના હાથથી છૂટો પડી ગયો. હવે તેના મનમાં પીડા હતી, સાથે ગુસ્સો અને વિશ્વાસઘાત હતો.

19

પદ્મા તે આમને-સામને થનારી ટક્કર માટે તૈયાર હતી.

તેને એ વાતનો રંજ હતો કે તે કોઈ અજાણ્યા સાથે લડવા જઈ રહી હતી – તેણે લોકોને વ્યક્તિગત વેરને કારણે નહીં, પણ સોંપેલા કામ અંતર્ગત માર્યા હતા. વેદાંતના સૈનિકોએ પણ જીવ ગુમાવ્યો, કારણ કે તેના ભાઈઓને તેઓએ માર્યા હતા. જો કશાથી તેને ખતરો દેખાય તો સ્વબચાવ માટે એ કાયમ કોશિશ કરતી. તેની પાસે કોઈને મારવાનું હંમેશાં કોઈ કારણ રહેતું.

આ પરિસ્થિતિમાં તેને કોઈકના આદેશ પર આ બધું કરવું પડતું હતું. બ્રહ્મપુત્રાક્ષ માનવ નહોતો. તે એક ભયંકર જીવ હતો – તે પદ્માની ભાષા બોલી શકતો હતો, પણ તેનું નમીને ચાલવું અને ગોળ વળેલા ખભા જોઈને તે આદિમ હોવાનો ખ્યાલ આવતો હતો. તેની ચામડીનો રંગ રાક્ષસો જેવો કાળો હતો અને ચહેરા પર લાલ હોઠ ચમકતા હતા, કદાચ લોહીથી રંગાયેલા હશે.

પદ્મા પોતાની ઝૂંપડીમાં કૃપા અને કલ્કિ સાથે હતી, જ્યારે આયના બીજી ઝૂંપડીમાં રત્ના અને સ્મૃત સાથે હતી. તે લોકો અંદરોઅંદર ધીમેથી વાતો કરી રહી હતી ત્યારે પદ્માનું ધ્યાન તે તરફ ગયું. *તે માનવ નહીં પણ અપ્સરા હતી, પરંતુ દેખાવમાં એવી નહોતી.*

તેને એ જાણીને શાંતિ થઈ કે તેને અપ્સરા સાથે લડવાનું હતું. તે લડાયક નથી હોતી. તે મોહિની સ્ત્રીઓ વેશ્યાલયોમાં ધનિક વર્ગ અને રાજાઓના મનોરંજન માટે કામ કરતી હતી. તે લડી નહોતી શકતી. ઇતિહાસના કોઈ પાને અપ્સરાઓ લડી હોય તેવા પુરાવા નથી. તેમને હંમેશાં અંતઃપુરમાં પુરુષોનું કે ક્યારેક સ્ત્રીઓના મનોરંજન માટે રાખવામાં આવતી હતી.

બ્રહ્મપુત્રાક્ષએ કહ્યું કે તેઓ પોતપોતાનાં હથિયાર પસંદ કરી લે. પદ્માએ પોતાનાં બે ખંજર પાછા માગ્યાં જે દરુડે ગુફામાં છીનવી લીધાં હતાં. દરુડના થેલામાંથી એ મળી આવ્યાં. તેમાંથી એક અજબ રત્નજડિત મૂઠવાળું હતું. તે ખંજર હવામાં ઘુમાવવા લાગી.

"શું મારે આ લોકો વિશે કશું વધુ જાણવાનું બાકી છે?" તે બોલી.

કૃપાએ ખભા ઉલાળ્યા, "છોકરી, જો તું મારી ગઈ તો આ લોકો તને ખાઈ જશે."

પદ્માની સામે એક દૃશ્ય આવ્યું. પિશાચોનું ટોળું તેના શરીરને ખોતરીને ખાઈ રહ્યું હતું, "મને એ ન સમજાયું કે સીધું જ એ લોકો ખાઈ શકે તેમ હોવા છતાં અંદરોઅંદર લડાઈ કેમ કરાવતા હશે?"

"ખબર નથી, કદાચ તે જોઈને તેમને આનંદ આવતો હશે. કમજોરનું ભક્ષણ અને શક્તિશાળીને જીત બદલ જીવનદાન. તેં બ્રહ્મપુત્રાક્ષના ગળામાં ખોપરીઓની માળા જોઈ?"

પદ્મા અને કલ્કિએ ડોકું હલાવ્યું. પદ્માએ તેને નફરતથી જોયું. કહેવાતો રક્ષક? પણ હવે તે એવો દાવો કરી શકે તેમ નહોતો, કારણ કે તેની લડાઈ બીજું કોઈ લડી રહ્યું હતું. ઉફ્ફ...

"એ ખોપરીઓ એ લોકોની છે જેમને તેણે પદ પ્રાપ્ત થયા બાદ માર્યા હશે. તેમનું માનવું છે કે જે શક્તિશાળી હોય તે શાસન કરે અને એવું ન હોય તો એ ખાવાને યોગ્ય જ છે. આ કારણથી જ દુનિયામાં પિશાચો વધુ રહ્યા નથી. તે લોકો અંદરોઅંદર એકબીજાને ખાઈ જાય છે." તે વિચિત્ર રીતે હસ્યો.

"તેનું નામ સાંભળીને મને કેમ કોણી મારી હતી?" પદ્મા ગંભીર થવા માગતી હતી. હવે વિચારે છે ત્યારે ખ્યાલ આવે છે કે તે સદાય ગંભીર જ રહી છે. તેને એ પણ યાદ નથી કે તે ક્યારે છેલ્લે હસી હશે. જો કે તે કલ્કિની મૂર્ખતા પર વ્યંગ્યપૂર્ણ કટાક્ષ તો કરતી હતી, *પણ મોકળા મને હસી હોય તેને તો જાણે યુગ વીતી ગયો હતો.*

"કારણ કે મેં તેના વિશે સાંભળેલું છે. જ્યારે હું સોમના પ્રસારને રોકવાના કામમાં રત હતો ત્યારે હું એક યાત્રીના વેશમાં સુપર્ણિકા ગયો

હતો, જેથી તેમનો સોમલતા વનસ્પતિઓનો ભંડાર નષ્ટ કરી શકું. મેં બ્રહ્મપુત્રાક્ષ વિશે અફવાઓ સાંભળી હતી. તે એક સુપર્ણ હતો જેના પરિવારને નાગલોકોએ તેમની લડાઈ દરમ્યાન ક્યારેક સળગાવી દીધો હતો અને તે પાગલ થઈ ગયો હતો. તેણે કામમાં અસફળ રહેવા બદલ કેટલાય સુપર્ણોને મારી નાખ્યા. સુપર્ણોએ તેને દેશનિકાલ કર્યો. મને લાગે છે તે આ જગ્યાએ આવી ગયો. તમારે જોવા જેવું હતું કે કઈ રીતે તેણે માણસોને માર્યા – આંતરડા બહાર, ફેફસાં ખાધાં અને ચહેરા પર ઘાનાં નિશાન...”

કલ્કિએ માથું હલાવી, “બસ, ઓ વૃદ્ધ માણસ... બહુ થયું.”

“સારું.”

“શું એ સોમલતાની વનસ્પતિઓ નષ્ટ કરી દેવાઈ?”

“તેમાંથી અમુક. સુપર્ણ તેની પર કડક નજર રાખે છે.”

કલ્કિ ફરીથી વચ્ચે બોલ્યો, “મારી સમજમાં તો એ નથી આવતું કે તમારા આ અમરત્વનો ફાયદો શું? તમારા હોવા છતાં સોમ તો ત્યાં ને ત્યાં જ છે. લાગે છે કે તમે વ્યવહારિક રૂપે તમારું કામ પૂરું નથી કર્યું.”

“મેં કર્યું હતું. બધું જ કર્યું હતું. બસ, હું મારી અસફળતાના ભયથી થાકી ગયો હતો.”

કૃપાના કપાળ પર ચિંતાની રેખાઓ દેખાઈ. કલ્કિએ વિષય બદલ્યો.

“ઘણીવાર એવું વિચારું છું કે જો આપણે ખોટા પડ્યા અને કળિના સ્થાને બીજું કોઈ હશે તો? ક્યાંક એવું તો નથી ને કે આપણે ખોટા વ્યક્તિને નિશાન બનાવી રહ્યા છીએ?”

કૃપાની અવઢવ તેના ચહેરા પર પ્રગટી. પદ્માને ભવિષ્યવાણી વિશે ઘણીબધી ખબર પડી ગઈ હતી – સોમ, ધર્મ, અધર્મ અને અમરત્વ વગેરે તો જ્યારે તેઓ પહાડ પર ચઢી રહ્યા હતા ત્યારે વિસ્તારથી સમજાવ્યું હતું.

“દોસ્ત, કળિને જોઈને લાગે છે કે એ જ દુષ્ટ પાત્ર છે.”

કલ્કિએ ભ્રમરો ચડાવી, “એવું જ હોય તો સારું.”

"શું કોઈ પણ પિશાચ હોઈ શકે છે? મતલબ કે જો તે લડીને ઉચ્ચ બનવા ચાહે?" વાત તો રોચક હતી.

"આ તો રાક્ષસો જેવા જ લાગે છે."

કૃપાએ માથું હલાવ્યું, "રાક્ષસ સેનાના સૈનિકો છે અને એક આચારસંહિતાનું પાલન કરે છે. તેઓ કોઈ કારણથી લડતા હોય છે પણ પિશાચોમાં એવું નથી. તેઓ જંગલી છે ને તેમનાથી તો દૂર રહેવું જ સારું. જો કે આ પ્રવાસ દરમ્યાન તને શક્તિશાળી થવામાં જરૂર મદદ મળી છે." તે મજાકમાં હસ્યો.

કલ્કિએ નાક ચઢાવ્યું.

પદ્મા એકચિત્તે સાંભળી રહી હતી. તે થોડી સ્વસ્થ થઈ ગઈ હતી ત્યાં જ એક પિશાચ અંદર આવ્યો. એ જ ફાટેલી ધોતી, ગળામાં નખની માળા અને ગંદા અસ્તવ્યસ્ત વાળ. એ ધમ-ધમ કરતો આવ્યો ને બોલ્યો, "સમય થઈ ગયો છે." કલ્કિએ તેની સામે જોયું.

પદ્માએ કલ્કિ તરફ નજર કરી. તેણે જોયું કે કલ્કિના ચહેરા પર તેના માટેની ચિંતા હતી. શું...શું તે મારા માટે ભયભીત છે? *મને તો એમ છે કે તે મને નફરત કરે છે.*

"બસ... આ લડાઈમાં મરીશ નહીં." કલ્કિએ વિચિત્ર રીતે પદ્માનો ખભો થપથપાવ્યો. પદ્માને પણ આનંદ થયો, પણ એ ક્યારેય કોઈની સમક્ષ જાહેર કરે તેવી નહોતી.

પદ્માએ માથું હલાવ્યું અને બે ઝાડ વચ્ચે બાંધેલી જાળ તરફ આગળ વધી. એ જાળને જ અખાડા તરીકે માનવાની હતી. જો કે અન્ય લડાઈમાં તે પોતાના પગથી સારી સ્ફૂર્તિ દાખવતી હતી, પણ એ બધું અહીં કામ નહોતું લાગવાનું.

એ જાળ પર ચડી તો તેની આજુબાજુ ઘણા પિશાચો દર્શક તરીકે દેખાયા. તે વેલાઓ પકડીને લટકી રહ્યા હતા. કેટલાંક લોકો ઊંધા લટકેલાં હતાં. એ બધા પદ્માને જાળ પર જોઈને જાત-જાતના અવાજ કરી રહ્યાં હતાં. તે માંડ માંડ પોતાનું સંતુલન જાળવી શકતી હતી.

આયના જાળ પર કૂદી અને તેની મુદ્રામાં આવી ગઈ. તેની પાસે

કોઈ અનોખું હથિયાર હતું – ખંજર જેવી કુહાડી. તે એક નાની કુહાડી જ હતી, પણ કુહાડીની ધારની બીજી તરફ અણીદાર શંકુ આકારનું ખંજર જેવું હતું.

બ્રહ્મપુત્રાક્ષ જાળને બીજે છેડેના સેતુ પર ઊભો હતી જે બે ઝાડની વચ્ચે લટકતો હતો. તે જાળથી થોડે દૂર જ હતો અને બાકીના ભાગમાં વેલાઓ, ઝાડની છાલ, ડાળીઓ અને કાદવ હતો. તે કોઈ અજીબ ભાષામાં કશુંક બોલ્યો અને બધાં એકસાથે ચૂપ થઈ ગયાં, પછી તેણે તાળી વગાડી તો બધા આનંદથી વાતો કરવા લાગ્યાં.

પદ્માએ કૃપા અને કલ્કિના ચિંતિત ચહેરા જોયા જ્યારે બીજી તરફ રત્ના અને સ્મૃત શાંત જણાયાં.

એવામાં જ આયનાએ તેની કુહાડીથી પદ્માના ચહેરા પર હુમલો કર્યો. તે અચાનક જ પાછળ જઈ પડી અને તેનો પગ જાળમાં ફસાઈ ગયો. તેના પગની પાદુકાઓ નીકળીને નીચે કાદવમાં પડી ગયાં. પદ્માને ત્યારે જ જાળની નીચેના ઊંડા કીચડનો ખ્યાલ આવ્યો.

આયના નિશ્ચિંત હતી. તેણે ફરીથી સ્ફૂર્તિ બતાવી અને પદ્મા પર હુમલો કર્યો. પદ્માએ એક હાથે તેના હુમલાને ખાળ્યો અને બીજા હાથે તેના ઘૂંટણને ચીરી નાંખ્યો. લોકોની ચિચિયારી વધી અને આયના નીચે પડી ગઈ.

પદ્માએ તે દરમ્યાન જાળમાંથી પોતાનો પગ કાઢવાનો પ્રયાસ કર્યો પણ અસફળ થઈ. તેને થયું કે આ રીતે તો લડવું મુશ્કેલ થઈ જશે.

આયના લોહી નીકળવા છતાં પદ્મા તરફ હુમલો કરવા આવી. પદ્માએ ગોળ ફરવાનો પ્રયાસ કર્યો, પણ પગ ફસાયેલો હોવાથી શક્ય ન બન્યું. આયનાએ તેનું હથિયાર છીનવી લેવાનો પ્રયાસ કર્યો. તેણે પદ્માનું ખંજર ઝૂંટવી લીધું અને તેના ખભામાં ઘુસાડી દીધું, પરંતુ પદ્માએ ચપળતાથી બીજા ખંજરથી તેને રોકી અને પછી તેના પેટમાં લાત મારી દીધી. આયના પીડાનાં માર્યાં ચીસ પાડી પાછળ જઈને પડી.

પદ્માએ ખૂણામાં પડેલું ખંજર લેવા ઇચ્છ્યું, પણ આયનાએ લાત મારીને નીચે પાડી દીધું જે કાદવમાં જઈ પડ્યું.

આયનાએ ખભા ખંખેર્યા. તેના ચહેરા પર અજીબ છૂંદણાં હતાં. પદ્માએ ધ્યાનથી જોયું. અપ્સરાઓના માલિક પોતાનો હક દર્શાવવા માટે તેમના ચહેરા પર આવાં નિશાનો છૂંદણાં રૂપે કરાવતા હતા. જો કે અમુક લોકો પોતાની સુંદરતામાં ઓટ લાવે એ ભાવથી નહોતા પણ કરાવતા. તેને જોઈને એવું લાગતું હતું કે તે કોઈકના તાબામાં રહીને દુઃખી છે.

પદ્મા તેનું ધ્યાન ભટકાવવા બોલી, "મને ખબર છે કે તું એક અપ્સરા છે. તારો કોઈ માલિક છે અને તેને કારણે મને દુઃખ થાય છે."

"મને તેનાથી કોઈ ફર્ક નથી પડતો. મારા માટે તો જીવતાં રહેવું એ જ મહત્ત્વનું છે."

"હું જાણું છું. મને પણ આવું જ શિખવાડવામાં આવ્યું છે." પદ્મા જાણીજોઈને સમય વ્યતીત કરતી હતી, "હું યુવાન થઈ અને મેં મારો પરિવાર ગુમાવ્યો. ત્યારથી જ મને મારવાનું શિખવવામાં આવ્યું હતું પણ પછી હું એક વ્યક્તિને મળી જેણે મને જણાવ્યું કે આ મરવું-મારવા કરતા પણ વધુ કશુંક હોય છે જીવનમાં, તે પછી બધું બદલાવા લાગ્યું. જીવન જ મહત્ત્વનું છે." તેવી ક્ષણે જ પદ્માએ જાતે સ્વીકાર કર્યો કે તેને અરજણની યાદ આવી રહી હતી.

"તું જે બોલી રહી છે તેનાથી મને કોઈ ફર્ક નથી પડતો. આપણા બંનેમાંથી કોઈ એક જ બચવાનું છે."

"મને આનંદ છે કે તું એક પુરુષની કેદમાંથી છૂટી ગઈ." પદ્મા તેનો પેંતરો રચી રહી હતી, "હું જે કરી રહી છું તે માટે મને માફ કરજે."

આયનાએ ચકિત થઈને તેની તરફ જોયું. પદ્મા અચાનક જ જાળની એક તરફ ગબડી અને આયનાને લાત મારીને પલટાવી દીધી. આયના લપસીને સીધી કીચડમાં જઈને પડી. પદ્માનો પગ ફસાયેલો હોવાથી તે નીચે પડી નહીં, પણ જાળ પર ઝૂલી રહી હતી. આયનાની ચીસો સાંભળીને તેને દયા આવી, તે કાદવમાં તરવાની નિષ્ફળ કોશિશ કરી રહી હતી. તેનો પ્રયાસ કામ ન લાગ્યો, તે ડૂબવા લાગી હતી.

તેણે બ્રહ્મપુત્રાક્ષને તાલી બજાવતો જોયો. વેલાઓ પર લટકતા પિશાચોએ

વેલાઓને ઝાડની ઉપર બાંધ્યા અને કાદવમાં કૂદ્યા જેથી આયનાને બહાર લાવી શકે.

આયના પર એ લોકોનો ઉપકાર હતો. તેણે મોંમાં ગયેલું પાણી બહાર થૂંક્યું. તેણે હજુ રાહતનો શ્વાસ લીધો જ ત્યાં તો હવામાં જ પિશાચોએ તેનાં કપડાં ફાડી નાખ્યાં. હતપ્રભ આયના કશું વિચારે તે પહેલાં પિશાચોએ તેની ચામડી ખોતરવા માંડી અને એ નરભક્ષીઓ તેના માથાને ચૂસીને ખાવા લાગ્યા.

પદ્માએ પિશાચે આપેલા પાત્રમાંથી થોડું પાણી લઈને મોં ધોયું. જે થયું તેને માટે કારણભૂત તે પોતે હતી. તેની નજર સામે એક જ તસ્વીર તરવરતી હતી. પિશાચો આયનાને ખાઈ રહ્યા હતા. આ અમાનવીય કૃત્ય હતું. રત્ના સિવાય બધાએ નજર ફેરવી લીધી હતી. બસ, એ જ સતત એ આખી ઘટના જોતી રહી.

એ ફરીથી ઝૂંપડીમાં હતી. તેના પેટમાં અને પગમાં પીડા હતી. તે મનમાં બોલી, "મારાં ચંપલ ક્યાં ગયાં?"

"તેં ખરેખર ચાલાકી બતાવી."

"મને બહુ જ ખરાબ લાગી રહ્યું છે." તેણે જેનું ગળું રહેંસ્યું એ બાદ કદી તેનો ચહેરો નથી જોયો. અહીંયા તો તેણે કરેલું કાર્ય તેની સામે જ ભજવાયું હતું.

"જે થયું તે, હવે તો એટલું જ વિચારવાનું કે કમસેકમ આ બધું કહેવા માટે તું જીવતી તો છે."

બ્રહ્મપુત્રાક્ષ જાહેર કરી ચૂક્યો હતો કે હવે પછીનો મુકાબલો કલ્કિ અને રત્ના મારુ વચ્ચે હશે. જો કે આયનાનું મૃત્યુ જોયા બાદ તેનો ચહેરો ફિક્કો પડી ગયો હતો. તેને ખબર પડી ગઈ હતી કે હારનારા સાથે કેવું વર્તન થાય છે. તે ઘૂંટણિયે બેઠો અને કૃપાને પણ ત્યાં બેસવાનું કહ્યું. કૃપાએ કહ્યું, "મારા ઘૂંટણમાં દુખાવો છે. એ ન ભૂલતો કે હું વૃદ્ધ છું."

"બકવાસ બંધ કરો. આપણે ભાગવું પડશે."

"આવું તું કહી રહ્યો છે?" પદ્મા બોલી.

કલ્કિએ મુટ્ઠી ભીંસી, "આપણે ભાગવું પડશે, નહીંતર આપણે બધાં આ લોકોના ઇશારે નાચવું પડશે. એ બધું આપણું કામ નહીં."

"ઠીક છે." કૃપાએ સંમતિ દર્શાવી.

પદ્મા પણ સંમત થઈ.

"આપણી પાસે ફક્ત એક દિવસ છે. હું પાછળના અવતારો સાથે સંપર્ક કરીને મારી શક્તિઓ વિશે વધુ જાણવાની કોશિશ કરું છું. મારે શીખવું પડશે કે મારી શક્તિનો હું કેવી રીતે યોગ્ય ઉપયોગ કરી શકું. જો હું અવતાર હોઉં તો મારે એ રીતે વર્તવું પડશે."

પદ્માએ માથું હલાવ્યું. આખરે તેણે તેની ભૂમિકા સ્વીકારી. ઈશ્વરનો આભાર.

"હું પહેરો ભરીશ. ધ્યાન રાખજે ક્યાંક રત્ના તને ઊંઘમાં જ મારી ન નાંખે." કૃપાએ કલ્કિને કોણી મારી. તેણે એક ખૂણામાં બેઠેલી રત્નાને જોઈ જેની નજર તેમની ઉપર જ હતી. સ્મૃત તેના ખભે માથું મૂકી ઊંઘી રહી હતી.

"ઠીક છે, તું એક કામ કર." કલ્કિ પદ્મા તરફ ફર્યો.

"હું? હું થોડો આરામ કરીશ." તે પગ મસળતી સહેજ કણસી.

પદ્માને ખ્યાલ આવ્યો કે તે કલ્કિને ગમ્યું નહીં, પણ તેને આરામ કરવો જરૂરી હતો. જો કે કલ્કિએ કોઈ મહેણું ન માર્યું અને પોતાના પગમાંથી પાદુકા કાઢીને તેની આગળ મૂકી દીધી. પદ્માએ તે લીધી નહીં તો તેણે જાતે જ તેને આરામથી પહેરાવી દીધી. હવે તેને પગમાં સારું લાગતું હતું, પણ તેના પેટમાં કંઈક હલચલ ચાલી રહી હતી.

"સરસ" તેણે ભાવવિહીન ચહેરે કહ્યું.

"આભાર." પદ્માએ ઉત્તર આપ્યો. તેને આશ્ચર્ય હતું કે કલ્કિમાં આટલો બધો બદલાવ કેવી રીતે આવ્યો. *શું તેને લાગ્યું હતું કે તે મરવાની છે, સારું જ છે.*

"તું જીવિત રહી તેનો મને આનંદ થયો."

પદ્માએ જવાબમાં ફક્ત ડોકું ધુણાવ્યું. કલ્કિ ખૂણામાંથી ઊઠ્યો અને

ધ્યાન લગાવવા માટે ઝૂંપડીના બીજા ખૂણે ગયો ને બેઠો. તેણે આંખો બંધ કરી જેથી તે અધ્યાત્મિક લોકમાં જઈ શકે. ત્યારે કૃપાએ પદ્માને કહ્યું, "ચિંતા ન કરીશ. તેને ખબર નહીં પડે. હું તેને નહીં કહું."

"શું?" પદ્મા સમજી નહીં, તેણે કૃપા સામે જોયું.

"એ જ કે તું એના વર્તાવથી શરમાઈ ગઈ હતી."

પદ્માના ગાલ શરમથી વધુ લાલ થઈ ગયા. આ કૃપા પણ...

20

અરજણને લાગતું હતું કે કારાગૃહમાં આટલો સમય વિતાવ્યા બાદ તેને કુશ્તી લડતાં આવડી ગયું હતું, પરંતુ તેણે જોયું કે હર્ષે કેટલી આસાનીથી કોઈને જમીન પર પછાડ્યો અને તેને મારીને માંસ ચીરી નાખ્યું તો અરજણને ખ્યાલ આવ્યો કે તેની માન્યતા ખોટી હતી.

હું એક ભયંકર મૃત્યુ તરફ આગળ વધુ છું, ઘણું ભયંકર મૃત્યુ.

ઉસ્તાદ રેડ્ડીએ અરજણ પાસેથી આશા પડતી મૂકીને બીજા ખેલાડીઓ તરફ ધ્યાન આપવાનું શરૂ કર્યું અને અરજણ જાતે જ અભ્યાસ કરતો રહ્યો.

જ્યારે કળિએ જાહેરમાં બધાની વચ્ચે અરજણને ચાડીખોર કહ્યો ત્યારથી બધા તેની તરફ શંકાથી જોવા લાગ્યા હતા. જો કે રૂદ્રે તો ત્યારથી વાત જ નહોતી કરી અને અરજણ માટે આ ઘણું નિરાશાજનક હતું. વિક્રમે તેની પાસે આવીને કહ્યું, “મને ખબર છે કે તેં કશું નહોતું જણાવ્યું.”

અરજણે રાહતનો શ્વાસ લીધો અને તેનો આભાર માન્યો. છેલ્લા અમુક મહિનાથી તેનું શરીર મજબૂત અને કસરતી બની ગયું હતું. વિક્રમે તેને શક્તિશાળી બનવામાં મદદ કરી હતી.

“છતાં મને આ વાતની પૂરેપૂરી ખાતરી છે કે સ્પર્ધામાં તું જીવતો નથી રહેવાનો, કારણ કે આ બધું પહેલેથી નક્કી જ છે, ગમે તે કારણસર કળિ તારા પ્રત્યે સખત ઘૃણા ધરાવે છે.”

“મેં તેની કિંમતી ચીજ નષ્ટ કરી નાંખી હતી.” અરજણે મનમાં વિચાર્યું. સાચું કહીએ તો જો કોઈ તેની સાથે એવું કરે તો તે પોતે પણ એટલી જ નફરત કરે.

વિક્રમે માથું હલાવ્યું અને બીજી જગ્યાએ જઈને તેનો અભ્યાસ કરવા

લાગ્યો. અરજણ એક નકલી પૂતળા સામે ઊભો રહીને અભ્યાસ કરી રહ્યો હતો. ત્યારે પાછળથી અવાજ આવ્યો.

"આ રીતે અભ્યાસ કરવાનો હોય?"

અરજણે પાછળ ફરીને જોયું તો રુદ્ર બરાબર તેની પાછળ ઊભો હતો. તેણે તેની વાત અવગણી તો તે ફરીથી બોલ્યો.

"જો આવી જ રીતે અભ્યાસ કરીશ તો અખાડામાં તારા ભુક્કા નીકળી જવાના છે."

"એમાં તારે શી લેવાદેવા?" અરજણ હળવેથી બોલ્યો.

"શું બોલ્યો તું હમણાં?"

અરજણ સમજી ગયો કે રુદ્ર ગુસ્સે થયો છે. તે અરજણની સામે આવ્યો અને તેનો હાથ પકડી બોલ્યો, "હું કેટલાય દિવસોથી તારો જીવ બચાવવા માટે મથું છું. હર્ષે તો બપોરે જ તારો હિસાબ કરવાનું નક્કી કર્યું હતું, પણ મેં તેને યેનકેન પ્રકારે રોકી લીધો."

"સાચે જ?"

"તો શું... એવું જ છે."

અરજણે તેનો હાથ છોડાવી કહ્યું, "તારે એવું કરવા પાછળનું કારણ શું છે?"

"કારણ કે હું જાણું છું કે તેં ખરેખર કશું કહ્યું જ નથી. કળિ જ આપણને અંદરોઅંદર લડાવવા આવું કરે છે, તે તને નફરત કરે છે."

"હમ્મ... મારા પર વિશ્વાસ મૂકવા બદલ આભાર."

"હું તારા પર વિશ્વાસ ધરાવું છું તેનો મતલબ એ નથી કે હર્ષ પણ એવું વિચારે છે. તેણે તો તને પડકાર આપવા અને કળિની સામે તારી સાથે લડવા માટેની તૈયારી કરી લીધી છે. તેને સર્વશ્રેષ્ઠ લડાકુની પદવી મેળવવી છે."

હર્ષે કળિ આગળ સારો બનવાની શું જરૂર પડી.

"દરેક એવું જ કરવા માગે છે, પણ હું તારું અપમાન જોઈ નહીં શકું. જો આ રીતે જ પ્રશિક્ષણ મેળવીશ તો પ્રાણ નહીં બચે."

અરજણે ડોકું હલાવ્યું, "તો એમાં શું કરી શકાય?"

"હું તને પ્રશિક્ષણ આપીશ. કમસેકમ તેને પટકી તો શકાય. તે જાડિયામાં સ્ફૂર્તિ ઓછી છે અને તું કશુંય ન કરે તોય તારામાં તાકાતની કમી નથી. આ ગુણનો જ ફાયદો ઉઠાવી શકાય."

"હર્ષ માર્યો જાય તો?"

રુદ્રે ફરીથી તેની આંખોમાં જોઈને કહ્યું, "જે થાય તે પણ તને કશું થવું ન જોઈએ."

અરજણે તેની આંખો નીચી કરી અને રુદ્રને પૂછવાની હિમ્મત કરી કે તે શું કરવા માગે છે, "કેમ... તું...તું અહીં કારાગૃહમાં કેવી રીતે આવ્યો?"

આ સાંભળી રુદ્રની આંખો ઝીણી થઈ ગઈ અને તેનું માથું ભમી ગયું, "એમ... જો તું મારી પાસેથી પ્રશિક્ષણ લઈને મને હરાવીશ તો હું તને એ વિશે જણાવીશ."

અરજણ હસ્યો. તેને એમ હતું કે તેનો જવાબ થોડો અક્કડ કે ગુસ્સામાં આવશે, "ચાલો, એ પછી જઈએ છીએ."

એ લોકો એક ખૂણામાં જઈને અભ્યાસ કરવા લાગ્યા. રુદ્ર સક્રિયતાથી તેને સાથ આપી રહ્યો હતો. ઉસ્તાદ રેડ્ડીએ પણ તેમાં હસ્તક્ષેપ ન કર્યો. થોડા દિવસોમાં જ રુદ્રએ અરજણને કુશ્તી લડવામાં આવતાં વિઘ્નો વિશેની અને તેના ઉપાય વિશેની જાણકારી આપી દીધી. તે ઉપરાંત તેની તાકાત વધારવા માટેની થોડી વિદ્યા શીખવાડી દીધી.

તેણે પોતાના હાથ થપથપાવીને અને માંસલ ભાગ પર હાથ ફેરવતાં કહ્યું, "હકીકતમાં કુશ્તી શરીરથી નહીં, પણ મગજથી લડવાની હોય છે. ફક્ત તાકાત કશું જ કામમાં ન લાગે. તારે પહેલા અનુમાન લગાવવું પડે કે વિરોધી માણસ કયો દાવ રમશે. તેના ઉપરથી જાતને તૈયાર રાખવી પડે કે ત્વરિત કઈ ચાલ કામમાં આવશે. સ્ફૂર્તિ સાથે ઝડપથી નિર્ણય કરવો જરૂરી છે." આમ કહીને રુદ્રએ અરજણને પાછળથી પકડ્યો અને તેનું માથું બંને હાથમાં જકડી લીધું. અરજણ પળભર માટે હતપ્રભ થઈ

ગયો, "આ રીતે તું સામેવાળાને ચોંકાવી શકે છે. જો કે તેના જીવને કોઈ ખતરો નહીં હોય. હર્ષ ભલે શક્તિશાળી હોય પણ જો તેનો શ્વાસ રૂંધાશે તો એ લડી નહીં શકે." રુદ્રએ અરજણને છોડી દીધો.

"સરસ. હું એ હર્ષ દાનવ સામે જીતવા માટે બીજું શું કરી શકું છું?"

"હું બતાવું છું – મારા પગ વચ્ચેથી નીકળીને પાછળની તરફ આવી જા અને મારું ગળું પકડીને મારો શ્વાસ રૂંધજે. તારે આવી રીતે તે દબાવવાનું." રુદ્રએ અરજણને પોતાની કંઠનળી તરફ ઇશારો કર્યો અને કહ્યું, "આવ કોશિશ કર. હું મારો બચાવ નહીં કરું."

અરજણે એવું જ કર્યું અને ત્યારે રુદ્રએ તેને સમજાવ્યું કે જો કોઈને આ રીતે દબાવવો હોય તો સાથે માથું કે તેનો હાથ પણ પકડમાં લેવો પડે જેથી વિરોધી આપણી પર ભારે ન પડે. જો ખેલને પોતાની રીતે રમવા માગે તો તેની આંખ પણ કોચી શકે છે.

"આ તો નિયમભંગ કહેવાય."

"નિયમનો ભંગ કરવામાં ખોટું નથી. મુખ્યત્વે જીવ જ બચાવવાનો છે."

અરજણ રુદ્રની સામે જઈને ઊભો રહ્યો.

"જ્યારે તેની સામે જાય તો તેને વારંવાર ચકમો આપજે. તેના હાથમાં આવીશ તો એ તને પછાડીને હાડકાં તોડી નાખશે. તેને રમતમાં થકવી દેવાનો." આટલું કહીને રુદ્ર તેની તરફ ધસ્યો. અરજણે માંડ માંડ જાત બચાવી. રુદ્ર ફરીથી ઝપટ્યો. અભ્યાસ ગંભીરતાથી થતો હતો. અરજણ ઝડપથી કલાબાજી બતાવતો ખૂણામાં આવી ગયો.

"બહુ જ સરસ, અરજણ. તું બહુ ઝડપથી શીખી ગયો. શું પહેલાં ક્યારેય લડ્યો છે?"

ઓહ, તને શું ખબર.

"હા, થોડુંક... ક્યારેક." અરજણ હસ્યો. તેનું આખું શરીર પરસેવે રેબઝેબ હતું. તેણે અરજણને એ પણ શીખવ્યું કે કોઈની ગરદન કેવી રીતે તોડી શકાય છે. હર્ષ જેવી વ્યક્તિને હરાવવું આમ પણ કઠિન હતું.

અરજણે તેની વાત માની અને તે લોકોને પોતપોતાની કોટડીમાં જવાનો આદેશ ન થયો ત્યાં સુધી તે લોકોએ અભ્યાસ ચાલુ રાખ્યો.

"તેં જણાવ્યું નહીં કે તું અહીં કારાગૃહમાં કેવી રીતે આવ્યો?"

રુદ્ર પાછું ફરીને વિચારમાં પડ્યો.

"શું કોઈને મારી નાંખ્યો હતો?"

"અરે નહીં... કોઈને પ્રેમ કર્યો હતો."

અરજણ રુદ્રની આંખોમાં કોઈ છૂપું દર્દ જોઈ શકતો હતો.

"હું એક સુથાર હતો... અને તે એક દરબારીનો પુત્ર."

વાહ!

અરજણને એ સાંભળીને દુઃખ થયું કે રુદ્રનું દિલ તૂટ્યું અને તેને કારાગૃહમાં નાખી દીધો, તેને એ વાતની ખુશી થઈ કે તેને પુરુષોનો સંગ પસંદ હતો. તેને પણ પુરુષો ગમતા હતા. "ઓહ, સાંભળીને આનંદ થયો."

"પછી શું થયું?"

"કોઈએ અમને પકડી લીધા અને મહારાજ વેદાંતની નીતિ હતી કે રાજ્યમાં સમલૈંગિક સંબંધોને માન્યતા ન આપવી... દરબારીનો પુત્ર નિર્દોષ રહ્યો, પણ મારા પર કોરડા વરસાવવાનો હુકમ કરવામાં આવ્યો.

"મહારાજ વેદાંતનો શાસનકાળ સારો નહીં રહ્યો હોય?"

"એવું નહોતું કે તેમનો જ બધો દોષ હતો. મારો કહેવાતો પ્રેમી પણ મને બચાવવા આગળ ન આવ્યો. ખરેખર તો તે પણ મારા જેટલો જ દોષી ગણાય."

અરજણે સંમતિ દર્શાવી. એ બંને થોડીવાર એક અજીબ ચૂપ્પી સાધી ઊભા રહ્યા. તે શુષ્ક સ્મિત પાછળ કેટલો ઉત્તમ વ્યક્તિ છુપાયેલો હતો. અરજણ કંઈક કહેવા માગતો હતો, પણ બોલી ન શક્યો. તે પહેલેથી એવો જ હતો, ક્યારેય દિલ ખોલીને વાત જ નહોતો કરતો.

રુદ્ર, એમાં કશું ખોટું નહોતું. તારો કોઈ દોષ નહોતો.

અરજણે અડધી ઊંઘમાં કોઈકનું ડૂસકું સાંભળ્યું, પછી તેને ખ્યાલ આવ્યો કે સવાર પડી ગઈ છે અને બાજુની કોટડીમાંથી રડવાનો અવાજ આવે છે. તેણે જોયું કે વિક્રમ તેના નખ ઘસતો રડી રહ્યો હતો.

તે બંને કોટડી વચ્ચે મજબૂત સળિયાઓ હતા. અરજણ તેની તરફ ખસ્યો. વિક્રમે તેને જોઈને આંસુ લૂછી નાખ્યાં. અરજણને તે માંસ અને વાળના દડા જેવાની દયા આવી – લાલ ચહેરો, ગળું-ગરદન એક હોય તેવો એ કોઈ પણ રીતે કુશ્તીબાજ નહોતો લાગતો. બિચારો તેના પિતાના કર્મને કારણે કારાગૃહમાં સડતો હતો.

"શું થયું?"

"મેં એક ભૂલ કરી."

"શેની ભૂલ?" અરજણની ભ્રમરો તંગ થઈ ગઈ.

"મેં બહુ ખોટું કર્યું."

"પણ થયું શું? એ તો બોલ."

"તમને... મેં તમને બધાને દગો કર્યો." તે ધીમેથી બોલ્યો, જાણે બીજું કોઈ ત્યાં હાજર હોય ને તેની વાત સાંભળી લે, "કાળીએ મને અડધી રાત્રે બોલાવ્યો અને પેલી અફવાઓ વિશે પૂછ્યું. તેણે કહ્યું કે હું સાચું બોલીશ તો મને છોડી મૂકશે."

"અને તેં સાચું બોલી નાખ્યું?"

તેણે માથું હલાવ્યું, પછી આંખો બંધ કરી દીધી. તે શરમ અનુભવતો હતો ને અરજણ સાથે નજર નહોતો મિલાવી શકતો.

"મને ખબર નહોતી કે દોસ્ત એ તારા પર આરોપ મૂકશે."

અને તેણે તો એવું જ કર્યું.

"જ્યારે હું કળિ પાસે ગયો તો મેં તેને એવું પણ કહ્યું હતું કે તે તને કોઈ રીતે હેરાન ન કરે, તેણે મને આશ્વાસન પણ આપ્યું હતું."

અરજણને તેની વાત મૂર્ખતાપૂર્ણ લાગી, પણ એ મૌન રહ્યો, "ચિંતા ન કર. જે થઈ ગયું તે થઈ ગયું. આપણે મળીને તેનો ઉકેલ શોધી લઈશું."

"મારે આ જગ્યાએથી બહાર જવું છે. મારો વિશ્વાસ કર કે મારું આખું બાળપણ અહીં ગયું છે. મારી સ્વતંત્રતા માટે અને પોતાના માટે વિચારવાની યોગ્યતા પણ મારામાં નથી. હું કોણ છું એ જ ખબર નથી. હું માણસ છું કે નહીં? જો છું તો મારો ગમો-અણગમો વગેરે

શું છે?" તે સતત તેના નખ ઘસતો રહ્યો, "ખબર નથી, હું કશુંય જાણતો નથી."

તું આટલા સમયથી એકાંતવાસમાં છે તેથી તું તારા વિશે સાવ અજાણ છે. કેટલા ખેદની વાત છે. અરજણ પાસે કમસેકમ પોતાની એક ઓળખાણ હતી. ક્યારેક તે સારો વાચક અને કવિ હતો. તે આખી દુનિયા ફરીને અલગ-અલગ કબીલાઓ જોવા ઇચ્છતો હતો અને આજે કોઈ કબૂતરની જેમ પિંજરામાં બંધ હતો.

"હું તને સાથે રાખીશ, બધું સારું થઈ જશે."

વિક્રમે ચહેરો લૂછી નાંખ્યો. હવે તે શાંત હતો, "ધન્યવાદ... તું સાચો મિત્ર છે, પણ કોઈને કહીશ નહીં. તને તો રુદ્રનો સાથ છે, પણ મારી સાથે તો કોઈ નથી."

અરજણે તેના ખભે હાથ મૂક્યો, "હું તારી સાથે જ છું. હું તારું રક્ષણ કરીશ, મારાથી બનતું બધું જ કરીશ."

એ બંને હસવા લાગ્યા.

ત્યારે જ પરસાળમાં સૈનિકો આવ્યા અને કેદીઓને બહાર કાઢવામાં આવ્યા. અરજણ અને વિક્રમ પણ હરોળમાં ઊભા હતા.

"દોસ્ત, આ બધું શું થઈ રહ્યું છે?" વિક્રમે એક સૈનિકને પૂછ્યું.

"આજથી કુશ્તી શરૂ થવાની છે."

"શું? આજથી?" અરજણ તો અચંબો પામ્યો.

"અરે હા, ચાલો જોઈએ કે તમારામાંથી કોણ જીવતું રહે છે." સૈનિકે તેની પીઠ પર ધબ્બો મારતાં કહ્યું.

આખા અખાડામાં લોકોની ભરમાર હતી. આ કળિના કિલ્લા જેવું નહોતું. અખાડો અલગ પ્રકારના થાંભલાઓથી બનેલો હતો. બધા કબીલાઓના ઝંડા લગાવ્યા હતા. કળિની બાજુમાં દેવી દુરુક્તિ બેઠી હતી. તેના ચહેરા પર ખુશી નહોતી. કેદીઓને મેદાનના એક ખૂણામાં રાખવામાં આવ્યા હતા અને અરજણે જોયું કે ત્યાંની રેતી

લાલ નહીં, પણ સોનેરી હતી. અખાડામાં સૂરજની રોશની ફેલાયેલી હતી. અરજણની બોચીના વાળ ઊભા થઈ ગયા. તેના પર ડર અને ગભરામણ સવાર થવા માંડ્યા.

રુદ્ર અરજણને મળવા આવ્યો અને તેમની નજર હર્ષ પર ગઈ, જે પીઠ ખંજવાળી રહ્યો હતો.

"ચિંતા ન કરીશ. તું સફળ થઈ શકે તેમ છે. બસ, તેને ચકમો આપતો રહેજે. તેને થકવી નાંખીશ તો તારી જીત પાકી છે."

"જો હું બેભાન થઈ ગયો તો?"

રુદ્રએ આંખો ઝીણી કરીને કહ્યું, "ઓહ, એવું ન કરીશ."

કહેવું બહું સહેલું લાગે.

અરજણ હોઠ ચાટતો અખાડામાં આવી ગયો. તેણે બધાની તરફ જોયું કે કોઈ શંભલનું છે કે નહીં. તેને થયું કે જો આ બધું કલ્કિ જોઈ શકતો હોત તો કેવું સારું. તેણે મુઠ્ઠીમાં રેતી લીધી અને તેને હળવેથી હાથમાંથી સરકાવી દીધી.

"હું આવી ગયો." કળિએ ગર્વથી કહ્યું, "આપણે આજે એક મોટી અને અનોખી લડાઈ જોવાના છીએ, જે આ રાજ્યના લોકોએ કદી જોઈ નહીં હોય. એ જરાસંઘે શરૂ કરી હતી અને હું તે જાળવી રાખીશ. હું મારા બધા જ પૈસા જીતનારા પર લગાવું છું."

આ જુઠ્ઠું બોલી રહ્યો છે.

"તેણે પ્રતિયોગિતા જીતવાનો અને નાના-મોટા બધાને હરાવવાનો વાયદો કર્યો છે. સૌથી મોંઘો અને અઘરો વાયદો."

બધાએ મોં મચકોડ્યું ને મજાક ઉડાવી.

"અને તે બધાને ખોટા સાબિત કરશે. મારા પ્યારા લડાકુ અરજણ, તું તૈયાર છે ને?" કળિ પરપીડામાંથી વિકૃત રીતે આનંદ લઈ રહ્યો હતો.

અરજણે નિરાશા સાથે માથું હલાવ્યું.

"સારું... તો તેની સાથે લડવા માટે..."

ત્યારે જ હર્ષ બોલ્યો, **"હું તેને પડકાર આપું છું."**

બધા તાળી પાડવા લાગ્યા. તે લોકો અરજણને હારતો જોવા માગતા

હતા. કળિ પણ તાળી પાડતો હતો. ફક્ત દુરુક્તિના ચહેરા પર સ્મિત નહોતું.

"બહુ જ સરસ... શું મુકાબલો થશે!" કળિએ દુરુક્તિને જોઈને કહ્યું, "આ તો સાવ સહેલું હુંહ? કંઈ મજા પણ નહીં આવે."

એ નથી ઇચ્છતો કે હર્ષ મારી સાથે લડે. હર્ષ પણ વિસ્મિત હતો કે તેની ઇચ્છા શું છે.

"તું... હું ઇચ્છું છું કે તું અહીં લડવા આવ." કળિએ ઇશારો કર્યો

અરજણે પાછળ ફરીને જોયું. કળિનો ઇશારો રુદ્ર તરફ નહોતો, પછી તેણે ફરીથી જોયું કે કળિ કોઈને બોલાવી રહ્યો હતો.

વિક્રમ!

21

અરજણ એક ક્ષણ માટે તો અચંબો પામી ગયો. તે પરસેવાથી રેબઝેબ થયેલો હતો.

આવું તો ન હોવું જોઈએ.

વિક્રમ પણ એકદમ જડ થઈ ગયો. તેનું લાંબું પહેરણ સૈનિકોએ ફાડીને કઢાવી નાખ્યું. તે એક જાડો નવજાત બાળક જેવો દેખાતો હતો, જેનું પેટ ભરેલું દેખાય.

આ બધું મને મારવા માટે નહોતું. અરજણ જાણે મનથી તૂટી પડ્યો હતો.

વિક્રમ લથડતાં ડગલાં ભરતો આગળ આવ્યો. તેને જોઈને લોકો બૂમો પાડવા લાગ્યા ને અરજણને પહેલીવાર જીતની સંભાવના દેખાવા લાગી.

વિક્રમ અરજણની સામે આવી ઊભો રહ્યો. તે આ બધા બૂમબરાડા વચ્ચે પણ ડર અનુભવી રહ્યો હતો.

ઓહ...! હવે આ રહેશે કે હું.

અરજણ સમજી ગયો કે પોતાનો જીવ બચાવવા તેને મારવો પડશે. તેણે રુદ્ર તરફ નજર કરી તે પણ ચિંતિત લાગતો હતો. રુદ્ર વિક્રમ વિશે વધુ જાણતો નહોતો, પણ તેને ખ્યાલ આવ્યો કે હવે અરજણની જીત નક્કી છે.

આ બધું મને મારવા માટે નહીં, પણ મને હત્યારો બનાવવા માટે રચાયું છે.

અરજણે કળિ તરફ નજર કરી. તે હસીને તેને જોઈ રહ્યો હતો. અરજણે વિરોધ દર્શાવ્યો, "હું આ કુશ્તી નહીં લડી શકું."

આથી લોકોએ બુમરાણ મચાવી, પણ અરજણે તેની કોઈ પરવા ન કરી. *જ્યારે વિક્રમ કળિ પાસે ગયો હશે ત્યારે જાણી લીધું કે તે અરજણનો મિત્ર છે, તેમાંથી જ આ વાત નક્કી કરી હશે.*

"સારું, હું તારી વાત સમજી શકું છું." કળિએ તાળી પાડી.

તરત જ માનવ સૈનિકોએ અરજણ અને વિક્રમ સામે ભાલા તાક્યા.

"જો લડવું ન હોય તો પછી મરવાની તૈયારી કરી લો." કળિ બોલ્યો.

દેવી દુરુક્તિએ કંઈક બોલવા ઇચ્છ્યું, પણ કળિએ તેની સામે આંખો કાઢી અને તેણે નજર ઝુકાવી લીધી. કળિ અરજણ તરફ ફર્યો.

"અરજણ." પાછળથી પરિચિત અવાજ આવ્યો.

અરજણે જોયું કે વિક્રમના ચહેરા પર દૃઢ સંકલ્પ ઝળકતો હતો.

તે લડવા માટે તૈયાર હતો. તેણે જે રીતે શરૂઆતમાં મુદ્રા બનાવી તે જોઈને લાગ્યું કે તે આ રમત વિશે કશું જાણતો નથી.

"આ લોકો મને મારી જ નાખવાના છે. એના કરતાં સારું કે તારા હાથે હું માર્યો જઉં."

"પણ હું એવું નથી ઇચ્છતો..."

એવામાં જ ભાલાની અણી અરજણને અડી.

"મિત્ર, આ બધું નસીબની વાત છે. મને ખબર છે કે તારા મનમાં અવઢવ છે, પણ તે છતાં યોગ્ય કાર્ય તો કરવું જ પડશે."

"વિક્રમ, તને મારવાનો નિર્ણય યોગ્ય કેવી રીતે કહેવાય?"

"કારણ કે તેનાથી આપણા બંનેનું દુઃખ ઓછું થવાનું છે. આ કારાગૃહ સિવાય મારું કોઈ ઠેકાણું જ નથી, પણ તારે તો હજુ ઘણું કરવાનું છે. ચાલ, હવે આ રમત પૂરી કરીએ."

અરજણે માથું ધુણાવ્યું. ભીડમાં ઉત્સાહથી શોર વધ્યો. અરજણ અને વિક્રમ વચ્ચે લડાઈ શરૂ થઈ. વિક્રમ શરીરથી ભારે હોવાને કારણે અરજણને નીચે પાડવામાં સફળ થયો. અરજણે તે સમયે સંતુલન સાધી લીધું. અરજણે ગોળ ફરીને ઝડપથી વિક્રમને ધડથી પકડ્યો અને પૂરી તાકાતથી ઉઠાવી લીધો.

વિક્રમ થોડી જ ક્ષણોમાં નીચે જમીન પર પડેલો હતો. ચારે તરફ ધૂળ ઊડતી હતી. તે જોરદાર હાંફી રહ્યો હતો.

"બસ, હવે ફેંસલો લાવી દે." એ ધીરેથી બોલ્યો.

અરજણે તેની ગરદન પકડમાં લીધી. તેની આંખોમાં આંસુની ધાર

હતી. અરજણે આંખો બંધ કરી અને હળવેથી બોલ્યો, "તું એક સારો મિત્ર હતો..."

અને એક જ ઝટકામાં અરજણે વિક્રમની ગરદન મરોડી નાંખી.

કોઈએ તાલી ન પાડી. કારણ કે આ કુશ્તી તો એકતરફી હતી.

અરજણ શરીર પરથી રેત ખંખેરી ઊભો થયો. તેણે વિક્રમ તરફ જોયું તેના મૃત શરીર પર પણ સ્મિત હતું.

"મિત્ર, તને મળીને ઘણું સારું લાગ્યું."

હું જાણું છું કે તું કંઈક કમાલ કરવાનો છે.

ઓહ, હું કમાલ કરીશ જ. તારું મૃત્યુ એળે નહીં જાય.

અરજણે ગુસ્સાભરી નજરથી કળિ તરફ જોયું. તેને જીવનમાં આટલો બધો ગુસ્સો ક્યારેય નહોતો આવ્યો.

હું આની નાટકબાજીથી થાકી ગયો છું.

"તેં જે ઇચ્છ્યું એ જ થયું. હું જંગ જીતી ગયો." અરજણને યાદ આવ્યું કે તેનો મિત્ર સવારે કેવાં ડૂસકાં ભરી રહ્યો હતો. કેવી રીતે તેને સાવ અકારણ જ જીવ ગુમાવવો પડ્યો. એ બોલ્યો, "હવે મારી પણ એક માગ છે."

"તું કશું માગવાની સ્થિતિમાં નથી." કળિ બોલ્યો.

"કળિ હું તને પડકારું છું." અરજણે બૂમ પાડીને કહ્યું.

આ સાંભળીને ભીડમાં એક સન્નાટો છવાઈ ગયો. દુરુક્તિ તેના સ્થાને ઊભી થઈ ગઈ. કળિના ચહેરા પર એકાદ ક્ષણ માટે અવઢવ દેખાઈ પણ પછી તે આત્મવિશ્વાસથી હસતો દેખાયો.

"એટલા ટુકડા કરીશ કે તું કશું સંભાળી નહીં શકે. હું તારો પડકાર ઝીલું છું. આજથી બે દિવસ બાદ આ જગ્યાએ જ આપણો મુકાબલો યોજાશે."

અરજણે માથું ધુણાવ્યું. એ રુદ્ર તરફ ફર્યો તો તેણે જાણે કે તેને અવગણ્યો હોય તેવું અનુભવાયું.

બની શકે કે મેં જાતે જ મારા મૃત્યુને આમંત્રણ આપ્યું હશે.

અરજણ જાણતો હતો કે કળિએ સોમનું સેવન કર્યું હતું. ફક્ત કલ્કિ જ કળિને હરાવી શકતો હતો. કલ્કિ મરી ગયો હશે અથવા તો પર્વતોમાં તેની સાચી શક્તિઓ શીખી રહ્યો હશે.

અરજણને ખબર નહોતી કે કળિ સાથેના મુકાબલામાં કેવી રીતે લડવું?

રુદ્રએ પાછાં ફરતાં પૂછ્યું, "તેં તારો જીવ બચાવી લીધો હતો, એ પછી શું કામ તેની સામે પડ્યો?"

અરજણ તેની કોટડીમાં જઈને છત તાકી રહ્યો હતો. થોડીવારમાં ઊંઘ આવી ગઈ. બીજી સવારે અભ્યાસ કરતી વખતે વિચારી રહ્યો હતો કે કળિને હરાવવા શું કરવું પડશે. રુદ્રને પણ ખબર નહોતી કે કળિને કેવી રીતે હરાવી શકાય. તે ઘણો શક્તિશાળી હતો અને તેના માટે કેટલાય પ્રકારની વાતો થઈ રહી હતી.

"મેં તો સાંભળ્યું છે કે તે મડદાંને બેઠાં કરી શકે છે."

"તે એક આંગળીના સહારે જીવ લઈ શકે છે."

તે દાવાઓમાં કોઈ તથ્ય નહોતું અને કારાગૃહમાં તેની ખરાઈ કરવા માટેના કોઈ ઉપાય નહોતા.

થોડીવાર પછી સમજાયું કે કળિને મારવો સહેલો નહોતો. પડકાર તો ઠીક છે કે આપી દીધો, પણ હવે લાગ્યું કે તેણે ઉતાવળ કરી નાખી હતી.

તે અભ્યાસથી પાછો આવ્યો તો તેને એક સૈનિકે જણાવ્યું કે, દેવી દુરુક્તિ તેને મળવા માગે છે.

ઓહ... હવે આને મારું શું કામ હશે?

જો કે શરૂઆતમાં જ્યારે તેણે શંભલમાં વિનાશ વેર્યો ત્યારે અરજણ દુરુક્તિને નફરત કરતો હતો, પરંતુ કલ્કિના કહેવા પ્રમાણે દુરુક્તિ એવી ખરાબ નહોતી. તેમનું ગામ તો માર્તંડે તબાહ કર્યું હતું છતાં અરજણને તે પસંદ તો નહોતી.

તેને મારું શું કામ પડ્યું હશે?

સૈનિક અરજણને એક ખૂણામાં લઈ ગયો જ્યાં એક ખાલી ઓરડો હતો. દુરુક્તિ એક સુંદર પોશાકમાં ત્યાં બેઠેલી હતી. *જો તેણે અમારું ગામ તબાહ ન કર્યું હોત તો શું તેની સાથે મિત્રતા સંભવ હતી?*

અરજણને યાદ આવ્યું કે પદ્મા હંમેશાં ક્ષમા કરવામાં વિશ્વાસ રાખતી હતી. કદાચ તે અમલમાં મૂકવાનો સમય આવી ગયો છે.

"જે પણ થયું, તેના માટે હું માફી માગું છું." દુરુક્તિની નજર નીચી હતી.

"તારી એમાં ક્યાં ભૂલ છે?" અરજણના હાથ બાંધેલા હતા અને એક સૈનિક પાછળ ઊભો હતો.

દુરુક્તિના ઇશારા પર તે બહાર જતો રહ્યો. ઓરડામાં આછું અજવાળું ફેલાયેલું હતું.

"ના, હું શંભલની વાત નથી કરી રહી. સોમને કારણે જ મારો ભાઈ રાક્ષસ બની ગયો છે. જે મેળવવા માટે મેં કેટલાય લોકોના જીવ લીધા. હું શંભલને નવેસરથી વસાવવા માટે ધન ભેગું કરી રહી છું."

ક્ષમા...? આ નવેસરથી ગામ વસાવવા માગે છે!

અરજણે ડોકું ધુણાવ્યું, "હું ક્ષમા કરનાર કોણ છું? તને પોતાના કાર્યનો પસ્તાવો છે. એ જ ઘણું છે. મને કેમ બોલાવ્યો હતો?"

"મેં... ઓહ... એ તો... હું તને મળવા માટે ડરી રહી હતી, પણ કાલે તને જોયો તો મારે તારી પાસે આવવું પડ્યું. તું કળિ સામે લડવા જઈ રહ્યો છે. મને સમજાતું નથી કે શું કહેવું? શું હું કોઈ મદદ કરી શકું?"

મદદ? આ પણ કળિની કોઈ ચાલ છે કે શું?

"હું કેવી રીતે વિશ્વાસ કરું?"

"કારણ કે કલ્કિએ પણ કર્યો હતો."

અરજણે જડબાં ભીંસ્યાં.

"હમ્મ... એણે પણ કર્યો જ હતો. મારે આ કેદીઓને મુક્ત કરવામાં તારી મદદ જોઈએ."

"પણ આ બધા તો અપરાધી છે."

"આ લોકો સારા છે. હું જાણીને કહું છું. કેટલાય લોકોને ખોટા ગુનામાં બંદી બનાવવામાં આવ્યા છે. વેદાંત અન્યાયી શાસક હતો. ફક્ત રાજાને નિયમભંગ થયો લાગે તો એ ગુનો નથી બની જતો. તેને સારી રીતે શાસન કરતા જ નથી આવડ્યું."

“હું વિચાર કરી જોઈશ.” દુરુક્તિના મનમાં દ્વિધા હતી.

“એક બીજી વસ્તુની પણ મને જરૂર છે.”

“બોલ.”

અરજણે ઊંડો શ્વાસ લીધો, “મારે સોમ જોઈએ છે.”

“સોમ?” દુરુક્તિ એકદમ ચોંકી ગઈ, “એ કેવી રીતે શક્ય છે?”

“મારે એ લેવું જ પડશે નહીંતર કાલે જીવ નહિ બચે.”

“પણ એ તો તમે લોકોએ નષ્ટ કરી નાખ્યું.”

“તું કળિની બહેન છે. તેને સૌથી વધુ તું જાણે છે. તે હંમેશાં પોતાના વપરાશ માટે અલગ ભંડાર રાખતો હતો. તેની પાસે હજુય થોડી માત્રામાં રહ્યું જ હશે. તે શોધીને આજે રાત્રે કે કાલે સવારે મને લાવી આપ.”

“જો તું પણ સોમ લઈને તેની જેમ પાગલ થઈ જઈશ તો?”

અરજણ પાસે તેનો કોઈ જવાબ નહોતો. કૃપાએ જણાવ્યું હતું કે, જો સરખી માત્રામાં લેવામાં ન આવે તો સોમના સેવનની આડઅસરો સંભવ હતી. ફક્ત ધર્મ અને અધર્મને જ તેનાથી શક્તિ મળતી હતી અને તે લોકોએ સંયમિત માત્રામાં સેવન કરવું જરૂરી છે.

“મારે તો ફક્ત થોડી માત્રામાં જ જોઈએ છે જેથી મને ઊર્જાન્વિત થવામાં સહાય કરે.”

“તું એમ કહી રહ્યો છે કે મારા ભાઈ જેટલો શક્તિશાળી થઈશ તો તેને મારી નાંખીશ.”

અરજણે ડોકું ધુણાવ્યું, “હું તારા ભાઈ જેવો નથી. તેને બંદી બનાવી શકું છું, પણ મારી નહીં નાખું. હું કારણ વગર કોઈનો જીવ નથી લેતો.”

દુરુક્તિએ માથું હલાવ્યું, “કલ્કિના નામ પર કોશિશ કરી જોઉં. કદાચ એ રીતે હું પશ્ચાત્તાપ કરી શકું.”

અરજણે તેની સામે સ્મિત કર્યું. દુરુક્તિ જતાં જતાં ઊભી રહી, ને બોલી, “શું એ મજામાં છે?”

“કોણ?”

“કલ્કિ”

“ખબર જ નથી. હું પણ તમારા બધાની જેમ અંધારામાં જ છું.”

તેના ચહેરા પર ચિંતા દેખાતી હતી, "તે જલદી પાછો આવે તો બહુ સારું."

"તે એક દિવસ પાછો તો જરૂર આવશે."

"હું પણ તેવી આશા રાખું છું." ને એ તરત જ ઓરડાની બહાર ચાલી ગઈ.

22

દુરુક્તિ ઘણી દ્વિધામાં હતી. તે કળિના કક્ષમાં જવા નહોતી માગતી.

તે કળિની વિરુદ્ધ કંઈક કરવા જઈ રહી હતી. અત્યાર સુધી તેનો વિદ્રોહ મનોમન હતો, પણ હવે તે ખુલ્લેઆમ કરવા જઈ રહી હતી. જો તે સફળ થશે અને અરજણ કળિને હરાવી દેશે તો કળિ કારાગૃહમાં હશે અને કળિને સીધે રસ્તે લાવવાની તક મળશે. લોકો સાથે જબરદસ્તી કામ કરાવવું એ કોઈ સારી વાત નથી.

પણ એ થોડી ડરેલી પણ હતી. *એણે જ્યારે શંભલ પર હુમલો કર્યો ત્યારે પણ તેણે આવું નહોતું કર્યું?*

દુરુક્તિએ કળિને કાગળ પર કોઈક વહીવટી કામ કરતો જોયો. એ તેના ઓરડામાં શોધખોળ કરવા લાગી. ઓરડામાં થોડા કાગળો આમતેમ પડ્યા હતા એ સિવાય બધું ઠેકાણે મૂકેલું હતું. કળિ ચિંતિત હોય તેવું લાગી રહ્યું હતું.

"ઓહ, પ્યારી બહેન!" તેણે તેને બોલાવી, "આજે મારા ઓરડામાં આવવાનું મન કેવી રીતે થયું?" તેના અવાજમાં મધુરતા હતી, પણ તેનું ધ્યાન લખવામાં જ હતું એટલે ચહેરો ફેરવ્યો નહીં.

"મારા આવવાની જાણ કેવી રીતે થઈ ગઈ?"

"હું તારો ભાઈ છું. તારી ગંધ ઓળખી શકું છું."

આ સાંભળી તેનું હૃદય બેસી ગયું. શું તેને સિમરીન વિશે જાણ હશે? ન થઈ હોય તો સારું.

"બધું બરાબર છે ને?" કળિએ પૂછ્યું.

"આટલું બધું બની ગયું તો હું બસ એમ જ હાલચાલ પૂછવા આવી હતી."

"અરે, હા – નગરમાં સુધારા કરવા પડશે. આપણી પાસે ઘણી

મોટી સેના છે જેની જરૂર નથી. આપણી પાસે અનાજના ભંડાર ઓછા છે." તેણે કલમનો છેડો મોંમાં દબાવતાં કહ્યું, "તેં થોડા મહિના પહેલાં કયા સ્થળે હુમલો કર્યો હતો?"

"શંભલ."

"હમ્મ..." તે લખવા લાગ્યો, "આ નાનાં ગામોમાં વિદ્રોહ થતો જણાઈ રહ્યો છે. નગરજનો તો પરિવર્તન સ્વીકારી ચૂક્યાં છે, પણ આ લોકો હજુ લડવા માગે છે." તે મનોમન બોલ્યો.

"હું વાત કરવા આવી હતી કે તેં કેવી રીતે ત્યારના રાજાને ખુલ્લેઆમ મરાવી દીધા અને એક સામાન્ય કેદી સાથે કુશ્તીનો મુકાબલો કરવા તૈયારી બતાવી."

કળિએ લખવાનું બંધ કરીને દુરુક્તિ સામે જોયું. તેની આંખોમાં એક અજીબ ચમક ઊભરી આવી, "ઉર્વશી કેવી છે?"

દુરુક્તિનું હૃદય જોરદાર ધડકવા લાગ્યું, પણ તેણે ભાવ ન બદલ્યા.

"મને... મને શી ખબર?"

"અમે વેદાંતનો મહેલ ઉજાડી નાંખ્યો અને ત્યાં તેની દાસીઓ સિવાય કોઈ નહોતું. હું એ જ વિચારી રહ્યો છું કે ઉર્વશી ક્યાં ગઈ હશે? શું તેં એને જોઈ છે?"

દુરુક્તિએ માથું ધુણાવ્યું. એ કળિને તો નહોતી જ જણાવવાની કે ઉર્વશીને તેણે પોતાના ઓરડામાં જ છુપાવીને રાખી છે અને રાત્રે તેના પલંગ નીચે જ તેને સુવાડે છે. દુરુક્તિ પાસે કોઈ વિકલ્પ નહોતો. જો ઉર્વશી પકડાઈ જતી તો આ લોકો મારી નાખે. ઉર્વશીને પણ એ વાતનો ગુસ્સો આવતો હતો કે તેના પિતાના હત્યારાના મહેલમાં જ તે રહે છે અને દુરુક્તિ જાણતી હતી કે થોડા દિવસોમાં જ ઉર્વશી સુરક્ષિત થઈ જશે.

"મેં વેદાંતની દાસીઓને મહેલની સાફ-સફાઈ માટે રાખી છે. તું એ બધું જોઈ લેજે."

"તું એક સામાન્ય માણસ સામે કેમ લડવા ઇચ્છે છે?"

"અરજણ?" તેની ભ્રમરો તંગ થઈ, "તને એમાં આટલી દિલચસ્પી

કેમ છે? જો કે તે તારા માટે તો સામાન્ય નથી. તેનો ભાઈ તારો પ્રેમી હતો, હેં ને?"

"ના, એવું કંઈ જ નહોતું." દુરુક્તિએ નિઃશ્વાસ નાંખ્યો, "મેં કેટલીય વાર એ વિશે કહ્યું છે કે..."

"તમે બંનેએ કશું નથી કર્યું. એનો મતલબ એ નથી કે તું કશું કરવા ઇચ્છતી નહોતી." કળિ હસ્યો, "ચાલો, જે થયું તે. એ મરી ગયો એટલે કિસ્સો ખતમ થયો."

દુરુક્તિએ માથું ધુણાવ્યું અને તેને ખ્યાલ આવ્યો કે તેણે અરજણને એ નથી જણાવ્યું કે કલ્કિએ લગાવેલી આગમાં તે રાખ થઈ ગયો હશે. તે એવું જ ઇચ્છતી હતી કે તે જીવિત છે અને એક દિવસ પાછો આવશે. પરંતુ જો તે જીવિત ન હોય તો અરજણ જ એક એવો વ્યક્તિ હતો જે કળિને રોકી શકે.

"અરજણ એક રમકડું છે અને મને રમવાનું બહુ ગમે છે. મને તેની પર હક જમાવવો ગમે છે. હું તેના વિશ્વાસ અને નૈતિકતાને ચૂરચૂર કરીને તેના આત્માને ધ્વસ્ત કરવા માગું છું. મારી બહેન, મારી ભીતર કોઈ છે, તે મને એવું કરવાનું કહી રહ્યું છે. એ કહે છે કે, અરજણને હેરાન કરવામાં આવે, પણ તેને મારવાનો નથી. તેને મારવાનો નથી, પણ બદલવાનો છે. શું આ બધું સાવ અટપટું નથી?"

"તું ભીતરથી કોઈ અવાજ સાંભળે છે?"

"હમ્મ... જ્યારથી આ સોમ પીધું છે." તેણે તેના કમરપટ્ટા પર હાથ થપથપાવ્યો અને દુરુક્તિ તેનું કારણ સમજી ગઈ.

મતલબ, સોમ ત્યાં જ છે.

"જાણે મગજમાં શું ને શું ચાલ્યા કરે છે. જો કે આ બધી વાતોથી તારે મારું મગજ ન ખાવું જોઈએ."

દુરુક્તિ તેની ખુરશી પાસે ગઈ અને ઘૂંટણિયે બેસી ગઈ ને તેની આંખોમાં જોવા લાગી, "ના, મારા પ્યારા ભાઈ, મને અંદરનું દુખ જણાવવું જોઈએ. આપણે મળીને તેની સાથે લડવાનું છે."

કળિના ચહેરા પર કરુણાસભર ભાવ હતા. જે સોમનું સેવન કરતાં

પહેલાં રહેતા હતા, “કોઈ એમ કહે છે કે મારે મારી વિરાસત સંભાળવાની છે... પણ મારી વિરાસત કઈ છે?”

“અસુર?”

“હું એ મૃત દ્વીપ પર ફરીથી જવા નથી માગતો.”

“બની શકે કે ભયને જીતીને જ આ બધા અવાજો પર કાબૂ મેળવી શકાય.”

“અને આ નગરી ધનના દેવતા કુબેર માટે છોડી દઉં? અરે, ના. એ તો આ નગરીમાંથી મારી છેલ્લી નિશાની પણ મિટાવી દેશે. હું તેની સાથે જોડાયો છું તેનું એક જ કારણ છે કે તેણે નાગપુરી અપવાવવાનો વાયદો કર્યો છે. સાચું કહું તો મારું ધ્યાન તો સુપર્ણો તરફ વધુ છે, કારણ કે તેમની પાસે સોમલતા વનસ્પતિનો ભંડાર ભરેલો છે જે આપણને કામ લાગી શકે તેમ છે. જો કે એવું કહેવાય છે કે સુપર્ણોની મરજી સિવાય તેમની નગરીમાં કોઈ પગ નથી મૂકી શકતું. હું દક્ષિણીઓની મદદથી આ નગરીને નષ્ટ કરવા નથી માગતો. એ વિચારવું પણ મૂર્ખતા કહેવાય કે સુપર્ણો ઊડવા સિવાય સોમનો ઉપયોગ શક્તિશાળી બનવા માટે નહીં કરતા હોય. સાવ ખોટી વાત! તેમની પાસે હંમેશાં એવા લોકો રહ્યા છે જે નાગલોકો સાથે લડતા આવ્યા છે.”

“તેમને એવો ખ્યાલ આવી ગયો હશે કે સોમ માનસિક સ્વાસ્થ્ય માટે ખરાબ છે એટલે માણસો કરતાં તેનો ઉપયોગ વસ્તુઓમાં કરવો જોઈએ.”

“પ્યારી બહેન... તું કહેવા શું માગે છે?” તે હસીને રોકાયો, “હું તો એમ જ હાંકી રહ્યો હતો. મેં તો આ બધી વાતો વાસુકિના ખાતામાં વાંચી હતી.” તેણે ભૂરા રંગની ખાતાવહી બતાવી, “તેણે સુપર્ણો, તેમનું તંત્ર અને સુપર્ણો સાથેના નાગલોકોના ગૃહયુદ્ધ વિશે વિસ્તારથી લખ્યું છે.”

તેણે ખભા ખંખેર્યા. દુરુક્તિએ કોઈ બહાને કળિનું ધ્યાન બીજી તરફ દોર્યું અને તેનો હાથ સરકતો કળિના કમરપટ્ટા પર ગયો. ત્યાં સોમની કોથળી લટકતી હતી. તે કપડાંને અડવા જ ગઈ ત્યાં દરવાજા પર અવાજ થયો.

“અંદર આવી જાઓ.”

કોકો અને વિકોકોએ બહારનો દરવાજો ખોલ્યો અને એક વિચિત્ર ઠીંગણા માણસે અંદર પ્રવેશ કર્યો. તેનું નાક ફૂલેલું, મોંનો ઉપરનો ભાગ મોટો અને રૂવાંટીદાર લાંબા કાન હતા જે તેણે પાઘડીમાં છુપાવ્યા હતા. તેનું અડધું શરીર શાલથી ઢંકાયેલું હતું અને નીચે એક ધોતી પહેરેલી હતી.

"બોલ." કળિએ આંખ ઝીણી કરી.

"હું સેનાપતિ તારની છાવણીમાંથી નાયક અરુણ છું." અરુણે માથું નમાવ્યું.

"તાર? આ કોણ છે?" કળિ બોલ્યો, "ઓહ, હું ઓળખી ગયો. તું વાનર છે ને?"

અરુણ દેખાવમાં કળિ અને દુરુક્તિ જેવો હતો, પણ તેને જોઈને ખ્યાલ આવતો હતો કે તે વાનર જાતિનો હતો. તેમના ચહેરા પર મૂછો નથી હોતી. તે વાંદરાને પૂજતા હતા અને પોતાની જાતને ઈલાવર્તીના શ્રેષ્ઠ જીવ માનતા હતા, કારણ કે વાનરોએ જ દુશાસન અને ભગવાન રાઘવના યુદ્ધમાં પ્રભુને સાથ આપ્યો હતો.

"મને આશ્ચર્ય થયું." કળિએ ખુરશી પર બેસતાં કહ્યું, "એક વાનર આવ્યો છે અને જ્યારે હું બજરંગ પાસે ગયો ત્યારે તે પોતાની હઠ પર અડી રહ્યો હતો કે તે મારા અભિયાનમાં સામેલ નહીં થાય." તે લોકોએ કહ્યું કે, "હું પાગલ છું જે આવું કામ કરવા જઈ રહ્યો છું."

અરુણ ગંભીર જ રહ્યો. તે પણ એક ખુરશી પર બેસીને બોલ્યો, "હું તમારી પાસે બજરંગના દરબારમાંથી નથી આવ્યો, એ તો વિધર્મી છે. હું સેનાપતિ તારની છાવણીમાંથી છું જે સાચા અર્થમાં એક ક્રાંતિકારી છે."

"મારા પ્રિય મિત્ર, મને તમારી આ રાજનીતિ સમજમાં ન આવી." કળિ હસવા લાગ્યો.

"આ તો દગો અને પરસ્પર લડાઈની એક લાંબી વાત છે. પરંતુ અમારી પાસે સશક્ત નેતા અને સશક્ત કારણ છે અને અમે તમારી સાથે જોડાવા માગીએ છીએ." અરુણે દુરુક્તિ તરફ જોયું, "શું આપણે એકાંતમાં વાત કરી શકીએ?"

દુરુક્તિ ઊઠીને બહાર જવા ગઈ તો કળિએ હાથ પકડીને રોકી.

"ના, આ તો અહીં જ રહેશે. આ મારી બહેન છે."

"ઓહ, ભૂલ થઈ ગઈ." અરુણ પાસે વાત કરવાની રાજસી શિષ્ટતા હતી, "હું તમને મળવા માટે દંડકના બહારના ક્ષેત્રમાંથી આવ્યો છું. સેનાપતિ તારના પ્રણામ સ્વીકારો." તેણે શાલની અંદરથી એક મ્યાનબંધ તલવાર કાઢી, "આ અમારા તરફથી મિત્રતાની ભેટ સ્વીકારો."

કળિ પ્રભાવિત થયો. દુરુક્તિએ જોયું કે તે તલવાર ઉઠાવીને તેના પર અંકિત લખાણ જોવા લાગ્યો.

"આ શું લખ્યું છે?"

"ભાગ્ય શૂરવીરને સાથ આપે છે."

તેણે એ મ્યાનમાં રાખી, "તો જણાવ કે તારે શેની મદદ જોઈએ છે?"

અરુણ હસીને બોલ્યો, "મહારાજ, મેં જણાવ્યું તેમ અમે તમારી સાથે જોડાઈને અભિયાનનો હિસ્સો બનવા માગીએ છીએ. અમને એ જાણ છે કે નાગલોકો સાથે તમારા સંબંધ સારા નથી રહ્યા. તમને એક શક્તિશાળી..."

"હમ્મ... તેનાથી કોઈ ફરક નથી પડતો." કળિએ નિરાશાથી હાથ ઝાટક્યા, "તમે બજરંગના તાબામાં છો તે મારા માટે મહત્ત્વની વાત છે."

"અમે ઇચ્છીએ છીએ કે તમે અમને તેનાથી પીછો છોડાવવામાં મદદ કરો."

"એટલે તમે મારી સાથે સામેલ થઈ શકો." કળિ અટ્ટહાસ્ય કરવા લાગ્યો, "હું સ્પષ્ટ વાત કરું છું. તમે મારી સાથે જોડાવા તૈયાર છો, પણ એ શરતે કે હું મારા માણસોને દંડકની સીમા પર મોકલું જેથી કરીને તમે તમારી નાની-મોટી લડાઈઓ લડી શકો."

"ફક્ત હાથ મિલાવવાની વાત નથી." અરુણ એકદમ શાંત હતો, પણ દુરુક્તિને કળિની વાત કરવાની રીત ગમી નહીં, "આ સાથે અમે બદલામાં બીજી એક શક્તિશાળી વસ્તુ પણ તમને આપવા માગીએ છીએ."

"અને એ શું છે?"

અરુણે શાલ નીચેથી એક ગોળ વીંટળાયેલું ચર્મપત્ર કાઢ્યું. તેની પર

એવી વસ્તુ હતી જે દુરુક્તિ પહેલાં જોઈ ચૂકી હતી.

તેણે ચાર ભાગમાં વહેંચાયેલું બ્રહ્માના નેત્રનું સવિસ્તર વર્ણન જોયું તો તેનામાં એક રોમાંચ ઉત્પન્ન થયો. તેણે એક પુસ્તકમાં જે વાંચ્યું હતું, તેના કરતાં આ માહિતી ઘણી વધુ હતી.

"આ શું છે?" કળિએ ગંભીર અવાજમાં પૂછ્યું.

"બ્રહ્માનું નેત્ર – કોઈ નથી જાણતું કે આ કેવી રીતે આવ્યું. કહેવાય છે કે ભગવાન બ્રહ્માએ આ અમને આપ્યું હતું, પણ હું એવું માનતો નથી. જ્યારે ઈલાવર્તીમાં ઇન્દ્રનું શાસન હતું ત્યારે એ લોકોએ આની ઘણી શોધ કરી હતી. તેમણે ભૌતિકશાસ્ત્રના વિદ્વાન નિયુક્ત કર્યા હતા. ભગવાન ઇન્દ્ર વિજ્ઞાનના પૂજારી હતા. તેમણે જે સોમલતાની વનસ્પતિઓ ઉગાડી હતી તેને પોતાના વિદ્વાનોની મદદથી તેના ચાર ટુકડા તૈયાર કર્યા હતા. દરેક ટુકડા કોઈ ને કોઈ વસ્તુનું પ્રતિનિધિત્વ કરતા હતા – અતીત, વર્તમાન, ભવિષ્ય અને વિકલ્પયુક્ત વાસ્તવિકતા."

"વિકલ્પયુક્ત વાસ્તવિકતા?"

"તમે કોઈ પણ કામ કરો તો તે એનાં પરિણામોની શક્યતા દર્શાવે છે."

કળિએ માથું હલાવ્યું, "ઓહ આ તો રસપ્રદ છે." પછી અરુણ સામે નજર કરી, "અને તને એવું લાગે છે કે તે બજરંગ પાસે છે?"

"ચાર નહીં, પણ કમનસીબે આ એક છે." તેણે વચ્ચેના ટુકડા તરફ ઇશારો કર્યો જે વર્તમાન બતાવતો હતો, "આ ટુકડામાં તમે વર્તમાન સમયમાં કયા સંઘર્ષ કે વિદ્રોહો વચ્ચે છો તેની જાણકારી જોઈ શકો છો. તમે દુશ્મનની ચાલ જોઈને તેના અનુસાર યોજના બનાવી શકો છો."

"અને આ ઉપયોગી ન થયું તો?"

"મહારાજ, મેં તેને કામ કરતું મારી નજરે જોયું છે. બજરંગે તમારો સાથ ન આપ્યો તેનું કારણ પણ તે જ હતું. બજરંગે તે સમયે જાણી લીધું હતું કે તમે શું કરવાના છો – તમે નાગલોકો અને યક્ષો સાથે હાથ મિલાવ્યા અને બજરંગને તે માટે નફરત હતી."

"તો એ બધાને જોઈ શકે છે."

"જે પણ તેની જાણકારી સુધી સીમિત છે."

"મતલબ કે હું પણ તેનો ઉપયોગ કરી શકું છું." કળિએ સહમતી માટે દુરુક્તિ સામે જોયું તો તેણે પણ ઇશારામાં સંમતિ બતાવી, "તો સીધી વાત કે તું તારા કામ માટે મારા સૈનિકો માગી રહ્યો છે અને તમારે દંડકનું સિંહાસન લેવું છે. બદલામાં તમે મને તમારું સમર્થન અને આ ટુકડો આપશો."

અરુણે સંમતિથી ડોકું હલાવ્યું.

"જો તે મારા સૈનિકોની મદદ લીધા બાદ પણ ટુકડો ન આપે કે મારી સાથે છળ કરે તો?"

અરુણ બોલ્યો, "વાનર જ્યારે કોઈ વચન આપે છે તો તેને પૂરું કરે જ છે."

"હમ્મ, પણ આપણે એવા યુગમાં જીવી રહ્યા છીએ કે તેમાં બધું જ શક્ય છે. બાકીના ત્રણ ટુકડાઓનું શું છે?"

"કોઈ જાણતું નથી કે એ ક્યાં છે." અરુણ બોલ્યો, "મહારાજ કળિ, તમારી શંકા હું સમજી શકું છું, પણ..."

કળિએ હાથ હલાવ્યો, "જો તમે છળ કરશો તો મને કોઈ વાંધો નથી, કારણ કે આ ખબર જાણીને મારા સૈનિકો તારો જીવ લઈ લેશે. જો કે તેં મારું કુતૂહલ જગાડી દીધું છે. હવે બ્રહ્માના નેત્રમાં મારો રસ વધી ગયો છે."

"મને આનંદ થયો, મહારાજ."

"તું અમારા બે હજાર સૈનિકો લઈ જઈ શકીશ."

"પણ મહારાજ, અમારે તો પાંચ..."

કળિએ માથું ધુણાવ્યું, "નહીં તારે બે જ જોઈએ. જો તું મને આ લાવી આપીશ તો દંડકની સુરક્ષા અને સેનાપતિને પ્રસન્ન કરવા માટે બીજા પાંચ હજાર સૈનિકો આપીશ. તું કોકો પાસેથી સૈન્ય લઈને જા."

અરુણે કમને સંમતિ આપી, "જી મહારાજ." કહીને તે કક્ષમાંથી બહાર નીકળી ગયો.

દુરુક્તિ શાંતિથી બેઠી હતી ત્યાં અચાનક કળિએ પૂછ્યું, "શું તને એવું લાગે છે કે આ બ્રહ્માના નેત્રની વાત સાચી હશે?"

"મને ખબર નથી, ભાઈ."

કળિ બોલ્યો, "જો આ થોડા મહિનાઓ પહેલાં આવ્યો હોત તો કદાચ હું તેના પર વિશ્વાસ ન કરત. જ્યારથી આ સોમ વિશે જાણ્યું ત્યારથી મને પૂરો વિશ્વાસ છે કે આ દુનિયામાં ક્યાંક ને ક્યાંક તો જાદુ છે જ."

દુરુક્તિએ પણ વાતમાં સૂર પુરાવ્યો. તે સિમરીન સાથે લડીને આ દુનિયાનું જાદુ જોઈ ચૂકી હતી. તેને એ વિચારથી જ શરીરમાં ઝણઝણાટી પ્રસરી ગઈ, "સારું, તો હું જઉં છું."

કળિએ ગરદન હલાવી અને તે કામમાં લાગી ગયો.

"ભાઈ, તું સારું કામ કરી રહ્યો છે. જ્યારે પણ સમય મળે ત્યારે મારી સાથે વાત કરી શકે છે. હું હંમેશાં તારી સાથે જ છું."

"હમ્મ..."

દુરુક્તિ આગળ આવી અને કળિને ભેટી. તેણે તેનું માથું કળિના ખભે મૂક્યું અને બે હાથે ભેટી પડી.

"તારું ધ્યાન રાખજે."

કળિએ હસીને તેની પીઠ થપથપાવી, "ચાલ જા હવે તું અહીંથી, મને મારું કામ કરવા દે." કળિએ તેને ચીડવી.

દુરુક્તિ હસીને કક્ષની બહાર આવી તો કોકો અને વિકોકો સાવધ સૈનિકોની જેમ ત્યાં છાતી કાઢીને ઊભેલાં હતાં. તેણે તેની મુઠ્ઠીમાં થેલીને સંતાડી અને ત્યાંથી નીકળી ગઈ. કળિને ભેટી ત્યારે જ કમરમાંથી થેલી છીનવી લીધી હતી.

તેણે જઈને ખોલી જોયું તો તેમાં આસમાની રંગનું ખનીજ ચમકી ઊઠ્યું. તેમાં ફક્ત બે ઘૂંટ જ હતું.

23

ભલે તે પોતાની રીતે સંપૂર્ણ નહોતા, પણ આખરે તો એ મારા પિતા હતા.

તે થોડા દિવસથી દુરુક્તિના કક્ષમાં છુપાયેલી હતી અને તેને આદેશ હતો કે તે બહાર ક્યાંય ન જાય. તે બહાર જાય તો કોઈ રાક્ષસ કે યક્ષ તેને પકડી જ લે તેવું દુરુક્તિએ સાચું જ કહ્યું હતું. કળિ ઉર્વશીને કોઈ પણ રીતે પકડીને બંદી બનાવવા માગતો હતો. તેણે તેની ઉપર મુકદ્દમા ચલાવવાનું પણ વિચારી રાખ્યું હતું. જો કે આ નગરમાં મુકદ્દમા પણ બનાવટી હતા.

તે વેદાંતના વિચારમાં પડી ગઈ. તેના પિતા સાથે વિતાવેલા દિવસો યાદ કરવા લાગી. તેને એ સમય યાદ આવ્યો જ્યારે તેની માનો દેહાંત થયો હતો. વેદાંત હંમેશાં તેનાથી દૂર જ રહ્યો હતો, પણ તે દિવસે તેને ભેટીને તેના હાથ મજબૂતાઈથી જકડી લીધા હતા. તેણે તેની પુત્રીને પૂરી મદદ કરી હતી. તે પછી રોજ રાત્રે તેના ઓરડામાં આવીને તેને વાર્તાઓ સંભળાવતો હતો અને લોકોની વાતો કરતો. વેદાંતે ઉર્વશી સામે સ્વીકાર્યું હતું કે તે જન્મી ત્યારે તેને જોઈને તે નિરાશ થયો હતો. તેને પુત્રજન્મની આશા હતી. *મને માફ કરી દે બેટા, હું એક સારો પિતા ન બની શક્યો.*

વેદાંતનું માથું ધડથી અલગ થયે બે દિવસ થયા હતા. ઉર્વશીની વ્યાકુળતા વધતી જતી હતી. ત્યારે જ તેણે કોઈ નવી દાસીને ઓરડામાં આવતી જોઈ. તે દાસી-નોકરો આવે ત્યારે પલંગ નીચે છુપાઈ જતી હતી. તેણે જોયું કે આ તો એ જ દાસી હતી જે વેદાંતના મહેલમાં હતી અને તેને પાળી-પોષીને મોટી કરી હતી. તે પલંગ નીચેથી બહાર આવીને તેની સામે જોયું.

તે ચોંકી ઊઠી, "રાજકુમારીજી!"

"ચૂપ..." ઉર્વશીએ દરવાજો બંધ કરી દીધો.

"તમે આ ઓરડામાં શું કરી રહ્યાં છો?"

"હું અહીં છુપાઈ છું. તે મને જીવિત રહેવામાં મદદ કરે છે."

"ઓહ, એ કેટલી સારી સારી સ્ત્રી છે."

"તું અહીં આ જગ્યાએ કેવી રીતે?" ઉર્વશીની ભ્રમરો ચડી ગઈ.

"મહારાજ કળિએ નિયુક્ત કરી છે. રાજકુમારી તમે મજામાં તો છો ને?"

"તને શું લાગે છે?" ઉર્વશીએ ચહેરા પરથી ધૂળ લૂછી.

"હું મહારાજ વેદાંતના નિધન પર દુઃખ અનુભવી રહી છું."

"નિધન? જે રીતે થયું તે રીતે તો... તેમનું માથું ઉડાવી નાંખવામાં આવ્યું હતું."

"તમે ત્યાં જ હતાં?" દાસી ચોંકી ઊઠી.

ઉર્વશીએ સંમતિ દર્શાવી અને માથેથી પરસેવો લૂછ્યો, "મારે જવું પડશે. શું મારા પિતા મારા માટે કશું મૂકીને ગયા છે? મહેલનું શું થયું?"

"રાજકુમારી, તેને તો શસ્ત્રાગારમાં ફેરવી નાંખ્યો છે."

ઉર્વશીએ દાંત ભીડ્યા. *નીચ કળિ!* અને તે એની બહેનના ઓરડામાં હતી. જો તે પણ તેની બહેનની પીઠમાં છૂરો ભોંકી દે, જેવું કળિએ તેના પિતાની સાથે કર્યું હતું.

"રાજકુમારીજી, મારી પાસે તમને આપવા માટે કંઈક છે." દાસીએ તેના વસ્ત્રમાં છુપાવેલું કંઈક કાઢ્યું, "સૈનિકો આવતા પહેલા મહારાજ વેદાંતના ઓરડામાંથી આ મળ્યું હતું. આ પત્ર તમારા માટે લખેલો છે."

"તું આ સાથે લઈને ફરે છે?" ઉર્વશીએ પૂછ્યું.

"એ સુરક્ષિત જગ્યાએ મૂકવાની તક જ નથી મળી. બની શકે કે તેમાં તમારા માટે કોઈ સંદેશ હોય. હું નહોતી ઇચ્છતી કે આ પત્ર એ લોકોના હાથમાં આવે."

"બહુ જ સરસ કામ કર્યું." ઉર્વશી હસી.

"શું તમને દુરુક્તિ પર ભરોસો છે?"

"સાચું કહું તો હવે મને કોઈના પર ભરોસો નથી રહ્યો." તેણે પત્ર તરફ જોયું.

"હવે તમે શું કરવાના છો?"

ઉર્વશીએ તેની સામે જોઈ કહ્યું, "હું તને જણાવી દઈશ. મારી ચિંતા ન કરો. એટલું તો નક્કી છે કે પિતાનું સિંહાસન પાછું લેવાનું છે. બીજા કોઈને મારા વિશે જણાવીશ નહીં."

દાસીએ તેને ભરોસો રાખવા કહ્યું. તે ગઈ તેવી તરત જ ઉર્વશી પલંગ પર બેસીને પત્ર વાંચવા લાગી.

પ્રિય ઉર્વશી!

હું અત્યારે જે કરવા જઈ રહ્યો છું તેનાથી બની શકે કે આપણી રીતભાતમાં બદલાવ આવશે જેવી રીતે આપણે રહેતાં હતાં. જો કદાચ હું જીવતો ન રહું તો મારી ઇચ્છા છે કે તું હંમેશાં પ્રસન્ન અને સંતુષ્ટ રહે. તારી સાથેનો સમય ઘણો સારો વિત્યો. જો પસંદગી કરવાની આવે તો હું રાજાના રૂપમાં નહીં પણ પિતાના રૂપમાં મારા સ્મરણો સમેટવા ચાહું. એક રાજાને ગમે ત્યારે પ્રજાની સામે સિંહાસન પરથી ઉતારી શકાય છે. મને ખબર નથી કે હું સારું કરી રહ્યો છું કે ખોટું. આ લખતા મારા હાથ ધ્રૂજે છે અને મને લાગી રહ્યું છે કે હું જે જગ્યાએ જઈ રહ્યો છું ત્યાંથી પાછું ફરવાની શક્યતા પર સંદેહ છે. મને આશા છે કે તું તારો સંકલ્પ લઈ લઈશ કે મજબૂત બનીશ. તને એ ખ્યાલ આવવો જોઈએ કે મારું મૃત્યુ તારા માટે સિંહાસન માટે લડવાની તક બની શકે છે. જેની પર અધિકાર હોય તેને માટે લડવું જોઈએ અને તે મેળવવું જોઈએ. તું જન્મથી રાણી છે. હવે તું રાણીની માફક વર્તી શકે છે.

હંમેશની જેમ ઘણા સ્નેહસહ

પિતા

ઉર્વશીએ આંસુ ન વહાવ્યાં. તેની છાતી સંકોચાઈ અને પછી આંખો ઝુકાવીને પત્રને વાળીને છાતીએ ચાંપી દીધો.

ઉર્વશી બચાવના ઉપાયો શોધી રહી હતી ને ત્યાં જ દરવાજો ખૂલ્યો. એ ઝડપથી પલંગની નીચે સંતાઈ ગઈ. તેણે દુરુક્તિને અંદર આવતાં જોઈ લીધી. તેણે એની નાકમાં નથની અને ચમકતા હીરાનો હાર પહેર્યો હતો. અત્યારે તે કોઈ દ્વિધામાં લાગતી હતી. તે હાથમાં પકડેલી થેલી પંપાળતી હતી.

"શું થયું?" ઉર્વશીએ પૂછ્યું.

"શું તેં જમી લીધું?"

"હમ્મ, મને મારી સહાય માટે મારી જૂની દાસી જ મળી ગઈ."

"હમ્મ... તેને કળિએ જ કામ પર રાખી છે."

આમ વિચારીને ઉર્વશીનું લોહી ઊકળી ઊઠ્યું કે તે જે જગ્યાએ રહેતી હતી તે હવે કળિના કબજામાં હતું. તે ત્યાં જઈને તેને નુકસાન કરી શકતી હતી, પણ દુરુક્તિએ તેને કોઈ પગલું ભરવાની ના પાડી હતી. કારણ કે મહારાજ કળિ તેના સૈનિકો સાથે દરેક જગ્યાએ ફરતા હતા.

"તમારા હાથમાં શું છે?"

"કશું જ નથી." દુરુક્તિએ ઝડપથી થેલી મેજના ખાનામાં મૂકી દીધી. ઉર્વશીને નવાઈ લાગી હતી. દુરુક્તિ કંઈક છુપાવી રહી હતી. તેને ગમ્યું નહીં, પણ તેણે ધ્યાન બીજે તરફ કરીને વાત અવગણી.

દુરુક્તિ બોલી, "હું અરજણને મળી હતી. તને ખ્યાલ છે ને એના વિશે?"

ઉર્વશીને યાદ હતું. દુરુક્તિની સાથે હોવાનો મતલબ કેટલાય પ્રકારની વાતો. દુરુક્તિ મોટેભાગે તેની સાથે સલામતી વિશેની ચર્ચા કરતી. તેણે સમજાવવા માગ્યું કે કળિ ખરાબ માણસ નથી. તેણે કળિ અને અરજણ વિશે પણ જણાવ્યું હતું, પણ ઉર્વશીના મનમાં તેનું સ્પષ્ટ ચિત્ર નહોતું.

સાંભળીને લાગતું હતું કે કળિ કરતાં એ સારો હતો.

"શું કહ્યું એણે?"

"એ ઇચ્છે છે... એ એમ ઇચ્છે છે કે તેને ભાગવા માટે હું મદદ કરું."

"તેને મદદ કરવાની?"

"હમ્મ... બધા કેદીઓને ભગાડવામાં તેને સહાય જોઈએ છે."

ઉર્વશીની ભ્રમર ચડી ગઈ, "સાંભળવામાં મજાક જેવું લાગતું હતું. આ તો વિદ્રોહ થઈ જશે." આમ વિચારીને જ ઉર્વશીના મનમાં એક જ્વાળા ભભૂકી. *આ સાચે જ વિદ્રોહ હશે.* કળિના શાસનને એક ધક્કો પહોંચશે અને તે કેદીઓને પોતાના સમર્થક બનાવી દેશે. સૌથી વધુ કેદી તેના સમર્થનમાં હશે. તે પોતાની આંગળીઓ સાથે રમતી રમતી રોમાંચ અનુભવી રહી હતી.

"મને ખબર છે કે એવું જ થશે અને બધું જ બદલાઈ જશે. તેનું કહેવું છે કે એ બધા ગુનેગાર નથી. મોટાભાગના લોકોને તારા પિતાએ પુરાવાઓના અભાવે કારાગૃહમાં નાંખી દીધા હતા."

"જો એ લોકો કારાગૃહમાં છે તો એનું કોઈ કારણ તો હશે જ."

"અરજણ એવું નથી માનતો."

જે હોય તે. મને કોઈ ફરક નથી પડતો. મહત્ત્વની વાત એ છે કે શું તે લોકો મદદ કરશે?

કહેવાય છે કે ચોરની પણ નિષ્ઠા હોય છે અને બની શકે કે ઉર્વશીને કળિને પદભ્રષ્ટ કરવાનો મોકો મળી જાય.

પણ ઉર્વશી એ વિશે કશું બોલવા નહોતી માગતી.

"મને વિચારવાનો સમય જોઈએ."

"જરૂર."

દુરુક્તિ સૂઈ ગઈ અને ઉર્વશીએ જમીન પર પથારી કરી દીધી. તેનું મગજ સતત વિચારી રહ્યું હતું. થોડીવારમાં દુરુક્તિ ઘસઘસાટ ઊંઘવા લાગી. તે ઊઠીને મેજ પાસે ગઈ અને પેલી થેલી લઈને ખોલી. તેમાં અમુક આસમાની પથ્થર હતા.

આ વળી શું હશે?

ઉર્વશીએ થેલી બંધ કરીને પાછી મૂકી દીધી. તેણે દુરુક્તિની શાલ લપેટી અને મોં બરાબર ઢાંકી દીધું. પછી એ ઝડપથી બહાર નીકળી અને તેની દાસીની શોધમાં નીકળી પડી.

કારણ કે તે જાણતી હતી કે તેણે શું કરવાનું હતું.

તેને પોતાનો જાદુ-ટોણાનો સામાનવાળો થેલો જોઈતો હતો. ગુરુએ આપેલા એ થેલાના સહારે જ તે કેદીઓને છોડાવી શકે તેમ હતી.

શું તેની પાસે કોઈ ઉત્તમ યોજના હતી?

ના.

તો શું યોજના કામ કરશે?

એ બધું ઝડપથી શોધી કાઢશે.

24

મનસા પાછી આવીને સૂતી નહોતી. તેઓ એ જ નાવમાં પાછા ફરી રહ્યાં હતાં. નંદમાં થોડી હિંમત અને તાકાત પાછી આવી ગઈ હતી, પણ હજુ તે હલેસાં મારવાની પીડાથી કણસી રહ્યો હતો. મનસાનો પણ એક જ હાથ કામનો હતો એટલે બીજા હાથ વડે તે બનતી સહાય કરતી હતી. તેના હાથના સ્નાયુઓમાં તકલીફ થઈ રહી હતી.

બંને વચ્ચે એક ઘેરો સન્નાટો હતો.

"હું વિચારી રહી છું કે વિભીષણ અત્યારે શું કરી રહ્યો હશે?" મનસા બોલી.

"મહારાજ વિભીષણનો તેમની પ્રજા પર કોઈ અંકુશ નથી રહ્યો."

મનસા સમજી ગઈ કે નંદ શું કહેવા માગે છે. ઈલાવર્તીમાં આખા પ્રદેશને બે ભાગમાં વિભાજત કર્યો હતો – ઉદૈયામાં ઇન્દ્રગઢ, વરુણગઢ, સૂર્યગઢ, અગ્નિગઢ અને હવે દંડક પણ સામેલ હતું જ્યારે બીજી બાજુ તેમાંનો અડધો નીચેની તરફનો ભાગ દક્ષિણી કહેવાતો હતો જેમાં સુપર્ણિકા, નાગપુરી, ઈલમ અને ભાનમતી આવતું હતું, જ્યાં ભગવાન વિભીષણ રહેતા હતા. તે દક્ષિણીના એકમાત્ર માનવ પ્રમુખ હતા. પરંતુ તે આ સ્થાનોની પરિષદની કાર્યવાહીમાં હસ્તક્ષેપ નહોતા કરતા. તેઓ સંપન્ન હતા, અન્ન કે જળનો અભાવ નહોતો, પણ તેમણે ક્યારેય કોઈના પર ભરોસો નહોતો કર્યો. ઉદૈયામાં એકમાત્ર શાંતિપ્રિય શાસક ફક્ત વેદાંત હતો. જો કે વિભીષણ અને વેદાંત વચ્ચે ઘણીવાર સિદ્ધાંતો માટે સંઘર્ષ થતો રહેતો હતો. તે છતાં તેમની વચ્ચે સન્માનનો ભાવ પણ હતો.

"તેનો કોઈ પણ ચીજ પર કાબૂ નથી." મનસાએ પીડા થતી હોવાથી હાથને પંપાળ્યો. તે લોકો અમુક કલાકોની સફર બાદ નાગપુરી આવ્યા, "હું તેને બાળપણથી જાણું છું. મારા પિતાએ મને અને વાસુકિને તેની

પાસે પ્રશિક્ષણ માટે મોકલ્યા હતા, ત્યારે તો એ પણ નાના હતા. અમે સાથે મળીને ઘણી મસ્તી કરતા પણ તે શાંત સ્વભાવના હતા. હજુય તે એવા જ છે."

નંદે નજર ફેરવી. તે લોકો સૂર્યાસ્ત સમયે નાગપુરી આવ્યા તેથી ચારે બાજુ મશાલોથી પ્રકાશ ઝળહળતો હતો. તેઓ પોતાના જ ઘાસના ભંડારમાંથી સામગ્રી તોડતા હતા અને તેને મીણમાં ભેળવીને આકાશના રંગ જેવી આગ સળગાવતા હતા, જેની તેઓ પૂજા કરતાં હતાં.

"હવે આપણે શું કરવું જોઈએ?" મનસાએ પૂછ્યું.

"તું કદ્રુને મળી લે એ પહેલા મારી સાથે ચલ. હું થોડા ભાડૂતી સૈનિકો સાથે લઈ લઈશ જેથી સમય આવે આપણી મદદ કરી શકે."

"સારું!" મનસાએ કહ્યું, "તું મરુડની સાથે-સાથે એવા સૈનિકોને પણ જાણે છે?"

નંદ મજાક સમજી હસવા લાગ્યો.

મનસાએ પાણીથી પોતાનો ચહેરો સાફ કર્યો અને એક ધર્મશાળામાં જતા રહ્યા. નંદે એક ઓરડો લઈ લીધો હતો. તેનો વ્યવસ્થાપક તેનો ઓળખીતો હતો.

આ માણસ બધાનો ઋણી છે અને બધા એનાય ઋણી છે.

તે ક્યારેય નંદને સારી રીતે સમજી નહોતી શકી. તે એકસાથે કેટલાય ચહેરાઓ લઈને ફરતો હતો. તે પલંગ પર બેસીને નંદના આવવાની રાહ જોઈ રહી હતી ત્યારે ફરીથી તેનો વિચાર આવ્યો.

જો તેના જીવનમાં કોઈ સ્ત્રી નથી તો શું મારે તેની સાથે રહેવું જોઈએ?

તે એની નહીં પણ વાસુકિની ભૂલ હતી અને તેને નંદ માટે લાગણી થઈ રહી હતી. તેને વિચાર આવતા હતા કે તેની યોજના કામ કરશે ખરી, કે તે પોતે નાગપુરીને સંભાળી શકશે ખરી? પછી તાર્ક્ષ્યની મદદથી કળિ પાસેથી ઇન્દ્રગઢનું સિંહાસન છીનવીને તેને હરાવી શકશે અને...

પછી શું?

તેણે એ વિચાર્યું જ નહોતું કે તે પછી શું કરશે? આ તો એક પ્રતિશોધ માટેની યોજના હતી. તે પોતાની સેનાનો નાશ કરવા માગતી હતી જેણે તેના ભાઈને માર્યો, પણ શું એ પછી તે નાગપુરી પાછી આવીને નંદ સાથે પરિવારની જેમ રહી શકશે? તેને આ વિચારીને આનંદ થયો. નંદ કોઈ મુસીબતથી કમ તો નહોતો પણ હવે તે મુસીબત સાથે લગાવ હતો અને તે મદદ પણ કરી રહ્યો હતો. જ્યારે તેને જરૂર પડી ત્યારે તે હંમેશાં મદદ માટે આગળ આવ્યો હતો.

તે ઓરડામાં કરેલા નકશીકામને જોવા લાગી. નાગપુરીની ધર્મશાળા સારી નહોતી. ઓરડાની સજાવટ, પડદા, પલંગ, છત વગેરે કશુંય સારું કે ઉચ્ચસ્તરીય નહોતું. મશાલોના પ્રકાશમાં તેનો જ પડછાયો દેખાતો હતો. તેને આ જગ્યા ગમી નહોતી, પણ છુપાવા માટે તો સારી હતી. તેના પોતાના મહેલ કરતા તો સારી હતી જ્યાં જામુન તેની રાહ જોઈ રહ્યો હતો.

બધા જ પોતાનો બદલો લેવા તૈયાર બેઠા છે.

જામુન તેની કાર્યવાહી કરવામાં આટલો સમય કેમ પસાર કરતો હતો? શું તે રાહ જોઈ રહ્યો હતો કે શહેર નબળું પડે ત્યારે હુમલો કરે? શું તેને વાસુકિના મૃત્યુનો ખ્યાલ આવ્યો હતો એટલે તે સિંહાસન લેવા માગતો હતો. મનસાના મનમાં ઘણા સવાલો હતા. તેને જામુન શું વિચારી રહ્યો હશે તેની ખબર નહોતી. તે માણસના કોઈ ધારા-ધોરણ નહોતા. તે કદ્રુની આડમાં છુપાઈ ગયો અને લોકોને એક પરિવારની હત્યા કરવા દીધી.

ઓહ, હું પહેલાં કેટલી ખુશ રહેતી હતી.

વાસુકિ ભલે પોતાની રીતે સંપૂર્ણ નહોતો, પણ તેને હંમેશાં યાદ આવતો હતો. તે ભૂતકાળના દિવસો યાદ કરતી રહેતી. તેઓ બાળપણમાં એકબીજાને હેરાન કરતાં હતાં છતાંય તે હંમેશાં મોટી બહેન તરીકે માન આપતો અને તેની સલાહ માનતો હતો.

હું મારા નાના ભાઈને પણ બચાવી ન શકી.

તે રડી નહોતી, પણ વ્યથિત થઈ ગઈ હતી ત્યારે જ નંદ અંદર

આવ્યો. નંદના હાથમાં શણથી બનેલી થેલીમાં રોટલી-શાક હતું. મનસા ભૂખથી બેહાલ હતી. તે ઝડપથી ખાવા લાગી. નંદ સામે બેસીને તેને જોતો રહ્યો.

મનસા બોલી, “શું જુવે છે?”

“મેં સૈનિકો સાથે વાત કરી લીધી છે. તે પૈસા માટે કામ કરવા તૈયાર છે. મેં પૈસા ચૂકવી પણ દીધા છે.”

“તારી પાસે પૈસા છે?”

“હાસ્તો, હું તે વિના બહાર નીકળતો જ નથી.”

“તારી પાંસળીમાં કેવું છે?”

“હજુ થોડો દુખાવો છે.” તેણે ઘા પર હાથ ફેરવી જવાબ આપ્યો.

“તારો ઘણો ઉપકાર છે કે તેં મારો જીવ બચાવ્યો.”

“એવો કોઈ આભાર માનવાની જરૂર નથી.”

મનસાએ સ્મિત કર્યું અને એ કશું બીજું બોલે તે પહેલાં નંદે તેના થેલામાંથી એક વિચિત્ર તાવીજ બહાર કાઢ્યું, “હું તને આ આપવા માગતો હતો.”

“તેં આ ક્યાં છુપાવીને રાખ્યું હતું?”

“હું સાથે જ લઈને આવ્યો હતો.” એમ બોલી તેણે મનસાને તાવીજ આપ્યું.

મનસાએ તેને હાથમાં લઈને જોયું. એક કાચનું તાવીજ હતું જેને રેશમી દોરા વડે બાંધેલું હતું.

“આ શું છે?”

“યાત્રા સમયે એક વેપારી પાસેથી મળ્યું હતું. તું આવી તે પહેલાંની આ વાત છે. મને લાગ્યું કે તારા પર આ શોભશે એટલે મેં ખરીદી લીધું.”

“આ લડતી વખતે નડે તેવું છે.”

“લડાઈ? તારે ક્યાં લડવાની છે? મેં એટલે તો સૈનિકો નિયુક્ત કર્યા છે. હું નથી ઇચ્છતો કે આપણા જીવ જોખમમાં મુકાય.”

“તું શું દૂરથી યુદ્ધ લડવા માગે છે?”

"હું તો ફક્ત એટલું ઇચ્છું છું કે આપણે સલામત રહીએ."

મનસાએ માથું ધુણાવ્યું, "આપણે હવે કદ્રુ પાસે જઈએ છીએ અને પછી જામુનના ઘરમાં ઘૂસીને તેનું માથું વાઢીને લાવવાનું છે."

"આવું કરવું બીજા મંત્રીઓને નહીં ગમે."

"જો સત્તા જ આપણી હોય તો એ બધી પરવા શું કામ કરવાની?"

નંદે ચપટી વગાડીને કહ્યું, "વાહ, આ ખુમારી મને ગમી."

મનસાએ નિઃશ્વાસ નાખ્યો, "હું તને જણાવવા માગતી હતી કે આ બધું કામ પતાવીએ એટલે જામુનને નાગપુરી તબાહ કરતા રોકવાનું કામ થશે... પણ સાથે સાથે આપણા વિશે પણ વાત કરી લેવી જોઈએ."

નંદ એક ક્ષણ માટે તો વિચારમાં પડી ગયો. તેણે ઊંડો શ્વાસ લીધો, "તારી વાત તો સાચી છે."

"મને આ વિશે એવો વિચાર આવ્યો.... અને આ જ યોગ્ય લાગે છે."

"હમ્મ... કેમ નહીં... એ સારું જ છે." નંદના ચહેરા પર તાજગી આવી ગઈ.

"હસવાનું બંધ કર."

"અરે ના... પ્રિય... હું એવું તો ન કરી શકું."

મનસાએ તેના ખભા પર ટપલી મારી.

"મારી જાણકારી મુજબ તે નાગમંડળમાં છે." નંદે જણાવ્યું.

મનસાએ પણ સ્વીકાર્યું, "કદાચ સૈનિકોએ જ બતાવ્યું હશે."

તે લોકો નાગમંડળના એક નાના દ્વીપ પર પહોંચ્યા. તે દ્વીપ પર કેટલાક મુખ્ય એવા મંત્રીઓનાં ઘર હતાં. પહેલા વાસુકિનું ઘર પણ ત્યાં હતું, પરંતુ તેના મૃત્યુ બાદ એ વેચી નાંખવામાં આવ્યું હતું.

નંદે નાગમંડળના પ્રવેશદ્વાર તરફ જતી વખતે કહ્યું, "મારે તને એ પણ જણાવવાનું હતું કે મેં વિભીષણને પણ ચેતવી દીધો હતો કે આપણે શું કરવા માટે જઈ રહ્યાં છીએ."

મનસાએ તેની સામે નજર મિલાવી, "કેમ?"

"હું જાણું છું કે તે લોકો વચ્ચે નહીં પડે, પણ જો આપણે નિષ્ફળ જઈએ તો..."

"આપણે સફળ જ થઈશું અને તેમની મદદની જરૂર નહીં પડે."

મનસા દરવાજા પર ગઈ તો પહેરેદારોએ તેમની અને સૈનિકો વિશે પૂછપરછ કરી, પણ ડઝનેક સૈનિકોએ તે લોકોને ત્યાં જ ઢાળી દીધા. મનસાએ કાંસાનું મોટું દ્વાર ખોલ્યું અને ચોક તરફ આગળ વધી. એકસાથે થનારા લોકોના અવાજથી નાગમંડળના સૈનિકો સાબદા થઈ ગયા. મનસાને તેના સૈનિકો સાથે જોઈને કોઈ કશું બોલ્યું નહીં, કારણ કે તેના યોદ્ધાઓ પડકાર આપવા તૈયાર હતા.

આખરે તે લાંબા મેજ પાસે પહોંચી જ્યાં દીવાઓ ઝળહળી રહ્યા હતા. તેણે જોયું કે કદ્રુ નીચી નમીને કોઈ કાગળ વાંચી રહી હતી. તેના માણસો મનસાને જોઈને સાવધ થયા પણ કદ્રુના ઇશારે શાંત થયા.

"શું થઈ રહ્યું છે, બહેન?"

મનસાએ ચારે તરફ જોયું. આખો ઓરડો ખાલી હતો અને દરેક દરવાજે તાળાં મારેલાં હતાં. તેણે સીડીઓ અને પરસાળ તરફ જોયું. ત્યાં પણ કશું નહોતું, "આપણી વચ્ચે કોઈ દગાખોર છે."

"હું સમજી નહીં."

"જામુને જ કોઈ કારણસર સુપર્ણો સાથે સમજૂતી કરી અને વાસુકિના પરિવારનો ખાતમો બોલાવવામાં પણ તેનો હાથ છે."

કદ્રુ એકદમ ચોંકી ગઈ, "આવું શક્ય નથી. એ તો દરેક વખતે મારી સાથે રહ્યો છે અને નગર ફરીથી વસાવવા માટે પણ તેણે મદદ કરી."

"ના પ્રિય, એવું નથી. તે સુપર્ણો સાથે હાથ મિલાવવાની યોજના બનાવી રહ્યો છે. કારણ કે તેને પોતાના અને તેના માણસો માટે અમૃત જોઈએ છે."

કદ્રુએ ડોકું ધુણાવ્યું, "ઓહ અમૃત, એટલે કે સોમલતા."

મનસાએ સંમતિપૂર્વક માથું હલાવ્યું.

"પણ તે એવું શેના માટે કરી રહ્યો છે?"

"મારા પિતાએ તેની સાથે જે કર્યું... કદાચ તે એનો બદલો લઈ રહ્યો છે."

ત્યાં તો દરવાજા ખૂલ્યા. જામુન નાગસૈનિકો સાથે અંદર આવી ગયો. તેના ચહેરા પણ ખંધુ હાસ્ય હતું.

ઓરડામાં ઊભેલા સૈનિકોએ પણ નંદ અને તેના સૈનિકો સામે તલવારો તાણી.

મનસા ચકરાઈ ગઈ. તેની આંગળીઓ ધ્રૂજી રહી હતી.

કદ્રુએ તેનું વાક્ય પૂરું કર્યું, "તેણે બદલો લેવા માટે એવું નથી કર્યું. તેણે એટલા માટે કર્યું, કારણ કે તે તારા પિતાને પૂજતો હતો. તેઓ તારા અને તારા ભાઈ જેવા નહોતા જેમણે ક્યારેય સોમની ઇચ્છા નથી કરી અને હંમેશાં સુપર્ણોથી દૂર જ રહ્યા." તેના ચહેરા પર પણ દુષ્ટતા રમતી હતી, "અમે એવું નહોતા ઇચ્છતા. અમે સુપર્ણો પાસેથી આપણો હક છીનવવા માગતા હતા. તે ભગવાન શેષની આપણને મળેલી ભેટ છે. ભલે તેમને વાસુકિના પરિવારની આહુતિ તેને ભેટમાં આપવી પડે. અમારે અમારી જીત મેળવવાની હતી."

"તું..." મનસા એકદમ ધ્રૂજી રહી હતી અને તેણે કટાર બહાર ખેંચી, "તું પણ આ બધામાં ભાગીદાર હતી?"

"પ્યારી બહેન, આ મારી જ યોજના હતી. મેં જ હત્યારા મોકલ્યા હતા. જામુનને મારકાપ પસંદ નથી."

જામુન ચોંક્યો જાણે તેને આ વાત ગમી ન હોય.

"હું કોઈ મુસીબત ઇચ્છતી નહોતી અને એવી કોઈ મુસીબત આવી પણ નહોતી. જો તું ઇન્દ્રગઢમાં રહેત તો તને કશું ન કહેત. પણ તારે તો દક્ષિણમાં આવીને અમારી યોજના પર પાણી ફેરવવું હતું."

મનસાએ કદ્રુ પર તરાપ મારી પણ તે પાછળ હટી ગઈ. તેણે એક મુક્કો મારીને મનસાને નીચે પાડી દીધી.

નંદ ગુસ્સે થઈને બરાડ્યો, પણ જામુનના સૈનિકે તેના ઢીંચણમાં તીર મારીને નીચે પાડી દીધો.

"પતિ અને પત્નીએ મળીને મોતનો તાંડવ રચ્યો. વાહ, જોઈને આનંદ

થયો." કદ્રુ મનસા પાસે આવીને ઘૂંટણિયે બેસીને તેની સામે જોવા લાગી.

"તમને બંનેને આ દગા માટે સજા મળશે. તમે અમારા કામમાં ખલેલ પહોંચાડી છે. તમે લોકોએ મરુડને અમારા વિશે જણાવ્યું અને એ મૂર્ખે તમારું સ્વાગત કર્યું."

મનસાએ નિઃસાસો નાંખ્યો, "વાસુકિ અમૃત માટે નથી લડ્યો, કારણ કે તેણે પોતાના પિતાને પાગલ થતા જોયા હતા. તેણે જોયું હતું કે જે લોકોને અમૃત મળે છે તેમની કેવી હાલત થાય છે."

"કારણ કે તેઓ ઉપયોગનું પ્રમાણ જાણતા નહોતા. અમે તેની માહિતી ધરાવીએ છીએ."

અને પછી કદ્રુએ મનસાને એવો જોરદાર મુક્કો માર્યો કે તે બેહોશ થઈ ગઈ. તેનાં વાક્યો તેના હોશ અને બેહોશી વચ્ચે ક્યાંક અટવાઈ ગયાં.

25

ઉર્વશી કિલ્લાની બહાર જવાનો રસ્તો જાણતી હતી. તેને પત્ર આપનારી દાસી શિવાનીની તેને મદદ મળી. આમ તે કળિના કિલ્લામાંથી બહાર નીકળીને પોતાના કિલ્લામાં જવામાં સફળ થઈ. શિવાનીએ તેનો ચહેરો શાલથી ઢાંકી દીધો હતો. કળિના માણસો તેને શોધી રહ્યા હતા.

કિલ્લાની બહાર પહેરેદાર ઊભા હતા એટલે તેમણે પાછળના દરવાજેથી જવાનું નક્કી કર્યું. શિવાનીએ ઊંચકીને મદદ કરી તેથી તે દીવાલ કૂદવામાં સફળ થઈ.

શિવાનીએ તેને જણાવ્યું હતું કે તેમનો બધો જ સામાન ભંડારકક્ષમાં રાખવામાં આવ્યો હતો. બધા દસ્તાવેજ અને કપડાં સળગાવી નાંખવામાં આવ્યાં હતાં, પણ બાકીની વસ્તુઓ ઠેકાણે મૂકવામાં આવી હતી.

ઉર્વશી કિલ્લાની પરસાળમાં ઘણીવાર લથડી. આગળ નોકરોને જવા-આવવા માટેનો એક દરવાજો હતો. નવાઈની વાત એ હતી કે ભોંયતળિયે કોઈ સૈનિકોનો પહેરો નહોતો. તે ભંડારકક્ષ સુધી પહોંચી તો ત્યાં બે સૈનિકોને વાતો કરતા જોયા.

તે જાણતી હતી કે કોઈ પણ પ્રકારે તે સૈનિકોનું ધ્યાન બીજે દોરવું પડશે. તે નીચી નમી અને દીવાલને અડીને ઊભી રહીને બીજી તરફ જોવા લાગી. તે સૈનિકો રાજ્યની બગડેલી હાલત વિશે વાતો કરી રહ્યા હતા.

ઉર્વશીએ નિ:સાસો નાંખ્યો. તેને શું કરવું તે સૂઝતું નહોતું. તેણે આંખો બંધ કરી અને વિચારવા લાગી કે તેના ગુરુએ તેને શું શીખવ્યું હતું.

જો તારી પાસે મારી આપેલી કોઈ જાદુઈ વસ્તુ ન હોય તો પોતાની રીતે કામ કરવું યોગ્ય રહેશે. પોતાની જાત અને સમજણ પર ભરોસો રાખવો.

ઉર્વશીએ માથું હલાવ્યું અને પછી એકાએક રડવા લાગી. તે પોતાનું

પેટ પકડીને નીચે પડી ગઈ. બંને સૈનિકો દોડીને તેની પાસે આવ્યા.

"ઓહ... આ કોણ છે?"

"અરે, આ તો મહારાજ વેદાંતની પુત્રી છે, હેં ને?" બીજાએ ચોંકીને કહ્યું.

"આવું કેવી રીતે થયું? કોણે ઈજા પહોંચાડી?"

ઉર્વશીની પીઠ તેમની તરફ હતી.

"છોકરી, તને શું થયું?"

એ આગળ આવ્યા. તેમાંથી એકે તેના ખભે હાથ મૂક્યો. તે જ ક્ષણે ઉર્વશી પાછળ ફરી અને તે સૈનિકના મ્યાનમાંથી તલવાર કાઢી ને તેના જ પેટમાં ઘુસાડી દીધી. તેના ચહેરા પર લોહીના છાંટા ઊડ્યા, પણ તરત જ તેણે સાફ કરી નાખ્યા. બીજો સૈનિક એકદમ ચોંકી ગયો અને બીજી કોઈ પ્રતિક્રિયા આપે તે પહેલાં ઉર્વશીએ તેના ઢીંચણમાં લાત મારી દીધી. તે નીચે પડીને કણસી રહ્યો હતો. ઉર્વશીએ નજીક જઈને તેના ગળા પર તલવાર મૂકી અને નિર્દયતાથી ગળું રહેંસી નાખ્યું.

"આ મારા પિતાને દગો કરવા માટેની સજા."

તેને લોકોને મારવામાં મજા આવતી હતી ને તેના ગુરુને પણ આ જોશ ગમતો હતો. ઉર્વશીએ ઘણી શરૂઆતમાં જ આત્મરક્ષા અને સંકટ સમયમાં પોતાના બચાવ માટેની વિદ્યા શીખી હતી. ગુરુ તેને જણાવતા કે યોગ્ય સમયે જ જાદુનો પ્રયોગ કરવો અને હવે તે વિદ્યાના ઉપયોગનો સમય આવી ગયો છે.

તેણે સૈનિકના ખિસ્સામાંથી ભંડારની ચાવી કાઢી અને ઓરડો ખોલ્યો. તે અંદર જઈને પોતાનો સામાન ફંફોસવા લાગી. તેને થયું કે તેની વસ્તુઓ સળગી ન ગઈ હોય તો સારું. તેની ચીજવસ્તુઓ એક ભૂરા ઊનના કપડામાંથી બનેલી થેલીમાં હતી. થોડીવારની મહેનત બાદ તેને એ થેલી મળી ગઈ. તેની ચાકુથી કોતરીને બનાવેલી બધી લાકડાની ઢીંગલીઓ પણ ત્યાં જ હતી. તેની પાસે એક ભૂકો હતો જે કોઈને પણ સંમોહિત કરવામાં કામ લાગે તેવો હતો. તે જાણતી હતી કે તેનો યોગ્ય ઉપયોગ કેવી રીતે કરવાનો છે.

તેણે તેનો થેલો લીધો અને ખભે લટકાવ્યો.
તેને ખબર હતી કે તેને હવે ક્યાં જવાનું છે.
તેનો આગળનો પડાવ હતો – કારાગૃહ.

26

દુરુક્તિ એ જ ઓરડામાં રાહ જોઈ રહી હતી અને બહાર એ જ સૈનિક તેની સુરક્ષા માટે હતો. તેણે ભીંત પર પડતો પડછાયો જોયો. એ અરજણ જ હતો જે તે તરફ આવી રહ્યો હતો.

"આવી ગઈ તું." તેના દૂબળા ચહેરા પર સ્મિત આવ્યું.

તે હારેલો દેખાતો હતો.

અરજણ શારીરિક રીતે બીજા પહેલવાનો જેવો શક્તિશાળી હતો પણ તેની આંખોની આસપાસનો ઘેરો કાળો રંગ અને સોજો તો બીજું કશુંક કહી રહ્યા હતા. જો કે દુરુક્તિને પૂરો ભરોસો હતો કે જો કળિ સોમનું સેવન ન કરે તો અરજણ તેને આસાનીથી હરાવી શકતો હતો.

અરજણે તેની વાત ચાલુ રાખી એટલે સૈનિક થોડો પાછળ હટી ગયો, "તું આવી ગઈ. એનો મતલબ એ છે કે તારી પાસે સારી કે ખોટી કોઈ ખબર છે. કમસેકમ તારી પાસે કોઈ તો ખબર છે."

"હું મારો વાયદો પૂરો કરી રહી છું." તે ચિંતિત હતી, તેના હાથમાં પરસેવો થયો હતો અને માથું ભારે લાગતું હતું.

તે ઉર્વશી વિશે વિચારી રહી હતી. તે રાત્રે ગાયબ થઈ ગઈ હતી અને દુરુક્તિ પાસે તેના વિશેની કોઈ ખબર નહોતી. *ક્યાંક કળિએ તેને જોઈ લીધી હોય... કે પછી તેને કેદ કરવામાં આવી હોય?* પછી દુરુક્તિને થયું કે કદાચ તે પોતની મરજીથી પણ ગઈ હોય. તેના મગજમાં તે માટેનો ખળભળાટ મચેલો હતો.

તે એક કલાક આરામ કર્યા બાદ અરજણને મળવા આવી હતી. અરજણને સોમ આપીને તે શંભલના કાર્ય બદલ અપરાધનો ભાર ઓછો કરવા માગતી હતી.

"શું તું બીજા બધાને છોડાવી શકે છે?"

"ના, હું એવું ન કરી શકું. આ તો ગાંડપણ કહેવાય. ક્યાંક વિદ્રોહ પણ થઈ શકે. હું તને આ આપી રહી છું." તેણે પેલી થેલી તેને આપી, "આનો યોગ્ય રીતે ઉપયોગ કરજે. હું નથી ઇચ્છતી કે તું કળિનો જીવ લે. વચન આપ કે તું એવું નહીં કરે."

"સારું, હું એવું નહીં કરું." અરજણે થેલી લઈને સંમતિ દર્શાવી, "તને ખ્યાલ છે ખરો કે આનું સેવન કેવી રીતે કરાય?"

"ના, હું નથી જાણતી."

"હું મારી રીતે જાણી લઈશ." થોડી ક્ષણો પછી અરજણ બોલ્યો, "કેમ તું ચિંતામાં લાગે છે?"

"ચિંતામાં તો છું." દુરુક્તિએ માંડ પોતાનું હસવું રોક્યું, "બની શકે કે કાલે તું જીતી જાય, પણ હું તો મારા ભાઈ સાથે છેતરપિંડી કરી રહી છું ને?"

"ના, ખરેખર તો તું આ રાજ્યના રાજાને દગો કરી રહી છે."

દુરુક્તિ જાણતી હતી કે કોઈ પણ રીતે કળિને રોકવો જરૂરી હતો નહિતર બધાને જીવવું મુશ્કેલ કરી દેશે.

ત્યાં તો ઘંટના અને તીણી સીટીઓના અવાજો આવવા લાગ્યા.

"અરે... આ બધું શું થઈ રહ્યું છે?"

પહેલા તો અરજણને કશું સમજમાં ન આવ્યું. તેને લાગ્યું કે કદાચ કોઈએ કારાગૃહ તોડીને ભાગવાનો પ્રયાસ કર્યો હોય.

અરજણ તરત બારી પાસે ગયો અને બહારનું દૃશ્ય જોયું. બારીમાંથી કારાગૃહની અંદરનું ખેતર દેખાતું હતું. તેમાં ચારે તરફ કેદીઓ હતા. તે લોકો ત્યાંથી ભાગવા માટે સૈનિકોને મારી રહ્યા હતા અને દીવાલ કૂદીને ભાગી રહ્યા હતા.

"બધા કારાગૃહ તોડી ભાગી રહ્યા છે? આ બધું તેં કર્યું?"

"ના...?" દુરુક્તિને પણ આશ્ચર્ય હતું, "આવું કેવી રીતે...?"

"તેનાથી કોઈ ફર્ક નથી પડતો. તારે અહીંથી જવું જોઈએ. તું કળિની બહેન છો. જો કોઈએ તને જોઈ લીધી તો તને પણ મારી નાંખશે. સોમ-પથ્થરો માટે ધન્યવાદ." અરજણે દુરુક્તિને હળવું આલિંગન આપ્યું.

"શું તું પણ અહીંથી ભાગી રહ્યો છે?"

"કદાચ એવું કરવું એ જ સમજદારી ગણાશે."

અરજણ હસ્યો જાણે તેને આ બધી વાતો પર કોઈ ભરોસો ન રહ્યો હોય. એ અંધારામાં ક્યાંક જતો રહ્યો.

અરજણ ભાગ્યો, પણ દુરુક્તિ ત્યાં જ સ્થિર થઈ ગઈ. તેણે સોમ ચોર્યું હતું. હવે કોઈ લડાઈ નહીં થાય. આ તો વિદ્રોહ જેવું થઈ રહ્યું છે. તેની સમજણમાં કશું આવતું નહોતું કે આ શું બની રહ્યું છે. તેના મનમાં શંકા થઈ કે ક્યાંક આ બધું ઉર્વશીની દેન તો નથી ને?

જો એવું હોય તો દુરુક્તિ મોટી મુશ્કેલીમાં આવી પડશે.

27

મહારાજ કળિના મનમાં ડર પેસી ગયો હતો – તે લાલ સાગર અને પોતાની આસપાસની લાલ દુનિયા વિશે વિચારી રહ્યો હતો. તેના શરીરમાં લકવાની અસર હતી, કાન બંધ થઈ ગયા હતા, એટલે એ કશું વિચારી નહોતો શકતો. તે જમીન પરની લાલ રેતીમાં હળવેથી ચાલી રહ્યો હતો. તેને લાગતું હતું કે તે જગ્યાએ કશુંક તો ખોટું હતું. તે રેતી નહોતી. એ તેનાં ભાઈ-બહેનોનું રક્ત હતું.

ને ત્યાં જ તેની ગરદન પર કોઈનો સ્પર્શ થતાં તે પાછળ ફર્યો.

"તને સત્યની ખબર જ નથી."

"કયું સત્ય?" તેણે ગુસ્સામાં હાથ વીંઝ્યો જાણે અંદરનો રોષ ઠાલવતો હોય. તે જે દુનિયામાં હતો ત્યાં કોઈ અવાજ નહોતો. આ તો તેની ભીતરથી આવી રહ્યું હતું.

"આગ સાથે જોડાયેલું સત્ય?"

"આગ?"

"જેણે તને બનાવ્યો, જે તારું વર્તમાન છે."

કળિએ તે અગ્નિકાંડ યાદ કર્યો - જ્યારે તે ગામમાં પોતાનાં ભાઈ-બહેનોની સંભાળ લઈ રહ્યો હતો. દુરુક્તિ નાની હતી, પણ બીજાં ભાઈ-બહેનોથી મોટી હતી અને જ્યારે આગ લાગી ત્યારે ત્યાંથી ભાગવાનું ઇચ્છ્યું. પણ તે પોતાનાં ભાઈ-બહેનોને બચાવી ન શક્યો. ફક્ત દુરુક્તિ જ બચી શકી. તેણે નવજાતોના રડવાના અવાજ સાંભળ્યા હતા. લોકોનું એવું કહેવું હતું કે કબીલાઓ વચ્ચેની દુશ્મનાવટનું તે પરિણામ હતું.

"તને કશી જ ખબર નથી."

"સત્ય શું છે?" તે હાંફી રહ્યો હતો. તેના ચહેરા પરથી પરસેવો ટપકી રહ્યો હતો.

"તે લડાઈને આગ સાથે કોઈ જ નિસ્બત નહોતી."

તેને એ રાત્રે શું થયું હતું તે ખરેખર યાદ નહોતું.

"મારું અવચેતન મન મને જ છળી રહ્યું છે."

"ના, હું નથી જાણતો કશું." ને ત્યાં જ એ અટ્ટહાસ્ય સંભળાયું.

અને રેતીમાંથી નીકળેલા હાથે તેના પગ પકડી લીધા. તે પોતાની સાથે તેને નર્કાગાર તરફ ખેંચી રહ્યા હતા.

"તું કોણ છે? તું કોણ છે?" એ સતત બૂમો પાડતો રહ્યો. ત્યાં સુધીમાં તેનો ચહેરો લાલ રેતીથી લથબથ થયેલો હતો ને પછી તેને એ દૃશ્ય દેખાયું.

તે જાગીને બેઠો થઈ ગયો.

કોકો અને વિકોકો કળિના પલંગ પાસે હતા અને તેનું શરીર પરસેવાથી લથબથ હતું. અત્યંત જરૂરી કામ સિવાય તે બંને ક્યારેય પૂછ્યા વગર અંદર નહોતા આવતા.

"શું થયું?"

"કેદીઓ કારાગૃહ તોડીને ભાગી છૂટ્યા." કોકોએ જણાવ્યું.

"કેદીઓ ભાગી છૂટ્યા?"

કળિએ ઝડપથી કપડાં બદલ્યાં અને કારાગૃહ તરફ રવાના થયો. કોકો અને વિકોકો પડછાયાની જેમ તેની પાછળ હતા.

"કેટલા કેદી ભાગી છૂટ્યા?"

"મહારાજ, બસોથી ઉપર હશે."

બસો... ઓહ, આ તો બખેડો ઊભો થઈ ગયો.

"શું બધા ભાગી છૂટ્યા?"

"ના, અમુક લોકોને સૈનિકોએ પકડી પાડ્યા છે." વિકોકોએ જણાવ્યું.

"કારાગૃહમાં મૂર્ખ સૈનિકોને મારી નાંખો. સડકો પર ચોવીસ કલાક

પહેરો ભરો. ધોતી પહેરેલો કોઈ પણ વ્યક્તિ જોવા મળે તો તેને તીર મારીને મારી નાંખો. જરૂર હોય તો યક્ષોની મદદ લો."

"જી, મહારાજ." કોકોએ માથું હલાવ્યું.

કળિએ કારાગૃહ પાસે આવીને ચોતરફ ફેલાયેલી તબાહી નિહાળી. કારાગૃહના અમુક ભાગમાં આગ લગાડવામાં આવી હતી. અમુક જગ્યાએ ભાગતા કેદીઓને સૈનિકોએ પકડી પાડેલા હતા. કારાગૃહમાં ઈંટો અને મોટા થાંભલાઓ સિવાય બહારની તરફ પહેરો ભરવા માટે ઊંચા મિનારા પણ બનાવેલા હતા. તેની આસપાસ કાંટાની તાર, દીવાલો અને જાળી લગાડેલી બારીઓ હતી. આ માળખું કોઈ જૂની તોપથી કમ નહોતું.

"આ કિલ્લામાંથી કોઈ બચીને કેવી રીતે ભાગી જઈ શકે છે?"

"કહેવાય છે કે પહેરેદારોએ જ ભાગવામાં મદદ કરી."

"મદદ?"

"અમે તેમની પૂછપરછ કરી તો એવું કહે છે કે તેમને કશું યાદ નથી."

કળિએ ડોકું ધુણાવ્યું, "એટલે કે એમ કહેવા માગે છે કે તેમને કોઈએ સંમોહિત કર્યા હતા?"

કોકોએ ખભા ખંખેર્યા અને વિકોકોએ ડોકું ધુણાવ્યું.

"આ વળી કેવો બકવાસ છે?"

અને કળિ કારાગૃહમાં પ્રવેશ્યો.

કળિ ખાલી કોટડીઓ પાસેથી પસાર થઈ રહ્યો હતો. દરેક કોટડીઓ પાસેથી પસાર થતા તેના હૃદયના ધબકારા વધતા જતા હતા. દરેક ખાલી કોટડી તેની નિષ્ફળતાની વાતનું બયાન કરતી હતી. તે કેદીઓને પોતાના તાબામાં રાખી ન શક્યો. આ દશ્ય જોઈને તેનું લોહી ઊકળી રહ્યું હતું.

હવે લોકો મને નફરત કરશે. એ કહેશે કે હું તો વેદાંત કરતા પણ વધુ નિષ્ફળ રહ્યો.

કળિના સૈનિકો તેની પાછળ હતા. કોકો અને વિકોકો આગળ ચાલી રહ્યા હતા. કળિએ કહ્યું – "એમ જાહેર કરી દો કે અમે પરિસ્થિતિને

કાબૂમાં કરવાના પ્રયાસો કરી રહ્યા છીએ. બરાબર... અને આપણી પાસે કેટલા સૈનિકો છે?"

"મહારાજ, આપણા બે હજાર સૈનિકો વાનર નેતા પાસે ગયા છે અને બાકીના ગામડાઓમાં કાનૂનવ્યવસ્થા માટે મોકલવામાં આવ્યા છે. આમ, અત્યારે તો આપણી પાસે હજાર જેવા સૈનિકો છે." વિકોકોએ હાલત સ્પષ્ટ કરી.

એક હજાર...?

"જે સૈનિકો ગામડાઓમાં મોકલ્યા છે તે બધાને નગરમાં પાછા બોલાવી દો. આ કેદીઓને પકડવા જરૂરી છે. કોને ખબર કે એ લોકો નગરમાં કેવો ઉપદ્રવ મચાવશે? આ બધા ખુલ્લેઆમ ફરે તે ચિંતાજનક છે." કળિએ ચિંતા સાથે પોતાનું માથું પસવાર્યું.

"પરંતુ મહારાજ, ગ્રામવાસીઓ પણ વેરાના વધારાને નામે વિદ્રોહ કરી રહ્યા છે. સૈનિકોને એટલે જ તો ત્યાં શાંત કરવા માટે મોકલ્યા છે." કોકોએ જવાબ આપ્યો.

કળિએ ઊંડો શ્વાસ લીધો, "જે લોકો વિરોધ કરે તેને મારી નાંખો. જો કોઈ વિદ્રોહ કરતું પકડાય તો ફાંસીએ ચડાવી દો. હવે આપણે બીજા કોઈ વિરોધ નથી જોઈતા. આપણે અત્યારે ભારે મુશ્કેલીઓમાં છીએ. ગુનેગારો નગરમાં ખુલ્લેઆમ ફરી રહ્યા છે. તેઓ નાગરિકો સાથે લૂંટફાટ અને બળાત્કાર જેવા ગુનાઓ આચરી શકે છે એટલે તેના ઉપર ધ્યાન રાખવું એ પ્રાથમિકતા બની જાય છે."

અચાનક તેની નજર એક કોટડી પર પડી. તેનો દરવાજો ખુલ્લો હતો, પણ કોટડી ખાલી નહોતી. તેના પગ ત્યાં જ સ્થિર થઈ ગયા. તેણે અંદર જોયું તો બારીમાંથી આવતી ચાંદની વચ્ચે એક યુવકનો આકાર દેખાયો. તે પલાંઠીવાળી બેઠો હતો. તેની પીઠ કળિ તરફ હતી અને તેના કાળા વાંકડિયા વાળ ચમકી રહ્યા હતા.

કળિને ખ્યાલ આવી ગયો કે તે કોણ હતું. અરજણે પાછું ફરીને જોયું અને આળસ ખાધી. તેના ચહેરા પર કોઈ અલગ જ સ્મિત હતું, "કેમ છે કળિ?"

"તું તારા મિત્રો સાથે ભાગ્યો નહીં?"

"કારણ કે કાલે તારી સાથે લડવાનો વાયદો હતો ને?"

હદ થઈ ગઈ. હું તો સાવ ભૂલી ગયો હતો.

કળિએ માથું ધુણાવ્યું, "તો એટલા માટે તું રોકાઈ ગયો? કેવો બુદ્ધિહીન છે. એક ક્ષણમાં કીડીની જેમ મસળી નાંખીશ." કળિએ પૂરા વિશ્વાસ સાથે કહ્યું.

અરજણ ઊભો થયો. તે કળિ તરફ આવ્યો અને તેની સાથે નજર મિલાવીને બોલ્યો, "એ તો જોઈ લઈશ."

કળિ ડરી ગયો, પણ તેણે ભાવ સ્થિર રાખ્યા. અરજણની નજરમાં એક અજીબ તાપ વર્તાતો હતો. કળિએ સૈનિકોને દરવાજો બંધ કરવાનું કહ્યું. તે છતાં કળિએ જોયું કે અરજણના ચહેરા પર હજુય સ્મિત હતું.

અને કેમ પણ અરજણને જોઈને તેનેય બીજા કોઈકની યાદ આવી ગઈ.

અરજણ તેને કલ્કિની યાદ અપાવતો હતો.

28

જ્યારે બધા અપરાધીઓએ એકસાથે ઉપદ્રવ મચાવ્યો ત્યારે ઉર્વશી સમજી ગઈ હતી કે તે પોતે મુશ્કેલીમાં છે. ફક્ત રુદ્ર નામનો સુંદર યુવક તેની સાથે હતો જે બધાને સંયમિત કરવાનો પ્રયાસ કરી રહ્યો હતો.

તેઓએ ઉર્વશીના જૂના ઘરના શસ્ત્રાગારમાં પડાવ નાંખ્યો. પછી ભારે ભારે શસ્ત્રો ત્યાંથી લીધાં. તેમણે સૈનિકોને મારીને બાંધી દીધા.

જો કે ઉર્વશીએ તેના મહેલ પર કાબૂ મેળવી લીધો હતો, છતાં ચોક્કસપણે બધું બરાબર કહી શકાય તેવું નહોતું. તેણે બે સૈનિકોને કહ્યું કે નગરરક્ષકના વેશમાં તે કિલ્લાની બહાર પહેરો ભરે જેથી બહારથી કોઈને શંકા ન જાય. તે સમયે કિલ્લામાં બસોથી પણ વધુ કેદી હાજર હતા.

પિતા છે નહીં. હું તેમની જગ્યાએ અત્યારે છું. મારે જ આ પરિસ્થિતિ પર કાબૂ મેળવવો પડશે.

તેનો મતલબ એવો નહોતો કે ઉર્વશી કોઈ પણ પ્રકારે કારાગૃહના સૈનિકોને સંમોહનમાં નાખીને દરવાજો ખોલાવવામાં સફળ થઈ અને તેણે કેદીઓને સારી જિંદગીનો વાયદો આપ્યો હતો એટલે તેની વાત બધા માનશે. તેમાંથી કેટલાક તેનું માનતા હતા અને બીજા કેટલાક સહેજેય માનતા નહોતા. તેણે હવે સાબિત કરવાનું હતું કે ભલે તે નાની છે, પણ તે બધાને પોતાના કાબૂમાં રાખી શકે છે.

તે બધા એક મોટા સભાખંડમાં હતા. ઉર્વશી ચૂપચાપ ઊભી રહીને રુદ્રની વાત સાંભળી રહી હતી. તેણે કેદીઓને કહ્યું, "આખરે આપણને મહારાજ કળિ અને તેના કુશ્તીના શોખમાંથી આઝાદી મળી ગઈ. હવે આપણે જે ઇચ્છા હોય તે કરી શકીએ છીએ."

બધાએ ઉત્સાહમાં ચિચિયારીઓ પાડી.

"પણ આપણે એ ન ભૂલવું જોઈએ કે આ બધું કેમ થયું." રુદ્રએ ઉર્વશી તરફ જોયું, "આજે આપણે તેમને કારણે આ જગ્યાએ આવી શક્યા છીએ."

કેટલાક લોકોએ મૌન રહીને સંમતિ દર્શાવી અને કેટલાક ગુસ્સામાં બરાડ્યા.

"આ વેદાંતની પુત્રી છે. તેને જીવતી સળગાવી દો." ભીડમાંથી કોઈ બોલ્યું.

રુદ્રએ ગુસ્સામાં જવાબ આપ્યો, "ના, વેદાંતે આપણને બંદી બનાવ્યા હતા, પણ તેણે તો આઝાદ કર્યા છે. આપણે તેના પિતાના કાર્યને હિસાબે તેને ન જોવી જોઈએ. હવે આપણે મનફાવે ત્યાં જઈ શકીએ છીએ અને કોઈ પણ કામ કરી શકીએ છીએ."

લોકો અંદરોઅંદર વાતો કરવા લાગ્યા અને ઉર્વશીએ રુદ્રને કહ્યું, "મારે તારી સાથે એક વાત કરવી છે." રુદ્રએ માથું હલાવ્યું અને બંને એક ખૂણા તરફ ગયા. હર્ષ મજાક કરીને લોકોને સંભાળવાની કોશિશ કરી રહ્યો હતો.

"શું થયું?"

"મેં તમને લોકોને એટલા માટે નથી મદદ કરી કે હું તમને ચાહું છું."

રુદ્રના ચહેરાનો રંગ ફિક્કો પડી ગયો, "તો અમારી પાસેથી શું ઇચ્છે છે?"

"કળિ સાથે લડીને સિંહાસન પાછું લેવાનું છે. તમે લોકો મારું સૈન્ય બનો."

રુદ્રની આંખો પહોળી થઈ, "અરે છોકરી, તું આ બધા સાથે કામ નહીં કરી શકે. તે લોકો પૈસા માટે નહીં, પણ ડરના માર્યા કામ કરે છે. આ લોકો જેનું સન્માન કરે તેના માટે જ કામ કરે તેવા છે."

ઉર્વશીએ દાંત ભીંસ્યા અને રુદ્ર લોકો પાસે જતો રહ્યો.

"ઉર્વશી ઇચ્છે છે કે તમે બધા મળીને કળિના સામ્રાજ્યનો અંત કરી દો."

કેદીઓ હસવા લાગ્યા.

"હું એવું કરતાં પહેલાં રંગરેલિયા મનાવીશ ને પછી ગાઢ નિદ્રામાં સૂવા માગીશ. બીજાં પણ કેટલાંય કામ કરવાનાં બાકી છે." કોઈ વચ્ચે બોલ્યું.

"હમ્મ... રુદ્ર આ વાત તો બરાબર છે." હર્ષે દાઢી ખંજવાળી.

ઉર્વશીએ પરિપક્વતા બતાવવાનો પ્રયાસ કર્યો ને આગળ આવી. તેણે ત્રાંસી નજરે જોયું કે શિવાની એકધ્યાને તેની તરફ જોઈ રહી હતી, "હું જાણું છું કે હું નેતૃત્વ કરવા માટે કોઈ આદર્શ વ્યક્તિ નથી. હું તમારા બધાથી નાની છું, પણ હું એક વાત તો જાણું છું. હું તમને એક સારી જિંદગી આપી શકું તેમ છું. મારી સાથે કામ કરવાથી પૈસા, સ્ત્રી બધું જ મળશે. આ સમયે કળિ કમજોર છે એટલે તેની પાસેથી સિંહાસન છીનવી લેવાનો આ યોગ્ય સમય છે."

"સૈનિકોનું શું? એ લોકો અમારા પર હુમલો કરી શકે છે." કોઈ બોલ્યું.

"આપણે ફક્ત કળિથી પીછો છોડાવવાનો છે. એકવાર તેમાં સફળ થઈશું તો સૈનિકોનું સમર્થન આપોઆપ મળી જશે. તે લોકો ભયથી જ કામ કરે છે. જો જરૂર પડશે તો રાજ્ય હાથમાં આવ્યા બાદ ભય પણ પેદા કરી શકાય છે." તેણે હાથમાં પકડેલા પૂતળાને થોડું વધારે કસ્યું.

"તો અમારે એવી વ્યક્તિની વાત કેમ માનવી જોઈએ જે ઢીંગલીથી હજુ રમતી હોય."

ઉર્વશીએ ડોકું હલાવ્યું અને પ્રશ્ન કરનાર માણસ જોડે ગઈ અને તેના વાળ ખેંચ્યા. તેણે ચીસ પાડી અને ઉર્વશીનો હાથ પકડ્યો, પણ રુદ્રએ વચ્ચે પડીને તેને રોક્યો.

"આ શું કર્યું તેં?"

"હું હમણાં તમને પરચો બતાવું છું." તેણે તે વાળને ઢીંગલીની ફરતે લપેટ્યા, "તું પણ વિચારી રહ્યો હોઈશ કે મારા જેવી છોકરીએ કારાગૃહમાં આવીને બસો જેટલા કેદીઓને કેવી રીતે છોડાવ્યા. થોડું ગંભીરતાથી વિચારી જો."

બધા એક નજરે તેને તાકી રહ્યા હતા.

"કારણ કે હું કંઈક એવું જાણું છું જે તમે લોકો નથી જાણતા."

"રાંડ, ચૂપ થઈ જા." પેલો માણસ હજુ માથું પંપાળતો હતો, "પહેલા મારા વાળ ખેંચ્યા અને હવે બકવાસ કરી રહી છે."

એટલામાં જ ઉર્વશીએ માથામાંથી એક ઘરેણું કાઢ્યું અને ઢીંગલીના શરીરમાં ઘુસાડ્યું. તે માણસ પણ વિચારમાં પડી ગયો. તેના પેટમાં ઊંડો ઘા પડ્યો અને લોહી નીકળવા લાગ્યું. તે નીચે બેસીને પીડાથી ચીસો પાડવા લાગ્યો. બધાનાં મોં ખુલ્લાં રહી ગયાં.

ઉર્વશીએ ઘરેણું કાઢીને, સાફ કરીને માથામાં લગાવી દીધું.

"જોયું!" રુદ્ર, હર્ષ અને શિવાનીના ચહેરા ફિક્કા પડી ગયા, "હું કાળો જાદુ જાણું છું. મારો સાથ આપશો તો બધું જ મળશે. જો સાથ નહીં આપો તો...." તેણે નીચે પડેલા કેદી તરફ ઇશારો કરીને કહ્યું, "તો આની જેમ જ મરશો. મારી તાકાતને ઓછી આંકવાની ભૂલ ન કરતા."

એકદમ સન્નાટો છવાઈ ગયો.

ઉર્વશીને આવું ગમ્યું.

અને હા, તેણે કરી બતાવ્યું હતું.

29

કલ્કિને ખ્યાલ આવ્યો કે તે કોઈ વિચિત્ર દુનિયામાં પહોંચી ગયો છે.

તે ઈલાવર્તી જેવું નહોતું દેખાતું. એ તો પાણી હતું અને તે એમાં તરી રહ્યો હતો. તેનું મોં ખૂલ્યું અને પાણી ભરાઈ ગયું. તેણે પાણીમાં તરફડિયાં મારતા કોઈ લાકડી પકડી લીધી હતી. ત્યારે જ કોઈએ તેને પકડ્યો હતો. એક વિશાળ વરાહે દંતૂશળથી તેને ઊંચો કર્યો અને પાણીની બહાર લાવવા લાગ્યો. પછી પાણીની સપાટી ઉપર સૂરજની તેજ રોશનીની વચ્ચે તેને લાવવામાં આવ્યો. કલ્કિએ રાહતનો શ્વાસ ખેંચ્યો. તે સાચે જ એ દૃશ્યથી ભયભીત હતો.

કલ્કિએ જોયું કે વરાહ પાણીમાં પાછું જઈ રહ્યું હતું.

"તું આ જગ્યાએ શું કરી રહ્યો છું?" એક અવાજ સંભળાયો.

કલ્કિએ જોયું કે આખી ધરતી પાણીમાં ગરક થયેલી હતી. અમુક ઊંચાં ઝાડ જ અસીમ પાણીની સપાટી પર દેખાતાં હતાં. સમુદ્રની સપાટી પર ડુંગરો પણ દેખાઈ નહોતા રહ્યા. બાકી બધું નષ્ટ થઈ ચૂક્યું હતું.

"તમે ક્યાં છો?" કલ્કિએ પોતાનાથી બનતી બધી જ તાકાતથી તરવાનું શરૂ કર્યું.

"નીચે."

કલ્કિને પાણીની નીચે એક અજીબ જીવ દેખાયો. તેણે ડૂબકી લગાવી. હવે તે સંતુલન સાથે તરતો હતો. તેણે તે જીવને જોયો જે તેને બોલાવી રહ્યો હતો.

આ પાણીની અંદર પણ કેવી રીતે બોલી શકે છે?

તે એક મોટી ઘેરા શ્યામ રંગની આકૃતિ જેવું હતું. તેણે માથા ઉપર સંદૂક જેવું પહેરેલું હતું તેના વડે તે પાણીમાં શ્વાસ લઈ શકતું હતું. તેને એવી રીતે બનાવવામાં આવ્યું હતું કે તે બહારની બાજુ નીકળેલા દાંતો

સાથે વરાહના માથા જેવું લાગતું હતું. તેની ગરદન પર એક ચક્ર અને પેટ પર એક ગદા લટકતી હતી. તે નગ્ન પગે હતું અને તેણે ઘેરા રંગની ધોતી પહેરેલી હતી.

"તું આ જગ્યાએ વાત નહીં કરી શકે. ચાલ, તને ધરતી પર લઈ જાઉં." એટલું બોલીને તે પાણીની બહાર આવવા લાગ્યું.

કદાચ શિર-છત્રને કારણે પાણીમાં રહીને પણ બોલી શકવા સક્ષમ હતું. તેવી રીતે પાણી પણ અંદર ન જાય અને શ્વાસ પણ આસાનીથી લઈ શકતું હતું. જો કે વાત ગળે ઊતરી નહીં. તે વ્યક્તિએ કલ્કિને પાણીમાંથી બહાર આવવામાં મદદ કરી.

તે વ્યક્તિની પાછળ જ વરાહ ઊભું હતું, જે કલ્કિને થોડીવાર પહેલાં પાણીમાંથી બહાર લાવ્યું હતું. તે નાવમાં કૂદીને જતો રહ્યો અને શરીર હલાવીને પોતાની જાતને સૂકવવા લાગ્યો.

પછી કલ્કિએ જોયું કે ચારે બાજુ પૂર આવેલું છે. ફક્ત આકાશ અને પર્વતો જ સુરક્ષિત જણાતાં હતાં. એટલું જ નહીં, પણ તેમની નાવથી દૂર કેટલાય આકાર અને આકૃતિઓની નાવ દેખાઈ. કેટલાંક જહાજો પણ ઊભાં હતાં.

આ કઈ જગ્યા છે? તે વ્યક્તિએ શિર-છત્ર હટાવ્યું તો એક સુદર્શન યુવક દેખાયો જેના વાંકડિયા વાળ કમર સુધી લટકતા હતા.

"મારા મિત્ર, આ ઈલાવર્તી છે." તેમણે તેમના પાલતું વરાહને પંપાળીને નિઃશ્વાસ નાંખ્યો, "પ્રશ્ન એ છે કે તું આ જગ્યાએ શું કરી રહ્યો છે?"

કલ્કિને ખ્યાલ આવ્યો કે તેણે માનસિક સંપર્ક સ્થાપિત કર્યો હતો. *ચોક્કસપણે હું એક સાવ જુદી વાસ્તવિકતા વચ્ચે છું અને આ આકૃતિ મારા અતીત સાથે જોડાયેલી છે.*

"તમે વરાહ છો." કલ્કિ બોલ્યો, "ત્રીજો અવતાર – પણ તમે તો... હા ચોક્કસ." તેણે માથા પર પહેરેલું છત્ર જેવું યંત્ર જોયું.

"તું કંઈક પૂછવા માગે છે... પૂછ." વરાહ કલ્કિના પ્રશ્નની રાહ જોવા લાગ્યા. તેમનું આખું શરીર સૂર્યના તાપમાં ઝગમગી રહ્યું હતું અને વાળમાંથી જમીન પર પાણી ટપકી રહ્યું હતું. પાણીની અસમતલ

સપાટી પર નાવ ઝોલાં ખાઈ રહી હતી.

"મારા મનમાં આ દુનિયાથી પણ વધુ પ્રશ્ન છે."

"આ બધું હિરણ્યાક્ષ અને હિરણ્યકશિપુને કારણે થયું. દુનિયાની આ દશા થઈ અને હવે એ જળરાક્ષસની જેમ મારી પ્રિય ભૂમિનું અપહરણ કરીને જહાજમાં ક્યાંક નીકળી ગયા છે."

જળરાક્ષસ? હે પ્રભુ. આ સાંભળીને કેટલું ખરાબ લાગી રહ્યું છે.

"આ એક જળપ્રલય છે અને મારે તેમને રોકવાના છે, જેથી ઈલાવર્તીના આ વિનાશને રોકી શકું."

પરંતુ કોઈ જળમગ્ન દુનિયાની રક્ષા કેવી રીતે કરી શકે છે?

કલ્કિએ જે વાંચ્યું હતું એ પ્રમાણે વરાહે પોતાના વિશાળ દાંતથી ધરતીને જળમુક્ત કરી હતી અને બંધનોમાંથી આઝાદ કરી હતી.

"સાગરના રાજા વરુણ આ બાબતમાં મને મદદ કરે છે."

વરુણ? દેવતા? એક રાજા છે. આ બધું આ રીતે જ સર્જાતું હશે તેમાં શંકા નથી. તમે તમારા કર્મથી નહીં, પણ કર્તવ્યોથી દેવતા બનો છો. વરાહ આ સમયે એક નાવવાળો છે જેની પાસે એક વરાહ છે. પરંતુ પછીથી જ્યારે તેની યાત્રા પૂરી થશે તો એ દેવતા કહેવાશે.

શું મારી સાથે પણ આવું જ થશે?

આવું વિચારીને કલ્કિની નસોમાં અનોખાં સ્પંદનો ઊમટ્યાં.

"આપણે તેનાથી છુટકારો મેળવવાનો ઉપાય કરવો પડશે. ઘણાંબધાં કામ કરવાનાં હજુ બાકી છે. તું બોલ બાળક, તારે શું કામ છે?"

"હું... બાળક?"

"અરે... બોલ બાળક."

તે પહેલીવાર કોઈ અવતાર સાથે આમ અનૌપચારિક ભાવથી વાત કરી રહ્યો હતો. ભગવાન ગોવિંદ અપરાધબોધથી ઘેરાયેલા હતા. ભગવાન નરસિંહે જાતને જુદી કરી દીધી હતી, ભગવાન રાઘવ દયાળુ હતા અને ભગવાન વરાહ ઘણા નિશ્ચિંત હતા.

"હું મુશ્કેલીમાં છું. હું જાણવા માગું છું કે પોતાની સાચી તાકાતનો યોગ્ય પ્રયોગ કેવી રીતે કરવાનો છે?"

"હકીકતમાં સમસ્યા આ જ છે. આપણને લાગે છે કે શક્તિ શરીરમાં છુપાયેલી હોય છે. તે તો આપણા મગજમાં હોય છે. આત્મવિશ્વાસથી સાચી અને વિશુદ્ધ શક્તિ પ્રાપ્ત થાય છે." વરાહ તેના પગ ચાટવા માંડ્યું અને તે ત્યાંથી ઊઠીને પોતાની દુનિયામાં મગ્ન થઈ ગયું. "તેં જાત પર ભરોસો કરવાનું છોડી દીધું છે. તું પરાજિતતાનો ભાવ અનુભવે છે. બાળક, આ અસહાયતા તારી આંખોમાં ડોકાઈ રહી છે."

કલ્કિએ માથું ધુણાવ્યું, "હું સાચે જ એવું અનુભવું છું. જો કે એમાં મારી ભૂલ નથી પણ હું હારી ગયો. મેં બધું જ ગુમાવી દીધું. મેં બાલાને ગુમાવ્યો, મેં પિતાને ગુમાવ્યા, મેં લક્ષ્મીને પણ ગુમાવી... અને મેં રાત્રિને પણ ગુમાવી. જો હું આમ દરેક પ્રિયને ગુમાવતો રહીશ તો હું તારણહાર કેવી રીતે થયો?"

વરાહ કલ્કિની પીડા સમજ્યા, "તું તારી આસપાસ શું જુએ છે?"

કલ્કિએ અસીમ જળને જોઈ કહ્યું, "સાગર."

"ખબર છે આ ક્યારેક ધરતી હતી. આ મારી હાર છે." વરાહે તે જગ્યાને એવા યોદ્ધાની જેમ જોયું જાણે પોતાના નુકસાનથી વ્યથિત હોય, "કદાચ આપણા બધા માટે અસફળ હોવું અનિવાર્ય હોય છે, કારણ કે તેમાંથી આપણને સફળ થવાની પ્રેરણા અને તક મળે છે. અસફળ થયા વગર કશું જ શિખાતું નથી. જો શીખીશું નહીં તો ક્યારેય સફળ નહીં થવાય. હવે હું જાણું છું કે આ કામ કરનારા બંને ભાઈઓને કેવી રીતે મારે હરાવવાના છે. મને એ પહેલેથી ખબર નહોતી." તેમણે કલ્કિની આંખોમાં જોયું, "જવાબદારી લેવાથી ડરે છે તે તારા ચહેરા પરથી દેખાય છે. મને પણ આવું જ અનુભવાતું હતું. હવે દરેક વીતતા સમય સાથે ધરતીનો વિચાર આવે છે કે એ રાક્ષસો સાથે કેવી રીતે એ સમય વિતાવતી હશે. હું અસહાયતા અનુભવું છું. તારી જેમ હારેલો લાગતો હતો, પરંતુ તને ખબર છે મારી પ્રેરણાનો સ્રોત શું છે?"

કલ્કિએ ડોકું ધુણાવ્યું.

"મારી પોતાની પસંદગી."

"તેને બચાવવા માટે?"

ભગવાન વરાહે સ્મિત આપ્યું, "ના, યોગ્ય કામ કરવા માટેની પસંદગી અને આ દુનિયામાં જો તમે સતત યોગ્ય કે સારું કામ કરો તો તમે જ જીવિત રહેનારા સૌથી શક્તિશાળી વ્યક્તિ બનશો." તેમણે કલ્કિના ખભા પર કસીને હાથ મૂક્યો, "ભૂલીશ નહીં, જો આમ ભરોસો રાખીશ તો શક્તિ મળશે, એટલે પોતાના પર ભરોસો કર. જો તેવું નથી કરતો તો તું તારી જાત સાથે જ અપરાધ કરી રહ્યો છે."

કલ્કિએ માથું હલાવ્યું, "વરાહને કેવી રીતે ખબર પડી કે તેણે મને બચાવવાનો છે?"

"કારણ કે મેં તેને એવું કરવાનું કહ્યું હતું."

કલ્કિ હસી પડ્યો, "આવું કેવી રીતે શક્ય છે?"

"આપણે ઘણું બધું કરી શકીએ છીએ. તું અને હું. આપણે વિશ્વાસ કરવાનું છોડી દઈએ છીએ. આશા ખોઈ નાખીએ છીએ અને પછી બધું ભૂલી જઈએ છીએ. તને ખબર છે કે આપણે કોણ છીએ? આપણે અવતાર છીએ. આપણને ભગવાન વિષ્ણુએ પસંદ કર્યા છે કે આપણે ધરતી પર ફરીને ખરાબ તત્ત્વોનો નાશ કરીએ. આપણે આ રીતના છીએ અને જો આપણે જ નિરાશ થઈએ તો આ બધી વાતોનો શો લાભ છે?" તેમ કહી તેમણે આંખ મીંચકારી.

અને ત્યાં તો કલ્કિએ પોતાની ઝૂંપડીમાં જોયો. બધા ગાઢ નિદ્રામાં સૂતા હતા. બહાર ઘેરો અંધકાર હતો.

કલ્કિ દરવાજા પાસે ગયો તો બે પિશાચ હાથમાં ભાલો લઈને ઊભેલા જોયા. તેને જોઈને સાવધ થઈ ગયા, પણ તેણે હાથ ઊંચો કરીને સમજાવ્યું કે તે કોઈ નુકસાન પહોંચાડવા નથી માગતો.

આપણે કેટલું બધું કરવા સક્ષમ છીએ.

આ બધી વાતોનો શો લાભ છે?

મેં જ એવું કરવાનું કહ્યું હતું.

કલ્કિએ એ બધી વાતો વિશે વિચારવા ચાહ્યું. તેને શુકો વિશે પણ કોઈ જાણકારી નહોતી. તેણે જાત પર ભરોસો રાખીને પોતાની બધી

શક્તિઓને જમા કરી તો તેને પોતાની અંદર ઊર્જાનો સમંદર ઘૂઘવતો લાગ્યો. ભગવાન વિષ્ણુએ સ્વયં તેને પસંદ કર્યો હતો અને તે એમની વાત નહીં માને તો આ એક અપરાધ ગણાશે.

શુકો? તું મને સાંભળી શકે છે?

હમ્મ.

ઓહ, આ તો કમાલ છે.

ઊંહહ... તું તો મને એકલો મૂકીને જતો રહ્યો હું.

શું? તું જ સિંહો જોઈને ગાયબ થઈ ગયો હતો.

ચાલો, કશું ગુમાવ્યું નથી. તું હવે સલામત છે. શું ચાલી રહ્યું છે, બેટા?

કલ્કિને વિશ્વાસ નહોતો થતો કે તે પોપટ સાથે વાત કરી રહ્યો હતો. હકીકતમાં તેને વિશ્વાસ નહોતો થતો કે તેનામાં પોપટ સાથે વાત કરવાની ક્ષમતા હતી.

હું તારી સાથે કેવી રીતે વાત કરી શકું છું?

કારણ કે તું એના માટે કોશિશ કરે છે.

પણ કેવી રીતે?

પુત્ર, આપણે એકબીજા માટે જ બનેલા છીએ. તને લાગે છે કે તેં મને શંભલમાં શોધ્યો. ના, હું જ તારી શોધમાં હતો. તારી પ્રતીક્ષા કરી. ભવિષ્યવાણી પ્રમાણે અંતિમ અવતાર એક સફેદ ઘોડા પર સવાર થઈને આવશે અને તેની પાસે ભગવાન શિવનો આપેલો પોપટ હશે.

તને આ બધું કેવી રીતે ખબર પડી?

ભગવાન શિવે શીખવ્યું હતું.

ભગવાન શિવ તારી સાથે વાત કરે છે?

તે બધા સાથે વાત કરે છે. બસ, આપણે જ મોટેભાગે તેમની વાત સાંભળતા નથી. પણ મેં સાંભળી. હું બધું જ જાણું છું.

મારા માટે પણ કોઈ ભવિષ્યવાણી છે?

ચોક્કસ. શુકોએ હસવું રોક્યું. તે મનુષ્યની બોલીમાં બોલ્યો. *જો કે તેના પણ ઘણા સંસ્કરણ છે, પણ તેના કોઈ અર્થ નથી. આપણે તે વિષયમાં પછી વાત કરી શકીએ છીએ. અત્યારે તો આ જગ્યાએથી*

બહાર જવાના ઉપાયો શોધો.

હું હજુ સમજી નથી શકતો કે આપણે વાત કરી રહ્યા છીએ. કલ્કિની આંખો બંધ હતી અને તે આ બધી વાતો પર વિચાર કરી રહ્યો હતો.

સારું, વિચારો પછી કરજે. હવે સાંભળ, હું આ નાની અમથી જગ્યાના સૌથી ઊંચા વૃક્ષ પર છું. ચારે તરફ પહેરેદારો છે જેનાથી બચવું મુશ્કેલ છે. જો બચી પણ ગયા તો આ ધરતીની બીજી તરફ જવું અસંભવ છે, કારણ કે ચારે તરફ ઊંડો કાદવ છે. તમારે પુલથી જવું પડશે જે એ મુખિયાની ઝૂંપડી દ્વારા જ પસાર થાય છે. તે સિવાય આ જગ્યાએથી બહાર જવું અશક્ય છે.

શું તું તેમનું ધ્યાન બીજે દોરી ન શકે?

ઓહ, એવું કરી શકતો હોત તો ઘણું સારું. આ અસંભવ કામ છે. જો હું પકડાઈ ગયો તો મને એ લોકો ખાઈ જશે.

હું સમજી શકું છું. હું બચવાની કોશિશ કરી શકીશ.

કલ્કિએ શુકો સાથે વાત કરવાનું બંધ કર્યું અને ઝૂંપડીમાં ચાલ્યો ગયો. જ્યારે તે સુવા ગયો ત્યારે તેને પદ્માનો ગણગણાટ સંભળાયો. આજે તેણે ઘણી બહાદુરી બતાવી હતી.

કદાચ તેના વિશે મેં જે વિચાર્યું હતું તેવી તે નહોતી.

બીજી સવારે તે ઊઠ્યો, પણ આખી રાત તે ઊંઘી નહોતો શક્યો. તેને લોકોની ચિચિયારીઓ સંભળાઈ રહી હતી. તેણે રત્નાને અભ્યાસ કરતા જોઈ. કૃપા અને પદ્માએ તેને પોતાના માટે હથિયાર પસંદ કરવા કહ્યું હતું.

કલ્કિ ક્યાંક ખોવાયેલો લાગતો હતો. ભલે એ કૃપા અને પદ્માની વાતોમાં હોંકારો કરતો હોય, પણ તેનું ધ્યાન ભગવાન વરાહ અને ભગવાન નરસિંહની વાતોમાં હતું.

“કૃપા, મને આ પિશાચો વિશે થોડી વધુ જાણકારી આપો.” કલ્કિએ કહ્યું.

"ઓહ! સાથી, તારે તેમના વિશે શું જાણવું છે?"

"તેં કહ્યું હતું કે જો કોઈ પિશાચ હારે છે તો તેને પોતાનો જીવ ખોવો પડે છે. બીજા પિશાચ તેને ખાઈ જાય છે, કારણ કે હારવું એ મોટું અપમાન છે?"

કૃપાએ નિરાશાથી માથું હલાવ્યું, "સાંભળવામાં કેટલું દયનીય લાગે છે, હેં ને?"

"શું આ લોકો બહુ અહંકારી છે?"

"હા, ઘણા વધારે."

"તેમને લાગે છે કે તેઓ શ્રેષ્ઠ છે અને હારનારને બીજી તક નથી મળતી."

"એવું જ કહી શકાય."

કલ્કિએ માથું હલાવ્યું.

"તો આજે કયું હથિયાર પસંદ કરવાનું છે?" પદ્માએ પૂછ્યું.

કલ્કિએ તેની સામે જોયું પછી હસીને રત્ના તરફ આગળ વધ્યો, જે તલવારની ધાર કાઢી રહી હતી. તેને જોઈને કેમ પણ તેને વરાહની યાદ આવતી હતી. તે એવી મુખમુદ્રામાં હતી કે જાણે કલ્કિને ખાઈ જવાની હોય.

"હું તારી સાથે લડવા નથી માગતો." કલ્કિએ રત્નાને કહ્યું.

રત્ના ચૂપ રહી, પણ સ્મૃત ઊભી થઈને આવી, "ના, તારે લડવું જ પડશે."

"આપણે મળીને કામ કરવું જોઈએ અને આ જગ્યાએથી બહાર જવાનું વિચારવું જોઈએ."

"અસંભવ, આ કાયરતા કહેવાય. શું તને હારવાનો ડર લાગે છે?" સ્મૃતે કટાક્ષ કર્યો.

કલ્કિ રત્નાના ચહેરા પાછળ છુપાયેલી વેદના જોઈ શકતો હતો. તે કશું છુપાવી રહી હતી.

કલ્કિએ સ્મૃતને પૂછ્યું, "તારી મિત્ર મારી સાથે વાત કેમ નથી કરતી?"

"કારણ કે તે ઇચ્છતી નથી." સ્મૃતે જવાબ આપ્યો.

રત્નાએ સ્મૃતને શાંત કરી અને પછી બોલી, "બચ્ચા, તો આ જગ્યાએથી ભાગવાની તારી શી યોજના છે?"

બચ્ચા...? એ તો ઉંમરમાં તેના જેટલી જ હશે, કદાચ વધારે સમજદાર હશે.

"ભાગીને અહીંથી જવું પડશે."

"ના, હું તારો જીવ લઈને મને સુરક્ષિત રાખવા માગીશ."

"તેમાં શો લાભ છે? અંતમાં એક જ બચશે. તેના કરતા આપણે પહેલા જ અહીંથી ભાગી જઈએ."

"ચિંતા ન કર, રસ્તો મળી જશે."

"તો ચાલો, સાથે મળીને શોધીએ."

"સાંભળ." રત્નાએ દાંત ભીંસ્યા, "તેં જ અમને આ મુસીબતમાં નાખ્યા છે, એટલે હવે બીજી કોઈ યોજનામાં ફસાવું નથી. બચ્ચા, અમને ખબર છે કે તને અમારી સહેજેય પરવા નથી. તને તારા મિત્રોની ચિંતા છે જેણે એક યુવતીને આ રાક્ષસોનું ભોજન બનાવ્યું હતું."

"અમારી પાસે બીજો કોઈ રસ્તો જ નહોતો."

"હમ્મ... તું લડી પણ શકતો હતો."

"અને માર્યો જતો."

રત્ના ગુસ્સામાં બોલી, "એ ન ભૂલીશ કે આ બધા પાછળ તું જ જવાબદાર છે."

કલ્કિએ માથું ધુણાવ્યું. તે પદ્મા અને કૃપા પાસે ગયો. તેણે પોતાને માટે હથિયાર પસંદ કરવાનું હતું.

આ ટાલવાળી યુવતીને તો મારવી જ બહેતર રહેશે.

કલ્કિ જાળ પર પોતાનું સંતુલન બનાવીને તૈયાર હતો. તેની સામે રત્ના મારુ તેની ધારદાર તલવાર સાથે તૈયાર હતી. બંને પાસે તલવાર હતી અને બંને તલવારબાજીમાં હોશિયાર હતાં. તેઓ જ્યારે ચાલવા લાગ્યાં ત્યારે જાળ હલવા લાગી. કલ્કિ સાવધાનીથી પગ મૂકતો હતો

જેથી પદ્માની જેમ તેનો પગ ફસાઈ ન જાય.

તેણે બ્રહ્મપુત્રાક્ષને જોયો જે પેલી જ વાતો બોલી રહ્યો હતો. તેની બોલી અનોખી હતી.

આપણા બધા પાસે પસંદગીની તક હોય છે.

તે સમયે જ તેના મગજમાં ભગવાન વરાહના શબ્દો ગુંજ્યા.

સાચું અને યોગ્ય કામ કરવાની પસંદગી.

જ્યાં બ્રહ્મપુત્રાક્ષ તાળી પાડવા લાગ્યો ત્યારે કલ્કિએ બૂમ પાડી, **"ઊભા રહો."**

પિશાચોનો નેતા એકદમ ચૂપ થઈ ગયો. બધા પિશાચ કલ્કિ તરફ જોવા લાગ્યા.

"આ શું થયું?"

કલ્કિએ તેની તલવાર બ્રહ્મપુત્રાક્ષ તરફ તાકી અને કહ્યું, **"હું તને લડવા માટે પડકાર આપું છું."**

30

મહારાજ કળિ તૈયાર હતો.

જો કે તેને કુશ્તી વિશે વધુ જાણકારી નહોતી, પણ તેને માટે કોઈ ફરક નહોતો પડતો. તેને વિશ્વાસ હતો કે તે અરજણને કચડી નાખશે. તેણે હથેળી પર પટ્ટીઓ બાંધી, કમર પર ધોતી કસી અને માથા પરનો પરસેવો લૂછ્યો તો કુબેરની આવવાની સૂચના મળી.

“હવે પાછું આ નવું કોઈ તૂત કરવા જઈ રહ્યા છો?” કોકો અને વિકોકો તે જાડિયાને બહાર ધકેલવા માગતા હતા, પણ તે જબરદસ્તી કાર્યાલયમાં ઘૂસી આવ્યો.

કળિએ હાથ ઊંચો કરીને કોકો અને વિકોકોને રોક્યા.

“આ શું પાગલપન માંડ્યું છે? આવું પગલું ભરવાની ક્યાં જરૂર હતી?” તે હજુય બોલે જ જતો હતો.

કળિએ ચપટી વગાડી, “ચિંતા કરવાની જરૂર નથી.” તે કક્ષની બહાર નીકળ્યો તો કોકો અને વિકોકો પણ તેની સાથે થઈ ગયા. કુબેર તેની ચાલ સાથે કદમતાલ કરવાના પ્રયાસમાં હતો. “મેં બધું મારા નિયંત્રણમાં કરેલું છે.”

“લોકો દુઃખી છે અને હું નથી ઇચ્છતો કે રાજ્યના રાજા એક સામાન્ય કેદી સાથે લડે.”

“તેમને પણ જાણવું જરૂરી છે કે કોણ શક્તિશાળી છે.” કળિએ કિલ્લામાંથી બહાર નીકળતા હુંકાર કર્યો. તેનો ઘોડો પણ બહાર તૈયાર હતો.

“પ્રજા પહેલેથી જાણે જ છે. તમારે તો પોતાના માણસો સાથે રસ્તાઓ પર ફરી રહેલા કેદીઓ વિશે વિચારવાનું છે.” કુબેરનો ચહેરો ગુસ્સાથી લાલ હતો.

કળિ ઘોડા પર બેઠો અને શહેરની બહાર આવેલા કુશ્તીના અખાડા તરફ જવા તૈયાર થઈ ગયો, “મેં એક કુશ્તીનો વાયદો કર્યો છે તેને પૂરો

કરવા જઈ રહ્યો છું." તેણે કોકો તરફ નજર કરી પૂછ્યું, "મેદાનમાં કેટલા લોકો કુશ્તી જોવા ભેગા થયા છે?"

"મહારાજ, ઘણાબધા લોકો આવ્યા છે. તે લોકો મુકાબલો જોવા ઉત્સુક છે. અમે અમારી રીતે કેદીઓના ફરાર થયા હોવાની વાત છુપાવી રાખી છે." કોકોએ ઘોડા પર બેસતાં કહ્યું.

"વાહ, મને આ વાત જાણીને આનંદ થયો."

કુબેરે માથું ધુણાવ્યું, "મહારાજ આ કામ મૂર્ખતાભર્યું છે."

"તને ડર લાગે છે, હેં ને?" કળિએ હસીને કહ્યું, "તને ડર છે કે કેદી રાત્રે તારું ગળું રહેંસી નાંખશે. તને તારો જીવ બચાવવાની ચિંતા છે."

કુબેર કશું ન બોલ્યો, પણ તેના ચહેરા પરનો ભય સ્પષ્ટ દેખાતો હતો, "તમે સ્વાર્થી થઈ રહ્યા છો. એક રાજાએ આ રીતે ન વર્તવું જોઈએ. મેં વેદાંતને એટલા માટે મરવા દીધો, કારણ કે મને તમારા દૃષ્ટિકોણ પર ભરોસો હતો."

"ના, તને નાગપુરી લેવામાં વિશ્વાસ છે."

"અને શું તમે મને આપશો જ્યાં પોતાનું એક શહેર કાબૂમાં નથી કરી શકાતું?"

કળિ ઘોડા પરથી નીચે ઊતર્યો અને નિઃશ્વાસ નાંખીને કુબેરને ગરદનથી પકડીને ઊંચો કરી દીધો, "એમ ન વિચારીશ કે વેદાંતના મામલામાં તેં મને મદદ કરી છે એટલે હું તારો ઉપકાર માનીશ. તેં મારા પર કોઈ ઉપકાર નથી કર્યો. આજે તારી ખોપરી ફોડી નાખું તો બધા જ યક્ષ મારી તરફ થઈ જશે. તું નસીબદાર છે કે હું તારી સાથે વિનમ્રતાથી વર્તુ છું... પણ જો આ રીતે બોલતો રહીશ તો એ પરિણામ આવશે જે વેદાંતનું આવ્યું હતું." પછી તેણે એ ભાલાઓ તરફ સંકેત કર્યો જેની પર લાશો લટકતી હતી અને માખીઓ બણબણ કરતી હતી, "બરાબર...?"

કુબેરે પણ કમને માથું હલાવ્યું.

કળિએ તેને નીચે ઉતાર્યો. તે જોરદાર ખાંસી રહ્યો હતો.

કળિ તેના ઘોડા પર બેસીને અખાડા તરફ જવા રવાના થઈ ગયો.

31

મનસા જાણતી હતી કે શું થવાનું છે. તેને એક ગંધાતી ઓરડીમાં બાંધવામાં આવી હતી અને નંદનો કશો પત્તો ન હતો. તે રડવા માગતી હતી, પણ તેને મજબૂત બનવાનું હતું. નાગ લોકોનું કારાગૃહ સાધારણ અને આકારમાં નાનું, પણ નદીમાં તરતું હતું. તેની બહાર પાણીમાં તરતો પથ્થરોનો બનેલો એક રસ્તો હતો, જે કિનારા સુધી લઈ જતો હતો. તે જગ્યાએ નાગમંડળ હતું. પૂરા નગરમાં ઘણા કારાગૃહો હતા અને નંદ પણ તેમાંના કોઈ તરતા કારાગૃહમાં કેદ હતો.

તેને દીવાલ પર એક પડછાયો દેખાયો અને તે ઓળખી ગઈ કે કદ્રુ આવી હતી. તે યુદ્ધના પોશાકમાં હતી જેની એક બાજુ તલવાર લટકી રહી હતી. નાગ સિપાહીએ તેના માટે દરવાજો ખોલી નાખ્યો. તે અંદર આવી, પણ તેનો ચહેરો ભાવવિહીન હતો.

"કેમ છે, મારી બહેન?" તેણે પૂછ્યું.

"તું આ જગ્યાએ ક્યાંથી?" મનસાએ તેની સામું જોયા વગર જ કહ્યું. *"પીઠ પાછળ છૂરો ભોંકવાવાળી. તું એટલી મૂર્ખ કઈ રીતે હોઈ શકે કે તેં જામુન પર ભરોસો કરી દીધો?"*

"તને આવજો કહેવા આવી હતી. તને દગો કરવાની સજા મળી છે."

"દગો? મેં રાજસિંહાસન માટે કયો દગો કર્યો? આ સજા તો તને મળવી જોઈએ."

"તારે આવવાની જરૂર જ નહોતી." કદ્રુએ નિઃસાસો નાંખ્યો, "હું તને મારવા નથી માગતી, ગમે તેમ તોય તું મારી બહેન છે, મારું પોતાનું લોહી છે... હું મારા પોતાના લોહીને કોઈ હાનિ નથી પહોચાડતી."

"તેં વાસુકિના પુત્રને મારી નાંખ્યો. કમસેકમ તેને તો છોડી દેતી. તને તે માટે ક્યારેય માફ નહીં કરું."

કદ્રુ સંમતિપૂર્વક બોલી – "હું માફી માગતી પણ નથી, મેં જેની જરૂર હતી તે જ કર્યું હતું..."

"એ કેવી જરૂરિયાત?"

કદ્રુએ કંઈક વિચારીને હોઠ કરડ્યા, "ઓહ હદ છે, તું તો મરવાની છે. આ બધો શું બકવાસ છે." તેણે પોતાના હાથ પરથી કપડું હટાવ્યું તો ત્યાં ઊંડો ઘા દેખાયો, જે કોણીથી કમર સુધી જઈ રહ્યો હતો – "આ ઘાને આજ સુધી બધાંથી છુપાવતી આવી છું."

"આ શું છે?"

"હું મરી રહી છું. જો મારી નસોમાં દોડતા આ ઝેરની દવા ન મળી તો હું થોડા દિવસની જ મહેમાન છું."

મનસા બધી સ્થિતિ સમજી ગઈ, "ઓહ, એટલે તારે અમૃત જોઈએ છે. તારે તારો જીવ બચાવવો છે."

"હમ્મ" કદ્રુએ નિઃસાસો નાખ્યો – "એવું જ કરવું પડશે નહીંતર હું નહીં રહું અને તને ખબર છે કે હું મરવાથી કેટલી ડરું છું."

ઓહ, મનસા જાણતી હતી. નાનપણમાં જ્યારે પણ કદ્રુ એવું વિચારતી કે હું એક દિવસ મરી જઈશ ત્યારે તે મનસાના ખભે માથું રાખી રડવા માંડતી. મનસા તેને દિલાસો આપતી કે તે મર્યા પછી ભગવાન વિષ્ણુ અને શેષ ભગવાનના વૈકુંઠધામમાં જશે.

"પણ તેનાથી બાળકો અને પરિવારના મોતને શો સંબંધ છે?"

"નહીંતર તાર્ક્ષ્ય સંધિ કરવાની હા પાડતો નહીં. તેને વાસુકિને મારીને સંતોષ ન મળ્યો તો તેણે આખા કુંટુંબને મારી નાખ્યું."

અને તેં એને કરવા દીધું.

મનસાએ નિઃસાસો નાખ્યો, "તો તારે તાર્ક્ષ્ય પાસે જઈને તેના નગરની જાણકારી જોઈતી હતી, જેથી ત્યાંથી ચોરી-છૂપીથી અમૃત લાવી શકે."

"અમને ખબર છે કે તેની પાસે બહુ જ મોટો ભંડાર છે. અમને વિશ્વાસુ લોકોએ માહિતી આપી છે. બસ, તેની અંદર જવાનો મોકો જોઈએ, મોકો મળતાં જ અમૃત ચોરી લઈશું."

"મારા પિતા પણ આ જ કરવા માગતા હતા અને તને ખબર જ છે કે તેનું શું પરિણામ આવ્યું?"

“ખબર છે, એમની એવી મૂર્ખામીના લીધે પોતાના લોકોએ જ તેમને મારી નાખ્યા.”

કદ્રુ હસી, “એટલે જ મારી સાથે જામુન છે. તે મંત્રીઓ અને સેનાને સંભાળી લેશે. તે બધા નિયંત્રણમાં છે અને તેના માટે તૈયાર છે. તેમને એક જ ગુસ્સો છે કે સુપર્ણોને બધું મળી ગયું. હવે તે સમય આવી ગયો છે કે આપણી સાથે પણ સારી વસ્તુઓ વહેંચે. વાસુકિની તકલીફ જ એ હતી કે તે મહારાજ કુબેર સાથેની રાજનીતિમાં વધુ મગ્ન હતો. ને પેલો યક્ષ તો પહેલેથી જ ચોર અને મૂર્ખ જ હતો. વધુમાં વધુ સમય કુબેર સાથે સંઘર્ષ કરતો વાસુકિ તાર્ક્ષ્યને ભૂલી ગયો, આ જ વાત જામુનને ખરાબ લાગી. તાર્ક્ષ્ય ઘણો સમજદાર છે. તેની પાસે સંસાધન છે. આવનારાં હજાર વર્ષો સુધી જીવતાં રહેવા માટે આપણને નાગપુરીમાં તેમની જરૂર છે.”

“સુપર્ણો અનુશાસિત કબીલો છે, જ્યારે નાગ પોતાની બેકાળજી માટે જાણીતા છે.”

કદ્રુ સળિયાવાળા દરવાજા તરફ આગળ વધતાં બોલી, “ઓહ, અમે પહેલાં કરતાં બદલાઈ ગયાં છીએ અને અમને ખબર છે કે અમૃત ક્યાં વાપરવાનું છે.”

“ક્યાં? તારી સેના માટે? તેને પહેલા મજબૂત કરીને પછી એ માથાભારે પર હુમલો કરવાનો?”

“અમને ખબર છે કે તેનો ઉપયોગ કઈ રીતે કરવાનો છે. એકવાર હું સારી થઈ જાઉં તો આપણે આખી દક્ષિણીને જીત્યાં પછી ઉદૈયા તરફ આગળ વધીશું. હું મારી યોજનાઓથી ઈલાવર્તીનું રૂપ બદલી નાંખીશ. નાગની સંખ્યા વધશે. હવે તે બહારના વિસ્તારમાં રહેતા નાના કબીલાઓ નહીં બની રહે. તે ઈલાવર્તીના મહાન નેતા થશે. અલવિદા બહેન! તારી સાથે વાત કરીને સારું લાગ્યું, તારી સજાના સમયે જરૂર આવીશ.”

અને તે જતી રહી. મનસા વિચારવા લાગી કે કદ્રુ અમૃતનું શું કરવાની હતી.

32

જ્યારે બ્રહ્મપુત્રાક્ષ પોતાનાં કપડાં ઉતારી ફક્ત ધોતી પહેરી લડવા આવ્યો, ત્યારે કલ્કિને અહેસાસ થયો કે તેની સાથે લડવામાં સમજદારી નથી. કલ્કિને તેના શરીર પર વિચિત્ર પ્રકારનાં નિશાન દેખાયાં. એમાંથી કેટલાક તો બદ્નસીબ રોશનીમાં ચમકી રહ્યાં હતાં. તે જાળ પર કૂદ્યો અને તે જાળ પર ચાલવા લાગ્યો તેવું કલ્કિએ જોયું. તે પૂરા ઠાઠથી આવી રહ્યો હતો. બીજાની જેમ તેના પગ પણ જાળમાં ન ફસાયા.

બ્રહ્મપુત્રાક્ષે વાળમાંથી બે ચક્ર કાઢ્યાં તો તેના લાંબા વાળ ખૂલીને પીઠ સુધી આવી ગયાં.

તે ચક્ર વાળને બાંધવાનું કામ કરતાં હતાં?

"તને ખબર છે કે આ શું છે?" તેણે પોતાના નિશાન પર હાથ ફેરવતાં પૂછ્યું.

"ના."

"કર્મ, મારા કરેલા કર્મ. મારા ગુનાઓ, હત્યાઓ અને મારા વડે થયેલા ખરાબ કામને પિશાચી ભાષામાં છૂંદવામાં આવ્યાં છે અને હું હવે તે જગ્યાએ તારું નામ લખાવવાનો છું. બસ, તારું નામ મિટાવી દેવાની જ વાર છે."

શુભકામનાઓ. શુકો બોલ્યો.

કલ્કિએ ઉપર જોયું તો શુકો તેને એક ડાળી પર બેઠેલો દેખાયો. કલ્કિએ તેને જોઈને દાંત કચકચાવ્યા અને પછી તે ઝૂલતા પિશાચો પર નજર કરી, જે તેના હારવાની આશામાં પોતાના હોઠને જીભ વડે ચાટી રહ્યા હતા.

કલ્કિએ તલવાર કાઢી અને બ્રહ્મપુત્રાક્ષ તેની તરફ હુમલો કરે તેની રાહ જોવા લાગ્યો, પણ તેણે એવું ન કર્યું. તે પોતાની જગ્યા પર ઊભો

રહ્યો, "હું ક્યારેય કોઈ પડકાર માટે ના નથી કરતો, પણ મને કોઈ પડકાર નથી આપતું. તારામાં એવી કઈ ખૂબી છે, છોકરા?"

"હું ભગવાન વિષ્ણુનો અવતાર છું, હું એક સિપાહી છું. જેમણે મને તમારા જેવા લોકોનો અંત કરવા ઈલાવર્તી મોકલ્યો છે."

"સાચું કહે છે?" તે હસીને છાતી કૂટવા લાગ્યો, "મને ખુશી છે કે એક સિપાહી જોડે લડવાનું થયું છે. ચાલ, તો આવી જા..."

કલ્કિએ તે દોરીઓને જોઈ જેમાં પેલી જાળ બાંધી હતી, જેના પર તે બંને ઊભા હતા અને અચાનક પોતાની તલવાર બ્રહ્મપુત્રાક્ષ તરફ વીંઝી. બ્રહ્મપુત્રાક્ષે નીચે નમી તેનો બચાવ કર્યો ને તલવારે જાળને બાંધેલી દોરી કાપી નાંખી.

"તું ચૂકી ગયો." તે આગળ આવી હસવા લાગ્યો.

"મારે આ હુમલો ચૂકવાનો જ હતો."

જ્યારે તે કલ્કિની વાતનો મતલબ સમજીને અટક્યો તો તેને એક બાજુથી જાળ ફાટવાનો અહેસાસ થયો. જાળ ફાટતાંની સાથે જ કલ્કિ અને બ્રહ્મપુત્રાક્ષ નીચે પડ્યા. બંનેએ જાળને પકડી લીધી.

"હોશિયાર છે? મને ગમ્યું." બ્રહ્મપુત્રાક્ષ હસવા લાગ્યો. પછી તે પોતાનાં ચક્રોની મદદથી વાંકી જાળ પર ચઢવા લાગ્યો.

તે કલ્કિના પગ પાસે આવી પહોંચ્યો અને તેની ઘૂંટી ચીરી નાખી. કલ્કિએ જોરથી બૂમ પાડી ને પોતાનું સંતુલન ગુમાવી બેઠો. તે એક ઝાટકાથી ઊછળ્યો અને વેલને પકડી લીધી, જેના પર પિશાચ ઝૂલી રહ્યો હતો. કલ્કિએ પિશાચને એક મુક્કો મારીને કાદવમાં પાડી દીધો.

"છોકરા, તું મારાથી બચીને ક્યાંય નહીં જઈ શકે."

પછી બ્રહ્મપુત્રાક્ષ કોઈ વાનરની જેમ એક ડાળીથી બીજી ડાળી પર ઝૂલીને કૂદવા લાગ્યો. હવે બંને જણા જુદી જુદી દિશાઓમાં હવામાં ઝૂલી રહ્યા હતા. બંનેએ એકબીજા સામું જોયું. કલ્કિ ત્રાંસી નજરે કૃપા અને પદ્માને નખ ચાવતાં જોઈ શકતો હતો.

"મારી એવી કોઈ યોજના નથી."

"તારી પાસે તો હથિયાર પણ નથી."

"મારે જરૂર પણ નથી." કલ્કિ હસીને બોલ્યો.

બ્રહ્મપુત્રાક્ષે હુંકાર કર્યો અને પિશાચો તેના પ્રોત્સાહન માટે જુદા જુદા અવાજો કાઢવા લાગ્યાં. તેણે હાથમાં ચક્ર સાથે પોતાની ડાળીને કલ્કિ તરફ ધકેલી. તેણે કલ્કિને નુકસાન પહોંચાડવાની જગ્યાએ ચક્રથી કલ્કિની ડાળી કાપી નાંખી. તે તરત જ કાદવમાં જઈને પડ્યો.

કલ્કિને ઊંડા અને કાળા કાદવ-કીચડનો અહેસાસ થયો અને તેને લીધે તેને જોવામાં તકલીફ પડવા લાગી. તેના પગ સુન્ન થઈ ગયા અને તે ત્યારે પદ્મા અને કૃપાની બૂમોનો અવાજ સાંભળી શકતો હતો.

શું તેનો અંત આ જ રીતે થવાનો છે?

33

મહારાજ કળિ જેવી લાલ રેતીને અડ્યો, ચિચિયારી કરતા લોકોનો અવાજ એકદમ વધી ગયો.

પ્રજા પૂરો આનંદ ઉઠાવી રહી હતી – કુશ્તીનો રોમાંચ, શરાબનો નશો અને મનોરંજન માટે રક્તપાત. આ બધામાં પસંદ ન હોય તેવું કશું જ ન હતું.

અને મહારાજ સામે તેમનો દુશ્મન આવી ઊભો હતો.

અરજણ કળિને તાકી રહ્યો હતો. તેનો ચહેરો આત્મવિશ્વાસથી ભરેલો હતો, પણ કળિને જરાય ભય ન હતો. કળિએ તેને કચડવાની નેમ લીધી હતી. દુરુક્તિ અખાડાના આગળના ભાગમાં બનાવેલા મંચ પર બેઠી હતી, કોકો અને વિકોકો તેની આજુબાજુ ઊભા હતા. અખાડામાં આવવા-જવાના માર્ગ પર ભાલા અને તલવારો સાથે સૈનિકો કોઈ પણ દુર્ઘટના રોકવા માટે તૈયાર હતા.

રેઠ્ઠી અખાડામાંથી બહાર આવ્યો અને તાળી વગાડી ખેલ શરૂ કરવાનો સંકેત કર્યો. કળિને આશા હતી કે અરજણ તેના પર ત્રાટકશે, પણ તેણે એવું કશું ન કર્યું. તે દૂર જ ઊભો રહ્યો.

“તું જાણે છે કે મેં તને આવું નહોતું કહ્યું.” કળિ પોતાનામાં જોશ ભરવા માટે છલાંગો ભરવા માંડ્યો, “તને જાણી ખુશી થશે કે મેં જ તારા મિત્રો માટે ઉપર પહોંચાડવાની વ્યવસ્થા કરી હતી.”

અરજણ શાંત હતો.

“વિચારતો હતો કે હું આ રહસ્ય જ રાખું, પણ હવે એવું લાગે છે કે આજે જ આ સાચો સમય છે.”

સૂર્યનાં કિરણો આકરાં હતાં. રેતીની વાસ તેમના નાક સાથે અથડાતી હતી અને પ્રજા પૂરા જોશથી બૂમો પાડી રહી હતી.

"મેં તારા મિત્રોને રાત્રિના ઘરમાં આગ લગાવી ખતમ કરી નાખ્યાં. તે બધા મરી ગયાં. ખબર છે તને કે તેમાં કોઈ બચ્યું નથી."

અરજણની આંખો ક્ષણભર પહોળી થઈ ગઈ.

"તેં મારો દરબાર નષ્ટ કરી દીધો અને કિંમત તે લોકોને ચૂકવવી પડી અને હવે તારે ચૂકવવાની છે."

"તેં કલ્કિને મારી નાંખ્યો?" અરજણે ધીમેથી પૂછ્યું.

"હા, તે પણ તારા અન્ય મિત્રોની જેમ જ બળીને મરી ગયો. બહુ જ શબ હતાં, હકીકતમાં તે રાત્રિનો દોસ્ત... મોટો માણસ." કળિએ માથું ખંજવાળ્યું.

"બાલા!" અરજણે નિઃસાસો નાંખ્યો...

"હા, તેની તો મેં કમર જ તોડી નાખી હતી અને એવી જ રીતે આજે તારો વારો છે."

"હમ્મ, તેં એને મારી નાંખ્યો," અરજણે તેને જોયો, "મને લાગ્યું કે તારા પર હમદર્દી બતાવવી જોઈએ, પણ હવે મેં મારું મન બદલી નાખ્યું છે."

"દયા? મારી પર?" કળિએ હસવાનું રોક્યું.

તે વખતે અરજણ પૂરા જોરથી કળિ તરફ દોડ્યો. કળિએ તેને ચકમો આપી દીધો. અરજણ પાછો ફર્યો અને જોરથી કળિને પગ પકડીને ઢસડ્યો. કળિ તેને કોણીથી મારવા લાગ્યો, પણ કશું કરી ન શક્યો. તેની કોઈ શક્તિ કામ ન આવી. અરજણે તેને ધરતી પર પછાડ્યો અને મોં પર મુક્કા મારવા લાગ્યો.

ધીરે ધીરે કળિની આંખે અંધારાં આવવાં લાગ્યાં. *આ શું થઈ રહ્યું છે?*

પેટ પર લાત વાગવાથી અરજણ પાછળ પડ્યો અને કળિ ઊભો થઈ ગયો. તે આંખ ઝબકાવી પોતાની જાતને સંભાળવાની કોશિશ કરી રહ્યો હતો.

"આવું કઈ રીતે શક્ય છે?"

"ઓહ, તો તારે હજુ વધુ સબૂત જોઈએ છે? કળિ, તારો અંત નજીક જ છે."

એટલામાં જ જ્યાં અરજણ ભાગતો કળિ પર ત્રાટક્યો તો લોકો બુમરાણ મચાવીને બૂમો પાડવા માંડ્યા. તેની અસર એટલી તેજ હતી કે કળિ બેભાન જેવો થઈ ગયો. અરજણ ગોળ ફરીને આગળ આવ્યો અને કળિને કમરથી પકડી લીધો. અરજણે તેને હવામાં ઉછાળી જમીન પર ફેંક્યો. જેથી તેની કમર તૂટી ગઈ.

ભીડમાં આનંદ ફેલાઈ ગયો. લોકો ખુશ થઈ ચિચિયારી પાડવા લાગ્યાં. અરજણ કળિના પગને એક હાથથી પકડીને અને બીજા હાથથી તેનું ગળું પકડી દબાવવા લાગ્યો.

કળિ તેના પગ પકડીને હાર માની લેવાનો આગ્રહ કરતો હતો ત્યારે રેક્ડી આગળ આવી ગયો, પણ અરજણ રોકાયો નહીં. રેક્ડી અરજણને ધક્કો મારીને હટાવવા ગયો, તો અરજણે તેને પણ જોરથી લાત મારી, તેથી તે ઘણે દૂર જઈને પડ્યો.

"તેં સોમનું સેવન..." ફક્ત આ જ વસ્તુ અરજણને આટલી બળવાન બનાવી શકતી હતી. કળિએ વિચાર્યું.

પણ સોમનું સેવન કરવાથી તરત કોઈ આટલું બળવાન ન થઈ શકે. તેમાં સમય લાગે છે. તેની અસર ધીરે ધીરે થાય છે. અરજણની બાબતમાં આ એકદમ કઈ રીતે સંભવ થયું?

કળિ પોતાનાં હાડકાં તૂટવાના દર્દને મહેસૂસ કરતો હતો. તે જાણતો હતો કે દુનિયાને અલવિદા કરવા જઈ રહ્યો છે. તેણે કોકો અને વિકોકોને અખાડામાં કૂદતા જોયા. દુરુક્તિ સ્તબ્ધ થઈને તમાશો જોઈ રહી હતી. ભીડે બુમરાણ મચાવવાનું બંધ કરી દીધું હતું.

અને અરજણ ઊભો રહી ગયો.

કળિને કોકો અને વિકોકોએ પાછો ખેંચ્યો ત્યારે તેને શાંતિ થઈ. તેણે ફરીને અરજણ તરફ જોયું, જે કોઈ અવઢવમાં હતો ત્યારે કળિને અહેસાસ થયો કે ખરેખર શું થયું છે. ભીડ શાંત થઈ ગઈ, કારણ કે અખાડામાં કેટલાક નવા ચહેરા પણ આવી ગયા હતા.

"કેદી...!"

તે બધાં જુદાં જુદાં પ્રકારનાં હથિયાર લઈ આવી પહોચ્યાં હતાં.

તે સૈનિકો સાથે લડીને તેમને મારી નાખવા લાગ્યાં અને પછી ઉર્વશી પોતાની સેના જોડે દાખલ થતી દેખાઈ.

કળિની સામે જોયું તો તેના ચહેરા પર એક સ્મિત ફરકી ગયું.

"મહારાજ!" કોકોએ કળિને હાથેથી ઊંચકીને કહ્યું, "આપણે આ જગ્યાએથી હવે જતાં રહેવું જોઈએ."

નહીં નહીં.

જ્યારે સૈનિકો તેને ઢસડીને લઈ જતા હતા ત્યારે તેણે જીતી ગયેલા અરજણને શાંત અને સ્થિર ઊભેલો જોયો. અખાડામાં કેદીઓ અને સિપાહીઓ એકબીજા સામે લડી રહ્યા હતા અને કળિને તે જગ્યાએથી દૂર લઈ ગયા. દુરુક્તિ પણ તેમની સાથે હતી. લોકો પણ તે જગ્યાએથી જવા માગતાં હતાં. તેમાં કેટલાક લોકો સફળ થયા, પરંતુ આમાં કેટલાક સામંત અને દરબારીઓ માર્યા ગયા. તેમને કુબેર ક્યાંય ન દેખાયો.

ચારે બાજુ લોહીની ધાર વરસી વહી રહી હતી અને કળિને અહેસાસ થવા લાગ્યો હતો કે તેનો અંત આવી ગયો છે અને જે થઈ રહ્યું છે તે ભલાઈ માટે જ થઈ રહ્યું હતું.

34

મનસાને બાંધીને, મોંમાં કપડું ખોસી દેવામાં આવ્યું હતું. તે લોકો તેને મૃત્યુદંડ આપવા માટે નદી બાજુ લઈ જઈ રહ્યાં હતાં. નાગ તેમના ગુનેગારોને અલગ રીતે જ સજા કરતા હતા – તેમને પાણીમાં ડૂબાડીને મારવામાં આવતાં હતાં અને જો એવું ન કરે તો માથું ધડથી અલગ કરી દેતાં હતાં, પણ મનસા અને નંદને ડૂબાડવાનું નક્કી હતું. તે લોકોને તળાવ તરફ ધકેલવામાં આવી રહ્યાં હતાં. તેમના હાથ અને મોં બાંધેલાં હતાં. તેમના તાબૂતોને આ જ તળાવમાં ફેંકવાનાં હતાં.

જ્યાં બધા દરબારીઓ અને સૈનિકો ઊભા હતા તે કિનારે તેઓ પહોંચી ગયાં. તેણે રંગબેરંગી કપડાં પહેરેલા જામુનને ઊભેલો જોયો. કપડાં એના જાડા શરીરને ઢાંકી રહ્યાં હતાં. તે એને જોઈ રહ્યો હતો. તેણે નંદને જોયો. નંદના ચહેરા ઉપર પસ્તાવો હતો.

કદ્રુએ કહ્યું, “શેષ ભગવાનની પવિત્રતાના નામે, જેમણે આ સુંદર નાગપુરીની રચના કરી છે, અમે તમને મૃત્યુદંડ આપીએ છીએ.”

નંદના મોંમાં કપડાં ખોસ્યાં હતાં અને હાથ બાંધેલા હતા. તેના પગની દોરીઓને એવી રીતે બાંધેલી હતી કે તેમને દફનાવવા માટે બહાર ખેંચી શકાય. તેમના ઘૂંટણ પર પથ્થરોનો ભરેલો થેલો બાંધેલો હતો જેથી તે લોકો તળાવની ઊંડાઈમાં જઈ ડૂબે.

તેમને તળાવના કિનારે ઊભા રહેવાનો હુકમ કરવામાં આવ્યો ત્યારે મનસાને પહેલીવાર આ તળાવથી ડર લાગ્યો. તે પિતા સાથે આ જગ્યાએ આવતી હતી.

તેમણે કહ્યું હતું કે, “મારી દીકરી, મેં યોજના બનાવી હતી કે ક્યારેય મરવું જ ન પડે.”

મનસા પોતાના મૃત્યુ માટે તૈયાર હતી. આ બધું સરળ ન હતું. તેણે

નંદ સામે જોયું અને બે વાર પલક ઝબકાવી, "હું તને પ્રેમ કરું છું." તે તેને એ જ સમયે કહેવા માગતી હતી. તેની આંખો ભીની થઈ ગઈ. હવે તેની એ ઇચ્છા પૂરી નથી થવાની.

આ શું?

તેમના મોં પર રહેલાં કપડાં કાઢી નાખવામાં આવ્યાં, "અમે ભૂલી ગયાં હતાં, હવે અમે એક પરંપરાનું પાલન કરીશું. અમે જાણવા માગીએ છીએ કે મરતાં પહેલાં તમે કશું કહેવા માગો છો?"

મનસાએ નંદ સામું જોયું. કદાચ તે કંઈક બોલે, પરંતુ તેનું ધ્યાન ભટકેલું હતું. મનસાએ જોયું કે તેનું ધ્યાન પોતાની દોરી કાપવામાં હતું.

તેને ચપ્પુ ક્યાંથી મળ્યું?

અને મનસાએ એ માણસને જોયો જેણે નંદને પકડેલો હતો. તે નંદના ભાડાના સૈનિકમાંનો એક હતો. તેણે મનસાને જોઈને આંખ મીંચકારી. *તેણે જ નંદને કટાર આપી હશે.*

નંદે પોતાની હોશિયારીથી પોતાના થોડા માણસોને સેનામાં સામેલ કરી રાખ્યાં હતાં, જે ચોરી-છુપીથી તેના બધાં કામ કરતાં હશે. નંદ આમ જ અચંબામાં નાંખતો હતો.

"હમ્મ, હું કંઈક કહેવા માગું છું." નંદ બોલ્યો, "મનસા, હું તને પ્રેમ કરું છું અને કાશ, કે આપણે કાયમ જોડે રહી શકત, પણ હવે એવું નહીં થાય, પણ તને મારી પેલી ભેટ યાદ હશે." તેણે પેલું તાવીજ જોયું. જે વાસ્તવમાં કાચનો ટુકડો જ હતો. તે નાનું પણ તેજ હતું, "તેને હંમેશાં યાદ રાખજે." તેણે આંખ મારી.

અને એક જ ઝટકામાં તેના હાથ આઝાદ થઈ ગયા અને તેણે પોતાની કટાર કદ્રુના પેટમાં ખોસી દીધી. તેણે ભયથી ચીસ પાડી અને તેજ અવાજ ગુંજી ઊઠ્યો.

"કૂદી જા." તેણે એને જોઈને બૂમ પાડી.

"તારા વગર નહીં."

તે જ વખતે નંદ અને તેમનો સિપાહી બીજા સિપાહીઓ જોડે લડવા લાગ્યાં. એમાંથી એક જણે નંદના પેટમાં મુક્કો માર્યો.

"તારે... કૂદવું... પડશે..."

મનસા સમજી ગઈ કે તેને શું કરવાનું છે. જ્યારે એક સિપાહી તેની બાજુ આવ્યો ત્યારે તે જલદીથી તળાવમાં કૂદી ગઈ. તેણે કદ્રુને દર્દથી તરફડતી જોઈ, પણ તેણે જોયું નંદના પેટમાં પણ કટાર ખોસી દેવામાં આવી હતી. જામુનના માણસોએ તેના સાથીનું માથું ધડથી અલગ કરી દીધું હતું.

ના, તું જીવતો રહેજે.

તે પછી ત્યાં શું થયું તે કશું જોઈ ન શકી. તે તરવાની કોશિશ કરતી હતી. વહેણ બહુ જ તેજ હતું, જે તેને કિનારાથી દૂર લઈ ગયું. તેને કોઈ અનુમાન ન હતું કે તળાવ તેને કઈ બાજુ લઈ જશે.

મારી ભેટ યાદ રાખજે.

મનસાને અહેસાસ થયો કે નંદ શું કહેવા માગતો હતો. તેણે એક ઝાટકો મારી તાવીજ ખેંચી નાખ્યું, પછી તેની દોરી તેણે મોંથી પકડી લીધી. તે પોતાના હાથને તે તાવીજ પાસે લાવી અને જ્યાં સુધી તેના હાથ આઝાદ ન થયા ત્યાં સુધી તે દોરીઓ કાપતી રહી.

પછી તેણે પગમાં પણ એ રીતે જ કર્યું. હવે હાથ અને પગ બંને મુક્ત હતા, તેણે રાહતનો શ્વાસ લીધો. તે નાગપુરી દ્વીપના કિનારાથી બહુ જ દૂર આવી ગઈ હતી. હવે તે એક એવા રસ્તા પર હતી જેના વિશે તે કશું જાણતી ન હતી.

આ ઘાટીનો માર્ગ તેને કોઈ અજાણી દિશામાં લઈ જતો હતો.

જ્યારે તે તળાવમાં તરી રહી હતી ત્યારના તેને તેના પતિના અંતિમ શબ્દો યાદ આવ્યા.

હું પણ તને પ્રેમ કરું છું નંદ! મેં તને હંમેશાં ચાહ્યો છે.

35

કલ્કિએ કોઈ વસ્તુ પકડી અને જાતને કાદવમાંથી બહાર કાઢી. તેનો આખો ચહેરો કીચડવાળો અને ચીકણો થઈ ગયો હતો, તેણે તે હાથથી સાફ કરી લીધું. હવે તે કાદવમાં ઊભો હતો. તેને એવું કરવામાં બહુ જોર કરવું પડ્યું, પણ તે કરી શક્યો. તેણે ટેકો લેવા માટે બાજુમાં રહેલા ઝાડની ડાળી પકડી.

છેવટે તેણે બ્રહ્મપુત્રાક્ષને કાદવમાં પડતો જોયો, જેમાં તે આરામથી ઊભો હતો.

“આ કાદવને વશમાં કરવાની જાણકારી હોવી જરૂરી છે. તેં આવું કઈ રીતે કર્યું?” તેણે પૂછ્યું.

તે ધીમે રહીને કલ્કિ તરફ આગળ વધ્યો અને પોતાના ચક્રની ધારથી તેની છાતી પર ઘા કરી દીધો. કલ્કિના શરીરમાં પીડાની આકરી લહેરખી દોડી ગઈ. તેના ઘૂંટીના ઘામાં પણ તેને પીડાનો અનુભવ થયો, કારણ કે તેના લોહીમાં જંતુઓ અને ધૂળની મિલાવટ થઈ ગઈ હતી.

“તું એક નબળો માણસ છે. તું એક માનવ છે અને અમે...” પછી બ્રહ્મપુત્રાક્ષે તેની છાતી તરફ તરાપ મારી.

કલ્કિએ તેને રોકી લીધો.

તેની આંખો ખુલ્લી અને માથામાંથી કીચડ ટપકી રહ્યો હતો. તેણે બ્રહ્મપુત્રાક્ષના હાથ મરોડ્યા ને તે પીડાથી ચીસ પાડી ઊઠ્યો.

“હું નબળો નથી.”

કલ્કિએ તેના ધડ પર જોરથી હુમલો કર્યો. બ્રહ્મપુત્રાક્ષ લથડી પડ્યો, પછી તેને પોતાના માથા પર બીજા એક ઘાનો અનુભવ થયો. કલ્કિએ તેને ગળામાંથી પકડી લીધો અને બ્રહ્મપુત્રાક્ષે તેની પર ફરી ચક્રથી હુમલો કરવાનું વિચાર્યું. કલ્કિએ પોતાના હાથ આગળ ધરી લીધા. તેની

ચામડીમાંથી લોહી વહી રહ્યું હતું, પણ તેને કોઈ પીડાનો અહેસાસ થયો નહીં. તેનું પૂરેપૂરું ધ્યાન બ્રહ્મપુત્રાક્ષ તરફ હતું. તેની આંગળીઓની પકડ વધવા માંડી જેથી પિશાચની શ્વાસનળી તૂટવાની અણી પર આવી ગઈ.

કલ્કિએ બ્રહ્મપુત્રાક્ષને કાદવમાંથી બહાર ખેંચી નાંખ્યો. તેણે પછી તેને છાતીમાં મરણતોલ મુક્કો માર્યો અને ફરી તેને કાદવમાં ધકેલી દીધો. બ્રહ્મપુત્રાક્ષ ઊઠવા ગયો, પણ કલ્કિએ તેને ઊઠવા જ ન દીધો.

"બસ, હવે પૂરું થયું." કલ્કિ બોલ્યો. એ પતી ગયો.

અને પછી તેનો વિરોધ જ ખતમ થઈ ગયો. તેણે જોયું કે તેનો હાથ હલતો બંધ થયો અને લોકોના વિચિત્ર અવાજો આવતા બંધ થઈ ગયા.

તે મરી ગયો હતો.

કલ્કિએ પોતાની ચામડીમાંથી વહેતા લોહીને સ્પર્શીને નિઃસાસો નાંખ્યો. તે પોતાની આજુબાજુમાં રહેલા ભારે કાદવમાંથી સીડી તરફ આગળ વધ્યો, પણ તે સીડી ચઢતાં પહેલાં જ બેભાન થઈને પડી ગયો.

કલ્કિની આંખો ખૂલી તો તેને લાગ્યું કે શ્વાસ લેવામાં તકલીફ પડે છે. તે છત ઉપર પોતાનો પડછાયો જોઈ શકતો હતો. તે એક અંધારા ઓરડામાં હતો. તેણે પોતાની આજુબાજુ પદ્મા અને કૃપાને શોધવા માટે નજર દોડાવી, પણ સળગતી મીણબત્તી સિવાય કશું ન દેખાયું. તે નીચે જમીન પર સૂતો હતો. તેના શરીરમાં પીડા અને બળતરા એકસાથે થઈ રહ્યાં હતાં. તેના ગળામાં પણ પીડા થતી હતી અને શરીરના સ્નાયુઓ જકડાઈ ગયેલા અનુભવ્યા. તે પોતાને બહુ જ થાકેલો અને નબળાઈ અનુભવી રહ્યો હતો.

હે ભગવાન, આ તો ઘણી પીડા કરે છે.

કલ્કિએ ઊઠીને જોયું તો એની છાતી ચમકી રહી હતી. *આ શું બલા છે?* તે તેને અડ્યો. તેની ઉપર એક વિચિત્ર પ્રકારનું ચિહ્ન અંકિત કરેલું હતું. તેની છાતી વચ્ચે કોઈ ભુલ-ભુલૈયા જેવું ચિહ્ન હતું અને તે ચમકી રહ્યું હતું. જાણે તેને આગિયાઓની તાકાત મળી ગઈ હતી.

દરવાજો ખૂલ્યો અને તેણે ફરીને જોયું તો પદ્મા ત્યાં ઊભી હતી. તેણે પોતાના શરીર પર ભારે કપડાં પહેર્યાં હતાં. તે સામાન્ય દેખાતી હતી.

"તું ઊઠી ગયો?" તેના ચહેરા પર ખુશીની ઝલક દેખાઈ, "મારો મતલબ, તું જાગી ગયો." આ વખતે તેનો અવાજ સામાન્ય રાખવાનો તેણે વિચાર્યું.

"હું ક્યાં છું?"

"તેં અમને બધાને બચાવ્યાં. પિશાચે આપણને છોડી મૂક્યાં. કેમ કે તેં એમના સ્વામીને મારી નાંખ્યો અને તે એ લોકો પ્રમાણે આ બહુ જ સન્માનીય કામ હતું. તે લોકો તને એમનો નવો નેતા બનાવવા માગતા હતાં, પણ અમે નહોતા માગતા કે તું ગળામાં ખોપરીઓની માળા પહેરી ફરે, સમજ્યો?" તે હસી અને કલ્કિને અહેસાસ થયો કે પદ્માના ચહેરા પર પહેલી વાર સાચું સ્મિત હતું.

"હમ્મ, એવું તો કોણ કરવા ઇચ્છે?" તેણે બહાર જોયું. બરફ પડી રહ્યો હતો.

"આપણે પહાડોમાં છીએ?"

"અરે હા, આપણે ઠંડા પ્રદેશમાં આવી ગયા છીએ."

ઠંડી જગ્યા છે?

કલ્કિ તેની પાસે ગયો અને પૂછ્યું, "આ શું છે?" તેણે પોતાની છાતી પરના નિશાન વિશે પૂછ્યું.

"ખબર નથી. જ્યારે તેં બ્રહ્મપુત્રાક્ષને માર્યો તો આ તેની જાતે જ તારી છાતી પર આવી ગયું."

"જાદુની જેમ?"

"હમ્મ."

તે બહાર આવી ગયો. ઠંડી હોવા છતાં તેને સારું લાગી રહ્યું હતું. હવામાં કોમળતા અને કઠોરતા બંનેનો અહેસાસ હતો. વિશાળ પર્વતો બરફથી ઢંકાયેલા હતા. આકાશનો રંગ આસમાની હતો. સૂરજની રોશની ક્યાંય નહોતી. તેણે ઊંડા શ્વાસ લઈ આઝાદી અનુભવી...

"હું કેટલા દિવસથી ઊંઘતો હતો?"

“ત્રણ-ચાર દિવસ થયા. તું તાવના લીધે જ્યારે ઊઠતો ત્યારે અમે તને કશુંક ખવડાવી દેતાં.”

“મને કશું જ યાદ નથી.”

“હમ્મ, તને પૂરી રીતે ભાન નહોતું આવ્યું, પણ હવે સારું છે.” પદ્માએ પીઠ થપથપાવી પૂછ્યું, “ઠંડી નથી લાગતી?”

“ના, મને ઠંડી નથી લાગતી.”

“સાચી વાત છે તને ક્યાંથી ઠંડી લાગે. તું તો આ દુનિયાનો તારણહાર છે.” તેણે આંખ મારી.

હવે તો આ મજાક પણ કરવા લાગી. “પદ્મા, સાચું કહે શું થયું હતું? તું મારી જોડે આટલો સારો વ્યવહાર કેમ કરે છે?”

“કેમ કે હવે મને અરજણે કહેલી વાત પર વિશ્વાસ બેસી ગયો છે. તેનું માનવું હતું કે તું અવતાર છે, પણ મેં જ તેવું નહોતું માન્યું. એ દિવસે તેં અમને પિશાચોથી બચાવવા માટે પોતાની જાતની પરવા ન કરી, ત્યારે મને લાગ્યું કે તું અવતાર છે. તેં પૂરી નીડરતાથી લડાઈ લડી, જો કે મેં આશા નહોતી રાખી કે એક અવતાર લોહી કાઢવાને કારણે બેહોશ થઈ જાય, પણ હું ભગવાન કલ્કિમાં વિશ્વાસ રાખું છું.”

ભગવાન કલ્કિ. હું પણ એમાં વિશ્વાસ રાખું છું.

જાણે કેમ તેને લાગી રહ્યું હતું કે ભગવાન વરાહ દૂરથી સ્મિત આપતા હશે અને વિચારી રહ્યા હશે કે અંતમાં કલ્કિએ એ કરી બતાવ્યું, જે તેણે કરવું જોઈએ.

“તે લોકો તારી છાતીનું આ નિશાન જોઈને પણ ખૂબ ખુશ થયા હતા. મતલબ, જો તારી છાતી પર આ નિશાન ન હોત તો એ લોકોએ તારો જીવ બચાવ્યો ન હોત.”

“કોણ લોકો?”

પદ્માએ ઝૂંપડીઓના ઝુંડ તરફ ઇશારો કર્યો, પછી કલ્કિએ અજીબ દેખાતાં લોકોને લાંબા કપડાં, ધોતિયા અને કામળામાં ફરતા જોયાં. તેમના ચહેરાની આજુબાજુ વાળના લાંબા ગુચ્છા હતા, ઉપસેલા નાક અને મોટાં મોઢાવાળાં હતાં. એમાંથી કેટલાક વાંસની લાકડીઓ વડે લડી

રહ્યાં હતાં, તો કેટલાક ઝાડ નીચે બેસીને ધ્યાન કરી રહ્યાં હતાં. આ એક નગર હતું જે બરફના પહાડોથી ઢંકાયેલું અને અસમતળ ઢાળ ને ક્ષિતિજ વચ્ચે વસ્યું હતું. જેનો કોઈ અંત દેખાતો નહોતો.

"કોણ છે આ લોકો?"

"વાનર." પદ્માએ ઉત્સાહથી કહ્યું, "હું હંમેશાં આ લોકોને જોવા માગતી હતી અને આજે આ લોકોની વચ્ચે છું."

"વાનર? શું આપણે દંડક વનમાં છીએ?"

તેણે હા કહ્યું.

"આ લોકોએ જ તારી દવા કરી છે. આ લોકો પાસે અદ્ભુત જડીબુટ્ટીઓ છે."

"વાહ!"

"હમ્મ, સારી વાત એ પણ છે કે આપણે મહેન્દ્રગિરિ પર્વતમાળાની નજીક છીએ." તેણે સુદૂર પર્વતો તરફ ઇશારો કર્યો જેની આછી ઝલક ત્યાંથી દેખાતી હતી.

"તો આપણે અહીંથી જવા માટે નીકળી જવું જોઈએ?"

"અરે ના, તે તને મળવા માગે છે."

"કોણ?"

પદ્મા હોઠ પર જીભ ફેરવીને બોલી, "વાનરના નેતા તમને મળવા માટે ખૂબ ઉત્સુક છે. ભગવાન બજરંગ."

"ભગવાન બજરંગ?"

"હમ્મ, બની શકે કે તેં વાર્તાઓ અને પુસ્તકો અને ઇતિહાસમાં તેમના વિશે વાંચ્યું હોય, પણ મને તેમના વિશે હજુ વિશ્વાસ નથી આવતો."

બેશક, તે સાચે જ છે.

"તને ખબર છે, મારા ગુરુકુળના પુસ્તકમાં તેમને શું કહેવાતું હતું?"

"ના."

કલ્કિ હસ્યો, "ત્યાં તેઓ હનુમાનના નામથી ઓળખાતા હતા."

ભાગ-૪

દંડક-વિદ્રોહ

36

કળિ બેભાન થઈ ગયો હતો. તે જ્યારે ભાનમાં આવ્યો ત્યારે એવું લાગતું હતું કે લાંબા વખતથી તેને કોઈ ખરાબ સપનું નથી આવ્યું.

તે અનુભવી શકતો હતો કે તેને કશે લઈ જવામાં આવતો હતો – તે તેમના પડછાયા જોઈ શકતો હતો, જે તેને ક્યાંક લઈ જતાં હતાં. તેને દુરુક્તિની પણ ઝલક મળી હતી. તે ચિંતિત લાગતી હતી.

તેના શરીરમાં બહુ જ પીડા હતી અને મગજ ભમી રહ્યું હતું. તે ગુસ્સામાં હતો અને લોકોની બૂમો-ચિચિયારીઓ સંભળાતી હતી. તે સમજી શકતો ન હતો કે તે બધું શું થઈ રહ્યું છે, તે ઘસઘસાટ સૂઈ ગયો.

થોડા સમય માટે તેને ભાન આવતું અને પાછો બેભાન થઈ જતો. તેણે પોતાની જાતને જોરથી પૂછ્યું - "હું ક્યાં છું?"

"તું સુરક્ષિત છે." દુરુક્તિએ આશ્વાસન આપ્યું.

"શું થઈ રહ્યું છે?"

અચાનક પાછી બેહોશી છવાઈ ગઈ. તે તો સ્પષ્ટ હતું કે તે બીમાર કેમ હતો – તેને તીવ્ર ગરમીમાં ખૂબ જ પીટવામાં આવ્યો હતો. તેના મોં પર અને હાથ ઉપર ઘણા ઊંડા ઘાનાં નિશાન હતાં. લડાઈ દરમિયાન મોઢામાં રેતી પણ ગઈ હતી.

જ્યારે તે પૂરી રીતે ભાનમાં આવ્યો અને આજુબાજુનું દૃશ્ય જોયું તો તેને ખબર પડી કે તે એક નાની ઝૂંપડીમાં છે. તેની છત પાકી હતી અને તેની આજુબાજુ મશાલો સળગી રહી હતી. તેની નજીક જ દુરુક્તિ બેઠી હતી અને બીજી બાજુ સફેદ દાઢીવાળો અને ઝીણી આંખવાળો અજીબ પ્રકારનો વૃદ્ધ માણસ હતો. તે તેના હાથપગમાં પટ્ટીઓ બાંધીને પછી વિચિત્ર ગંધવાળા તેલથી તેના શરીરને માલિશ કરતો હતો. તે દરવાજા

પર કોકો અને વિકોકોને જોઈ શકતો હતો. જે કોઈ પણ સંકટમાં તેની રક્ષા કરવા તૈયાર હતાં.

"શું તને સારું લાગે છે?" દુરુક્તિએ પૂછ્યું.

ઓરડો તેના કક્ષથી ઘણો નાનો હતો. કળિએ હા પાડી અને ઊઠવા ગયો પણ પેલા વૃદ્ધ માણસે તેને ફરીથી જબરદસ્તી સુવાડી દીધો.

"ઊભા રહો..." તેણે ખોખરા અવાજમાં કહ્યું.

"તું ખૂબ જ બીમાર છે."

કળિએ તે માણસને જોઈ નિઃસાસો નાંખ્યો. તેને જોઈને લાગતું હતું કે કદાચ પહેલાં તેને ક્યાંક જોયો છે.

"તમે..." કળિએ હેરાન થઈ કહ્યું, "હું તમને ઓળખું છું."

તે વૃદ્ધ માણસે હા પાડી અને ઓરડાના બીજા ખૂણામાંથી કશુંક લઈ આવ્યો જેને કળિ ઓળખતો હતો. તે તો કળિનો મુગટ હતો. જે તેણે જ આ વૃદ્ધ માણસને આપ્યો હતો.

"ઉપકારનું ફળ હંમેશાં મીઠું હોય છે." વૃદ્ધે કહ્યું.

પણ ખબર નહીં, કેમ આજે આ ઘરડો માણસ દીન-હીન નહીં, પણ ખતરનાક અને રહસ્યમય દેખાતો હતો.

"તેણે જ તને અહીં લાવવામાં અમારી મદદ કરી."

"રાજ્યના ચિકિત્સાલયનું શું થયું?"

"હવે કોઈ રાજ્ય નથી રહ્યું. દુઃખી થઈ કહેવું પડે છે કે હવે તે જગ્યાએ ઉર્વશીનું રાજ છે. તેણે તારા બધા વફાદારોને ખતમ કરી નાખ્યા અને મંત્રીઓને પોતાની તરફ કરી દીધા, કેમ કે તું એક કેદીના હાથે હારી ગયો."

તેણે આ બધું કેવી રીતે કર્યું?

"શું તું મારી સોમની થેલી લાવી? તેનાથી મને મદદ મળી શકતી."

તેણે માથું ધુણાવ્યું. "તે તો ખોવાઈ ગઈ."

કોઈએ તેને ચોરી લીધી.

કળિ ભાનમાં આવી ગયો, પણ મગજ હજુ કંઈ બેચેન હતું, "તું કહેવા શું માગે છે કે જે નગર માટે આટલો સંઘર્ષ કર્યો, તેને હું ગુમાવી બેઠો છું?"

“હમ્મ.”

ઘરડો માણસ કશું બોલ્યા વગર કળિની દેખભાળ કરતો હતો.

કળિ હારી ગયો હતો. તેણે દુઃખી રહેલા ખભા પર હાથ ફેરવતા વીતી ગયેલી વાતોનો વિચાર કર્યો, “આપણે કેવી રીતે બચ્યાં?” તેણે ધીરેથી દુરુક્તિને પૂછ્યું.

“આપણી પાછળ કેદી દોડી રહ્યાં હતાં, ત્યારે કોકો અને વિકોકોને એક રથ દેખાયો, જેમાં બેસી નગરમાંથી બહાર આવી શકાય તેમ હતું અને પછી અમારી મુલાકાત શુક્ર સાથે થઈ.” તેણે વૃદ્ધ તરફ ઇશારો કર્યો.

“શું આપણે નગરમાં નહોતા છુપાઈ શકતાં?”

“ઉર્વશી પાગલની જેમ તને શોધતી હતી. તે તમને નગરની બહાર કાઢી મૂકવા માગતી હતી. જો આપણે ત્યાં જ રહેત તો આપણી સેનાને એકઠી કરવી મુશ્કેલ થઈ પડત.”

‘આપણી પાસે કુબેરનું સમર્થન હતું.”

“કુબેર તાકાતવાળા સાથે હાથ મિલાવે છે અને હવે તું એવો નથી.”

હું હવે કશું નથી રહ્યો.

“આપણે કઈ જગ્યાએ છીએ?”

“ઇન્દ્રગઢની બહારના ભાગમાં આ કીકતપુર નામનું એક ગામ છે.” તેણે નિઃસાસો નાંખ્યો, “સાચું કહું તો આ ગામ નથી, પરંતુ એક ખેતર છે.”

કળિએ માથું ધુણાવ્યું. તેણે ઊભું થવાનો પ્રયત્ન કર્યો, પણ ઊઠી ન શક્યો. કમજોરી લાગતાં તે ફરીથી સૂઈ ગયો.

કળિ લાકડીની મદદથી ઝૂંપડીમાંથી બહાર આવ્યો. તેણે પહાડો અને ઢાળ, ઘેટાં અને બકરીઓથી ભરેલાં ખેતરો તરફ જોયું. ત્યાં જ પાસે એક લોટ દળવાની ઘંટી હતી. ચારે તરફ ઘાસનાં મેદાનો હતાં. ચીકાશ અને ધુમાડાવાળા નગરની તુલનામાં આ જગ્યા ખૂબ સુંદર અને ચોખ્ખી હતી. તેને થોડું સારું લાગ્યું.

કોકો અને વિકોકો પહેરો ભરતાં હતાં. કળિને તેમની પર ગર્વ હતો.

તે લોહીની સગાઈની જેમ તેની સાથે જોડાયેલાં હતાં. ભલે કળિને ગમે તેટલી નફરત કરે પણ તેને દગો ક્યારેય ન આપે.

તે વિચારવા લાગ્યો કે ઉર્વશીના મગજમાં કેદીઓને મુક્ત કરવાની વાત કેવી રીતે આવી? એક નાની છોકરીએ આટલો મોટો વિદ્રોહ કરાવી દીધો. *જે દેખાતું હતું તેનાથી વાત કંઈક વધુ પડતી હતી.*

તેને સોમની થેલી પણ યાદ આવી, તે ખોવાઈ કઈ રીતે જાય? અરજણમાં આટલી તાકાત કઈ રીતે આવી? કદાચ કળિથી કોઈ કડી છૂટી રહી હતી. આ બધી વાત વચ્ચે કોઈ છે. કોઈએ કળિને હરાવવા માટેની ચાલ રમી હતી.

આમ તો એ જે પણ હોય, તે પૂરી રીતે સફળ રહ્યો. કળિની હાર થઈ અને એ અજાણ્યા ખેતરમાં આવી ગયો. આગળની બાજુ જોયું તો ખીણોમાં લહેરાતી ઊછળતી નદી વહેતી જોઈ. તેનું સ્વચ્છ ચોખ્ખું પાણી પથ્થરોને અથડાઈને આગળ વધી રહ્યું હતું.

"કેવું લાગે છે?" પાછળથી કોઈ નબળો અવાજ સંભળાયો.

કળિએ ફરીને શુક્રને જોયો જેની કમર વળી ગઈ હતી. તેણે એક લાંબું કાળું પહેરણ પહેર્યું હતું. તે કળિ પાસે આવી ગયો.

"થોડુંક સારું લાગે છે."

"તું ખરા સમયે આવી ગયો, નહીંતર જીવ ન બચત. આ નદી... ખબર છે ક્યારેક આ લોહીની નદી કહેવાતી હતી?"

"લોહીની?"

"હમ્મ. બિલકુલ લાલ સૂકી."

"ક્યારે?"

"જ્યારે અસુર જીવિત હતા." તેણે મોં ખોલ્યું તો સડેલા દાંત દેખાયા. કળિએ જોયું કે તેની આંખોનો રંગ સોનેરી હતો., "બધું પૂરી રીતે વ્યવસ્થિત હતું."

કળિએ ભ્રમર ઊંચી કરી, "તમે અસુર છો, હેં ને?"

"હમ્મ." તે હસ્યો, "તું અને તારી બહેન પણ અસુર જ છો."

"મને લાગ્યું કે અમે જ આખરી અસુર બચ્યા છીએ."

"મૂર્ખ, તું કશું નથી જાણતો." શુક્રએ માથું ધુણાવી કહ્યું, "તું નથી જાણતો કે તું શું કરી શકે છે? તું નથી જાણતો કે તારો દુશ્મન હજુ પણ જીવિત છે."

"અરજણ" કળિ સંમતિપૂર્વક બોલ્યો.

"નહીં, નહીં – કલ્કિ."

કળિએ પોતાનું મોં મચકોડ્યું, "તે તો મરી ગયો."

"એવું તને લાગે છે, પણ તે નથી માર્યો. તે તો તારી જોડે લડવાની તૈયારી કરી રહ્યો છે." તેણે પહાડો તરફ સંકેત કર્યો.

"તમને આ બધું કઈ રીતે ખબર?"

"મેં બધું જોયું છે." શુક્રએ દાઢી ખંજવાળતાં કહ્યું.

"મુકુટ... તું તો તારા કુટુંબ કે છોકરી માટે ધન નહોતો માગતો?"

"ના, મારે જોવું હતું કે તું ઉદાર છે કે નહીં. તું તો દરિયાદિલ નીકળ્યો. જોકે તારે હોવું પણ જોઈએ."

"કેમ?"

શુક્ર ખભો ખંખેરી ચાલ્યો ગયો અને કળિ વિચારવા માંડ્યો, પછી કળિ તેની પાછળ પાછળ ગયો, "કેમ? હું કેમ ખાસ છું. કલ્કિ મારો દુશ્મન કેમ છે?"

"ભવિષ્યવાણી." શુક્ર ગણગણ્યો.

"કઈ ભવિષ્યવાણી?"

"દરેક યુગની ધર્મ અને અધર્મની ભવિષ્યવાણી, તે લોકોની સમસ્યાઓ વધતા આવશે અને એકબીજા જોડે લડીને દુનિયાનું નસીબ નક્કી કરશે. તમને બંનેને અંતિમ યુદ્ધ માટે પ્રશિક્ષિત કરવામાં આવશે."

કળિએ મુઠ્ઠી ભીંસી, "ધર્મ અને અધર્મ?"

"હમ્મ – સારું અને ખરાબ."

"તો હું અધર્મ છું?"

શુક્ર ફર્યો, "તને શું લાગે છે?"

"હોઈ શકે છે, કારણ કે મેં ઘણાં ખરાબ કામ કર્યાં છે."

તે હસ્યો.

"અસુર બધાથી રહસ્યમય અને શક્તિશાળી વંશ હતો. તેમણે જ યોગ્ય રીતે જ શાસન કર્યું, પણ દુનિયાએ તેમની મજાક ઉડાવી."

"અસુર દુષ્ટ હતા, ત્યારે તો અમારા ઘર પાતાળલોકને શ્રાપ મળ્યો અને બધા અસુર મરી ગયા. અમને માનવોએ મારી નાખ્યા, કારણ કે અમે કાળો જાદુ કરતા હતા અને નફરત અને ડર ફેલાવતા હતા."

શુક્રએ નિઃસાસો નાંખ્યો, "આ બધું જુઠ્ઠું છે. આપણે સારા અને ન્યાયી છીએ. સૌથી સુંદર જાતિ... શાંત અને ઠરેલ. હવે આપણી દશા જુઓ." તેણે કળિની માથાની ટાલ અને લટકતી ચામડી તરફ ઇશારો કર્યો, "બચ્ચા, તેં જાતે જ તારા આવા હાલ કર્યાં છે."

"આ તો બીમારી હતી."

"ખબર છે, પણ આ એક અભિશાપ હતો. આની પાછળ પણ એ જ હતો."

શું મારે આમની વાતોનો વિશ્વાસ કરવો જોઈએ? દેખાવમાં તો પાગલ જેવો લાગે છે, પણ ત્યારે જ કળિને ઉત્સુકતા થઈ અને તેણે એક વાત સ્પષ્ટ કરવા માગી, "તમે કહ્યું કે કલ્કિ ધર્મ છે અને હું અધર્મ છું. મને તૈયાર કોણ કરશે? જો તે નથી મર્યો તો તેને મારવા માટે મને તૈયારીઓ કોણ કરાવશે?"

"તું ખોટું સમજી રહ્યો છે."

"તૈયારીની બાબતમાં?"

તેણે માથું હલાવી તેનો હાથ કળિના ખભા પર મૂક્યો, "તું ધર્મ છે."

37

અશાંતિ તો થવાની જ હતી.

અરજણને ખ્યાલ આવી ગયો હતો કે આવું થશે અને તે થઈ ગયું હતું. ઇન્દ્રગઢની આખી નગરી, ઉર્વશીએ શાસન સંભાળ્યું ત્યારથી વેરવિખેર થઈ ગઈ હતી. કેદીઓ આનંદમાં હતા અને મંત્રી પરિષદના સભ્યો ગુસ્સામાં હતા જેમને ઉર્વશીએ થોડા જ દિવસોમાં કાયદો-વ્યવસ્થા યથાવત કરવાનો વાયદો કર્યો હતો. પરિષદે કહ્યું હતું કે તે લોકોને કાયદાઓના જોરે વશમાં નહીં કરી શકે. ઉર્વશી જિદ્દી હતી. તે પરિષદ પર ભરોસો કરવાની જગ્યાએ પોતાની સેના પર વધુ ભરોસો રાખતી હતી. રામરસ નામનો દરબારી તેનો વિરોધ કરતો હતો. તે કહેતો હતો કે એક નાની બાળકીના હાથમાં નગર સોંપવું કોઈ અકલમંદી નથી. તે કહેતો હતો કે સ્થાયી શાસક મળે ત્યાં સુધી તેને વચગાળાની શાસક બનાવી દેવાય.

ઉર્વશીએ તે પ્રસ્તાવને રદ કરી દીધો. તે છેલ્લા શાસકની પુત્રી હતી. રાણી બનવું તેનો જન્મસિદ્ધ અધિકાર હતો.

અત્યારે આ બધું ચાલી જ રહ્યું હતું તે સમયે અરજણ પણ ત્યાં હાજર હતો. તેને નગરની સુરક્ષાનું કામ આપવામાં આવ્યું હતું, જેથી કેદીઓ અને પ્રજા વચ્ચે કોઈ ઝઘડો થાય નહીં. કેટલાક કેદીઓએ પોતાનું કામ થઈ ગયા પછી ઉર્વશીને છોડવાનો નિર્ણય લીધો અને રુદ્ર અને હર્ષ જેવા લોકો તેની જોડે જ રહ્યાં. રુદ્રએ અરજણને પણ મનાવી લીધો હતો કે તે ઉર્વશીને મદદ કરે.

"તેં કળિને હરાવ્યો છે – તું વિશેષ છે." ઉર્વશીએ અરજણને કહ્યું.

પણ અત્યારે અરજણ ઉર્વશીના કાર્યાલયમાં હતો અને તે પરેશાન હતી. સલાહકાર તેને કહી રહ્યો હતો કે નગર સંભાળવા માટે તેણે

શું કરવું જોઈએ. અરજણ ત્યાં ઊભો રહી બધું સાંભળતો હતો. તે એ લોકોને અનાજ, વાહન-વ્યવહાર, બીજાં નગરો સાથેનો વ્યાપાર, સંરચનાત્મક માળખું, મંદિરોનું ફરી નિર્માણ અને દરબારીઓ પાસેથી મળતા દાન વિશે પૂછપરછ કરતી હતી.

તેની પાછળ રુદ્ર ઊભો હતો, જેણે કમરપટ્ટો બાંધેલું લાંબું પહેરણ પહેર્યું હતું. તે બહુ સુંદર અને ખુશ દેખાતો હતો.

ઉર્વશી અચાનક ખૂબ જ ખરાબ રીતે પોતાના સલાહકાર પર ગુસ્સે થઈ જેથી તે બહાર નીકળી ગયો. રુદ્ર અને અરજણને જોઈ ઉર્વશી ખંધુ હસી.

“મને એમ ન કહેશો કે લોકોએ તોફાન ચાલુ કરી દીધું છે.”

“અમે અમારી રીતે તેને રોકવાની કોશિશ કરી રહ્યાં છીએ.” અરજણે જોયું કે ઉર્વશીનો સ્વભાવ થોડો ગરમ હતો. *મારે તેની સાથેની પતાવટ વખતે શાંતિ રાખવી પડશે.*

રુદ્રએ મંજૂરી માટે અરજણ તરફ જોયું, “કેદીઓ આઝાદી માગે છે. તે તમારી સાથે બંધન અનુભવી રહ્યાં છે. તે તમારાથી ડરે છે.”

ઉર્વશીનો ગુસ્સો વધ્યો, તેણે મેજ પર મુક્કો માર્યો, “મેં તેમાંથી ઘણા બધાને આઝાદ કરી દીધા છે, જે મારી સાથે છે તેમને પગાર આપવામાં આવે છે.”

“મને એ ખબર છે અને મેં તેથી તેમને સમજાવી જોયું, પણ તોય તે લોકો જવા માગે છે.”

“રુદ્ર, હું આ તમાશો નથી માગતી. પોતાની રીતે આ મુશ્કેલી હલ કરી લો અને સફળ થજો.” આ સાંભળવું પણ જાણે એક ધમકી જેવું લાગ્યું.

“દેવી, તમે રાણી છો...”

“લાંબા સમય માટે નહીં.” તેણે એક પત્ર અરજણ તરફ ફેંક્યો. જે પરિષદ તરફથી હતો, જે જનતા વચ્ચે કાર્યવાહી માગતી હતી, “તે મને કોઈ અન્ય શાસકની જેમ પસંદ કરવા માગે છે. તેમનું કહેવું હતું કે મારે મારી યોગ્યતા દર્શાવવી પડશે પછી પ્રજા નક્કી કરશે. તેમને લાગે છે

કે રસ્તા પર ફેલાઈ રહેલાં તોફાનોને રોકવાની આ એક જ રીત છે."

આ વાત તો સમજાય તેવી છે.

"આમાં રામરસનો હાથ હોઈ શકે છે, જે આ તકનો લાભ લઈ ગાદી હડપવા માગે છે, પણ આ વિચારમાં પણ કંઈ ખોટું નથી."

"જો સાચા આયોજન સાથે બધું સરસ રીતે રજૂ કરવામાં આવે તો તમે બતાવી શકો કે તમે તૈયાર છો અને ત્યારે તમારી ઉંમર વચ્ચે નહીં આવે." રુદ્રએ કહ્યું.

અરજણ આ બાબતમાં વિચારતો રહ્યો. તે પણ પોતાનો વિચાર જણાવવા માગતો હતો.

"કુબેરની પાસેથી મદદ લેવાનું વિચારી શકાય છે."

"યક્ષ?" તેણે ભ્રમર તંગ કરી, "મારા પિતા તેનાથી નફરત કરતા હતા."

"પણ તમારે તેમની જરૂર છે. તે પોતાની જોડે ધન અને સંસાધન લઈને આવશે. વ્યાપારની વૃદ્ધિ દ્વારા આ નગરને નવી રીતે સારું બનાવી શકાશે."

ઉર્વશી એક પળ માટે વિચારવા લાગી.

"જુઓ, રામરસે બધા દરબારીઓને વશમાં કરી રાખ્યા છે, તેમની પાસે બે વાર મત આપવાનો અધિકાર છે. અત્યારે રાજ્ય તમારી પાસે છે, એટલે બધી તકલીફો જલદીથી દૂર કરો જેથી લોકોને ખબર પડે કે, તમે કેટલું કામ કરી રહ્યાં છો. આમ સુનવણીના દિવસે તમારા વિશે બોલવાની જગ્યાએ તમારું કામ બોલશે."

ઉર્વશીએ સંમતિપૂર્વક કહ્યું, "તું સાચું કહે છે."

"બદલામાં કુબેરને જે જોઈએ તે હમણાં આપવાનું. એકવાર કામ પતી જાય પછી તેને તેના રાજ્યમાં પાછો ધકેલી દઈશું."

"સાંભળવામાં તો સરળ લાગે છે." રુદ્રએ કહ્યું.

અરજણને આ વાત ન ગમી, પણ રુદ્ર એવો જ હતો – ઘણીવાર તે કલ્કિની જેમ બોલતો હતો.

"સારું, તો મળવાનો સમય નક્કી કરો. આપણે એને મળવા જઈશું.

બસ, ક્યાંક તે કળિનો વફાદાર ન નીકળે. મારે બસ રામરસને હટાવવો છે, જેથી જે મારા પિતા ચાહતા હતા તે બધું કરી શકું – નગરની આજુબાજુ બીજાં મંદિરો બનાવવાં, ખાસ તો કળિએ જે મંદિરો નષ્ટ કરી દીધાં છે તેને ફરી બનાવડાવવાં છે."

અરજણે સંમતિ આપી. રામરસે ઉર્વશીની વિરુદ્ધ બોલીને બધાને ચકિત કરી દીધાં. તેમને પછી ખબર પડી કે તેને ઉર્વશીની ઉંમરની તકલીફ નહોતી, પણ ઉર્વશી એક યુવતી છે, એટલે તે સિંહાસન પર બેસે તે ગમતું ન હતું. કળિ જેવો નિષ્ઠુર માણસ શાસક બની શકે, પણ એક સ્ત્રીને આ અધિકાર ન આપવો જોઈએ. અરજણને ખબર ન હતી કે ઉર્વશી કેટલી કાબિલ છે, પણ તેણે ગમે તે રીતે કળિને સિંહાસન પરથી ઉતારી દીધો હતો. અરજણે કળિનાં હાડકાં તોડીને મદદ કરી, પણ ઉર્વશીએ તેને તેના ચમચાઓ સાથે કાઢી મૂક્યો હતો.

હાડકાં તોડવાની વાત કરીએ તો અરજણે પોતાના જીવનમાં આટલું સારું ક્યારેય અનુભવ્યું ન હતું. તેનું શરીર ઊર્જાથી ભરેલું હતું અને મગજ ખૂબ તેજ કામ કરી રહ્યું હતું. તેને લાગી રહ્યું હતું કે તે લાંબી ને લાંબી ફલાંગો ભરી શકે છે. આ પણ અદ્‌ભુત હતું કે સોમે તેને કેટલી શક્તિ આપી હતી.

"શું આપણે ચિંતા કરવી જોઈએ કે કળિ પાછો આવી શકે છે?" અરજણે પૂછ્યું.

"તેની પાસે જવાની કોઈ જગ્યા જ નથી. જો તે પાછો આવશે તો એકલો હશે અને આપણને એને મારવાનો મોકો મળી જશે." તે આવું વિચારી હસી.

"આશા રાખીએ કે બધું સરસ રીતે પતી જાય અને આપણે એ તકલીફોને પણ દૂર કરીશું જે કળિના સમયમાં નગરમાં હતી." ઉર્વશી બોલી.

"રક્તપને ભૂલશો નહીં. તે અત્યારે તેની સેના જોડે સૂર્યગઢમાં છે. જો તેને ખબર પડી કે કળિ ઇન્દ્રગઢ પર રાજ નથી કરતો તો તે હુમલો કરી શકે છે." અરજણે કહ્યું. તેણે કળિના એ દસ્તાવેજ વાંચ્યા હતા

જેમાં તેણે નગર માટે કરેલાં બધાં કામોનો હિસાબ રાખ્યો હતો. તેનાથી એ પણ ખબર પડી કે સેનાની એક ટુકડીને કોઈ તાર નામના વ્યક્તિ પાસે કોઈ અંગત કામ માટે મોકલી હતી, "આ જગ્યા પર થોડા રાક્ષસ છે, પણ મને લાગે છે કે તેમાંથી મોટાભાગના છુપાઈ ગયા છે અથવા પોતાના નેતાની પાસે સૂર્યગઢ જતા રહ્યા છે. તેમનો જૂનો નેતા માર્તંડ મરી ગયો અને પ્રદમ તારા પિતાની જોડે લડાઈમાં મરી ગયો. રાક્ષસોનું નેતૃત્વ કરવાવાળું કોઈ નથી. કળિ પણ ન રહ્યો, એટલે તે જતાં રહ્યાં. તે લોકો કારાગૃહની લડાઈમાંથી પણ બચી નીકળ્યાં."

ઉર્વશીએ વાળમાં હાથ ફેરવ્યો, "રક્તપનું શું કરીએ?"

"તેને પણ કાઢી મૂકો." રુદ્રએ કહ્યું.

"જો એવું કર્યું તો તેના સૈનિકો ગુમાવવા પડશે, જે અત્યારે આપણી જોડે છે." અરજણે ઉર્વશીને કળિનો હિસાબ-કિતાબ બતાવ્યો જેમાં સેનાના ભાગલા વિશે લખ્યું હતું, "જો ગ્રામવાસીઓને આ બતાવી ખુશ કરી શકો કે તમે વેદાંતની દીકરી છો તો તે જગ્યાએ થતાં તોફાનો શાંત થશે અને સેનાનો ઉપયોગ નગર માટે થઈ શકશે. મારી સલાહ આ જ છે કે તમે વરુણગઢ અને અગ્નિગઢ સાથે પણ સારા સંબંધ સ્થાપો. તે નગર ઘણી રીતે સંપન્ન છે અને ઇન્દ્રગઢમાં પાક ઘણો ઓછો થયો છે."

ઉર્વશીએ નિઃસાસો નાંખ્યો, "હમ્મ, મને આ બાબતમાં બધું જ કહો."

"હું સલાહ આપીશ"

"તું સલાહ બહુ જ આપી રહ્યો છે..." રુદ્ર વચ્ચે બોલ્યો.

અરજણે તોરમાં આવીને કહ્યું, "કેમ કે મને એવું કરવાનું કહ્યું છે."

"મને તમારા બંને વચ્ચે કોઈ સંઘર્ષ નથી જોઈતો. તમે બંને જણ મારી છાવણીના સ્થિર વ્યક્તિ છો - એકબીજા જોડે ન લડો."

અરજણ અને રુદ્રએ આંખો ચડાવી, પણ અરજણ જોઈ શકતો હતો કે રુદ્ર આ પળોનો આનંદ લઈ રહ્યો હતો.

"મારી એવી સલાહ છે કે કુબેરની મદદ લેવાની સામે તેને એક નગરનું રાજ સોંપવામાં આવે." અરજણે આગળ વધી ઈલાવર્તીનો નકશો

ખોલ્યો, "અગ્નિગઢ!" તેણે વચ્ચે સંકેત આપ્યો, "આ જગ્યા પર લોઢાનું કામ થાય છે અને તે ઉદૈયા માટે હથિયારો બનાવે છે. આપણે પણ ત્યાંથી જ લઈએ છીએ. વરુણગઢ પાણીનાં તળાવો અને સંરક્ષણ માટે જાણીતું છે. આ લોકો વરસાદના પાણીનો સંગ્રહ કરે છે. અગ્નિગઢ સૈન્યનગરી છે અને તેના પર શાસન કરવા માટે કોઈ યોગ્ય વ્યક્તિ જોઈએ. મારી સલાહ છે કે તમે કુબેરને વરુણગઢ આપી દો. તે આપણા માટે કંઈ મહત્ત્વનું નથી."

"અત્યારે તે જગ્યા પર કોનું રાજ છે?"

"કળિનો માણસ છે. તેને હટાવી શકાય છે. જ્યારે આપણને પૈસા મળી જશે પછી આપણે સૈનિકોની ભરતી કરી શકીશું, કેમ કે આપણી પાસે દક્ષિણી સેનાની તુલનાએ સેના ઓછી છે. આપણે નથી ઇચ્છતા કે વિભીષણ બીજીવાર હુમલો કરી દે." અરજણે ભાનમતી તરફ સંકેત કર્યો, જ્યાં વિભીષણનું રાજ હતું.

ઉર્વશીએ માથું ખંજવાળ્યું, "ઓહ, મારું તો મગજ ચકરાઈ ગયું."

"સારું છે." અરજણે હસવાનું રોકી કહ્યું.

"કદાચ તને અમારા બધાં કરતાં વધુ ખબર છે. તું જ રાજા કેમ નથી બનતો?" તેણે રુદ્રને જોઈને મજાક કરી.

"હું તો શંભલનો સામાન્ય ગ્રામવાસી." અરજણે કાગળ વીંટાળતાં કહ્યું.

ઉર્વશી બોલી, "જાણું છું, સમજું છું. તેવું જ થશે, જે તેં હમણાં કહ્યું. કીકતપુર સંદેશવાહક મોકલી દો અને કહી દો કે વેદાંતની ઉત્તરાધિકારી પ્રશાસન સંભાળી રહી છે. હું આવનારી સુનવણી માટે ભાષણ પણ તૈયાર કરું છું."

અરજણ જોઈ શકતો હતો કે તેને પોતાના પર શંકા થઈ રહી હતી. સિંહાસન તો મળી ગયું, પણ તેને કળિની જેમ અનુભવ હતો નહીં. તેણે લડીને રાજ્ય મેળવ્યું હતું અને ઉર્વશી અસલી હકદાર હતી. પરિષદને તેની ઉંમર અને સ્ત્રીજાતિ માટેનો પ્રશ્ન હતો.

"કેટલાક લોકો મળવા માગે છે." રુદ્રએ કહ્યું, "કેટલાક લોકો પોતાની રાણી પર વિશ્વાસ કરવાં લાગ્યાં છે."

"શું તેમને ખબર નથી કે મને હટાવી પણ શકાય છે?"

"તેમને કંઈ ખબર નથી. તેની ઔપચારિક જાહેરાત થઈ ગઈ છે. શું તેમનું સ્વાગત કરવું છે?"

"મને મારા ટેકેદારોને મળવું સારું લાગશે. તેનાથી વાતાવરણનો ભાર થોડો ઓછો થશે."

અરજણ અને રુદ્ર ખૂણામાં ઊભા રહ્યા અને ઉર્વશીને મળવા આવેલા સૈનિકો, મજૂરો, ગ્રામવાસીઓ અને ખાણકર્મીઓને જોયાં. તેમણે તેનો હાથ ચૂમ્યો, વફાદારીની કસમ લીધી અને પોતાની સમસ્યાઓ વિશે બતાવવા લાગ્યાં. અરજણે તે સમસ્યાઓ વિશે લખી લીધું, જેને પછીથી ઉકેલી શકાય. નગર ચલાવવાનું કામ સરળ ન હતું, પણ અરજણને ખુશી હતી કે તેની સલાહ ઉર્વશીને ગમી, નહીંતર તેની પાસે અલકપુરમાં કુબેરના ઘરમાં ચોરી કરવા સિવાય કોઈ આરો ન હતો.

ભલાઈ હંમેશાં કામ આવે છે.

કળિનો એક સિપાઈ પોતાની વફાદારી બતાવવા આવ્યો હતો.

"તમારી પાસે કયું પદ છે?"

"હું તેમનો સારથિ છું."

"ઓહ, કશો વાંધો નહીં. હું સમજી ગઈ. તમે કિલ્લાના રક્ષક થઈ શકશો. મને તમારા પર ભરોસો છે." તે એને જોઈ હસી. અરજણે તેને કહ્યું કે, પ્રજા સાથે દયાભાવથી વાત કરવી જરૂરી છે. તેણે રુદ્ર પાસેથી ઉર્વશીના કાળા જાદુ વિશે સાંભળ્યું હતું અને તેણે ઉર્વશીને આ આગ્રહ કરવામાં રાહ ન જોઈ કે તેને થોડા સમય માટે પોતાને એવાં કામોથી દૂર જ રહેવું જોઈએ.

"દેવી, મારે તમને કશુંક કહેવું હતું. આ ખબર તમારા માટે મહત્ત્વની હોઈ શકે છે."

"શું કહેવા માગો છો?"

"મને ખબર છે કે મહાન સ્વર્ગીય રાજા વેદાંત, તમારા પિતાના હત્યારા કોણ છે?"

"મને ખબર છે કે તે કળિનું કામ હતું."

તેણે માથું હલાવ્યું, “દેવી, કળિએ આ કામ કરાવ્યું હતું. કુબેરે તેને પૂરું કર્યું હતું.”

અરજણનું લોહી જામી ગયું. ઉર્વશીએ લાંબો શ્વાસ લેતાં અરજણ સામે જોયું. તેની આંખોમાં અંધારું ચમકી રહ્યું હતું.

હવે આપણે એક મોટી મુશ્કેલીમાં પડવાના છીએ.

38

મનસા ખચ્ચરગાડીમાં ગાઢ ઊંઘમાં સૂતી હતી. અચાનક ઝાટકો લાગવાથી તે ઊંઘમાંથી ઊઠી ગઈ. તે અજાણ્યા લોકોથી ઘેરાયેલી હતી. તેણે પોતાની આંખ ચોળી અને પગ લાંબા કર્યા. નદીમાં ઘણા સમય સુધી તર્યા પછી, તે વ્યાપારીઓના બજારમાં પહોંચી અને તેણે નક્કી કર્યું કે તે ભાનમતી સુધી જવા માટે પોતાના કીમતી કાનના ઝૂમખાં આપી દેશે. ભાનમતી તે જગ્યાની નજીક જ હતું.

હવે તે ગાડામાં બેસીને ભાનમતી તરફ જઈ રહી હતી. થાકના લીધે તેને ગાઢ ઊંઘ આવી ગઈ હતી. તેણે પોતાની જાતને ક્યારેય આટલી થાકેલી મહેસૂસ કરી નહોતી. મનસાને પોતાનો શાહી રથ યાદ આવી ગયો. તે મોટેભાગે પોચા ઓશીકાનો ટેકો લઈ બેસતી અને ખાસ તેના માટે મૂકેલાં ફળોને ખાઈ આનંદ લેતી. આજે તેના શું હાલ થઈ ગયા હતા. તેના જેવી શાહી મહિલા, સામાન્ય લોકોથી ભરેલી ખચ્ચરગાડીમાં બેઠી છે. આ તો ઘણું ખરાબ હતું અને નંદના મૃત્યુદંડની વાત વિચારીને તેને વધુ દુઃખ થતું હતું. તેના હૃદયના ધબકારા વધી ગયા હતા.

તે મરી ન શકે. હું જીવનમાં ફરીથી એકલી થવા નથી માગતી.

તેણે પોતાના તાવીજના અણીદાર ખૂણાને સ્પર્શ કર્યો. નજીક બેઠેલા મુસાફરો તેને જોઈ રહ્યા હતા. તેણે તે તરફ ધ્યાન ન આપ્યું અને અરુચિ બતાવી, પછી તેણે ગાડીનો પડદો ખસેડી બહારના પર્વતો અને ખરબચડી સડક જોઈ. તે વિશાળ મંદિરોને જોઈ શકતી હતી જ્યાં રંગબેરંગી કપડાં પહેરીને લોકો આવ-જા કરતાં હતાં.

તેને દક્ષિણીની આ જ વાત ગમતી હતી – આ જગ્યા એકદમ ઉજાસથી ભરેલી અને સુંદર હતી. આ જગ્યાનાં લોકો સંસ્કારી હતાં, જ્યારે ઉદૈયાના લોકો થોડા અસભ્ય હતાં. તે નગરી થોડી તોફાની હતી,

પણ ભાનમતી એવી નહોતી. ભાનમતીમાં ફક્ત એક જ શાસક હોવાના કારણે આવું હશે – પ્રજા હંમેશાં ખુશ રહેતી હતી. સૂરજનો ભરપૂર તડકો અને ક્યારેક ક્યારેક થતા વરસાદના લીધે પાક સારો ઊગતો અને અનાજની તકલીફ ક્યારેય થતી નહોતી. વિભીષણ માનવતાવાદી અને ઉદારપંથી કળાઓને પોષતો હતો – તે રાજ્ય સાહિત્ય, ચિત્રકળા અને અદ્‌ભુત વાસ્તુશાસ્ત્રથી સંપન્ન હતું. પહેલાં ભાનમતી નીચી જમીન પર હતી, પછી મુખ્ય નગરીને ઊંચી જગ્યાએ વસાવી દીધી હતી. તેનાથી સૈન્યને લાભ પણ મળતો હતો. કોઈ પણ ભવિષ્યના હુમલાઓની જાણકારી આપવા માટે સૈનિકો મિનારામાં તહેનાત રહેતા.

મનસાએ ગાડીની બહાર જોયું. રસ્તાની એક બાજુ પાક ઉગાડ્યો હતો, ખેતરોમાં ગાયો ચરી રહી હતી અને બીજી બાજુ ઘાસ અને ફૂલોની સુંદરતા હતી. ખેડૂતો સારા પોશાકમાં હતા. ગાદી ઉપર તરફ જવા માંડી તો નાનાં નગર પાછળ છૂટતાં રહ્યાં.

ગાડીને વચ્ચે ઊભી રાખી જેથી પશુઓને આરામ મળી શકે. તે નગરમાં આવી ગયાં હતાં. મુખ્ય દરવાજાથી બે સિપાહીઓએ અંદર જોયું. તેમણે બીજા મુસાફરોને કહ્યું, “તમારી ગાડીમાં એક નાગ મુસાફર કેમ છે?”

વ્યાપારી અને તેમની વચ્ચે કોઈ વાતચીત થઈ. સિપાહીઓને થોડા સિક્કા મળ્યા અને તેમણે બધાંને નગરમાં જવાની અનુમતિ આપી.

મનસા ગાડીમાંથી ઊતરી અને નગરની સુંદરતાનો આનંદ લેતી આગળ વધી. ચૂનાના પથ્થર અને ઈંટોથી શંકુ આકારનો મિનારો બનાવ્યો હતો. નગરની ઇમારતો જોવાલાયક હતી. પાકી સડકો અને માર્ગો પર બધી બાજુ હરિયાળી હતી.

જોકે તેને ખબર નહોતી કે વિભીષણને કઈ રીતે મળવાનું છે. પણ તેને ખબર હતી કે નંદે વિભીષણને એક પત્ર લખ્યો હતો જેનો કોઈ જવાબ આવ્યો નહોતો, પણ તે વિભીષણની મદદ ઇચ્છતી હતી. તે તેનો વિશ્વાસ જીતવાની કોશિશ કરશે, જેથી કદ્રુ જોડે લડવા માટે તેની સેનાનો ઉપયોગ કરી શકે. અત્યારે તો તે આ અદ્‌ભુત નગરીનો આનંદ

લેતી હતી. જો અહીં વસવાટ કરવાનો આવે તો પણ જગ્યા સારી છે.

જ્યારે તે માર્ગો અને કાચાં રસ્તાઓ, ફેરિયાઓ, જ્યોતિષિઓ અને ગાયકો પાસેથી જઈ રહી હતી ત્યારે ખૂણામાં એક નાનું ભવન જોયું – તે ઘેરા રંગનું હતું. ભોજનની સુવાસ, સંગીતનો આવતો અવાજ અને લોકોનો ચાલવાનો અવાજ, તે જગ્યાને એક નવું જ રૂપ આપી રહ્યું હતું. તે જગ્યા મહારાજ વિભીષણની જ હતી. લોકો સાદાં ઘરોમાં રહેતાં હતાં. ઉદૈયાના રાજા કિલ્લામાં મહેલોમાં સિપાહીઓ અને સૈન્યદળોની જોડે રહેતા હતા, પણ દક્ષિણી રાજા એવા નહોતા. તેમના આરામદાયક સાદાં ઘરોની આસપાસ સિપાહીઓ પહેરો ભરતા હતા. ત્યાં જ નજીક નાના ઘરમાં વિભીષણના મંત્રી રહેતા હતા.

તે પહેરેદાર પાસે ગઈ અને પોતાનું નામ જણાવ્યું, “હું નાગપુરીના સ્વર્ગીય મહારાજ વાસુકિની બહેન, દેવી મનસા છું.”

પરંતુ પોતાના રાજાને જઈને પહેલી કંઈ કહે તે પહેલાં કોઈએ બારીમાંથી બૂમ પાડી, “તું!”

મનસાએ એક ઘરડા માણસને જોયો. ટાલિયો, ચહેરા પર કરચલી, મોટી-મોટી આંખો અને નાનો ચહેરો. તે તો મહારાજ વિભીષણ હતા. તે હંમેશાંની જેમ લીલા પહેરણમાં હતા.

“મનસા! મારી વહાલી.” વિભીષણે બૂમ પાડી. તેના ગાલ ઉત્સાહથી ગુલાબી થઈ ગયા.

મનસાને કેટલીય વાર સુધી ભેટ્યા પછી બેસાડવામાં આવી. તેને થયું કે આરામદાયક શાહી ખુરશી મળતાં જ સૂઈ લેવું જોઈએ, પણ તેને પોતાના નાનપણના દોસ્ત અને પોતાના સલાહકાર, વિભીષણ પર ધ્યાન આપવાનું જરૂરી લાગ્યું.

તે દક્ષિણીમાં એકમાત્ર માનવ હતો. પહેલાં માનવ જ લગભગ બધે રાજ કરતાં હતાં, કબીલાના લોકો વણજારાઓની જેમ વસવાટ કરતા, પણ જ્યારે કબીલા નાગરિકતા, રાજનીતિમાં સ્થાન માગવા માંડ્યા ત્યારે

માનવ ન માન્યા. તેમની વચ્ચે સંઘર્ષ થયો. વિભીષણે કબીલાઓને સાથ આપ્યો. તેણે તે જોયું કે ભૂમિને ઉત્તર અને દક્ષિણવાળા વચ્ચે સમાન ભાગમાં વહેંચી શકાય.

વિભીષણના શાસનમાં કોઈ તકલીફ નહોતી, પણ કબીલાવાળાને પસંદ ન હતું કે કોઈ માનવ તેમની પર શાસન કરે. તેમણે વિભીષણનો ત્યાગ કરી પોતાનો નેતા નીમી લીધો હતો. કેટલાક કબીલાવાળાએ તેના પર હુમલો પણ કર્યો હતો. વિભીષણે સરસ શબ્દોમાં પોતાની વાત કહીને તેમને પાછા મોકલી દીધા હતા, "હું તમને નુકસાન નહીં પહોંચાડું. મને મારાં કર્તવ્યો સાથે છોડી દો, તમે આરામથી તમારી રીતે કામ કરી શકો છો." ત્યારથી તે કબીલાની બાબતમાં કોઈ દખલ કરતા નહોતા. હવે તે ફક્ત કહેવા પૂરતો જ રાજા હતો. મનસા તે પણ જાણતી હતી કે તે કેટલો કાયર હતો. તે હંમેશાં પોતાના પિતાની જેમ કાયર જ રહ્યો. જો કે તેનો મોટોભાઈ તેનાથી જુદો હતો. મહારાજ દુઃશાસન, ઈલમનો શાસક, જેણે પોતાને રાક્ષસ બનાવી દીધો હતો.

વિભીષણે નક્કી કરી લીધું હતું કે તે કબીલાવાળાઓની વિરુદ્ધ કળિના અભિયાનનો ભાગ નહીં બને. તે પોતાને એક હિંસક વ્યક્તિ સાથે જોડવા માગતો નહોતો. હવે તેની ઉંમર પણ થઈ ગઈ હતી, ચહેરા પર કરચલીઓ પડી ગઈ હતી અને શરીર અદોદળું દેખાતું હતું.

"મને તારા આવવાની ઘણી ખુશી છે."

મનસાએ નિઃસાસો નાંખ્યો. તેનું શરીર દુઃખી રહ્યું હતું. તેને લાગતું હતું કે કોઈ પણ સમયે ઢળી પડશે, પણ તેણે માંડ માંડ હિંમત રાખી, "કદાચ નંદે જણાવ્યું હશે કે શું થયું હતું."

"ખબર છે! ખબર છે!" તે પોતાની ખુરશીમાંથી ઊઠ્યો, "ભગવાન જાણે! જે પણ ચાલી રહ્યું છે તે ખરેખર બહુ જ અજીબ છે." તેણે રૂમાલ કાઢ્યો અને માથા પરનો પસીનો લૂછી લીધો, "હવે તું શું કરવા માગે છે?"

"સવાલ એ છે કે તું શું કરવા માગે છે?"

"કશું નહીં પ્રિય! હું તો આ નાની જગ્યાનો નાનો શાસક છું. તને

ખબર છે કે હું કોઈ વસ્તુમાં માથું નથી મારતો."

"પણ તારે કંઈક કરવું જોઈએ. મારો પતિ જોખમમાં છે. તે નાગપુરીમાં છે અને કોઈ પણ સમયે તેને મારી નખાશે. મારી કહેવાતી બહેન કદ્રુ સુપર્ણો પાસેથી અમૃત ચોરી કરવાની કોશિશ કરી રહી છે."

"તે અસંભવ છે. શું તેં એ જગ્યા જોઈ છે? તે નાના કિલ્લા જેવી છે. મહારાજ તાક્ષ્ર્યએ ખૂબ સરસ..."

"તાક્ષ્ર્યએ તેમને આમંત્રણ આપ્યું છે."

"હે ઈશ્વર! પણ શેના માટે?" વિભીષણ ચિંતામાં પડી ગયો.

"તેને છેતરવામાં આવ્યો હતો. આ એક લાંબી વાર્તા છે." તેણે માથા પર આવેલો પસીનો લૂછી લીધો. પહેલેથી જ તેની હિંમત તૂટી ગઈ હતી, "હવે તમે લોકો શું કરશો?"

"એક પત્ર!" તે ઊઠ્યો તો તેનું પેટ હલવા લાગ્યું, "હું દેવી કદ્રુને પત્ર મોકલીશ અને કહીશ કે મહારાજ તાક્ષ્ર્યની સાથે કોઈ સમજૂતી ન કરે."

"જો એવું થશે તો હવે પછી તારો વારો હશે."

"પછી હું તાક્ષ્ર્યને આ બધી વાતો જણાવી દઈશ."

"તે તારી વાત પર વિશ્વાસ શું કામ કરશે?"

તે ખુરશી પર બેસીને વિચારવા લાગ્યો.

"પ્રિય, આપણે તાક્ષ્ર્યને બધું કહેવું જ જોઈશે, પણ પહેલાં નંદને બચાવવો છે." મનસાએ તેનો હાથ પકડી કહ્યું.

"ઠીક છે." તે ધીમેથી બોલ્યો. મનસાએ માપી લીધું કે તે મનથી નહોતો બોલ્યો, "પણ તું કેવી રીતે બચી ગઈ?"

"હું ભાનમતી નજીક આવે ત્યાં સુધી તરતી રહી. મને બચાવવામાં આ તાવીજે મદદ કરી." તેણે તાવીજ વિભીષણને બતાવ્યું.

વિભીષણને તે જોઈને સુખદ આશ્ચર્ય થયું, "હે ભગવાન! તને ખબર પણ છે કે આ શું છે? ઊભી રહે... હું પુસ્તકાલયના અધ્યક્ષને બોલાવીને ખરાઈ કરાવું... પણ નહીં... તને આ કેવી રીતે મળ્યું? આ તારી પાસે કઈ રીતે આવ્યું?"

મનસા વિચારમાં પડી ગઈ, "આ નંદે આપ્યું છે."

"મજેદાર વૃદ્ધ માણસ! તેણે આ ક્યાંથી શોધી નાખ્યું?" વિભીષણ પેટ પર હાથ ફેરવતાં હસવા લાગ્યો.

"પણ આ છે શું?"

એ કંઈ જણાવે તે પહેલાં જ એક પહેરેદાર હાથમાં નાની પેટી અને મોહર લગાવેલો પત્ર લઈ આવ્યો.

"મહારાજ આ તમારા માટે આવ્યું છે."

"ઓહ, એક પત્ર?" વિભીષણે તેને લઈને ટેબલ પર મૂકી દીધો. તે કોઈ નાના બાળકની જેમ હર્ષથી હાથ મસળવા લાગ્યો.

તેણે નક્કી કર્યું કે પહેલા પત્ર વાંચીશ. મનસા પણ તેની જોડે આવી પત્ર વાંચવા માંડી.

ભાનમતીના પ્રિય રાજાના નામે,

મેં તમને એ જણાવવા માટે પત્ર લખ્યો છે કે જો તમે સિંહાસન છોડીને અમને શાસન કરવા દો તો અમે તમારી ભાગીદારી સ્વીકારીએ છીએ. અમે તમને કોઈ તકલીફ નહીં આપીએ. અમે પહેલાંથી જ આજુબાજુના વિસ્તાર જીતવાના આયોજનમાં છીએ. અમારી યોજના છે કે બધાં દક્ષિણીઓને એક કરી દેવામાં આવે, જેથી ઉદૈયાવાળા કરતાં વધુ મજબૂત બની શકીએ. સમય આવી ગયો છે કે દક્ષિણી જ ઈલાવર્તી પર રાજ કરે.

અમે તમને એક ભેટ મોકલી રહ્યાં છીએ, જેથી સમજી શકો કે અમને કેટલા ગંભીરતાથી લેવા જરૂરી છે. તમને સમર્થન આપનારા બધાં શાહી પરિવાર - વાસુકિ, મનસા અને તેનો ત્યક્ત પતિનો સફાયો થઈ ગયો છે.

વિભીષણે મનસાની સામે જોયું.

"હું કોઈ ભૂત નથી." મનસા બોલી.

વિભીષણે નમ્રતાથી માથું હલાવ્યું અને વાંચવાનું શરૂ કર્યું.

અમે ઉત્તમ કાર્ય કરવા માટે તમારી નગરીનો ઉપયોગ કરવાનું વિચાર્યું, કેમ કે આ સત્તાનું કેન્દ્ર છે. અમને તમારા હકારાત્મક

જવાબની અપેક્ષા છે. જો વીસ દિવસમાં જવાબ નહીં મળે તો તેનું પરિણામ તમારે ભોગવવું પડશે.

તમારી સેવામાં,

જામુન

વિભીષણ કાંપવા લાગ્યો. તેણે પત્ર સાથે આવેલ નાના ડબ્બા તરફ જોયું. તે ખોલતા ડરી રહ્યો હતો. પણ મનસા ત્યાંથી પાછળ ન હટી. તેણે તેને ખોલ્યું તો ઓરડામાં ગંદી વાસ ફેલાઈ ગઈ. તેણે અંદર જોયું અને તરત જ બેભાન થઈ ગઈ.

અંદરથી નંદની મૃત આંખો તેને તાકી રહી હતી.

39

કલ્કિ જાણતો હતો કે તે સ્વર્ગમાં હતો. કમસેકમ તે જગ્યા સ્વર્ગ જેવી લાગતી હતી. જ્યારે તે બરફથી ઢંકાયેલા પહાડો તરફ ગયો તો તેણે પોતાની આગળ લાકડાની બનેલી સફેદીથી ઢાંકેલી ઝૂંપડીઓ જોઈ, જે નેતર જેવી પાતળી લચકવાળી ડાળીઓવાળા ઝાડથી ઘેરાયેલી હતી, ભીના પાંદડા પર બરફના કણો જમા થઈ ગયા હતા. ચારે બાજુ કુદરતી ફળોની સુગંધ હતી. એ સન્નાટામાં એક અજબ પ્રકારની શાંતિ હતી.

દંડક વન, જે જગ્યાએ વાનર રહેતાં હતાં, તે બધું સૂમસામ પડ્યું હતું. તે દંડક પહાડીઓ પર રહેવા આવી ગયા હતા. આ જગ્યા પર બર્ફીલી હવા અને ઠંડક રહેતી હતી. વાનર ઈલાવર્તીના પુરાણા કબીલાઓમાંથી હતાં. તે કાયમ એકાંતમાં જ રહેતાં હતાં. કેટલાક લોકોનું કહેવું હતું કે એ લોકો સુપર્ણોની જેમ રહે છે, પણ તે બે વચ્ચે એક ફરક હતો કે વાનર શાંતિપૂર્ણ કબીલો હતો. છેલ્લે જ્યારે યુદ્ધ કર્યું હતું ત્યારે તેમણે પ્રભુ રાઘવને સાથ આપ્યો હતો.

કલ્કિ વાનરો પાસે ગયો તો તેમણે તેને ઝૂકીને પ્રણામ કર્યા અને પછી એણે જોયું કે તે લોકો તેની છાતી પર અંકિત ચિહ્નને જોઈ રહ્યાં હતાં. એ બધી ઝૂંપડીઓને પસાર કરીને ઢાળની નીચેની તરફ ગયો, પછી પદ્મા તેને તે ઝૂંપડીમાં લઈ ગઈ જેમાં રત્ના અને સ્મૃત રહેતાં હતાં.

"તબિયત કેવી છે?" સ્મૃતે પૂછ્યું. તેમણે વાળવાળા ચામડાથી શરીર ઢાંકેલું હતું.

"બહુ સારી."

"તને ઠંડી નથી લાગતી?"

કલ્કિએ માથું ધુણાવ્યું. તેને તો ઠંડીને બદલે સારું લાગતું હતું.

"તું ક્યાં જવાનું વિચારી રહી છે?" કલ્કિએ પૂછ્યું.

"આપણે અહીં જ રોકાવું તેવી યોજના કરી છે." રત્ના સ્મૃતને જોઈને શરારતભર્યું હસી.

"કેમ?"

"તેના વિશે આપણે પછી વાત કરીશું. અત્યારે એટલું જ કહી શકું કે હું મારી આસપાસના લોકોને જાણવા માગું છું જેનાથી ઘેરાયા છીએ." તેણે કલ્કિનાં ચિહ્નોને જોઈને કહ્યું, "સૌભાગ્ય તમને સાથ આપે." તેણે કહ્યું અને પોતાના સાથી જોડે ત્યાંથી જતી રહી. કલ્કિએ જોયું કે તેની પાસે બેધારી તલવાર હતી.

"તે અજીબ છે." પદ્માએ કહ્યું, "ખબર છે, તે જ આપણને આ જગ્યાએ લાવી હતી."

"ઓહ... સાચે?"

"હમ્મ. તે યુદ્ધમાં મદદ કરવાની છે."

"આ રાજ્યમાં એક યુદ્ધ ચાલી રહ્યું છે."

"યુદ્ધ?"

શું વાનર શાંતિપ્રિય નથી હોતાં?

"અડધા લોકો મોરચા પર છે. તે લોકો પોતાના લોકોને બચાવવાની કોશિશ કરી રહ્યાં છે."

કલ્કિએ હોઠ ભીંસ્યા, "કૃપા ક્યાં છે?"

"આ જગ્યા પર બધા તેને નફરત કરે છે, એટલે તેણે નક્કી કર્યું છે કે તે એક કામ કરશે જેનાથી કોઈને તકલીફ ન હોય."

"તે શું છે?"

"ઊંઘવાનું."

કલ્કિને પોતાનું હસવાનું બંધ કરવું પડ્યું. તે ઝૂંપડીમાંથી નીકળી ફૂલોથી લચેલા ઝાડ તરફ ચાલી નીકળ્યો. થોડેક જ દૂર પુષ્કળ ઝાડનાં ઝુંડ હતાં. સૂરજનો સંતરા જેવો દેખાતો ગોળો ડૂબવાની તૈયારીમાં જ હતો, ધીમી હવા ચાલી રહી હતી અને તેની છાતી પર સૂરજનાં મંદ કિરણો ચમકી રહ્યાં હતાં. કલ્કિ અને પદ્માએ તે પ્રતીક તરફ જોયું, જે સૂરજની રોશનીમાં ચમકી રહ્યું હતું.

"હું દરેક વાત માટે માફી માગું છું... હું તને ખોટો સમજ્યો હતો." પદ્માએ ધીરેથી કહ્યું.

"મને પણ શરમ આવે છે." કલ્કિએ એ ઝાડ તરફ આગળ વધતાં કહ્યું, "મેં તને અરજણના મોત માટે જવાબદાર ગણી હતી. એ તારી ભૂલ નહોતી."

"મારું માનવું હતું કે તે નથી મર્યો."

"હું પણ એ જ આશા રાખું છું."

પદ્માએ નિઃસાસો નાંખ્યો, "તેણે મને કહ્યું હતું કે તું રક્ષક છે, તેને તારી પર ભરોસો હતો. મેં જ નહોતો કર્યો, પણ એક વાતનો અહેસાસ થયો – જો તમને પોતાના પર ભરોસો હોય તો દુનિયા પણ તમારા પર ભરોસો કરવા માંડે છે અને તેં એવું જ કર્યું."

"હું...ઊહ... તું સાચું જ કહે છે. આપણે ઘણા સમયથી લડતાં આવ્યાં છીએ. મને લાગે છે કે આ નકામું હતું. મને અહેસાસ થયો કે હું સપનું જોઈ રહ્યો છું અને જ્યારે હું જિંદગીમાં પોતાના મોતની નજીક હતો ત્યારે કેટલાક ખાસ લોકો મળ્યાં, ભલે તે આદર્શ ન હતાં, પણ તે મારા માટે હતાં અને ઘણીવાર પોતાની રીતે પૂર્ણ હોવા કરતાં ફક્ત સાથે હોવું જ પૂરતું હોય છે."

"કલ્કિ, મેં સાચે જ આ દુનિયામાં બહુ ભલા લોકો નથી જોયા, ત્યારે મને થયું કે એવા બહુ જ લોકો છે કે નહીં." પદ્માએ તેની પીઠ થપથપાવી.

"મારા પિતા કહેતા હતા કે સંસારમાં સારાપણું છે, પણ આપણને પોતાની અંદર તેને મહેસૂસ કરવાની યોગ્યતા નથી હોતી. જે લોકો એવું કરી શકે છે તે ખરેખર ધનવાન હોય છે."

"તારા પિતા ઘણા સમજદાર હતા."

"કદાચ એવું જ હતું. સમજદાર વ્યક્તિની વાત કરી અને તે આપણી રાહ જ જોઈ રહ્યા છે." તેણે ઉચ્ચપ્રદેશના છેડે લાલ ફૂલોથી ભરચક વૃક્ષો તરફ ઇશારો કર્યો, જેની ડાળી પર ઊલટું લટકીને કોઈ સૂર્યને જોઈ રહ્યું હતું.

"ભગવાન બજરંગ?" કલ્કિના રૂવાંડા ઊભાં થઈ ગયાં.

પદ્માએ હા કહ્યું.

કલ્કિ ખચકાટ વગર તે બાજુ ચાલવા લાગ્યો. તે એક સાદી ધોતીમાં હતા જેના પર કમરપટ્ટો બાંધ્યો હતો. તેમની છાતી લાલ રંગથી રંગેલી હતી. તેમના બંને હાથ જોડેલા હતા અને આંખો બંધ હતી. કલ્કિએ જોયું કે જેવું લોકો કહે છે તેમ વાનરોને કોઈ પૂંછડી નથી હોતી. તે રૂવાંટીવાળા અને દેખાવમાં બંદર જેવા હતાં, પણ તે વાળવાળા માનવ હતા.

કલ્કિએ ભગવાન બજરંગને કશું ન કહ્યું. તે થોડો સમય ત્યાં જ રોમાંચિત થઈ ઊભો રહ્યો.

સૂરજ ડૂબવા લાગ્યો અને આકાશે ભગવો રંગ ધારણ કર્યો. ઠંડી હવાને લીધે ઝાડનાં પાંદડાં પણ નાચવા લાગ્યાં. કલ્કિ પાંદડાના સરસરાટ વચ્ચે વિચારી રહ્યો હતો કે આગળ ઊભેલી આ મહાન હસ્તી સાથે શું વાત કરવાની છે.

"તે યુવતી સુંદર છે અને તું વિચારી રહ્યો છે કે મારે પૂંછડી છે કે નહીં."

કલ્કિએ ભગવાન બજરંગની તાકાત વિશે ઘણું સાંભળ્યું હતું. તેને તેમની પાસેથી આ વાત સાંભળવાની અપેક્ષા નહોતી.

"મારી અંદર બહુ જ પ્રશ્નો છે."

"પ્રશ્ન બધા પાસે હોય છે, પણ બહુ થોડા લોકો પાસે ઉત્તર હોય છે." તેમના અવાજમાં એક મીઠાશ હતી, પણ એક સેનાપતિ જેવો અધિકાર પણ છલકતો હતો, "અને હું એવા થોડા લોકોમાંનો છું." અને પછી તેમણે ડાળી પરથી કૂદીને હવામાં કલાબાજી કરી અને જમીન પર પડ્યા. તેમના હાથ બરફ પર ટેકવ્યા અને પછી બેઠા થઈ ગયા.

"તમને તો અમરત્વનું વરદાન મળેલું છે. તમે અનંતકાળ સુધી જીવિત રહેશો ને?"

ભગવાન બજરંગ કલ્કિ તરફ ફર્યા. વિશાળ નેત્ર, ગાલ પાસે ભૂરા વાળ અને ચહેરા પર આત્મીયતા, "બેશક! મારા સારા મિત્ર ભગવાન રાઘવનું માનવું છે કે લાંબા સમય સુધી જીવિત રહું તો તે શ્રેષ્ઠ રહેશે."

"જેવી મેં આશા રાખી હતી, તમે એવા નથી."

"તને લાગ્યું કે હું કોઈ જ્ઞાની મુનિ કે કોઈ રાજા છું? ના, એવું કશું નથી. હું એમાંથી કશું નથી અને છતાં બધું છું. અમર વ્યક્તિને સંસારથી છુપાઈને રહેવું પડે છે જેથી તેની અમરતા પર કોઈ શક ન કરે, નહીંતર એને લાગશે કે આ કોઈ જાદુ છે. બહુ થોડા લોકો જાદુ પર વિશ્વાસ કરે છે, પણ વાત ફેલાઈ ગઈ અને મારા વિશે અફવાઓ ફેલાઈ ગઈ. મેં જ દેવી સીતાની રક્ષા કરી અને ભગવાન રાઘવની સહાયતા કરી. હું ઘણુંબધું છું, પણ ધીરે ધીરે બધી માન્યતાઓ મટી ગઈ અને હું એક શાસક રહી ગયો, જે પોતાના કબીલાનું શાસન કરે છે. હું હવે પોતાના લોકો સાથે શાંતિથી જીવું છું."

ભગવાન બજરંગનું શરીરસૌષ્ઠવ દર્શનીય હતું. તે ફરી એક બીજા ઝાડની ડાળી પર ચઢી ગયા અને પાકું ફળ તોડ્યું અને કલ્કિને આપ્યું.

"તારે આને ખાવું જોઈએ."

"આ શું છે?"

"આ આપણને બળવાન અને મજબૂત બનાવે છે."

"સોમની જેમ?"

"તું તે ઝાડ વિશે કશું નથી જાણતો."

"હું બહુ બધું જાણું છું."

"તને અને બીજા લોકોને લાગે છે કે સોમનું સેવન કરનારા વિક્ષિપ્ત થઈ જાય છે, પણ આ સાચું નથી. ભગવાન રાઘવે ઘણા પ્રમાણમાં સોમનું સેવન કર્યું હતું અને તે કદી બીમાર નથી પડ્યા. ક્યારેય નહીં."

કલ્કિ તો એમને નૈતિક અને ધર્મનિષ્ઠ માનતો હતો. આટલા પવિત્ર વ્યક્તિને ભ્રષ્ટ કરવા અસંભવ હતા, "પણ તે તો ધર્મ હતા ને?"

"ઓહ, પેલી ધર્મ અને અધર્મની ભવિષ્યવાણી? તું સાચે તેમાં માને છે?"

કલ્કિએ હા કહ્યું.

"હું કશું જણાવવા માગું છું. કોઈ ધર્મ કે અધર્મ નથી હોતો. તે નકામી વાતો છે. ભગવાન રાઘવ અને દુઃશાસન, બંનેએ સોમ લીધું,

પણ પોતાની રીતે તેનો પ્રયોગ કર્યો. સોમ સારું અને ખરાબ એવું કશું નથી હોતું. તે વ્યક્તિ પર આધાર રાખે છે કે તમે પોતાના માટે કયો રસ્તો નક્કી કરો છો અને તને ખબર જ છે કે રસ્તો શેનાથી નક્કી થાય છે, બરાબર ને?"

કલ્કિએ હા પાડી. તેના માટે આ બધું નવું હતું.

"એક વ્યક્તિ રૂપે તમારી પસંદગી જ તમારો પથ નક્કી કરે છે. ભગવાન રાઘવે સાચો પથ પસંદ કર્યો અને દુઃશાસને હિંસક રસ્તો પસંદ કર્યો. આ સોમના પ્રભાવથી નથી થયું. મારા પર વિશ્વાસ કર."

કોઈ ધર્મ અને અધર્મ નથી તો હું શું કરી રહ્યો છું?

"આપણે વિરોધાભાસથી ભરેલી દુનિયામાં જીવી રહ્યાં છીએ, પણ ચિંતા ન કર. તું યોગ્ય સમયે બધું શીખી જઈશ." તેમણે તેની પીઠ થપથપાવી. કલ્કિ પાકેલું મીઠું ફળ ખાઈ રહ્યો હતો જેની મીઠાશ આખા મોંમાં ઓગળી ગઈ હતી.

ભગવાન બજરંગે તેનું નિશાન જોઈને પૂછ્યું, "જાણે છે, આ શું છે?"

"શું છે?"

"આ ભગવાન વિષ્ણુનું પ્રતીક છે. તેમણે તને ધર્મના યોદ્ધા બનવાની અનુમતિ આપી. આખરે તારી પસંદગી કરવામાં આવી છે."

"ઊભા રહો, તો શું અત્યાર સુધી મારી પસંદગી નહોતી?" કલ્કિએ આંખો ઝીણી કરી.

"નહીં, તારી પસંદગી નહોતી થઈ."

"પણ... પણ..." કલ્કિના શબ્દ વિખરાઈ ગયા. તે તો અત્યાર સુધી પોતાને પસંદ કરાયેલો યોદ્ધા માનીને લડી રહ્યો હતો, "પરંતુ આ કેવી રીતે શક્ય છે? કૃપાએ કહ્યું હતું કે હું ધર્મ છું અને એક અવતાર બનવાની રીતભાત શીખવા માટે મારે મહેન્દ્રગિરિ જવાનું છે અને તમે કહો છો કે મને તે સમયે પસંદ કરવામાં નહોતો આવ્યો. એટલે કે ત્યારે કોઈ બીજો પણ ધર્મ થઈ શકતો હતો.?"

ભગવાન બજરંગના ચહેરા પર સ્મિત હતું, "કૃપા જુઠ્ઠો હતો. તેણે તને ધર્મ હોવાનો વિશ્વાસ આપ્યો અને તમે બધા એ પ્રમાણે કરવા

લાગ્યાં, જે એક ધર્મનિષ્ઠ માણસ કરે છે. તેણે વિશ્વાસની શક્તિનો પ્રયોગ કર્યો. સારી વાત એ છે કે હવે તને પસંદ કરી લેવામાં આવ્યો છે. કૃપા પર ભરોસો ન કરી શકાય. તેણે તેના જ સંબંધીને છેતર્યો. તેણે બીજા પક્ષનો પણ સાથ આપ્યો અને તેની બહેન અને બનેવી માર્યાં ગયાં. તું નથી જાણતો કે તેણે શું કર્યું હતું."

કલ્કિને પોતાના કાન પર વિશ્વાસ નહોતો થઈ રહ્યો. તેને તો કૃપા પર ત્યારથી જ શક હતો, જ્યારે મલેચ્છોએ તેના પિતાનો વધ કર્યો હતો.

"પણ મેં મારા જીવનમાં ક્યારેય સોમ નથી લીધું. મારી માએ તેને પીધું અને હું ધર્મ બની ગયો. હું સમજ્યો નહીં. મને લાગ્યું કે મને પસંદ કર્યો છે. હું આટલો બળવાન કેવી રીતે છું?"

ભગવાન બજરંગ હસ્યા, "તને તારી મા વિશે કોણે કહ્યું?"

"કૃપાએ."

અને પછી તેને ખબર પડી કે તે પણ સાવ જુઠ્ઠું હતું.

"શું કોઈ મને અવતાર બનવાની રીતભાત શીખવાડશે કે તે પણ જુઠ્ઠું છે?"

"બની શકે છે. મને વધુ જાણકારી નથી. પણ કૃપા શરૂઆતથી જ ખોટું બોલતો આવ્યો છે અને આ સારી વાત છે. આ એક જરૂરી અસત્ય હતું, કેમ કે તેને લાગતું હતું કે તારી અંદર ધર્મ બનવાની યોગ્યતા છે. તેં પણ માની લીધું કે તને ગર્ભમાં જ સોમનો પ્રભાવ મળ્યો હશે. એવું નથી હોતું. તારે એને જાતે લેવાનું હોય છે. કદાચ તને નાનપણમાં કૃપાએ આપ્યું હોય."

પણ મારા બાબા કૃપાને કઈ રીતે જાણતા હશે?

"તારી પાસે એમને પૂછવાના ઘણા પ્રશ્નો છે. સાચું કહું તો તેના પર ભરોસો નથી, પણ તે જ તને આ જગ્યા પર લાવ્યો છે. તેનો મતલબ છે કે પહાડીઓમાં જે છે તેને તેના પર વિશ્વાસ છે, તો તું એની જોડે રહે." ભગવાન બજરંગ એક બાજુ જવા લાગ્યા, "અને જલદી કરજે. આપણી પાસે વધુ સમય નથી."

"કેમ?"

"મારા કબીલામાં વિદ્રોહ જણાઈ રહ્યો છે અને કાલે અમારે લડવા જવાનું છે." ભગવાન બજરંગ ગયા તો કલ્કિની પાસે જવાબ ઓછા અને સવાલની સંખ્યા વધી ગઈ.

40

કળિએ આકાશમાં ટમટમતા તારા તરફ જોયું અને વિચારવા લાગ્યો કે રાજ્ય ગુમાવી દીધા પછી હવે તે શું હતો. તે ઊઠીને નાળા પાસે જતો રહ્યો. તેમાં આકાશનું ચિત્ર દેખાતું હતું. તેણે પાણીમાં હાથ નાંખ્યો. પાણીનું વહેણ પણ ખૂંચતું હતું. તે પગનો અવાજ સાંભળી પાછળ ફર્યો. દુરુક્તિ તેની પાસે આવીને બેસી ગઈ.

"તારા પગમાં કેવું છે?" તેણે પૂછ્યું.

"પહેલાં કરતાં સારું છે." કળિ હજુ પણ લાકડીની મદદ લેતો હતો.

તે થોડી વાર ચૂપ બેઠી અને વિચારી રહી હતી કે પોતાની વાત કઈ રીતે કહે.

"શું તને લાગે છે કે હું એક સારો માણસ છું?"

"એક સારો માણસ?" તે અચકાઈ, "અરે ના."

કળિએ નિઃસાસો નાંખ્યો. તે નારાજ નહોતો. થોડા સમયથી ઘણી વાતોનો અનુભવ થવાનો બંધ થઈ ગયો હતો. કદાચ સિંહાસન ગુમાવ્યા બાદ લોભ અને અભિમાન ઘટી ગયું હતું. હવે તે તૂટી ગયેલા પગવાળો એક સામાન્ય માણસ હતો.

"કેમ?"

"તેં ઘણાં ખરાબ કામ કર્યાં છે."

"તેં પણ કર્યાં જ છે ને."

"મને તો તેનો પસ્તાવો છે."

"મને પણ છે, પણ તેં સાચું કહ્યું, 'હું સારો માણસ નથી.' મેં એવાં કામ કર્યાં છે કે જેના પર હું ગર્વ નથી કરી શકતો."

"આ બધું મને કેમ પૂછી રહ્યો છે?"

"અંદરથી આવતા અવાજોના લીધે."

"શું હજુ પણ તું તેને સાંભળે છે?"

તેણે માથું હલાવ્યું. વિચારવા જેવી વાત હતી. સત્તા હાથમાંથી જતાં જ અવાજો આવવાના બંધ થઈ ગયા. તેણે માથામાં હાથ ફેરવ્યો તો લાગ્યું કે તેની પર વાળ ઊગી રહ્યા છે, "કદાચ મારી ટાલનો ઇલાજ થઈ ગયો છે. શું સાચે જ મારો ઇલાજ થઈ ગયો છે?"

"તારા અંદરથી આવતો અવાજ શું કહેતો હતો?"

"હું ક્યારેય નિર્દય નહોતો રહ્યો, પણ હું મહત્ત્વાકાંક્ષી હતો. મારો એક અંશ સારા રાજા બનાવવા માગતો હતો, પણ મનનો અવાજ કહે છે કે લોકો પર રાજ કર, તેમની અંદર ભય પેદા કર, કેમ કે ભયના વડે જ શાસન થાય છે."

"અને સિંહાસન પરથી નીચે ઊતરતાં જ તું ખોટો સાબિત થઈ ગયો."

"હમ્મ."

"શું એવું થઈ શકે કે તે બધી તારી કલ્પનાની ઊપજ હોય? સિંહાસન છીનવાઈ જવાના ભયથી પેદા થઈ હોય. હવે જ્યારે સિંહાસન જ નથી રહ્યું તો તારી કલ્પના પણ બદલાઈ ગઈ."

કદાચ તે સાચું કહેતી હતી. તેને ઊભું થવા માટે નીચે પડવાનું જ હતું. શુક્રએ કહ્યું હતું કે તે જ ધર્મ છે, તો પછી અધર્મ કોણ છે? કલ્કિ. તે કળિને મારવાની તૈયારીમાં હતો, પણ કળિ એવું નહીં થવા દે. તે પોતાને તૈયાર કરી દેશે. ઘા રુઝાઈ જાય પછી ફરી શક્તિશાળી બની જશે.

"મેં તને હંમેશાં એક સારો રાજા માન્યો. એના લીધે જ તેં મારી સામે એટલું બધું કર્યું છતાં હું આજે તારી સાથે છું. તારી અંદર એક આશાનું કિરણ છે."

કળિએ આંખ ઝબકાવી. તેને એની બહેનની સચ્ચાઈ અને ઇમાનદારી જોઈને નવાઈ લાગી. ઇન્દ્રગઢમાં તો તે બહુ શાંત રહેતી હતી. આ તો તે જ દુરુક્તિ પાછી આવી ગઈ હતી, જે કળિના રાજા બનવાની શરૂઆતના દિવસોમાં જોવા મળતી હતી. તે જીવનમાં નાની નાની વાતોનો પાઠ સમજાવ્યા કરતી હતી.

"આભાર તારો."

"હવે તું શું કરવા માગે છે?"

"એક ઉત્તમ માણસ બનવું છે." તે એ બધાં ભયંકર સપનાંઓને યાદ કરવા લાગ્યો. તેનાં રડતાં ભાઈ-બહેન. લોહીથી ભરેલી નદીઓ સાથેની રેતી. તેનાં નામની બૂમો પાડીને કરાતો વિરાસત શોધવાનો આગ્રહ. તેના અતીતનો પોકાર, "પણ પહેલાં મારે તે કરવું પડશે, જે બહુ પહેલાં કરી લેવું જોઈતું હતું."

તે ફર્યો અને એક બાજુ ચાલી નીકળ્યો.

કળિ ઝૂંપડીમાં ગયો તો શુક્ર સૂતો હતો, પણ તેનાં નસકોરાં બોલતાં નહોતાં. તેણે બહાર ઊભા રહેલા કોકો અને વિકોકોને તે જગ્યાએથી ખસેડી દીધા, પછી તે એમની પાસે ઘૂંટણભેર બેસી ગયો.

"આ બધું શું છે?" તે ધીમેથી બોલ્યો.

"મને ખબર છે કે તે તમે જ છો." કળિ બોલ્યો, "તમે જ મારા સપનામાં આવતા હતા ને, હેં ને? તમે જ સપનાઓમાં આવી મને વિરાસત શોધવાનું કહેતા હતા." કળિને અનુભવ થયો કે સપનામાં આવતો અવાજ બિલકુલ શુક્રના અવાજ જેવો હતો. દુરુક્તિનું કહેવું ખોટું હતું. આ ફક્ત કલ્પના નહોતી.

શુક્રના ચહેરા પર સ્મિત આવ્યું, "તારી યાદશક્તિ સારી છે."

"તમે એવું કેમ કર્યું?"

તેમણે નિઃસાસો નાંખ્યો, "હે અંતિમ અસુર, મારી પાસે અધર્મને હરાવવાની તાકાત નથી, પણ તારી પાસે છે. એટલા માટે તારે તાલીમ લેવી પડશે. તારે પોતાનો વારસો જાણવો પડશે. તારે ફક્ત ઉદૈયા નહીં, પણ દક્ષિણી પર પણ રાજ કરવાનું છે."

"તો તમે જ મારું રાજ છીનવ્યું?"

"હમ્મ. પહેલા સપનામાં સંદેશો મોકલ્યો, પણ તેં ન સાંભળ્યો. એટલે સપનાઓની અસર વધારી દીધી, જેથી તું ધ્યાન આપે."

"પણ રાત્રિને મારવાનું, તેના પ્રેમીઓની હત્યા, વેદાંત અને પછી અરજણને પરેશાન કરવાનું, આ બધું મારું કરેલું હતું. તે મારા નિર્ણય

હતા અને હવે તમે કહો છો કે આ બધું તમે કરાવ્યું હતું?"

શુક્રએ તેનો ખભો થપથપાવ્યો, "નિર્ણય તારો હતો, પણ મારી અસરમાં હતો. મેં જ તને છેલ્લે સુધી લઈ જઈ ધકેલ્યો. જો કે હું પ્રત્યક્ષ રૂપથી સંમિલિત નહોતો. હું તારા કાનમાં ખુશ થાય તેવા શબ્દો કહેતો રહ્યો અને તને લાગ્યું કે તું બધું સારું જ કરી રહ્યો હતો."

"મને લાગ્યું કે મારી બીમારીને કારણે મને સપનાં આવે છે."

"તારી બીમારીએ જ તને તારા વિચાર સુધી જવામાં મદદ કરી."

"તમે ઉર્વશીને પ્રેરિત કરી કે તે મારું સિંહાસન છીનવી લે."

તેણે માથું ધુણાવ્યું, "તેં જ એના પિતાને મારીને એવી હાલત સર્જી. મેં તો તેને તને હરાવવા માટેનાં જરૂરી સાધન આપ્યાં હતાં."

"સાધન?"

"હું તેનો ગુરુ હતો. જ્યારે તે નાની બાળકી હતી ત્યારથી તેને ઘણું બધું શીખવાડતો આવ્યો છું."

"તમને કઈ રીતે ખબર હતી કે તે એક દિવસ મારી પાસેથી ગાદી છીનવી લેશે?"

"કેમ કે પહેલાં મારી પાસે બ્રહ્માની આંખ હતી, પણ પછી એક શાપિતે મારી પાસેથી છીનવી લીધી. તે અસુરોની ધરતી પર આવ્યો અને તેણે મારી પાસેથી છીનવી લીધી. આ મહાયુદ્ધ પછી આવેલા વિનાશની વાત છે."

"શાપિત?"

"એ જ તો તારા રોગ અને દરેક વાતનું કારણ છે. તે જ બધો ખેલ રચે છે. જેથી તે એવો બની શકે જેવું તે વિચારે છે અને તે એ બધું જ કરી શકે, જે તે કરવા માગે છે."

કળિ ઘણું બધું જાણવા માગતો હતો, પણ તે સમજી શક્યો નહીં, "તમે વિદ્યાધર છો?"

"હું ઘણું બધું છું, પણ સૌથી પહેલાં એક આચાર્ય છું. એક અમર આચાર્ય, જેણે અસુર રાજાઓનો ઉદય અને પતન જોયું અને હું અસુરી રાજાનું પતન નહીં થવા દઉં." તેણે કળિના માથે હાથ મૂક્યો, "હું વિચારતો હતો કે તું એક રાજાના રૂપમાં પોતાના અભિમાનથી મુક્ત થઈ જાય ને તું મારી સાથે આવી શકે."

"ક્યાં...?"

"પાતાળ."

કળિએ એ ટાપુ વિશે સાભળ્યું હતું. લોકો કહેતા હતા કે આ જગ્યા ક્યાંક ધુમ્મસ વચ્ચે છુપાયેલી છે. એક નાની જગ્યા જે ક્યારેક અસુરોની ધરતી હતી, જ્યારે તે ઈલાવર્તી આવ્યા નહોતા. એવું માનવામાં આવે છે કે અસુરોનાં મંદિર હજુ પણ ત્યાં છે. જેમાં તેમના રહસ્ય, શિલાલેખ અને તેમના મહાન ઇતિહાસથી જોડાયેલા સંકેતો છુપાયેલા છે.

"પણ આ બધી તો માન્યતા છે?"

"ના, બધું સાચું છે. આનાથી તને તારા વારસાની ખબર પડશે. જેની તને ખબર હોવી જરૂરી છે."

"કેમ? મારા માટે જાણવું એટલું જરૂરી કેમ છે? મારે પાતાળની સફર કેમ કરવાની છે?"

"કેમ કે તે શાપિત બ્રહ્માના આંખના ત્રણ ટુકડા મેળવી ચૂક્યો છે, પણ તે પહેલો ભૂલી ગયો અને પહેલો ટુકડો પાતાળમાં છે. હું તને એવું કશું બતાવીશ જે હંમેશાં માટે તારું જીવન બદલી નાંખશે. શું તું સાથે આવીશ કે નહીં?"

કળિએ શુક્રાચાર્યની ઘેરી આંખોમાં જોયું અને હા કહી દીધું.

કદાચ તેને પોતાના બધા પ્રશ્નોના જવાબ મળી શકશે.

"પોતાના પતન માટે બધી રીતે મને જ દોષ ન આપીશ. ફક્ત હું જ એવું નહોતો કરી રહ્યો. મેં તો ઉર્વશીને તાકાતવાળી બનાવી, પણ એણે તો તારા દુશ્મનને તાકાતવાન બનાવ્યો." તેણે દરવાજાની તરફ સંકેત કર્યો. બહાર દુરુક્તિ તે લોકોની બાજુ પીઠ કરી ઊભી હતી. તે પોતાની સામેનું દશ્ય જોઈ રહી હતી.

"મારી બહેન? પણ કેમ?"

"સમય જ બધા જવાબ આપશે." શુક્ર ધીમેથી બોલ્યા. કળિની નસેનસમાં એક ઝણઝણાટી પ્રસરી ગઈ

41

અરજણ નહોતો જાણતો કે આના પછી તે શું કરવા જઈ રહી હતી.

તે પોતાના ઓરડામાં હતો, જ્યારે સિપાહીએ આવીને કહ્યું કે ઉર્વશીએ કુબેર સાથે મુલાકાત ગોઠવી છે જેમાં અરજણ અને રુદ્ર બંનેએ જવાનું છે. કંઈક તો ગરબડ હતી.

ઉર્વશીએ કુબેરને લાવવા માટે મને કે રુદ્રને કેમ ન મોકલ્યા?

ઉર્વશી જાણતી હતી કે તેના પિતાની હત્યા માટે કુબેર જ જવાબદાર હતો. હવે એક મોટી મુશ્કેલી સર્જાવાની હતી.

અરજણને આશા હતી કે તે જૂની વાતોને ભૂલાવી ભવિષ્યની બાબતમાં વિચારશે. ઉર્વશીને કુબેરની વધુ જરૂર હતી, જ્યારે કુબેરને ઉર્વશીની એટલી જરૂર નહોતી.

"તે ફક્ત તેર વર્ષની હતી." રુદ્રએ કહ્યું. તે અરજણની સાથે પલંગ પર સૂતેલો હતો.

લડાઈ પછી અરજણે રુદ્ર માટેના પોતાના આકર્ષણનો સ્વીકાર કરી લીધો હતો અને તેનો જવાબ પણ આવી ગયો હતો. જોકે તેમાં કોઈ નવાઈની વાત નહોતી. રુદ્રએ ત્યારે કહ્યું હતું, "પ્રિય, તેં આવવામાં ઘણો સમય લગાવી દીધો." અને આ એક મજેદાર વાત હતી, કેમ કે અરજણ પ્રેમની બાબતમાં થોડો 'ઢ' હતો. તે આ પ્રેમમાં થોડું અજીબ અને અટપટું અનુભવી રહ્યો હતો.

અરજણે નિઃસાસો નાંખ્યો, "ખબર છે. આ જ વાત તેની વિરુદ્ધ જવાની છે. શું આપણે... તેને સિંહાસન પરથી ઊતરવાનું કહેવું જોઈએ? કદાચ રામરસ નગરને વધુ યોગ્ય રીતે સંભાળી શકે છે."

"તે દલાલ છે. મારો વિશ્વાસ કર. તે ફક્ત તે જ કરશે જે તેના પિતા કહેશે. તેના ચાવવાના અને બતાવવાના દાંત જુદા છે."

"તને કઈ રીતે ખબર?"

"કેમ કે હું આ જ દરબારીની વાત કરી રહ્યો હતો."

"તે જ, તું જેની સાથે હતો? જેના લીધે તારે કારાગૃહમાં જવું પડ્યું હતું?"

રુદ્રએ માથું પંપાળ્યું, "હું ઉર્વશીને આ બાબતમાં કશું કહેવા માગતો નથી."

"ના, ન કહીશ. તેને આપણા વિશે પણ ન કહીશ." અરજણે હોઠ ચુમ્યા, "બાજી પલટી શકે છે. આપણે ધીમે ધીમે સમજાવી દઈશું."

રુદ્રએ હા કહ્યું, "હવે આપણે શું કરવું જોઈએ?"

"તેને સમજાવવી પડશે કે તે કુબેરનો જીવ ન લે. આજે તે કિલ્લામાં કશું જ ન કરે. આપણી પાસે હજુ સમય છે. આપણે એને યાદ કરાવવું પડશે કે કુબેર તેને શું આપી શકે છે?"

"સારું, આપણે જવું જોઈએ." રુદ્ર પલંગ પરથી નીચે ઊતર્યો.

અરજણે પણ વાળમાં આંગળીઓ ફેરવી એવું જ કર્યું.

"તારી તબિયત બરાબર તો છે ને?"

"હમ્મ, કેમ એવું પૂછે છે?"

"કળિ સાથે કુશ્તી કર્યા બાદ તું કંઈક અલગ જ લાગે છે."

"અલગ? એટલે કેવો?"

રુદ્ર હસ્યો, "તું પહેલાં કરતાં વધુ નીડર લાગે છે. પહેલાંના અરજણમાં આ વાત નહોતી. હું વિચારી રહ્યો હતો કે આ કુશ્તીમાં એવું તે શું થયું હશે?"

અરજણ તે બાબતમાં વિચારવા લાગ્યો. *શું આ સોમની અસર હતી? શું તેને કોઈ એવું બનાવી રહ્યું હતું, જે તે પહેલાં નહોતો?* કોઈ નથી જાણતું કે સોમ કેવી રીતે અસર કરે છે. કોઈએ એની પૂરી સંભાવનાનો અનુભવ નથી મેળવ્યો અને એનું સેવન કરનારા વર્ષો પહેલાં મરી ચૂક્યા છે. તેના પર તો અતીતની ધૂળ જામી ગઈ છે.

અરજણે ઓરડામાં તેના કપડાં શોધ્યાં. કેટલીક વાર તો તેને વિશ્વાસ નહોતો આવતો કે તે એક મહેલમાં રહી રહ્યો છે. ઓરડો બહુ જ

મોટો હતો અને પડદા અને ગાલીચા સાથે આલીશાન લાગતો હતો. ઉર્વશી બધા મહેલને પોતાની પસંદગીથી તૈયાર કરાવી રહી હતી. તે કિલ્લાઓમાં ઉર્વશીના વફાદાર સિપાહીઓ અને કેદીઓ રહેતા હતા, જેમને યુદ્ધ બાદ તેમની સાથે રહેવાનું મંજૂર કર્યું હતું. રુદ્રને એ બધાને સંભાળવાનું કામ સોંપ્યું હતું.

અરજણ તૈયાર થયો અને રુદ્ર જોડે નીચે ચાલી નીકળ્યો. પરસાળમાં મશાલોની રોશની હતી. તે ચારબાગ પાસેથી નીકળ્યા. બાગની આજુબાજુ સિપાહીઓનો પહેરો હતો. તે મોટા ઓરડામાં ગયા તો ઉર્વશી અને કુબેર બેઠાં હતાં. *અજીબ વાત હતી. આ જગ્યાએ તો ઉર્વશીના મનપસંદ લોકોને જ પ્રવેશ મળતો હતો.* અરજણ અને રુદ્રને નવાઈ લાગી અને એકબીજાની સામું જોવા લાગ્યા.

તે અંદર ગયાં. આખા ઓરડામાં મહેમાનો માટે લાલ જાજમ પાથરી હતી. ઉર્વશી જે જગ્યાએ બેઠી હતી તેની પાછળ બે સિપાહી ઊભા હતા. તે હથિયારો સાથે હતા. તેની સામે કુબેર હતો જેની સાથે ત્રણ યક્ષ તીરંદાજ હતા.

તનાવ બહુ ઘેરો હતો.

ઉર્વશીએ આછા સ્મિતથી બંનેનું સ્વાગત કર્યું અને કુબેરને ઓળખાણ કરાવતાં કહ્યું, "જો આ લોકો ન હોત તો હું આજે આ જગ્યા પર ન હોત." તેનામાં લડવાની ઇચ્છા નહોતી તેવું તેને જોયા પછી લાગતું હતું.

કુબેર શરાબના ઘૂંટ ભરી રહ્યો હતો, "બહુ સરસ. અરે, તું તો કળિને જેણે કુશ્તીમાં હરાવ્યો હતો તે જ છે, હેં ને?"

અરજણે હા કહ્યું.

"વાહ, કેટલી મોટી સિદ્ધિ કહેવાય. મને પણ એ દુષ્ટથી નફરત હતી. તેને પ્રજા સામે કઈ રીતે પ્રસ્તુત થવું અથવા રાજ કરવાની કોઈ આવડત નહોતી, પણ હવે તે ખરાબ દિવસો વીતી ગયા અને આપણે આજે આ જગ્યા પર છીએ." ઉર્વશી તેને જોઈને ખુશ થઈ ગઈ.

"તું મોડો આવ્યો. અમે લોકો આ જ ચર્ચા કરી રહ્યાં હતાં કે કુબેર આપણા પ્રશાસનના મહત્ત્વનું એક અંગ હશે. હું તે જ કરવા માગું છું

જે મારા પિતાએ ન કર્યું. હું દક્ષિણી લોકો સાથે સંધિ કરવા માગું છું. એ જ રીતે બધા ખુશ રહેશે."

"આપણે એવું કરી શકીએ છીએ." કુબેરે તાળી પાડી.

"સરદાર! મારી પાસે કેટલાક ઉપાય છે." ઉર્વશી આગળની તરફ નમી.

"કેમ નહીં, હું જરૂર સાંભળીશ." કુબેરે આંખ ઝીણી કરી, "તું નથી જાણતી કે જ્યારે કળિએ તારા પિતાની સત્તા હડપવાનું ઇચ્છ્યું, તે પહેલાં અમે બંને સાથી હતાં. તેણે મને પણ ધમકાવ્યો હતો. હવે તેં એને બહાર કાઢી મૂક્યો છે એટલે હું તારો આભારી છું."

ઉર્વશીએ અરજણ સામે જોયું અને હસી.

અરજણે રાહતનો શ્વાસ લીધો. ઉર્વશી પરિપક્વ થઈ રહી હતી.

"મને એ વાત ગમશે કે જો તમે મને થોડું ધન આપી શકો. સૈન્ય માટે, કૃષિક્ષેત્રને આગળ વધારવા માટે અને બીજી નાની જરૂરિયાતો માટે. મારે સાંમતોને પણ ખુશ કરવાના છે."

"હું જાણું છું કે સિંહાસન ટકાવી રાખવા માટે આ બધું કરવું પડે છે, પણ આટલું બધું ધન તમને લોકોને..."

ઉર્વશીએ તરત પૂછ્યું, "તમે બદલામાં શું ઇચ્છો છો?"

કુબેર અચંબામાં પડી ગયો. તેણે ઉર્વશી પાસેથી આવી હાજરજવાબી હોવાની આશા નહોતી કરી.

"હું તમને શાસન માટે એક નગર આપી શકું છું." ઉર્વશીએ ઉદાસ થઈ કહ્યું.

વાહ, આ જ મારે જોઈતું હતું!

અરજણ પણ હસ્યો.

"કયું?"

"વરુણગઢ."

"તું એક કબીલાવાળા દક્ષિણીને ઉત્તરી રાજ્ય પર શાસન કરવા દઈશ? શું તને લાગે છે કે સામંતો માની જશે?"

"તે બધા ભાડમાં જાય." ઉર્વશી અને કુબેર હસવાં લાગ્યાં. અરજણ અને રુદ્ર પણ ધીમેથી હસવા લાગ્યા, "તમે મારા શાસનની જોડે લાંબા

સમયથી છો, એટલે મને તમને આ નગર આપવું ગમશે."

સરદાર કુબેર ગાલ હાથ ટેકવી વિચારવા લાગ્યા, "વાત તો બરોબર છે, પણ રક્તપનું શું થશે? જો તેને ખબર પડી કે ઇન્દ્રગઢ પર કળિનું રાજ નથી રહ્યું તો તે આપણા માટે મુસીબત બની શકે છે."

"હું તેની જોડે પણ સમજૂતી કરવા જઈ રહી છું. આપણે બધા એક જ લક્ષ્ય માટે કામ કરી રહ્યાં છીએ."

"જો તું રામરસથી હારી ગઈ તો?"

"બની જ ન શકે. મેં સાંભળ્યું છે કે તમે નગરની બહાર પણ સંદેશવાહક મોકલતા હતા."

તેનો ચહેરો લાલ થઈ ગયો, "ઓહ, હું મારા પુત્રની આવવાની રાહ જોઉં છું."

"પુત્ર?"

"હમ્મ. કળિ ન રહ્યો તો મને લાગ્યું કે ક્યાંક તું મને પણ ન મારી નાંખે. એટલે મદદ માટે પુત્રને બોલાવી દીધો. હવે તેને કહી દઈશ કે તેનું આવવું નકામું ગયું."

કુબેર હંમેશાં પોતાની સુરક્ષાની યોજના બનાવી રાખતો હતો. જો તેને રાજ કરવાનો મોકો મળે તો તે તેને પણ કદી ન ચૂકતો.

"તમે સિંહાસન લેવા માગો છો?" ઉર્વશી હસી પડી.

"નહીં નહીં. આ તો મારા માટે એક ખાતરી હતી કે હું સુરક્ષિત અલક પાછો જઈ શકું."

ઉર્વશીએ હા કહ્યું અને બતાવ્યું કે તેને કુબેરની તકલીફ સમજમાં આવી ગઈ હતી, "તમે હમણાં ન જાઓ. ઇન્દ્રગઢમાં ફક્ત તમે તો કબીલાવાળા બચ્યા છો. અમારી મંત્રી પરિષદમાં તમારી જરૂર છે."

"બેશક." એ જાડા માણસે તાળી વગાડી મદિરાનો પ્યાલો એક બાજુએ મૂક્યો, "સારું, હવે જાઉં છું. હું ધનની મંજૂરીનો આજ્ઞા-પત્ર મોકલી દઈશ અને તમે વરુણગઢ પર રાજ કરવાનો અધિકાર પત્ર મને... નાગલોકોની વિરુદ્ધ તમારી પાસેથી મદદની અપેક્ષા રહેશે." તેણે ધીમેથી કહ્યું.

ઉર્વશી બોલી, "ચિંતા ન કરો. મને પણ નાગલોકો નથી ગમતાં."

ઉર્વશી અને કુબેરે હાથ મિલાવ્યા. અરજણે રુદ્રને જોયો. *બધું બરાબર પાર પડ્યું હતું.*

અને પછી કંઈક અલગ બન્યું.

આ બધું એક ક્ષણમાત્રમાં થયું. કુબેરની ગરદનમાંથી લોહીનો ફુવારો વહ્યો. ઉર્વશીનું ચપ્પુ તેની ગરદનની આરપાર નીકળી ગયું હતું. તે જમીન પર પડી ગયો. યક્ષોએ બાણ ચલાવવાનું વિચાર્યું, પણ તે સિપાહીઓના શિકાર થઈ ગયા. તે ત્યાં જ પડી મરી ગયા.

અરજણ ડરી ગયો હતો. તે ત્યાં જડ થઈ ગયો. તેની આંગળીઓ સુન્ન થઈ ગઈ હતી અને હૃદય જોરથી ધબકી રહ્યું હતું. યક્ષરાજ એક નાની બાળકીના હાથે મરી ગયો. હવે તેને બધા યક્ષકબીલા જોડે લડવું પડશે.

આ છોકરી હંમેશાં આશ્ચર્યચકિત કરી દે છે.

ઉર્વશી લોહીથી રંગાયેલા ચપ્પુને લઈ અરજણ પાસે આવી. તેના ચહેરા પર કુબેરનું લોહી ચમકી રહ્યું હતું, પણ તેણે તેને ન લૂછ્યું.

“ચપ્પુને ક્યાંક છુપાવી દો.”

“કેમ?” અરજણ ફક્ત એટલું જ બોલી શક્યો, “જો મારવો જ હતો તો સપનાં કેમ બતાવ્યાં?”

“કેમ કે તેણે મારા પિતા સાથે આવું જ કર્યું હતું.”

ઉર્વશી તેને ત્યાં જ છોડી બહાર જતી રહી. તેમણે લાશો પણ સગેવગે કરવાની હતી. અરજણે નિઃસાસો નાંખ્યો અને લોહીથી રંગાયેલો ગાલીચો જોયો.

“હવે આપણે બધા માર્યા જઈશું!”

42

આ પછીનો દિવસ હતો. કલ્કિ પોતાની ઝૂંપડીમાં બેચેનીથી રાહ જોતો વિચારી રહ્યો હતો. તેણે કૃપાનો સામનો કરવો જોઈએ કે નહીં? ભગવાન બજરંગે તેના મગજમાં સંદેહનું બીજ રોપી દીધું હતું. અરજણે પણ એને સાવધ તો કર્યો જ હતો.

એથી જ તેને યાદ આવ્યું કે અરજણ પોતાના દિલની વાત કહેનારો હતો. જ્યારે પણ કંઈક ખોટું થાય તો તેને જાતે જ ખબર પડી જતી

કલ્કિ વિચારી રહ્યો હતો કે અરજણ જીવતો હશે કે મરી ગયો. *શું હું એને ક્યારેય મળી શકીશ? શું માને ફરી મળી શકીશ?* જો કે આ સમયે તે ભગવાન બજરંગના મંદિરમાં હતી અને કલ્કિએ કાલે જ ભગવાન બજરંગ જોડે વાત કરી હતી. *જો તેને ખબર પડત તો તે બેશક હસ્યા વગર ન રહી શકત.* તેણે નક્કી કર્યું હતું કે આ બધું ખતમ થઈ જાય પછી તે પોતાના ભાઈને શોધશે અને પોતાની માને પણ મળશે.

તેણે પોતાની છાતી પર બનેલા પ્રતીકને જોયું. વાનર પણ તે જ જોઈ રહ્યાં હતાં. એટલે તેણે એક શાલ લપેટી લીધી. *તમે એક અવતારના રૂપમાં જન્મ નથી લેતા. તમારા કર્મ જ તમને એવા બનાવે છે.* ભગવાન બજરંગે પણ તેને આ જ કહ્યું હતું.

તે દંડકની પહાડીઓ તરફ વધી રહ્યો હતો અને પોતાના ચિહ્ન વિશે વિચારી રહ્યો હતો. વાનરવત વનની પાસે બરફથી ઢંકાયેલી પહાડીઓ પૂરી થઈ જતી હતી. તેમની અંદર એક મોટું ઝરણું હતું, જેમાં સાત નદીઓનું સ્વચ્છ અને ઝર-ઝર વહેતું પાણી આવીને પડતું હતું. તે જગ્યા બહુ જ સુંદર હતી. છાવણીના ચિકિત્સક કારાએ જણાવ્યું હતું કે, કઈ રીતે વાનરોની રાજધાની કિષ્કિન્ધા દક્ષિણમાં હતી. પરંતુ

વાનરોએ રહેવા માટે ઉદૈયાને પસંદ કર્યું, જેથી તે યુદ્ધની રાજનીતિથી બચી શકે. હવે રાજ્યના બે ભાગ પડી ગયા. એક સરદાર તાર અને બીજું બજરંગ પાસે છે. તાર ઇચ્છે છે કે વાનર રાજ્યનો વિસ્તાર કરે અને જરૂર પડે તો લડે પણ ખરો. જ્યારે ભગવાન બજરંગનું કહેવું છે કે દુઃશાસન સાથેના યુદ્ધમાં તે લોકો બહુ જ રક્તપાત જોઈ ચૂક્યા છે.

એક જ કબીલામાં બે વિચારધારાઓના લીધે બંને વચ્ચે સંઘર્ષ પેદા થયો હતો. જે કલ્કિ માટે પણ કોઈ નવી વાત નહોતી. ઇન્દ્રગઢમાં પણ આ જ કારણથી ગૃહયુદ્ધ થયું હતું. એ જ વાતથી તેને ખ્યાલ આવ્યો હતો કે કઈ રીતે દુનિયા સંઘર્ષોના રસ્તા પર ચાલીને પ્રગતિ કરે છે અને સંઘર્ષ ન હોય તો કશું નથી હોતું. બધી જગ્યાએ પૂર્ણ શાંતિ હશે, પરંતુ શું આ શાંતિ સાચે જ યોગ્ય બદલાવ લાવે છે? એવું લાગતું તો નથી. કબીલાના સરદાર તારએ વિદ્રોહ કરી દીધો અને કેટલાય વાનરો તેના પક્ષમાં જતાં રહ્યાં અને સરદાર બજરંગના સમર્થક પોતાના જ કબીલાના લોકો સાથે લડીને તેમને મારી રહ્યા હતા.

કલ્કિ દંડકની પહાડીઓ વચ્ચે બનેલી વાનર ઝૂંપડીઓની આજુબાજુ ફરી રહ્યો હતો. દૂર ક્ષિતિજ પર નીચે ઊંડે જ્યાં ઢાળ ખતમ થઈ જતો હતો અને સૂરજ ચમકી રહ્યો હતો. તેણે ભગવાન બજરંગને એક ડઝન સિપાહીઓ સાથે દંડક વન અને તારની છાવણી વચ્ચેની શાસનહીન ભૂમિ તરફ આગળ વધતા જોયા. તે યુદ્ધનું મેદાન હતું. બંને તરફના લોકો મરી રહ્યાં હતાં. કમનસીબે ભગવાન બજરંગનું સૈન્યબળ ઘટી રહ્યું હતું. તેમને આ યુદ્ધમાં મજબૂર થઈને બાળકો અને વૃદ્ધોનો પણ સમાવેશ કરવો પડ્યો.

કારાએ કલ્કિને કહ્યું, "મેં તેમને આટલા ચિંતિત ક્યારેય જોયા નથી. કલ્પના કરો કે તમે એકાંત જગ્યા પર રહો છો અને તમારા પોતાના જ માણસો તેને નાશ કરી દે. તેમણે બહારના લોકો સાથે વાનરોને રહેવાની અનુમતિ એટલા માટે આપી કેમ કે અમારી પાસે માણસોની અછત હતી. ખાસ કરીને તું કલ્કિ. તને જોઈને લાગે છે કે તું આસાનીથી કોઈને પણ હરાવી શકે છે. અમે રહેવા માટે આ જગ્યા એટલા માટે

પસંદ કરી બહારની દુનિયાથી કોઈ સંબંધ ન રહે, પરંતુ હવે લાગે છે કે સંઘર્ષોથી ક્યારેય છટકી ન શકાય."

આ જ વાતચીત વખતે કલ્કિએ રત્નાને પોતાની તરફ આવતી જોઈ. તે તારની છાવણીની નજીક લાલ ફૂલોના ભરેલા વનમાં એક મોટી શિલા પર બેઠી હતી. આ જગ્યા પર જવા માટે વાનરવતને પાર કરવું પડે. નહીંતર પુલના રસ્તા પરથી પણ જવાય. જેનાથી થોડા સમય પહેલાં ભગવાન બજરંગ ગયા હતા. વાનરવતના બહારના કિનારાઓ પર કોઈ ઘૂસી ન જાય તે માટે નાકાબંધી કરવામાં આવી હતી.

"તું શું કરી રહ્યો છે?" રત્નાએ પૂછ્યું.

"વિચારી રહ્યો હતો."

"કઈ બાબતમાં?"

તે કલ્કિ પાસે બેસીને તલવારની ધાર તેજ કરવા લાગી.

"કોણ છે તું?" કલ્કિએ પૂછ્યું. રત્નાએ પોતાનું હસવું દબાવ્યું, "નહીં, સાચે જ તું દેખાવમાં તો માનવ જ લાગે છે..."

"જ્યારે મને અપ્સરા બનવા મોકલવામાં આવી તે પહેલાં હું માનવ જ હતી. અપ્સરા વિશે તું જાણે છે કે આ એક વિશિષ્ટ પ્રકારના કબીલાવાળા લોકો હોય છે. જો કોઈ યુવતી અપ્સરાના રૂપમાં ન જન્મી તો તે કેટલીક પરીક્ષાઓ પાસ કરીને અપ્સરા બની શકે છે."

"અને તેં બધી પરીક્ષાઓ પાસ કરી લીધી?"

તેણે પોતાનું ટકલું માથું હલાવી હા કહ્યું.

કલ્કિને તે વાત પર વિશ્વાસ નહોતો આવતો.

"તને લાગે છે કે હું અપ્સરા જેવી નથી દેખાતી, પરંતુ..."

કલ્કિએ તેની વાત સાંભળીને માથું ધુણાવ્યું.

"બેશક, હું અપ્સરા જેવી નથી દેખાતી." તેણે ગર્વથી કહ્યું, "કેમ કે હું અપ્સરાઓને સુંદરતાના નિશ્ચિત માપદંડથી તોળતી નથી. હું નથી ઇચ્છતી કે તે હંમેશાં વેશ્યાઓ બનીને રહે. હું ચાહું છું કે તે શક્તિ, વીરતા અને આશાનું પ્રતીક બને. પ્રલય પહેલાં સ્ત્રીઓ પુરુષો કરતાં પણ વધુ બળવાન હતી અને હવે અમારી તરફ જુઓ, અમને

જબરદસ્તીથી વેશ્યાવૃત્તિ તરફ ધકેલવામાં આવે છે. એનાથી વધુ મોટો બીજો અનર્થ શું હોય?"

"અને તેં એ જ વાતને સાબિત કરવા માટે તારા બધા વાળ કપાવી નાખ્યાં?"

તેણે માથું હલાવ્યું, "મને મારા વાળ ગમતા નહોતા. તેના લીધે હું સારી રીતે લડી શકતી નહોતી."

"એક અપ્સરાને શેના માટે યુદ્ધ કરવું પડે છે?" બીજા લોકોની જેમ તેના મનમાં પણ અપ્સરાઓ માટેની એક જ ધારણા હતી. તેમનું અસ્તિત્વ ફક્ત પુરુષોનું કે ક્યારેક મહિલાઓને આનંદ આપવા માટે જ છે. જેમ રાક્ષસોને દુષ્ટ, નાગને સંભ્રાંત અને માનવને સાધારણ સમજવામાં આવે છે.

"બીજી અપ્સરાઓને મુક્ત કરાવવા માટે. જે અપ્સરાને એક પિશાચે મારી નાખી... તે એક સ્વતંત્ર મહિલા હતી અને મેં જ તેને ભાગવામાં મદદ કરી હતી."

"તે જે થયું, તેના માટે મને બહુ જ અફસોસ છે."

"કશો વાંધો નહીં. મારા માટે એટલું જ મહત્ત્વનું છે કે જ્યારે તે મરી ત્યારે તે કોઈને આધીન નહોતી."

રત્ના ઘણી જ ચોક્કસ હતી અને કલ્કિને તેની એ વાત ગમી.

"તો તું અહીં કેમ છે? તેં કહ્યું હતું કે તું જ મને અહીં લઈને આવી. કેમ?"

રત્નાએ વાનરવતને જોઈને નિઃસાસો નાંખ્યો, "મેં સાંભળ્યું હતું કે તાર પોતાના આનંદ માટે અપ્સરાઓને બંદી બનાવી રહ્યો હતો. હું તેમને આઝાદ કરાવવા માગું છું. તેણે મહેલમાં અપ્સરાઓનો હરમ બનાવ્યો છે." પછી તેણે કલ્કિ સામે જોઈને પૂછ્યું, "તું પરેશાન કેમ લાગી રહ્યો છે?"

"હું વિચારી રહ્યો છું કે શું મારે મારા મનની વાત કહી દેવી જોઈએ?"

"તારે એને કહી દેવું જોઈએ તું એને પસંદ કરે છે?"

કલ્કીની ભ્રમર તંગ થઈ, "કોને...?"

"પદ્માને, તું એને પસંદ કરે છે ને?" રત્નાએ તેના ખભા પર ટપલી મારી.

કલ્કિ ગભરાઈને હસી પડ્યો, "અરે નહીં રે. એવું કંઈ નથી."

"હવે રહેવા દે. મેં જોયું છે કે તમે બંને એકબીજાની સામું કેવી રીતે જુઓ છો."

"અમે બંને એકબીજાને કેવી રીતે જોઈએ છીએ...?" કલ્કિનું મગજ બહેર મારી ગયું.

તે હસી, "જેમ તમને બંનેને એકબીજા પર ભરોસો હોય. હું પણ કોઈને એવી રીતે જોયા કરતી હતી."

"પછી શું થયું?"

તેણે તેની તલવાર જમીન પર મૂકી દીધી, "તે આ દુનિયામાં નથી રહ્યો – બસ, બીજું શું?"

"કેવી રીતે?"

રત્નાએ તેની સામે જોયું, "તું બહુ સવાલ કરે છે. હું બસ એટલું કહી શકું કે આ જીવન એક યાત્રા છે જેમાં તમે કેટલીક વાર અટવાઈ પડો છો. બસ, એ વાતનો સ્વીકાર કરી લો કે તમારે દરેક વખતે ઊઠીને આગળ વધવાનું છે."

"અને તેં તેના ગયા પછી આમ જ કર્યું?"

તેણે ઉદાસીથી માથું ધુણાવ્યું, "જેને તમે મનની વાત કહેવા માગો છો... તારે પણ તેના માટે એવું જ કરવું જોઈએ. રાહ ન જોઈશ." એટલું કહીને તે જતી રહી.

કલ્કિએ વિચાર્યું કે, રત્ના સાચું કહે છે અને એણે કૃપા અને પદ્માને વાનરવત તરફ જતાં જોયાં.

તેણે નક્કી કર્યું કે, તે પણ તેમની પાછળ જશે.

દંડક વન વાનરવતમાં સૌથી સુંદર હતું – લાલ ફૂલોવાળાં સુંદર ઝાડ બરફથી ઢંકાયેલાં હતાં. બસ, થોડી ચાલવા માટેની જગ્યા હતી.

જમીન પર બરફના કણો પીગળી રહ્યા હતા અને કલ્કીને લાગ્યું કે તે ભીની જગ્યા પર પગ મૂકી રહ્યો હતો. લાંબી અને પહોળી ડાળીઓથી તંગ થયેલાં વૃક્ષ પંદર ફૂટ જેટલાં ઊંચાં હતાં. વનમાં કોઈ હળવી મહેક પ્રસરેલી હતી અને કલ્કિ તે લોકોની પાછળ ચાલવા લાગ્યો.

"કહેવાય છે કે ભગવાન રાઘવની અસ્થિઓ પર વાનરવત બન્યું છે. મિત્ર, આ જ કારણ છે કે આ જગ્યા પર જુદાં જુદાં રંગબેરંગી ફૂલ, વનરાજી અને વૃક્ષ દેખાય છે." કૃપાએ કહ્યું, તે ક્યાંયથી નકામો કે પીધેલો નહોતો લાગતો. તે પૂરી રીતે સ્વસ્થ લાગતો હતો.

"આ તો સાચે જ અદ્ભુત છે."

"અરે હા, ખરેખર."

"સારું કૃપા, તેં ઇન્દ્રગઢમાં મારા માટે જે અસ્ત્ર બનાવ્યાં હતાં તેના માટે આભાર માનું છું. શું તને ચિંતા ન થઈ કે તેનાથી હું પૂરી નગરી ઉડાવી શકતી હતી?"

"મને ખબર હતી કે તું તે અસ્ત્રોનો પ્રયોગ નહીં કરે." કૃપાએ કહ્યું.

કલ્કિ બધું સાંભળી શકતો હતો, કેમ કે ધીરેથી તેમની પાછળ ચાલી રહ્યો હતો.

"છોકરી, કોઈનું વર્તન જોઈને તેના કામનો અંદાજ લગાવી શકાય છે અને હું લાંબા સમયથી લોકોને પારખતો આવ્યો છે."

"તારી ઉંમર કેટલી હશે?"

"બસ, તારી ઉંમરની આસ-પાસ."

તેણે અક્કડપણાથી માથું ધુણાવ્યું, "તું ક્યારેય સાચું નથી બોલતો."

"જો તું સાચું જાણવા માગે છે તો સાંભળ. હું એક પ્રાચીન અને અમર મનુષ્ય છું."

"એક પ્રાચીન વ્યક્તિ?" તેણે ગળામાં થૂંક ઉતાર્યું, "સાચું કહું તો મેં ક્યારેય એવું વિચાર્યું નહોતું કે કોઈ પીધેલો આવો પણ હોઈ શકે છે."

"ખરેખર તે વાતથી કોઈ ફર્ક નથી પડતો કે આપણે કેવા દેખાઈએ છીએ. ફર્ક તો બસ એ વાતથી પડે છે કે આપણે કેટલું સહન કર્યું છે.

લોકોને લાગે છે કે અમારા જેવા લોકો અમર છે, જે હંમેશાં જીવતા રહેવાના છે, પરંતુ એવા લોકો તેનાથી ઘણા વધારે છે — જે જ્ઞાનના સંરક્ષક હોય છે. તે સત્ય અને ઇતિહાસને બહુ સારી રીતે જાણતાં હોય છે. વાસ્તવમાં ફક્ત દસ જ પ્રાચીન વ્યક્તિ જીવતાં છે અને એમાંથી હું ત્રણ જણને બહુ સારી રીતે ઓળખું છું. તેમને અમરત્વનું વરદાન મળ્યું છે તે જ તેમનું જીવતાં રહેવાનું કારણ છે."

પદ્માએ હા કહ્યું, "તને જોઈને મને મારા પિતાની યાદ આવે છે."

"પણ તેં કદી તારા પિતા વિશે જણાવ્યું નથી."

કલ્કિને નવાઈ લાગતી હતી કે પદ્મા અને કૃપા કેટલી સહજતાથી વાતો કરી રહ્યાં છે. તે જોઈને તેને ઈર્ષ્યા થઈ, કેમ કે તે ક્યારેય તેની સાથે તેમના અંગત જીવનની ચર્ચા નહોતાં કરતાં. કદાચ તે એનાથી કંઈક છુપાવી રહ્યાં હતાં. જો કે તે એમને તેમની નિકટતા માટે દોષ ન આપી શકે. એ બંનેએ ભેગા થઈ કલ્કિનો જીવ બચાવ્યો હતો. બંને વચ્ચે તે દરમિયાન જ મિત્રતા થઈ હશે.

"મારા પિતા એક મૂર્ખ ને અનાડી હતા, પણ તે તારી જેમ વર્તતા નહોતા. આખી દુનિયા ભલે રસાતળમાં જઈ રહી હોય, પણ તે પોતાની મોજ અને શાંતિમાં મગ્ન રહેતા હતા. જ્યારે મારા ભાઈ મરી ગયા ત્યારે પણ તેમણે કશું ન કર્યું."

"કોણ છે તારા પિતા, છોકરી?" કૃપા ત્યાં જ સ્થિર થઈ ગયો, "શું એ..." તેણે માથું ફેરવ્યું તો પાછળ કલ્કિને પાછળ ઊભેલો જોયો, "અરે વાહ, જોઈ લે કોણ આપણી જાસૂસી કરી રહ્યું છે. મિત્ર, અમારી પાસેથી તું શું ઇચ્છે છે?"

કલ્કિ શરમાઈને તેમની પાસે આવી ગયો. પદ્મા નારાજ અને પરેશાન દેખાતી હતી. કદાચ તેને ખ્યાલ આવ્યો હતો કે કલ્કિ છુપાઈને તેમની વાતો સાંભળી રહ્યો હતો. તે સહેજ અચકાયો, "હું તમારી સાથે વાત કરવા માગતો હતો."

તેણે વાનરવત તરફ ઇશારો કર્યો, "આની બાબતમાં મને લાગે છે કે વાનરોનો આ મોરચો જોઈને આપણે ઘણું બધું શીખી શકીએ છીએ."

"આપણે મહેન્દ્રગિરિ કેમ નથી જઈ રહ્યાં? હું અહીં વધુ નથી રહેવા માગતો."

કૃપાએ ભ્રમર ચઢાવી, "ઓહ, તું તો ચિંતામાં લાગી રહ્યો છે."

"એવું કશું નથી. બસ, એમ થાય છે કે મારે એકલાએ જ પહાડો તરફ ચાલી નીકળવું જોઈએ. તું રસ્તો બતાવી દેજે, હું મારી જાતે જ ત્યાં જતો રહીશ."

"મિત્ર! મને તો લાગતું હતું કે તું આવા વિચિત્ર જીવ જોડે લડ્યા પછી થોડો સમય આરામ કરવા માગીશ."

કલ્કિએ માથું ધુણાવ્યું, "ના, જરૂર નથી. હવે હું ઠીક છું."

પદ્મા ખીજાઈને બોલી, "અને એકલું જ જવું છે? અમે અમારો જીવ જોખમમાં મૂકીને તને અહીં લાવ્યાં અને તું અમારાથી જ દૂર જવા માગે છે."

"તું અહીં શાંતિથી રહી શકીશ. પહાડો પર બહુ જ ઠંડી હોય છે."

કૃપાએ નવાઈ સાથે કહ્યું, "અહીંથી પણ વધુ ઠંડી? શું અમારાથી પીછો છોડાવવાની કોશિશમાં છે?"

કલ્કિએ કડકાઈથી કૃપા તરફ જોયું, તેના દાંત ભીડાયેલા હતા, "હું...હું... જાણવા માગું છું કે તેં મારા અવતાર હોવાની બાબતમાં જુઠ્ઠું કેમ કહ્યું?"

"પણ તું છે જ! પેલું નિશાન..."

"પણ પહેલાં તે નહોતું. તેં કહ્યું હતું કે મને એક અવતાર તરીકે પસંદ કરવામાં આવ્યો છે, પણ હું એવો નહોતો. જ્યારે તું પોતાની શોધખોળથી થાકી ગયો ત્યારે તેં ગામમાં બધાંથી શક્તિશાળી માનવને જ અવતાર ઘોષિત કરી દીધો." કલ્કિનો અવાજ ઊંચો થયો, "એક વાત સાચે સાચી જણાવ કે તું મારા પિતાને કેવી રીતે જાણતો હતો?"

"શું બજરંગે તારું મગજ ફેરવ્યું છે? ઓહ! લાગે છે તેમની જોડે વાત કરવી પડશે..." કૃપા જવા લાગ્યો, પણ કલ્કિએ તેમનો હાથ પકડી રોકી લીધા.

"તું મને જણાવ્યા વગર કશે નહીં જાય."

કૃપાએ એક ક્ષણ માટે કલ્કિને જોયો. તે ગુસ્સાથી કાંપી રહ્યો હતો.

કલ્કિએ દાંત ભીંસતા કૃપાને કહ્યું, "વૃદ્ધ માણસ, તું જ મ્લેચ્છોને ગામમાં લાવ્યો હતો?"

"આ કેવી વાત કરી રહ્યો છે?"

પદ્માએ વચ્ચે દખલ કરી.

"બોલ, તેં જ એવું કર્યું હતું ને?"

કલ્કિના હાથની પકડ કૃપાને વધારે કસતી રહી હતી અને તે જોઈ રહ્યો હતો કે એથી કૃપાને તકલીફ થઈ રહી હતી, પણ તેણે તેની પરવા ન કરી.

કૃપાએ પોતાનું માથું ઝુકાવી દીધું. તેનો રમતિયાળ સ્વભાવ ન જાણે ક્યાં જતો રહ્યો. તે માથું હલાવી બોલ્યો, "હા, મેં જ કર્યું હતું." કલ્કિએ તેને છોડી દીધો, "તેં જ મારા પિતાને માર્યા?"

"એ બધું મારી સમજૂતીનો હિસ્સો નહોતો. હું નહોતો ઇચ્છતો કે તે તારા પિતાને મારે. મેં કેશવને ખાસ કરીને કહ્યું હતું કે તે તારા ભાઈનું અપહરણ કરી લે, જેથી તું એને છોડાવવા આવે. હું નહોતો જાણતો કે તું તેના માટે પૂરી સેના લઈ જઈશ. મને કશું ખબર નથી..."

પણ કલ્કિનું મગજ ફરી ગયું. પણ તે ખતરનાક રીતે કૃપા પાસે આવી ગયો, "ખબર નહોતી? આટલો અનુભવી થઈને પણ કશું નથી જાણતો?"

તે ઊંડો શ્વાસ લઈ પાછળ હટ્યો, "હું જઈ રહ્યો છું. તને બીજી વાર મળવા નથી માગતો." તે પદ્મા જોડેથી આ રીતે વિદાય લેવા નહોતો માગતો પણ તે પોતાના ગુસ્સા પર કાબૂ ન રાખી શક્યો.

અને ત્યારે જ અચાનક આ ઘટના બની.

તેણે અચાનક કેટલાંય પગલાંઓનો અવાજ સાંભળ્યો. તે પાછું ફર્યો તો તેને લાંબા કાળા તેલ લગાવેલા વાળવાળા માણસો આવતા દેખાયા. તેમના હાથમાં મોટાં ચપ્પુ અને તીર હતાં. તેમના ગળામાં રુદ્રાક્ષની માળાઓ અને કમર પર બાંધેલી ધોતી પર યુદ્ધનાં કવચ હતાં.

રાક્ષસ!

રાક્ષસો એક જ ઝટકામાં કૃપા અને પદ્મા પર ત્રાટક્યા અને કલ્કિએ પોતાની શાલ ખૂણામાં ઊછાળતા તેમાંના એક પર છલાંગ લગાવી દીધી. તેણે તેનું જ ચાકુ છીનવી લીધું અને તેની ખોપરીમાં મારી દીધું. તે ત્રાંસી નજરે જોઈ શકતો હતો કે પદ્મા અને કૃપા પાસે કોઈ હથિયાર ન હોવા છતાં પોતાનો બચાવ કરી રહ્યાં હતાં. પછી તેમણે પણ રાક્ષસોનાં હથિયાર છીનવી લીધાં અને તેમની પર હુમલો કરવા લાગ્યા.

કલ્કિ પાસે પણ કોઈ હથિયાર નહોતું, પણ એને કોઈ પણ હાલતમાં લડવું જ હતું. તેણે જમીન પર પડેલો ભાલો ઉઠાવ્યો અને એક રાક્ષસને માર્યો. રાક્ષસની આંખ વીંધી અને ભાલો તેની આંખમાં ઘૂસી ગયો. તે ધરતી પર પડી ગયો.

"ના, છોડો મને!" પદ્માને એક રાક્ષસે પકડી લીધી તો તેણે જોરથી બૂમ પાડી. કૃપાના પેટમાં પણ જોરથી મુક્કો વાગ્યો અને તે પીડાથી કણસી ઊઠ્યો. તે તેને ઉઠાવી લઈ ગયાં.

તે લોકો મારવા નહોતા માગતા, તે બંદી બનાવવા માગતા હતા.

પણ વિચારવા જેવી વાત હતી કે રાક્ષસ અહીંયા આવ્યા કેવી રીતે?

અને ત્યારે જ ત્રણ રાક્ષસ એક બાજુથી આવ્યા અને કલ્કિને ઢસડવા લાગ્યા. કલ્કિ તેમના કરતાં વધુ તાકતવર હતો. દસ બીજા રાક્ષસ તેના પર ત્રાટક્યા. પણ તેણે બધાંને એક જ ધક્કામાં ધકેલી દીધા. તે જોરથી બરાડીને ગુસ્સે થયો તો તેની શરીરની માંસપેશીઓ ફૂલી ગઈ. તે પણ એક ખૂણામાં બેભાન થઈ પડ્યો અને તેમાંથી થોડા કલ્કિથી દૂર જતા રહ્યા.

તેને કારા અથવા ભગવાન બજરંગ **કોઈકની** મદદની જરૂર હતી.

તેને આશા હતી કે પદ્મા અને કૃપાને કશું નહીં થયું હોય. ભલે તે ગમે તેટલી નફરત કરતો હોય, પણ તેમને તે સહી-સલામત તો જોવા માગતો જ હતો.

તે ફરી એકવાર નિષ્ફળ રહ્યો.

હવે તે લોકો ક્યાંય નહોતા દેખાતા.

43

પછીના કેટલાક દિવસ સુધી મનસા સૂઈ ન શકી. વારંવાર નંદનું કાપેલું માથું તેની સમક્ષ આવી જતું હતું. તે વિશ્વાસ કરી નહોતી શકતી કે નંદ મરી ગયો છે. તે દિવસે તે દિલ ખોલીને રડી. બીજે દિવસે તે અસ્વીકાર ભાવમાં આવી ગઈ, જાણે સુન્ન થઈ ગઈ. ચાર દિવસ થઈ ગયા હતા. મનસાએ પોતાની જડતામાંથી બહાર નીકળવા કંઈક કરવાનું વિચાર્યું.

તે વિભીષણ સાથે વાત કરવા માગતી નહોતી. તે રોજ બહારથી આવી તેની તબિયત પૂછતો. તે ખીજાઈને કહેવા માગતી કે તેની તબિયત સારી નથી. હું એક કાયર જોડે રહું છું! પણ તે એટલો ભલો હતો કે મનસા તેને નુકસાન પહોંચાડી તેની ગાદી છીનવી લેવાનું વિચારી પણ નહોતી શકતી. તે સ્થળના લોકો પૈસાના ભૂખ્યાં નહોતાં. તે પોતાના મનનું સાંભળતાં હતાં. લોકોને પોતાના રાજા પર ભરોસો હતો. રાજા ન હોય તો પણ પ્રજા હંમેશાં પોતાના રાજ્યની જોડે રહેશે અને કોઈ બીજા શાસકની આગળ નહીં ઝૂકે.

મને આ શું થઈ ગયું છે. હું પોતાના દોસ્તને જ મારવાનું વિચારું છું.

મનસા પોતાનાં આંસુ રોકવાની કોશિશ કરવા લાગી. તે ઓરડામાંથી નીકળી બહાર ટહેલવા લાગી. પછી તે બારી પાસે જઈને ઊભી રહી. ફળો અને પકવાનોથી ભરેલાં પાત્રો સજાવેલાં હતાં. છત પર સુંદર ઝુમ્મર હતું જેની સોનેરી સાંકળ નીચે લટકી રહી હતી. બારીમાં સરસ પડદા હતા અને જમીન પર લાલ જાજમ પાથરેલી હતી.

વિભીષણે પાછું ફરી તેને જોઈ અને ખુશ થયો, "ઓહ પ્રિય, તને આમ સ્વસ્થ જોઈને સારું લાગ્યું."

મનસાએ પ્રતિભાવ ન આપ્યો. તે બહાર મોજ-મસ્તી અને ઉત્સાહથી

ભરેલા ભાનમતી નગરને જોઈ રહી. લોકોએ રંગબેરંગી ધોતિયાં અને લાંબા કપડાં પહેરેલાં હતાં. સ્ત્રીઓ સુંદર આભૂષણોથી સજ્જ હતી. આટલી શાંત નગરીને જોવું તે પણ એક સુખ હતું. જો કે યુદ્ધ પણ ત્યારે જ થાય છે કે જ્યારે લડવા માટે કશું કારણ હોય. ભાનમતી પાસે ધરતી અને સુંદરતા સિવાય કશું ન હતું.

"તેં ક્યારેય જણાવ્યું જ નહીં કે મારું તાવીજ શું કરે છે?" તે ધીરેથી બોલી.

"કેમ કે તેં ક્યારેય જણાવવાની કોઈ તક જ ન આપી." વિભીષણે એક વસ્ત્રથી મોં લૂછ્યું.

તે તેની પાસે આવ્યો અને સાચવીને રાખેલા તાવીજને તેણે સ્પર્શ કર્યો, "આ કેટલું સુંદર છે. ફક્ત આના કિસ્સા જ સાંભળ્યા છે. ક્યારેય વિચાર્યું નહોતું કે આ જોવાનો પણ મોકો મળશે."

"તને આની બાબતમાં કેવી રીતે ખબર છે?"

"મારા પિતા વિભીષણ પ્રથમે જણાવ્યું હતું. તે પુરાતન અમર પુરુષોમાંથી એક હતા."

વિભીષણને પોતાના પિતાનું નામ મળ્યું હતું. નાગપુરીમાં પણ આ જ પરંપરા હતી. લોકો પુનર્જન્મમાં વિશ્વાસ રાખતાં હતાં અને બાળકોને તેમના પૂર્વજોનું નામ આપતાં હતાં.

"પુરાતન અને અમર?" તેણે એવા અમર લોકો વિશે સાંભળેલું તો હતું, જે ક્યારેય નથી મરતાં, "આ બધી બેકારની વાતો છે."

"તારા અને મારા વિશ્વાસનો ક્યાંય મેળ નથી તેનો મતલબ તેવો નથી કે તે સાચું નથી." તેણે મનસાનું તાવીજ ઉતારાવ્યું. "આ તેમના ભાઈના સલાહકાર પાસે હતું."

"તેમના ભાઈ?"

"તું તેમને દશાનનના નામથી જાણે છે. મારો સંબંધ સંસારના એ દુષ્ટ વ્યક્તિ સાથે છે, પણ હવે તે નથી."

"તારા પિતાનું મૃત્યુ કઈ રીતે થયું?"

"તેમને કોઈએ નથી માર્યા. તેમણે જાતે જ સંસારનો ત્યાગ કર્યો.

તેમને લાગ્યું કે લોકોને ખબર પડશે તો તેમની અમરતા પર સવાલ ઊભા કરશે. મેં તેમને એક ગુરુકુળ સોંપી દીધું, હવે તે બાળકોને શિક્ષણ આપે છે. શું તું વિચારી શકે છે કે એક રાક્ષસ ભણાવે છે? જો કે રાક્ષસ પાઠ્યપુસ્તકના શિક્ષણ કરતાં યુદ્ધકળાની તાલીમમાં વિશ્વાસ રાખે છે. મારા પિતા એક જ્ઞાની પુરુષ છે."

"તે એક પ્રાચીન અને અમર વ્યક્તિ કઈ રીતે બન્યા?"

"ભગવાન રાઘવે તેમને આ વરદાન આપ્યું હતું."

વિભીષણ ધીરે-ધીરે તાવીજના બહારના ભાગને પંપાળવા માંડ્યો, પણ કશું ન થયું અને તેણે ભ્રમર ચઢાવી, પછી તેણે ટુકડાને ઢાંકનારી સોનેરી પરતને ખેંચી. ત્યારે તે ટુકડો બહાર આવી ગયો. તે ખૂબ જ સુંદર હતો અને તેની ચમક દર્શનીય હતી. તે દેખાવમાં બંને બાજુ અરીસા જેવો લાગતો હતો.

"આ શું છે?"

"બ્રહ્માનું નેત્ર કે પછી તેનો હિસ્સો કહી શકીએ. જોઈએ કે આ કયો ટુકડો છે." તેણે વધુ ઊંડાણમાં તેના વિશે કશું ન કહ્યું. તે ટુકડાને જોઈને બોલ્યો, "મને ભવિષ્ય બતાવો."

કશું ન થયું.

"ભવિષ્ય?" મનસા ચોંકી ઊઠી. તે એટલા કઠિન સમય પસાર કર્યા બાદ આ હાલતમાં ખિલખિલાટ હસવા માગતી હતી.

"મને અતીત બતાવો." તે ગુસ્સામાં બોલ્યો.

તો પણ કશું ન થયું.

"બસ કર હવે." મનસાએ કહ્યું.

વિભીષણે માથું હલાવ્યું, "તું કોશિશ કર. હું ઇચ્છું છું કે તું એ જુએ, જે તું જોવા માગે છે."

"તું કહેવા શું માગે છે?"

"કદાચ આ ચોથો હિસ્સો છે. જરા વિચાર, જો તારે આજીવન અહીંયા જ રહેવું પડે તો શું થશે?"

મનસાએ ટુકડો હાથમાં લઈને તે સવાલ પૂછ્યો, જે તે પૂછવા માગતી

હતી. તેણે આંખો બંધ કરી અને મગ્ન થઈ ગઈ – ઊર્જા તેની છાતીથી ઊઠી હાથ સુધી પહોંચી અને તેણે અનુભવ્યું કે તે ટુકડો ધીરે-ધીરે સળગી રહ્યો હતો. હવે તે ચમકી રહ્યો હતો. જેવી મનસાએ આંખો ખોલી તો તેને એક દૃશ્ય જોવા મળ્યું. તેણે સુપર્ણોનો કિલ્લો જોયો – વિશાળકાય લોખંડથી બનેલી નાગઆકૃતિનું ભવન અને તેની અંદર ફેલાયેલી આગ. જામુન તેની સાથે ઊભો હતો.

મનસાના હાથમાં તાર્ક્ષ્યનું કાપેલું માથું હતું.

ત્યાં જ બીજા ચિત્રમાં લોખંડ અને કાંસાના બનેલા મોટાં પાત્રોમાં ભરેલું અમૃત જોઈ શકતી હતી. તે પણ સળગવા લાગ્યું. તે આકાશ સુધી ઊંચે ચડ્યું અને રસ્તાઓ પર જઈને વિસ્ફોટનું સ્વરૂપ લઈ લીધું.

પછી તે અચાનક વર્તમાનમાં પાછી આવી ગઈ.

"શું તેં કશું જોયું?" તેણે નાકમાંથી આવતું લોહી લૂછ્યું, જાણે કે કોઈએ તેનો શ્વાસ રોકી રાખ્યો હતો, "પણ આ કેવી રીતે થઈ શકે?"

"શું તેં કશું જોયું? ઓહ પ્રિય, તારા નાકમાંથી લોહી વહે છે."

"શું તેં એ ન જોયું?" તે હાંફતા પોતાના અવાજને મહેસૂસ કરી શકતી હતી, "પણ એવું કઈ રીતે સંભવ છે?"

"તારા ચક્રને આ વસ્તુનાં ચક્રો સાથે મેળ થઈ ગયો, પરંતુ મારી સાથે એવું નથી થયું, એટલે ફક્ત તું જ જોઈ શકી." તેણે મનસાના હાથમાંથી તે ટુકડો લઈ લીધો અને ફરી આંખો પર લગાવી દીધો.

"તેં શું જોયું?"

"કદ્રુ જીતી ગઈ." તેણે નિઃસાસો નાંખ્યો - 'તેણે સુપર્ણોને નષ્ટ કરી દીધા અને મેં આગ લાગેલી જોઈ."

વિભીષણ શાંત હતો.

"અને મેં જોયું કે અમૃતનો ઉપયોગ વિસ્ફોટકો માટે થઈ રહ્યો હતો. તે એનાથી પરમાણુ અસ્ત્ર બનાવવા માગતી હતી, ત્યારે તો તેને વિશ્વાસ હતો કે તે ભાનમતીને જીતી શકે છે, ત્યારે તો તેણે કહ્યું હતું કે આ વખતે બધું અલગ થવાનું છે. તેને અહેસાસ થઈ ગયો હતો કે અમૃત માણસો માટે બરાબર નથી, પણ વસ્તુઓ માટે સારું છે." મનસાએ

આંખ મીંચકારી, "શું આ જ ભવિષ્ય છે? આ તો આપણી હાર છે?"

વિભીષણે માથું હલાવ્યું, "પ્રિય, આ એક સંભાવના છે. આ ભવિષ્ય નથી." તે ખુરશીમાં બેઠો અને પરસેવે રેબઝેબ થઈ ગયો, "ઓહ પ્રિય, હું એવું નહીં થવા દઉં. તે અમૃતના અસ્ત્ર બનાવી રહી છે. ક્યાંક તે ભવિષ્યના વિનાશની પ્રવર્તક તો નથી ને? મારા પિતાએ મને ઘટનાઓ જણાવી હતી – લોકોને રક્તપિત્ત થયો, તે નરભક્ષી બન્યા અને લોકો વિક્ષિપ્ત થઈ ગયાં હતાં. તે ખરાબ, બહુ જ ખરાબ સમય હતો."

મનસા ઘૂંટણિયે બેસી ગઈ, "જો હું અહીં જ રહી અને કશું ન કર્યું તો ખરેખર આવું જ થશે."

"તું શું કરીશ?"

"શું હું ફરી જોઈ શકું? હું જોવા માગું છું કે જો હું ગઈ તો શું થઈ શકે?"

વિભીષણ સહમત ન હતો, "તારા નાકમાંથી લોહી વહી રહ્યું છે. તેના વધુ ઉપયોગથી માથાનો વિકાર થઈ શકે છે. આ એક ખતરનાક વસ્તુ છે."

"ભલે, પણ મને તેના માટે કશુંક કરવા દે. બને કે મને તાર્ક્ષ્યને સાવધાન કરવાની તક મળી જાય."

"સાવધાન! તેને પત્ર મોકલવા માગે છે?"

મનસાએ માથું હલાવ્યું, "તારા દસ-બાર જેવા નજીકના હોય તેવા માણસ જોઈએ, જેથી એ બધાને લઈને સુપર્ણિકા જઈ શકું. મારે કદ્રુના હુમલા પહેલાં પહોંચવું પડશે."

"જો તેણે તારા પર ભરોસો ન કર્યો તો?"

મનસાએ થોડી વાર વિચાર્યું. તેણે વાસુકિના કુટુંબની હત્યા કરી હતી. *તે મને પણ મારવાની કોશિશ કરી શકે છે.*

"આ કેટલું કિંમતી છે?" તેણે બ્રહ્માના નેત્ર તરફ જોયું, "મારો મતલબ છે, મને કમાલનું દશ્ય તેણે બતાવ્યું. એની કોઈ તો કિંમત હશે જ ને?"

"તું આ ટુકડો એને આપવાનું વિચારી રહી છે?"

મનસાએ નિઃસાસો નાંખ્યો, "આ કીમતી છે કે નહીં?"

"બહુ જ કીમતી, પણ તું તાક્ષ્ર્ય જેવા માણસને ન આપી શકે. આપણે બધા બહુ ખરાબ સમયમાં જીવી રહ્યાં છીએ. અરે નહીં... તે બધા ખોવાઈ ગયાં. તે ખોવાવાનું જ હતું."

"આનો ઇતિહાસ શું છે?"

"મારે પિતાનાં લેખાંજોખાં જોવાં પડશે. વિશ્વાસથી કશું નહીં જણાવી શકું."

મનસા સમજતી હતી કે વિભીષણને ભય હતો, પણ તેને ખબર હતી કે તેને શું કરવાનું છે, "મને એક તક આપ. આપણે કદ્રુને રોકી શકીએ. મારી કોશિશ એવી જ રહેશે કે આ તાવીજ કોઈને ન અપાય. હું કદ્રુને રોકી દઈશ. મારી પર ભરોસો કરી થોડા મજબૂત માણસ આપી દે. હું તાક્ષ્ર્યને સચેત કરી દઈશ. આમ તો સંભાવના એ જ છે કે તે મારી વાત નહીં સાંભળે, પણ હું કોશિશ કરવા માગું છું. સુપર્ણો અને નાગ વચ્ચે લાંબા સમયથી વેર છે. હવે તેને ખતમ કરવાનો સમય આવી ગયો છે."

વિભીષણ અને એની નજર મળી, "જો હું મારા માણસો નહીં આપું તો તું તેમને કોઈ ને કોઈ રીતે સાથે લઈ જ જઈશ."

"તું કહેવા શું માગે છે?" મનસા પોતાના હૃદયનો ધબકાર સાંભળી શકતી હતી.

વિભીષણ હસ્યો, "મારો સહયોગ તારી સાથે છે."

44

કળિ લાંબા સમયથી સફર કરતો હતો. તેને ખબર નહોતી કે તે કેટલે દૂર આવી ગયો છે. તેમણે પોતાના માટે ખચ્ચરગાડી લઈ લીધી હતી. તેણે અને દુરુક્તિએ પોતાનો ચહેરો શાલથી ઢાંકી રાખ્યો હતો, જેથી કોઈ ઓળખી ન લે. શુક્ર તેમને રસ્તો બતાવી રહ્યો હતો.

ગાડીમાં બેઠા બેઠા કળિએ કોકો અને વિકોકોને જોયાં. તેમના હાથ તલવારની મૂઠ પર સાબદા હતા. દુરુક્તિ થાકેલી લાગતી હતી, પણ જે પણ હોય, કળિ એ વાત મનમાંથી કાઢી શકતો નહોતો કે દુરુક્તિએ તેને દગો કેમ કર્યો. શુક્રએ તેને બધું સ્પષ્ટ નહોતું કહ્યું. *તે મારી સાથી હતી. મારી એકની એક બહેન અને એણે જ મારી પીઠમાં છૂરો ભોંક્યો.*

કળિ વિચારવા લાગ્યો કે તે આજે આ મુકામ સુધી કઈ રીતે પહોંચ્યો. તે પોતાના પ્રિય મિત્ર પરીક્ષિતનો સાચો સલાહકાર અને દોસ્ત હતો, પણ પછી પરીક્ષિત પાગલ થઈ ગયો અને તેણે પોતાના જ નગરને બાળવાનું શરૂ કર્યું. કળિએ તેને કોઈ પણ રીતે રોકવો હતો.

કળિએ નક્કી કર્યું કે તે પછી દુરુક્તિ સાથે આ બાબતમાં વાત કરશે. તેનામાં બસ, એ જગ્યા માટેની ઉત્સુકતા હતી, જ્યાં તે જઈ રહ્યાં હતાં.

પાતાળ.

તે થોડા સમય પહેલાં કીકતપુર છોડી ચૂક્યાં હતાં. ગાડીનો પડદો હટાવી જોયું તો તે ઈલાવર્તીના કિનારા પર હતાં. તેમની સામે વિશાળ સાગર હિલોળા લઈ રહ્યો હતો. આગળના વિસ્તારમાં ધૂંધળા તેજ વચ્ચે થોડા ખેતર દેખાતાં હતાં.

“આપણે કિનારા સુધી આવી ગયાં છીએ.” શુક્ર આગળથી બોલ્યો.

દુરુક્તિએ ઊંચું જોયું, “ભાઈ, આપણે ક્યાં જઈ રહ્યાં છીએ?”

કળિએ નિ:સાસો નાંખ્યો, “જ્યાં આપણે જન્મ્યાં હતાં.”

“મહારાજ, હું કશું કહું?” વિકોકોએ ગભરાઈને પૂછ્યું.

“વિકોકો, મને મહારાજ ન કહીશ. હવે હું એક ખેડૂત છું.” તેણે ખીજાઈને પોતાના દાંત ભીંસ્યા, “પણ હા, તારો પ્રશ્ન તો બોલ.”

“આપણે પાતાળ કેમ જઈ રહ્યાં છીએ?

“એમાં શું ખોટું છે?”

“તમને નથી ખબર કે તેની સાથે શું થયું?” વિકોકોએ પૂછ્યું, “આ તો બધાને ખબર હતી.”

કળિ કોઈ જવાબ આપે તે પહેલાં ગાડી ઊભી રહી. કળિ બહાર નીકળ્યો તો એક ઘર દેખાયું. ખેતરમાં ચરતી ભેંસો કે બકરીઓને બદલે તેને ત્રણ ઝરખ દેખાયાં. જે કોઈ બકરી કે માણસનું માંસ કોચીને ખાતાં હતાં.

કળિ સાગર તરફ આગળ જવા માંડ્યો, તે દુરુક્તિ અને સિપાહીઓથી આગળ વધી ગયો. તેને એના સૂર્યગઢનો પશ્ચિમી ભાગનો સાગરકિનારો યાદ આવી ગયો જ્યાં તેણે રાજા જન્મેજય સામે યુદ્ધ કર્યું હતું. તેણે પોતાની આગળ પસાર થતાં કાળા વિશાળ સમુદ્રને જોયો. કદાચ તે સૂરજના પ્રકાશને કારણે આવું લાગતું હતું, પણ પાણીનો રંગ લગભગ કાળો હતો.

“કાળો સાગર.” શુક્રએ પાછળથી આવતાં કહ્યું, તે હાથ પીઠ પાછળ બાંધીને ઊભા હતા, “બીજા લોકમાં અસુરોનો સાગર. આ આખો સાગર અસુર સ્ત્રીઓ, બાળકો અને પુરુષોના લોહીથી નહાયેલો છે.”

અસુર બીજી ધરતી પરથી આવ્યા અને સુંદર ઈલાવર્તી પર જીત મેળવી. લોકો કહે છે કે જ્યારે તે આવ્યા તો તે સુંદર, પ્રિય અને તેજ હતા. તેમની બોલી બહુ આકર્ષિત કરે તેવી હતી. તે એટલા બળવાન હતા કે તે કોઈને પણ હરાવી શકતા હતા. તે વિદેશી હતા જેમણે ઈલાવર્તીને જીત્યું – વિચરતાં લોકો અને તેમનાં પશુઓનો શિકાર કરી દીધો કે તેમને ત્યાંથી કાઢી મૂકવામાં આવ્યા. બીજા બધાં બાકીના લોકો અસુરોની તુલનામાં અશિક્ષિત અને પછાત હતાં. તે અસુરોથી અલગ

હતાં. માનવો શ્યામ રંગના હતાં, પણ તે અસુરો જેવા સુંદર અને ગોરા નહોતા અને ધીરે ધીરે અસુરોએ એમના પર પ્રભુત્વ જમાવી દીધું. નિર્ભીક અને બળવાન અસુરોએ આસાનીથી માનવોને હરાવ્યાં અને આખી ઈલાવર્તીને પોતાની આધીન કરી દીધી.

"આપણા ઇતિહાસમાં સહુથી શક્તિશાળી સમય તે હતો, જ્યારે ભગવાન વૃત્તે ઈલાવર્તીના સાતેય સાગર પર રાજ કર્યું હતું."

તે એમને દૈત્ય કહેતા હતા, કેમ કે તે પોતાના સમયનો સહુથી બળવાન અસુર હતો. તેણે ભગવાન ઇન્દ્ર સામે યુદ્ધ કર્યું અને તેમનું માથું ધડથી અલગ કરી દીધું હતું. શુક્રએ કળિને કહ્યું કે ઇન્દ્ર વિશે પૌરાણિક ગાથાઓને સાચી મનાય તેવી નહોતી. તે હંમેશ વિજ્ઞાન અને આવિષ્કારોને માનનારા વિક્ષિપ્ત રહ્યાં, જે તેના કડક નિયમોની ઉપેક્ષા કરતાં. તે એમનો જડમૂળથી નાશ કરી દેતાં હતાં. તે પણ અસુરોની જેમ વિદેશી હતાં, તે ઈલાવર્તીથી દૂર ઉત્તરના દ્વીપમાં સ્વર્ગની ધરતી પરથી આવ્યાં હતાં. તે લોકો મેરુ પર્વત પર રહેવા લાગ્યાં, જ્યાં ભગવાન શિવનું મંદિર હતું. તે પોતાના ભાઈઓની સાથે આવ્યાં હતાં અને તેમણે બધું ખતમ કરી દીધું. અડધી ઈલાવર્તી બધી બાજુથી વિદેશી હુમલાખોરોથી ઘેરાઈ ગઈ હતી.

"ઇન્દ્રને દેવતા માનતા હતા, પરંતુ વૃત્તે તેના આતંકને પડકાર આપ્યો. હવે ફક્ત તેને દૈત્ય કહેવાય છે અને ઇન્દ્ર અદ્‌ભુત દેવની રીતે પૂજાય છે." શુક્રએ નિઃસાસો નાંખ્યો.

"ભાવિ યોજના શું છે? શું હું ઇતિહાસની આ બધી વાતોથી મનોરંજન કરતો રહીશ?"

"કમ-સે-કમ તારું મન તો આનંદમાં રહે છે ને." શુક્રએ ત્રાંસી આંખે કળિને જોયો. તેના અમુક દાંત ગાયબ હતા, "આપણે સામાન ભેગો કરીને દરિયા તરફ જઈશું."

"દરિયો?"

કળિએ મૂંઝવણ સાથે માથું હલાવ્યું.

"અને હું તારી મુલાકાત કોઈની સાથે કરાવવા માગું છું."

કળિ શુક્રની પાછળ ચાલવા લાગ્યો. વૃદ્ધ તે ઘર તરફ આગળ વધ્યો જ્યાં તે લોકો પહેલાં રોકાયાં હતાં. લાકડાની એક મોટી નાવ કિનારાથી બાંધેલી હતી. એ મોટી નાવડીમાં એક ઓરડો દેખાતો હતો. ત્યાં જ બહાર વાંસ લગાવીને વાડો બનાવ્યો હતો જેની અંદર ઝરખ દેખાતાં હતાં.

વાંસના ઘેરાવથી એવી રીતે નાકાબંદી કરી હતી કે ઝરખ બહાર ન કૂદી શકે. જ્યારે તેણે કળિને જોયો તો તે ઘુરકિયાં કરવાં લાગ્યાં. પણ કળિ તેમની આગળથી નીકળી ગયો. તેણે એમ બતાવવાની કોશિશ કરી કે તેને ડર નથી લાગતો, પછી તે શુક્રની જોડે ઘરના પ્રવેશદ્વાર સુધી પહોંચ્યો. શુક્રએ દરવાજો ખટખટાવ્યો. એક દૂબળી સ્ત્રીએ દરવાજો ખોલ્યો અને એમને વારાફરતી જોયાં.

પણ કળિએ એની એક ખૂબી જોઈ લીધી. તેની આંખો સોનેરી હતી.

એક અસુર!

"તને નવાઈ થઈ લાગે છે — ચાલો અંદર." શુક્રએ કહ્યું.

કળિ અંદર જે જગ્યામાં ગયો તે જગ્યાએ બે ઓરડા હતા.

"અલક્ષ્મીના ઘરમાં તારું સ્વાગત છે." શુક્રએ કહ્યું.

કળિએ પાછું ફરીને જોયું તો દુરુક્તિ, કોકો અને વિકોકો બહાર ઊભા હતાં.

"અલક્ષ્મી?" કળિએ અસુર કન્યાને જોઈ. તે સુંદર હતી, "તને મળીને આનંદ થયો."

"કાળા સાગરમાં આપણને રસ્તો તે જ બતાવશે." શુક્રએ કહ્યું, "આ એની નાવ છે અને મને ખબર છે કે તારા કેટલાક સવાલ છે. એક અસુર એમ કેવી રીતે જીવિત રહી શકે છે? તું પણ એવી જ રીતે જીવિત રહ્યો જ છે ને?"

કળિએ નિઃસાસો નાંખ્યો, "હું જીવિત છું, કેમ કે તેમને લાગે છે કે મારી આંખો આનુવંશિક રૂપથી સોનેરી છે એટલે નહીં કે હું એક અસુર છું. એવું કોઈ નથી માનતું કે અસુર આજે પણ જીવિત છે."

"બસ, બહુ જ થોડા બચ્યા છે." શુક્રએ કહ્યું, "અને આપણે આપણા

લોકોને બચાવવા પડશે. ફક્ત સોનેરી આંખો જ તમારા અસુર હોવાની સાબિતી નથી. જો કે સ્વર્ગમાંથી આવેલા કેટલાક દેવોની આંખોનો રંગ પણ સોનેરી હતો અને કેટલાક અસુરની આંખો ભૂરી અને કાળી હતી."

કળિએ ફરીથી અલક્ષ્મીને જોઈ. તેમાં કંઈક તો ખાસ હતું, પણ પછી ઘરમાંથી આવતી દુર્ગંધથી તેનું ધ્યાન ભટક્યું. તેણે એક ઓરડા તરફ ઇશારો કર્યો જ્યાં પડદો પડેલો હતો, "શું આ જગ્યા પર કોઈનું મૃત્યુ થયું છે?"

"મારે મારાં બાળકોને ખોરાક આપવાનો હોય છે." અલક્ષ્મીએ કહ્યું. તેનો અવાજ ચપ્પુની ધાર જેવો તેજ હતો.

છી, ઘરમાં હાડપિંજર મૂકેલાં દેખાય છે.

કળિનું મન ઘૃણાથી ભરેલું હતું. તેણે ભ્રમર ચઢાવી કહ્યું, "આપણે જવું જોઈએ." તે તાજી હવા લેવા બહારની તરફ જવા ગયો અને ત્યારે જ અલક્ષ્મીના મોઢામાંથી સિસોટી જેવો અવાજ સાંભળ્યો અને જરખ બધાં બહાર આવીને કળિ સામે ઘુરકિયાં કરવાં લાગ્યાં.

તે જ સમયે કોકો અને વિકોકો કળિને બચાવવા વચ્ચે આવી ગયાં. તે એની અને જાનવરોની વચ્ચે ઊભાં હતાં, જો જાનવર તેના માલિકને નુકસાન પહોંચાડવા માગતાં હોય તો તે તેને તરત જ કાપી નાખે.

જરખ પહેલાં કોકો અને વિકોકો પર કૂદ્યા અને પછી સીધા કળિ તરફ આવ્યાં.

કળિ પોતાના હાથને આગળ કરી પોતાને છુપાવવા ગયો ત્યારે ફરી સિસોટી વાગી. કળિએ બીકથી પોતાની આંખ બંધ કરી દીધી. જ્યારે તેણે આંખો ખોલી તો જોયું કે તે શાંતિથી તેની ઉપર બેઠાં હતાં અને પોતાના પગને ચાટી રહ્યાં હતાં. તેમની ચામડી મુલાયમ હતી. આંખો ગોળ અને કાળી હતી. તેમાંથી કેટલાકનાં શરીર પર ઘાનાં નિશાન હતાં.

કળિએ અલક્ષ્મીની તરફ નજર કરી તો તે ત્રાંસી નજરે હસીને આગળ આવી, "આ બધું અશિષ્ટતાને કારણે હતું."

એક સ્ત્રી, જે જાનવરોને નિયંત્રિત કરી શકે છે. કેવી રોચક વાત છે!

દુરુક્તિએ પાસે આવીને કળિની તબિયત પૂછી, પણ કળિએ તેની

તરફ ધ્યાન ન આપ્યું. તે સતત અલક્ષ્મીને જોઈ રહ્યો હતો. તે નાવની તરફ વધી તો જરખ તેની પાછળ ચાલી નીકળ્યાં. કોકો અને વિકોકો ત્યાં જ ઊભા હતા. તે સમજી નહોતા શકતા કે હવે તેમને શું કરવાનું છે.

આ જાનવરોને તેણે પોતાની રીતે તાલીમ આપી છે.

"કોણ છે આ સ્ત્રી?" દુરુક્તિએ શુક્રને પૂછ્યું.

"તારે એની સાથે કોઈ લેવાદેવા નથી!" શુક્રએ જવાબ આપ્યો.

કળિએ પણ દુરુક્તિનો ખભો થપથપાવ્યો, "શી...ચૂપ રહે."

"ખબર નહીં, આ બધું શું ચાલી રહ્યું છે અને આપણે આ દ્વીપ પર કેમ આવ્યાં છીએ?"

"આપણી પાસે બીજો કોઈ રસ્તો નથી. જો તેં મને દગો ન કર્યો હોત તો કદાચ આપણે આ જગ્યા પર આવવું પડતું નહીં." કળિ ગુસ્સાથી બોલ્યો.

"દગો... તને ખબર છે?"

"ચોક્કસપણે હું એ જાણું જ છું." કળિએ પોતાની જાતને શાંત કરી.

"મને માફ કરી દે."

કળિ ચૂપચાપ આગળ ચાલી નીકળ્યો. તે શુક્રને એક બાજુ લઈ ગયો. તેઓ નાવ તરફ ચાલવા લાગ્યા. તેણે પોતાના તરફથી દુરુક્તિની ભરચક ઉપેક્ષા કરી. તેની નજરો અલક્ષ્મી પર હતી, જે નાવ તૈયાર કરી રહી હતી. તેણે કેટલાંક જાનવરોને નાવની અંદર બાંધી દીધાં. અન્ય જાનવરોની તુલનામાં તેમનો આકાર મોટો હતો.

"તેણે આ કેવી રીતે કર્યું?"

"જ્યારે તમે આ જાનવરો વચ્ચે જન્મ લો તો પોતાની જાતે જ તેમની બોલી સમજમાં આવી જાય છે."

અલક્ષ્મીએ ઝેરી નજરથી તેને તાક્યો, તેની નજર કામુક પણ હતી. તેનો ચહેરો અને આંખો ભરચક હતી, જે કશું ના કહીને પણ ઘણું બધું કહી જતાં હતાં.

'કોણ છે આ? આજ સુધી તે કઈ રીતે જીવિત છે?"

"મેં ધ્યાન રાખ્યું કે આ જીવતી રહે - તારા માટે." શુક્રએ કહ્યું.

"મારા માટે?"

"હમ્મ." શુક્ર આગળ નીકળી ગયો અને કળિ ત્યાં જ ઊભો રહી ગયો, "આ જ તારી પત્ની બનવાની છે."

45

તે લોકો સાગરની વચ્ચે હતાં.

કળિને માન્યામાં નહોતું આવતું કે શુક્ર ઇચ્છતો હતો કે તેના વિવાહ અલક્ષ્મી જોડે થાય. જો કે તેને કોઈ વિરોધ નહોતો, પણ અત્યારના સમયે આ વાત થોડી વિચિત્ર હતી. તેની પાસે કોઈ રાજ્યની સત્તા નહોતી અને કળિના પિતા અને વાલીની જેમ વર્તતા શુક્ર ઇચ્છતા હતા કે તે ઝરખને વશમાં રાખનારી રહસ્યમય સ્ત્રી જોડે વિવાહ કરી લે.

નાવ ધીરે ધીરે આગળ જઈ રહી હતી અને કળિએ સાગર જોયો. તે એટલો કાળો નહોતો કે જેટલો દૂરથી દેખાતો હતો. તેનો રંગ નીલા રંગની આભાથી રંગાયેલો હતો, પણ રાતના અંધારામાં, નાવ પર સળગતી મશાલોની રોશનીમાં તે કાળો જ દેખાતો હતો.

તેણે નિઃસાસો નાંખ્યો તો ખૂણામાં બેઠેલી દુરુક્તિ દેખાઈ. તે ત્રાંસી આંખે તેને જોઈ રહી હતી. કળિને તેની ચિંતા હતી, પણ આ વખતે તો તેણે હદ પાર કરી દીધી હતી. તેણે કળિને દગો કર્યો હતો. હવે તે અલક્ષ્મીને જોઈ રહ્યો હતો. તે ઝરખથી ઘેરાયેલી હતી ને નાવ ચલાવી રહી હતી.

શુક્ર કળિ પાસે આવી ઊભો રહ્યો.

“શું તે જાણે છે?” કળિએ પૂછ્યું.

“તે... શું જાણે છે?”

“કે તમે એને મારી પત્ની બનાવવા માગો છો?”

“હમ્મ, તેને ખબર છે, પણ તારી પહેલી છાપ તેં સારી ન પાડી.”

કળિએ હસવું રોક્યું, “તમે એવું કેમ ઇચ્છો છો?”

“અસુરોના વંશ પર કોઈ આંગળી ન ચિંધાવી જોઈએ. પોતાના કબીલાની સ્ત્રી જોડે વિવાહ કરો અને તેને શુદ્ધ બનાવી રાખો. તું અસુર વંશના અંતિમ પુરુષોમાંનો એક છે.”

"કોકો? કોકો અને વિકોકો પણ એક અસુર જ છે?" કળિએ તેમની ઓળખ છુપાવી રાખી હતી.

"તે બ્રહ્મચર્યનું પાલન કરે છે." તેણે ગરદન હલાવી, "તું એક પૂર્ણ પુરુષ છે અને તે એક પૂર્ણ સ્ત્રી છે. તમારા બંનેના મિલનથી અસુરોની વંશાવલી બની રહેશે." શુક્રએ સ્મિત આપ્યું, જાણે તેમણે બનાવેલી યોજના પૂરી થઈ ગઈ હોય.

"દુરુક્તિનું શું થશે?"

"તેનું શું?"

"અસુર પોતાની બહેનો જોડે જ વિવાહ કરે છે." કળિએ ગભરાઈને કહ્યું, "શું આ વિશુદ્ધ સંબંધ ન થાય?"

"ઓહ, તો પોતાની બહેનને પત્ની બનાવવા માગે છે?"

કળિ ગુસ્સે થઈ ગયો, "ના, કોઈ પણ રીતે નહીં. આ તો એક ફક્ત સવાલ જ હતો."

"હમ્મ, તે પોતાની માતા અને બહેનો સાથે સંબંધ બનાવે છે. જો કે તું બંને જોડે સંબંધ બાંધી શકે છે. જેટલી વધુ પત્ની હશે, તેટલો વધુ આનંદ હશે." શુક્ર હસ્યા અને કળિએ પોતાની મૂંઝવણ છુપાવવા માગી.

"તમે અલક્ષ્મીને પત્ની કેમ ન બનાવી? તમે પણ અસુર જ છો ને?"

"હું એક પૂજારી છું. સંતાન પેદા નથી કરી શકતો, પણ હું ઇચ્છું છું કે ઈલાવર્તી પર ફરીથી અસુરોનું સામ્રાજ્ય હોય અને તે પોતાના પૂર્વજોની ઇચ્છા અનુસાર અજેય હોય."

કળિએ હા કહ્યું. તેણે શુક્રને મળતાં પહેલાં પોતાના વંશની બાબતમાં ક્યારેય ગંભીરતાથી વિચાર્યું નહોતું. સાગરમાં લહેરો ઊઠવા લાગી. અલક્ષ્મીએ શુક્ર સામે જોયું જેમણે તેને જોઈને ડોકું હલાવ્યું.

"આપણે પહોંચી ગયાં."

"આપણે ક્યાં પહોંચી ગયાં?" કળિએ સાગર તરફ જોયું. તેને પાણી સિવાય કશું દેખાતું નહોતું. આકાશમાં ચંદ્રમાનો રંગ લાલ હતો.

"પાતાળ."

પણ અહીં તો કશું નથી.

તેણે ઊઠીને પાણીમાં નમીને જોયું, "માફ કરો, પણ મને તો કશું નથી દેખાતું."

"કેમ કે એ અંદરની ઊંડાઈમાં ધસી ગયેલું છે." શુક્રએ પાણીની તરફ ઇશારો કર્યો, "ચિંતા ન કરો. હું તરવા માટે નથી કહેવાનો. હું ઇચ્છું છું કે તું મારું એક કામ કરે, બરાબર?"

કળિએ હા કહ્યું.

"આ દ્વીપ બ્રહ્માના પહેલા નેત્રની જોડે જ વિલીન થઈ ગયું હતું અને ધરતી ન રહી. તેને પાછું લેવા માટે બ્રહ્માના નેત્રનાં ચક્રોનો અને જળનાં ચક્રોનો મેળાપ કરવો પડશે." શુક્રએ સમજાવ્યું. દુરુક્તિ અને કળિના અંગરક્ષક પણ સાંભળી રહ્યા હતા.

કળિએ ચક્રોની બાબતમાં સાંભળ્યું હતું – તે ઊર્જા-કણ દરેક સ્થાન પર મળે છે અને તેને વ્યક્તિની મરજી મુજબ પ્રયોગમાં લાવી શકાય છે. વિદ્યાધર આવી જ રીતે કેટલીક વસ્તુઓની ઊર્જાની સાથે શરીરની ઊર્જાઓનો મેળાપ કરી તત્ત્વો સંબંધિત જાદુ કરતા હતા.

"હું ઇચ્છું છું કે તું દરેક વસ્તુના અતીતમાં જાય – તમારા, અસુરના લોકો અને આ દ્વીપનો અતીત. હું ઇચ્છું છું કે તું પોતાની ભીતરની ઊંડાઈમાં ઊતર અને પોતાની અને આપણા પૂર્વજોની યાદને તાજી કર. સચ્ચાઈને જાણ."

સત્ય? આ તથાકથિત સત્ય કયું છે?

"હું એ કઈ રીતે કરી શકીશ?" કળિએ દુરુક્તિ તરફ ચિંતાભરી નજર નાંખી. તે પણ આ વાતોથી અચંબિત હતી – તેને શુક્ર પર ભરોસો નહોતો, પણ તેનાથી કશો ફરક પાડતો નહોતો, કેમ કે કળિ શુક્ર પર પૂરો ભરોસો કરતો હતો.

"ચક્રોને મહેસૂસ કર."

કળિએ પાણી હાથમાં લેતાં હા કહ્યું. પાણી ઠંડું હતું. તેનાથી તેના આંગળીઓનાં ટેરવાં પર ધ્રુજારી થતી હોય તેવું લાગતું હતું અને તેણે તેમની બાબતમાં વિચાર્યું – એ બધી બાબતમાં વિચાર્યું જે બાબતમાં શુક્રએ કહ્યું હતું. પાણીનો તાપ વધવા લાગ્યો અને એને અનુભવ થયો કે હવે એ શીતળતા તેની અંદર હતી, પાણી તેનો જ એક હિસ્સો બની

ગયું હતું. તે દુ:ખ અને આનંદનો અનુભવ કરવા લાગ્યો, તેની ચેતના વિલુપ્ત થઈ ગઈ અને આંખો ખોલી તો તેણે નાવમાં પોતાને એકલો જોયો. પાણીનો રંગ પૂરો કાળો થઈ ગયો હતો અને ત્યાંથી જ તેની ચારે તરફ લાલ રંગનું આકાશ નાચવા લાગ્યું. આ તે સપના જેવું હતું જે કાયમ જોતો હતો, પણ આ વખતે તેને લાગ્યું કે બધું તેના કાબૂમાં હતું.

અને ત્યારે જ કોઈ જાદુની જેમ, તેને પોતાની આજુબાજુ નાની નાની રોશનીઓથી બનેલી માનવની આકૃતિઓ દેખાવા લાગી - તેણે પાણીમાં ઊભેલો દૈત્ય જોયો. તેણે હિરણ્યકશ્યપ અને હિરણ્યાક્ષને જોયા. તેને તેના પિતા અને મા દેખાયાં. પછી તેણે પોતાના ભાઈ-બહેનને જોયાં. તે બધાં રોશનીથી બનેલાં હતાં અને લાલ આકાશની નીચે ઝગમગતા પાણી પર નૃત્ય કરી રહ્યાં હતાં.

તેણે અન્ય અસુરને પણ જોયા અને પછી જાણે કોઈ રીતે તે સીધો પાતાળમાં પહોંચી ગયો. નાવ સપાટી પર આવી તો તેણે જોયું કે તે દ્વીપ ઈલાવર્તીથી નાનું હતું. તે થોડે દૂર ઊભેલી લાંબી ઇમારતો જોઈ શકતો હતો. તેણે આવો દ્વીપ પહેલાં ક્યારેય જોયો નહોતો.

આ બધું કોઈ સપનાથી કમ નહોતું.

હું મારો અતીત જોવા માગું છું.

અને ત્યારે જાણે તેને કોઈએ પાછળ ધકેલી દીધો. તે આકૃતિઓ ગાયબ થઈ ગઈ અને કળિને એક વન દેખાયું.

તેને લાંબી ચોટલીવાળો દૂબળો અને લાંબો માણસ દેખાયો. તેનો મુગટ એક બાજુ નમેલો હતો અને તેણે લાંબાં કપડાં પહેરેલાં હતાં. તેની આજુબાજુ સિપાહી હતા. તેના હાથમાં ધનુષ અને બાણ હતાં. તેણે કળિ પર નિશાન તાક્યું.

અને કળિએ તેને ઓળખી લીધો. તે એ માણસને કોઈ પણ જગ્યાએ ઓળખી શકે છે.

તેની સામે રાજા પરીક્ષિત ઊભા હતા.

46

અચાનક શુકોને સામે જોઈને કલ્કિને યાદ આવ્યું, નહીંતર તો તેને ભૂલી જ ગયો હતો. તેણે પોતાની પાંખ ફફડાવી અને બરફની તરફ જોઈને ટહુક્યો. જાણે ખાવા માટે તેને કંઈક જોઈતું હતું.

મને ઠંડી ક્યારેય ગમી નથી.

કલ્કિએ વાનરોને જોયાં. તે વાનરવતમાં કરેલી નાકાબંદીનું સમારકામ કરી રહ્યાં હતાં અને ભગવાન બજરંગ તેમને સલાહ આપી રહ્યા હતા. રત્ના અને સ્મૃત પોતાની રીતે પૂરી મદદ કરી રહ્યાં હતાં.

તું અત્યાર સુધી ક્યાં હતો? કલ્કિએ પૂછ્યું. શુકો જોડે મનોમન વાત કરવાનો ગુણ થોડો અજીબ લાગતો હતો.

ઓહ, મહેરબાની કરીને એવું ન કહીશ કે તેં મને યાદ કર્યો. તને મારી યાદ ન આવી. પોપટે કહ્યું.

કલ્કિએ આંખોથી ઇશારો કર્યો. શુકો પાંખ હલાવી તેના ખભા પર આવી બેસી ગયો. તે ચૂપચાપ બરફની જોડે રમી રહ્યો હતો ત્યાં પોતાની સામે એક પડછાયો દેખાયો. ભગવાન બજરંગ સામે ઊભા હતા. તેમના સુંદર આભૂષણો પ્રકાશમાં ચમકી રહ્યાં હતાં.

"શું તને પૂરો વિશ્વાસ છે કે તે લોકો રાક્ષસ હતા?" તેમણે પૂછ્યું.

"મેં તેમની જોડે ઘણી લડાઈઓ લડી છે, એટલે પૂરા વિશ્વાસ સાથે કહી શકું છું."

કલ્કિએ નિઃસાસો નાંખ્યો. તેની સામે જ પદ્મા અને કૃપાનું અપહરણ થઈ ગયું. તે ગુસ્સાથી કાંપી રહ્યો હતો, પણ કલ્કિ કૃપાથી નારાજ પણ હતો કે તેણે તેના પિતા સાથે કેવું કર્યું. તે તેનું માથું ધડથી અલગ કરી દેવા માગતો હતો. પદ્માને તો બચાવવાની જ હતી, પણ કૃપાને તો તારની છાવણીમાં જ મૂકીને આવીશ.

તે મરી જાય તો પણ મને કોઈ અસર નહીં થાય.

"અમારા માટે મુશ્કેલી ઊભી થઈ ગઈ છે. મારા માણસોએ થોડા માનવોને પણ જોયા છે. તારા માનવો અને રાક્ષસો જોડે સંધિ કરી લીધી હશે."

પછી ભગવાન બજરંગ બબડ્યા, "ચિંતા ન કરીશ. આપણે તેમને શોધી લઈશું."

"તમે આ કામ કેવી રીતે કરવા જઈ રહ્યા છો?" કલ્કિ ખીજાઈને ઊભો થઈ ગયો. તે એમની સામે આવીને બોલ્યો, "તમારી પાસે પૂરતા માણસ નથી. શું તમે તમારું કદ વધારી મદદ કરવાના છો?" તે એક લોકવાયકા તરફ સંકેત કરી રહ્યો હતો. કહેવાય છે કે ભગવાન બજરંગે પોતાનું કદ પર્વત જેટલું વિશાળ કરી દીધું હતું.

ભગવાન બજરંગ શાંત રહ્યા, "મને ખબર છે, પણ તે ન ભૂલીશ કે ગુસ્સામાં જીભ તલવારથી પણ તેજ ચાલે છે. એના આપેલા ઘા કદી નથી ભરાતા."

કલ્કિ બીજી બાજુ જોવા લાગ્યો, પણ તે એમની વાત સમજી ગયો હતો.

"પણ એનો મતલબ એ નથી કે હું લાંબો પહોળો થઈ શકું છું. આપણે ઘણાં કામ કરવાનાં છે. તું મદદ કરીશ કે મજેદાર પોપટ જોડે મોં ફુલાઈને ઊભો રહીશ?" તેમણે શુકોને જોઈને આંખ મીંચકારી.

આ મને ઓળખે છે. શુકોએ કલ્કિને કહ્યું.

કલ્કિ વિચારમાં પડી ગયો, પણ તેણે કશી પૂછપરછ ન કરી.

"ઠીક છે, હું તૈયાર છું."

હું આવી રહ્યો છું, પદ્મા.

"તને તારા પોતાના અભિયાન પર ભરોસો નથી?" ભગવાન બજરંગે બરફથી ઢંકાયેલા અંધારા માર્ગમાં પ્રવેશ કરતાં કહ્યું.

કલ્કિને કોઈ અનુમાન નહોતું કે તે કઈ જગ્યાએ લઈ જતા હતા, "ના, મને નથી. મને તો વાનરોનું અંદરોઅંદર લડવાનું પણ કોઈ કારણ દેખાતું નથી."

"વાનર અન્ય કબીલાઓની જેમ પાશવી વૃત્તિનાં હોય છે. અમને ભગવાન શિવે ઈલાવર્તીમાં શાંતિદૂતો, પાલકો અને સહાયકોની ભૂમિકા નિભાવવા માટે મોકલ્યાં હતાં, પરંતુ ઈલાવર્તીવાળા અમારી સુરક્ષા નહોતા ઇચ્છતા. અમે શાંતિપ્રિય હતાં, એટલે એમણે અમને ડરપોક માની લીધાં. વાનરોએ એકાંતમાં રહેવાનો નિર્ણય લીધો અને ભગવાન રાઘવ અને રાજા સુગ્રીવે અમારી જોડે એક સમજૂતી કરી."

રાજા સુગ્રીવ? તે ભગવાન બજરંગના સાથી હતા. કેટલાક લોકોએ દાવો કર્યો હતો કે તે એમના માટે ભાઈ સમાન હતા.

"તમે એ સમજૂતી કરાવી હતી?"

ભગવાન બજરંગે ગર્વથી માથું હલાવ્યું. તે એક વિચિત્ર પથ્થરના માળખા નજીક આવી ગયા, પછી તે અસમતલ નિસરણી ચઢવા લાગ્યા.

"મને લાગે છે કે એકાંતમાં રહેવું જ શ્રેષ્ઠ હશે."

"પછી શું થયું?"

"ભગવાન રાઘવ અને સુગ્રીવ અમને છોડીને ચાલ્યાં ગયાં. લોકો કહે છે કે, અમર માણસ પોતાના વરદાનને લીધે હંમેશાં જીવિત રહે છે. હું એ નથી માનતો. પોતાના બધાં પ્રિય લોકોને પોતાની સામે નષ્ટ થતાં જોવા, તેનાથી મોટું કોઈ દુઃખ નથી હોતું."

તે ટોચ પર પહોંચી ગયાં હતાં. અચાનક કલ્કિ લપસવા લાગ્યો ત્યારે બજરંગે તેને સહારો આપી બચાવી લીધો. તે લોકો સાત નદીઓની સામે ઊભાં હતાં. દૃશ્ય વાસ્તવમાં કમાલ હતું. તેણે તે પહેલાં દૂરથી જોયું હતું. આ જગ્યાએ સાત નદીઓનો સંગમ થતો હતો.

"બહુ સુંદર."

"હમ્મ." બજરંગ હસ્યો.

"મેં સાંભળ્યું છે કે તમે ભગવાન રાઘવવાળી ઘટના પછી લડવાનું છોડી દીધું હતું."

"બરાબર સાંભળ્યું છે. હું એક લાંબા સમયથી જીવિત છું અને મેં જોયું છે કે યુદ્ધથી કોઈ પણ સમસ્યાનું નિરાકરણ થોડા સમય માટે જ મળે છે, પરંતુ પછી તેનું ખાસ્સું પરિણામ ભોગવવું પડે છે. આ જ વાત

તાર નથી સમજતો. તેને લાગે છે કે જીવવા માટે લડવું જરૂરી છે." તેમણે નિઃસાસો નાંખ્યો, "તો આપણે તે જ કરવા જઈ રહ્યા છીએ, જે તે ઇચ્છે છે. યુદ્ધથી ક્યારેય કોઈ નિરાકરણ નથી મળતું, કલ્કિ."

કલ્કિએ માથું ધુણાવ્યું. તેને શંભલનાં લોકોનાં શબ યાદ હતાં. તેણે તે લોકોને દુરુક્તિની વિરુદ્ધ લડવા કહ્યું હતું. તે લડાઈમાં તેની પ્રિયનો જીવ જતો રહ્યો.

ઓહ લક્ષ્મી, મહેરબાની કરીને મને માફ કરી દેજે.

"શું તમને લાગે છે કે તમે એને રોકી શકશો?"

ભગવાન બજરંગ તેની સામે જોઈ હસ્યા, "ખબર છે હું એક આખો પર્વત ઉઠાવી શકું છું."

"શું એવું સાચે જ થયું હતું?"

"નહીં." તેમણે ખભા ઉલાળ્યા, "પણ હું ભાઈ લક્ષ્મણ માટે પર્વતની લગભગ બધી ઔષધિઓ લઈ ગયો હતો, કેમ કે તે રોગી અને ઘાયલ હતા."

"લક્ષ્મણ ભગવાન રાઘવના ભાઈ હતા."

"અને દુઃશાસનને સળગાવવાની વાત?"

"તને બહુ જ કુતૂહલ હોય છે બાળક!"

કલ્કિ હસી પડ્યો.

"આપણે આ જગ્યા પર કેમ આવ્યા છીએ?"

ભગવાન બજરંગ ગંભીર થઈ ગયા, "શું તેં ક્યારેય બ્રહ્માના નેત્ર વિશે સાંભળ્યું છે?"

"થોડું ઘણું કદાચ ગુરુકુળમાં સાંભળ્યું છે."

બજરંગે તેને ચાર ટુકડા વિશે સમજાવી પછી કહ્યું, "મારી પાસે બીજો ટુકડો છે."

"તે ક્યાં છે?"

"ઠીક તારી સામે."

કલ્કિ હેરાન થઈ ગયો, "અરે ઊભા રહો... આ કેવી રીતે થઈ શકે છે?"

"બ્રહ્માનું નેત્ર ચક્રથી બન્યું છે. કોઈ પણ તેને પોતાનાં ચક્રો સાથે વિલીન કરી શકે છે. આ જ કારણ છે કે મને અજેય માનવામાં આવે છે. મને ખબર છે કે તાર આ સમયે શું કરી રહ્યો છે. કમનસીબે હું મોરચા પર વ્યસ્ત હતો અને રાક્ષસોની ઘૂસણખોરી ન જોઈ શક્યો."

"આ નેત્રનો શું ઇતિહાસ છે?"

"દુઃશાસને આને પોતાના સલાહકારને આપ્યો હતો. તે તેને લઈને ભાગી ગયો. કેટલાક લોકો કહે છે કે તે અસુર હતો અને તે તેને પાતાળલોક લઈ ગયો, પછી તે એક મારા મિત્રના હાથમાં આવ્યો. તેણે એને કોઈની પાસેથી ચોર્યો હતો. તેણે બીજો હિસ્સો આપતાં કહ્યું કે આ એક મહત્ત્વપૂર્ણ વસ્તુ હતી, જે મારી મદદ કરશે."

"તમારા મિત્ર?"

બજરંગે માથું હલાવ્યું, "કદાચ તું એને જાણે છે. તેના કપાળ પર ઘાનું નિશાન છે. પહેલાં અમારા સંબંધ સારા નહોતા, પણ પછી તેણે દયાભાવ બતાવીને તે ટુકડો મને આપી દીધો."

"તે ક્યાં રહે છે?"

"જે જગ્યાએ તારે જવાનું છે ત્યાં - મહેન્દ્રગિરિ."

કલ્કિએ પર્વતોને જોયા. ભાર્ગવ રામ ત્યાં જ તેની પ્રતીક્ષા કરી રહ્યા હતા.

"આંખો બંધ કર બાળક! તારે કશું જોવાનું છે."

કલ્કિ પહેલા અચકાયો અને પછી તેવું જ કર્યું. બજરંગે તેનો હાથ પકડી લીધો.

એક પળ માટે કલ્કિને લાગ્યું કે તેનો હાથ બળી રહ્યો હતો. જલદી જ તેને લાગ્યું કે તેનું શરીર પીગળી રહ્યું છે. તેણે આંખો ખોલી તો પોતાને બરફમાં ઊભેલો જોયો. તે એક છાવણીમાં હતો. તેની આસપાસ વિશાળ તંબૂઓ, ભેગું કરેલું ગૌમાંસ, અગ્નિ અને મોટી ચામડીમાં લપેટેલાં સંઘર્ષરત વાનર હતાં. કેટલાક લોકો ખાઈ રહ્યાં હતાં તો કેટલાક સૂતાં હતાં. ભગવાન બજરંગ અને કલ્કિ એક ખૂણામાં ઊભા રહી જોતા હતા.

"ચિંતા ન કરીશ. આપણને કોઈ નથી જોઈ શકતું." બજરંગ બોલ્યા.

વિશ્વાસ નથી આવતો.

બજરંગ અને કલ્કિ અંદર જતા રહ્યા. તે દૂરથી જામેલી નદી જોઈ રહ્યા હતા. સેનાપતિ તારના થોડા માણસો બજરંગના લોકોની નાકાબંધી જોઈ રહ્યા હતા, જે નદીની બીજી બાજુ હતા. હવે તે સહુથી મોટા તંબૂમાં આવ્યા. ત્યાં એક વિશાળકાય વાનર ઊભો હતો. તેના વાળનો રંગ કાળો હતો. આંખો પણ કાળી અને મોટું મોં હતું. તે ચિંતામાં ખોવાયેલો ચક્કર મારી રહ્યો હતો. તેની આસપાસ માણસ અને રાક્ષસ હતા.

તેણે બીજા ભૂરા રંગના વાનરને કહ્યું, "અરુણ, બંદી ક્યાં છે?"

"સેનાપતિ, શું તેમને તમારી પાસે લાવવાના છે?"

"હમ્મ, લઈ આવો."

તે સેનાપતિ તાર હતો! તે દેખાવમાં કપટી લાગતો હતો. કલ્કિએ બહારથી પદ્મા અને કૃપાને આવતાં જોયાં. તે થાકેલાં લાગી રહ્યાં હતાં. તેમના મોં અને હાથ પર ઉઝરડા દેખાતા હતા.

તારની રૂવાંડાદાર ભ્રમરો ઊંચી થઈ, "બજરંગની છાવણીમાં માનવ શું કરી રહ્યાં છે?"

કૃપાએ કશું ન કહ્યું તો તારનું નાક ગુસ્સામાં ફુલ્યું.

"કોણે મારા આટલા માણસોને ઘાયલ કર્યાં?"

તે કલ્કિ તરફ સંકેત કરી રહ્યા હતા

કૃપાએ તાર તરફ જોયું અને પછી એક ખંધુ હાસ્ય કર્યું. તારે તેને મુક્કો માર્યો, "અમારી પાસે આ બધું કરવાનો સમય નથી. **અરુણ!"**

ત્યારે તેનો સહાયક આગળ આવ્યો, "જી, પ્રભુ!"

"હું આ વૃદ્ધ અને છોકરી સાથે શું કરું? જાઓ, તપાસ કરો કે બજરંગની છાવણીમાં શું ચાલી રહ્યું છે?"

તાર ફરી અવ્યવહારિક થઈ રહ્યો હતો. અરુણે તેને યાદ અપાવ્યું કે તેને થોડા સમયમાં બજરંગની સેના જોડે લડવાનું છે. લોકોને લડાઈની તૈયારી કરવા દો. કલ્કિ અને બજરંગના દિલની ધડકન તેજીથી ધડકી ઊઠી.

"મૂર્ખ, મને ન સમજાવીશ કે મારે શું કરવું જોઈએ." તારે આસપાસના લોકો તરફ નજર કરી. તેના ચહેરા પર દુષ્ટ હાસ્ય હતું, "તો શેની પ્રતીક્ષા છે? ચલો, હુમલો કરીએ."

"આપણે આ કેદીઓનું શું કરવાનું છે?" અરુણે પૂછ્યું.

તારે પદ્મા અને કૃપાના ચહેરા જોઈને કહ્યું, "યુવતીનો બળાત્કાર કરો અને વૃદ્ધને મારી નાંખો, બીજું શું કરવાનું છે?"

કલ્કિનું નાક ફૂલી ગયું. તે તારને મારવા માગતો હતો, પણ બજરંગે યાદ અપાવ્યું, "તે તને જોઈ નથી શકતો અને તું તેને અડી નથી શકતો."

"આપણે પાછાં જઈને તૈયારી કરવી પડશે."

"શું આપણે યુદ્ધ કરવા જઈ રહ્યા છીએ?"

"કમનસીબે એવું જ કરવું પડશે." બજરંગે હા પાડી.

47

પરિણામ સારું નહીં હોય. આપણે પીઠ પાછળ બધે નજર રાખવી પડશે.

પ્રજાને કહેવામાં આવ્યું કે ઉર્વશીએ પોતાના બચાવમાં કુબેરની હત્યા કરી દીધી, પણ યક્ષોને શક થઈ ગયો હતો. તે વિરોધ કરવા લાગ્યા. કેટલાકે ઉર્વશીને મારવાની કોશિશ પણ કરી.

ઉર્વશીએ ઘણો આતંક મચાવી દીધો હતો. અરજણ બધું સંભાળવાની કોશિશ કરી રહ્યો હતો, પણ અરજણ માટેય ખરાબ સમય આવવાનો હતો.

મારે ક્યાં સુધી આ માર્ગ ભૂલેલી ખતરનાક રાણીનું માર્ગદર્શન કરવાનું છે? હું ફક્ત રુદ્રના કહેવા પર આ જગ્યા પર રોકાયેલો છું.

"આપણે અહીંથી જવું જોઈએ." અરજણે રુદ્રને જોઈને તેના ગાલ ખેંચ્યા, "આપણે આ જગ્યાએ સુરક્ષિત નથી."

રુદ્રએ માથું હલાવ્યું, "મને ખબર છે કે તેણે જે કર્યું તે ખોટું છે, પણ હું એને રામરસના હાથે હારવા નહીં દઉં. મારો વિશ્વાસ કર, તે તો એનાથી પણ ખરાબ છે."

રામરસ તો અરજણે વિચાર્યું હતું તેનાથી પણ મોટી મુસીબત નીકળ્યો. તે એક શરાબી અને ઐયાશી માણસ હતો, પણ દરબારમાં તેનો દબદબો વધતો જતો હતો. તે પણ બીજા સામંતોની જેમ કળિની સેવા કરીને ખુશ હતો. જો કે કળિએ પોતાના નાગરિકોની મદદ કરી, પણ તેના રાજમાં અમીર લોકો વધુ અમીર અને ગરીબ લોકો વધુ ગરીબ થતાં ગયાં. ઉર્વશીના આવવાથી પ્રજા વધુ ડરી ગઈ હતી કે તે નાની છોકરી રાજ્યના શું હાલ કરશે. રામરસે આ ભયને વધુ ઉગ્ર બનાવ્યો અને તે દરબારીઓને યાદ અપાવતો રહ્યો કે ઉર્વશીએ કઈ રીતે ધોળે દિવસે યક્ષરાજ કુબેરને મારી નાંખ્યો.

"જો આપણે જતાં રહીશું તો આપણને ભાગેડુ કહેવામાં આવશે.

આપણે ગાદી માટે નિષ્ઠાનો સંકલ્પ લીધો છે."

"કોઈ સિંહાસન નથી. બસ, એક છોકરી વિના વિચાર્યે પોતાની મનમાની કરી રહી છે."

વિદ્રોહને રોકવા માટે અને પોતાનો જીવ બચાવવા માટે ઉર્વશીએ એક કાયદો બનાવી દીધો. હવે યક્ષો માટે ઇન્દ્રગઢમાં રહેવાનું ગેરકાનૂની હતું. પરિષદમાં યક્ષમંત્રી ગુમુખે તેના વિરોધમાં અવાજ ઉઠાવ્યો.

ગુમુખ ઉર્વશી તરફ પોતાની લાકડી ઊંચી કરીને ગુસ્સામાં બોલ્યો, "તેં જે કર્યું, તેનું પરિણામ તારે ભોગવવું પડશે. તને સજા મળશે. યક્ષ વળતો હુમલો કરશે."

રામરસે તેનો ખભો થપથપાવી તેને શાંત કર્યો, પછી તેણે ઉર્વશીની સામે જોયું, "દેવી ઉર્વશી, તારે એવું નહોતું કરવું જોઈતું. યક્ષ નગરમાં પરેશાનીનું કારણ બની રહ્યા છે."

"તેણે મારા પિતાને માર્યા. તેનો અંત આવો જ થવો જોઈતો હતો."

"તું એને દરબારમાં લાવી શકતી હતી." રામરસે કહ્યું, "કાયદાને પોતાના હાથમાં લેવાની જરૂર નહોતી."

"હું જ ન્યાય અને કાયદો છું. હું જ તમારી રાણી છું."

"હા, તને કોઈ પણ મનમાની કરવાનો અધિકાર છે." રામરસ જવા માટે પાછો ફર્યો, "પરંતુ જ્યાં સુધી તું રાણી છે ત્યાં સુધી જ." ગુમુખ પણ તેની પાછળ બહાર નીકળી ગયો. જ્યારે તે ફર્યો તો રામરસ ફર્યો અને ઉર્વશીને કહ્યું, "યક્ષ એક ગરિમામયી કબીલો છે અને તે લોકો પોતાને ઉપેક્ષિત અનુભવી રહ્યાં છે. આપણે આગલી પરિષદ સભામાં ચર્ચા કરવી જોઈએ કે તેમના માટે શું કરીએ."

"મારી એવી કોઈ ઇચ્છા નહોતી. મને યક્ષોથી કોઈ તકલીફ નથી. મેં વિદ્રોહ રોકવા માટે આ કાયદો બનાવ્યો છે. જો તમે વાયદો કરો કે વિદ્રોહ નહીં થાય તો હું કાયદો પાછો લઈ લઈશ. જ્યાં સુધી પરિષદ પોતાના માટે નવા શાસકની નિમણૂક ન કરે."

રામરસે સુખદ સ્મિતની સાથે ગુમુખને જોયો. ગુમુખે કશું ન કહ્યું, બસ, ધીમેથી ગરદન હલાવી દીધી.

અરજણ જાણતો હતો કે રામરસનો ઇશારો કઈ તરફ હતો. તે ઉર્વશીને હરાવી યક્ષોને નગરમાં પાછા લાવશે. પરિષદની સભા થવા જઈ રહી હતી અને સભ્યોને નક્કી કરવાનું હતું કે ઇન્દ્રગઢનો નવો શાસક કોણ હશે.

ઉર્વશી, અરજણ અને રુદ્રએ પરિષદ કક્ષમાં પ્રવેશ કર્યો. વિશાળ ગોળ ટેબલની આસપાસ લાકડાની ખુરશીઓ પર બધા સભ્યો બેઠા હતા. કક્ષમાં એક બાજુ બારીઓ હતી, પણ તેના પર પડદા લાગેલા હતા. પ્રવેશદ્વાર પર માનવ સૈનિકો પહેરો ભરતા હતા. અન્ય યક્ષ દરબારીઓની જોડે ગુમુખ પણ બેઠો હતો. તેણે અને રામરસે એકબીજાને ત્રાંસી નજરે જોયું.

ઉર્વશી રામરસની સામે હતી, “ચાલો, ચાલુ કરો. રામરસ પહેલાં પોતાની વાત જણાવી શકે છે.”

રામરસ ઊભા થયા. રુદ્ર પોતાની ખુરશી પર ગભરાઈને હલ્યો તો અરજણે તેનો હાથ પકડી લીધો. તે બંને હસી રહ્યા હતા.

“મને ખબર છે કે તને તેનાથી નફરત છે, પણ હું હવે તારી સાથે છું.” અરજણે ધીમેથી કહ્યું.

“તમારામાંથી ઘણા લોકો મને નહીં ઓળખતા હોય. હું દેવી ઉર્વશીની જેમ શાહી પરિવારમાંથી નથી આવતો, પણ મેં આ જગ્યા અને લોકોને સારી અને મજબૂત સ્થિતિ તરફ લઈ જવાની યોજના બનાવી છે. હું બીજાં મંદિરો તૈયાર કરાવીશ. કર ઘટશે. અધિક ગુરુકુળોની સ્થાપના થશે. મહિલાઓને સરકાર સરખા વેતનનો અધિકાર આપશે. મેં બીજાં નગરો સાથે ઇન્દ્રગઢની આયાત-નિકાસ વ્યાપારને વધારવા માટેની યોજના બનાવી છે.”

“અને તેના માટે તું શું કરવાનો છું?” એક મંત્રીએ પૂછ્યું.

“હું અગ્નિગઢને વસવાટયોગ્ય, કામ કરવા માટેનું નગર બનાવવા માગું છું. બધાં નાગરિક ઇન્દ્રગઢમાં આવી જશે. લોકોને ઘર આપવા માટે અધિક ઘરોનું નિર્માણ થશે. ગુમુખના નેતૃત્વમાં યક્ષ મોટી ભૂમિકા ભજવશે. જો કે જ્યારે આપણે પરસ્પર વાત કરી રહ્યાં છીએ તો તે

દરમ્યાન અલકપુરનો વારસદાર, કુબેરનો પુત્ર, નલકુબેર ઇન્દ્રગઢ માટે રવાના થઈ ગયો છે અને આપણે એની જોડે સંધિ કરીશું, જેથી યક્ષોના જનબળનો પ્રયોગ થઈ શકે. આપણે બધા જાણીએ છીએ કે કબીલાવાળા હાથથી થતાં બધાં કામમાં કુશળ હોય છે."

અરજણને યાદ આવ્યું, કુબેરે કહ્યું હતું કે તેનો દીકરો ઇન્દ્રગઢ આવી રહ્યો છે. જો કે તેને અનુમાન હતું નહીં કે રામરસ પહેલેથી જ તેનો સંપર્ક સાધી ચૂક્યો હતો.

રામરસનું ભાષણ ખોખલા વાયદાઓથી ભરેલું હતું અને જો તે માણસોને કામ કરવા રાખવાનો હોય તો યક્ષોની ભૂમિકા કઈ રીતે વધી જાય. તે ફક્ત ગુમુખને ખુશ કરવાની રીત હતી.

"આપણે પહેલાં પણ વાત કરી ચૂક્યા છીએ. તે બહુ જ દયાળુ છે, તેણે પોતાના પિતાની હત્યા માટે આપણને માફ કરી દીધા છે."

હવે સમજમાં આવ્યું. તે કુબેરના દીકરાને નગરમાં લાવી યક્ષોને ખુશ કરવા માગે છે.

"પણ તે ઇચ્છે છે કે હું રાજા બનું. જો મને પસંદ કરવામાં આવશે તો તે આપણી જોડે સંધિ કરશે."

ઉર્વશીએ ખોંખારો ખાધો અને ચહેરા પર દુષ્ટતાભર્યા હાસ્ય સાથે તેણે પૂછ્યું, "અને હું રાણી બની તો શું થશે? તે શું કરશે?"

રામરસે નિઃસાસો નાખ્યો, "તે નગર પર હુમલો કરી દેશે."

બધા એકદમ ચોંકી ગયાં. ઉર્વશી બેફિકર લાગતી હતી જાણે એને આ વાતથી કોઈ ફર્ક પડતો જ નહોતો કે નગર પર હુમલો થઈ શકે છે.

"જો આ બધું પહેલાં જ નક્કી હતું તો બધાને બોલાવવાની ક્યાં જરૂર હતી?"

બધા બૂમો પાડવા લાગ્યાં. ઓહ, કેટલાંક લોકો એવાં પણ હતાં કે જે ઉર્વશીને શાસક બનાવવા માગતાં હતાં. રામરસ હબકીને ખુરશીમાં પાછો બેસી ગયો અને ઉર્વશી બોલવા માટે ઊભી થઈ.

"આપણે ડરીશું નહીં. આપણે કાયર નથી. જો નલકુબેર લડવા માગે

છે તો તે લડી શકે છે." તેણે ગુમુખ તરફ સંકેત કર્યો, "ભલે હું બધાને પસંદ ન હોઉં કે મારી ઉંમર ઓછી હોય, પણ હું શાહી ખાનદાનથી છું. મેં કળિને હરાવ્યો છે. તેના રાજમાં અમીર લોકો વધુ અમીર થયા અને ગરીબ લોકોની તકલીફોનો અંત ન થયો. તે કોઈ સારો શાસક નહોતો અને હું એવી નથી, પણ એક વાત તો નક્કી છે. મારી યોજનાઓથી હું આ નગરને મહાન બનાવી શકીશ." તેણે અરજણને જોઈને કહ્યું, "હું ખરેખર એવું કરી શકીશ. આપણે યક્ષોની ધમકીઓથી ન ડરવું જોઈએ. હું મારા પિતાના બનાવેલા દરેક નિયમનું પાલન કરીશ અને જલદી જ ઇન્દ્રગઢમાં સારો યુગ જોઈશું. **આપણી મહાન કીર્તિનો યુગ!** પણ હું કબીલાઓથી દૂર નથી ભાગવાની. હું તેમને આપણો સહયોગ આપીશ અને જો તેમણે સહયોગ ન આપ્યો તો કાપીને ફેંકી દેવામાં વાર નહીં કરું."

"વેદાંતે બનાવેલા બધા કાયદાઓ?" એક મંત્રીએ માથું હલાવ્યું, "તે બધા સારા નિયમ હતા."

"હા, મારા પિતાએ બનાવેલા બધા કાયદાઓ અને નિયમ લાગુ પડશે. ફક્ત કબીલાઓના કાર્યક્રમ અપવાદ રહેશે. જો તે કોઈ મુશ્કેલી ઊભી ન કરે તો મને તેમને સાથે લઈ ચાલવામાં કોઈ મુશ્કેલી નથી અને જો તે એવું કરશે તો તેમનો સફાયો કરી દેવામાં આવશે."

"તમે બધા કેદીઓને કારાગૃહમાંથી મુક્તિ આપી દીધી. તેમાંથી કેટલાકને વેશ્યાવૃત્તિ કરવાના લીધે કારાગૃહમાં નાખવામાં આવ્યાં હતાં. તમે એમનું શું કરશો? વેશ્યાવૃત્તિના લીધે સમાજમાં વ્યભિચાર વધે છે." એક મંત્રીએ કહ્યું.

અરજણે પોતાના શ્વાસ રોકી લીધા – *એવું ન થવું જોઈએ.*

ઉર્વશીએ નિઃસાસો નાંખ્યો, "મને ખબર છે અને હું માનું છું. એવા ગુના કરવાવાળાને સજા મળશે."

અરજણનું લોહી થીજી ગયું. તેણે ચિંતિત નજરથી રુદ્ર તરફ જોયું.

મંત્રીઓને જૂના કાયદાઓ લાગુ થવાની વાતથી સંતુષ્ટિ મળી રહી હતી. ઉર્વશીએ તેમની કટ્ટરતાનું માન રાખીને ઔપચારિક રીતે બધાનું દિલ જીતી લીધું.

"અને જો તમને પસંદ કર્યાં તો નલકુબેરનું શું થશે, જે નગરના દ્વાર પર ઊભો છે?" ગુમુખે પૂછ્યું.

"હું એની તરફ મિત્રતાનો હાથ લંબાવીશ."

"અને તેણે વાત ન માની તો?"

ઉર્વશી હસવા લાગી, "હું એને બતાવી દઈશ કે જો તેણે આત્મસમર્પણ ન કર્યું તો નગર એક-એક યક્ષને કાપીને ફેંકી દેશે અને આ કામ તમારાથી શરૂ થશે."

ગુમુખ ખરેખર ગભરાઈ ગયો, પછી તે ઊઠીને ઉર્વશી તરફ આગળ વધ્યો, પણ બીજા મંત્રીઓએ તેને રોકી લીધો. ઉર્વશી કળિની રીતે કબીલાઓને ખુશ રાખવા નહોતી માગતી. તેનું કહેવું હતું કે તે શાંતિથી તાબામાં રહે તો ઠીક છે, નહીંતર તેનું પરિણામ તેમણે ભોગવવું પડશે.

ઉર્વશીએ ફરીને અરજણ તરફ જોયું. અરજણે તેને જોઈને માથું ધુણાવ્યું. જ્યારે મતદાન થવા લાગ્યું તો ઉર્વશી ગભરાઈને નખ ચાવવા લાગી. અરજણ અને રુદ્ર નહોતા ઇચ્છતા કે તેની જીત થાય.

ઉર્વશી અરજણની પાછળ આવીને ઊભી રહી.

"કેવું રહ્યું બધું?"

"તે કેદીઓને ફરીથી બંદી બનાવવાની બાબતમાં વચન આપ્યું." રુદ્રએ કહ્યું.

"ફક્ત થોડા લોકોને. તેનાથી શું ફેર પડે છે?"

"પણ તેમણે તને અણીના સમયે મદદ કરી હતી."

"અને હવે મારી સાથે અંગરક્ષક અને સેના છે. કેદીઓ તો અસ્થાયી ઉકેલ હતો, પણ ચિંતા ન કરો. તમે બંને કાયમ મારી જોડે રહેશો, કેમ કે તું સારી સલાહ આપે છે." તેણે આંખ મારી અને આસન પર આરામથી બેસી ગઈ.

રુદ્ર અને અરજણે હાથ પકડી લીધો.

વક્તાએ પરિષદના દરેક સભ્યોને આપવામાં આવેલી કાગળની ચિઠ્ઠીને ગણી, પછી તેણે ઊઠીને પરિણામ જાહેર કર્યું. અરજણ તેના ભાવ સમજવાની કોશિશ કરી રહ્યો હતો. રામરસ અને ઉર્વશી અનુભવી

નહોતાં, પણ રામરસ કમ-સે-કમ અરજણ અને રુદ્રને કારાગૃહમાં તો ન જ નાખત.

"પરિણામ અનુસાર..."

ઉર્વશી ન હોય.

ઉર્વશી ન હોય.

અરજણે આંખો બંધ કરી લીધી. તેના હાથમાં પસીનો થઈ ગયો અને ગરદન પાછળના વાળ ઊભા થઈ ગયા.

ઉદૈયાની રાજધાની ઇન્દ્રગઢની શાસક, કીકતપુરની સ્વામિની, આપણા દેશના ઇતિહાસમાં સહુથી નાની રાણી ઉર્વશી છે.

અને એની સાથે જ અરજણને પોતાનું મૃત્યુ દેખાયું.

હવે બધું સમાપ્ત થઈ ગયું હતું.

48

કળિ હમણાં જ વીતી ગયેલા સમયમાંથી પાછો આવ્યો હતો કે ફરી પાછો ભાનમાં આવ્યો હતો.

તે એક જંગલમાં ઊભો હતો અને રાજા પરીક્ષિતે તેના પર પોતાના બાણનું નિશાન તાકી રાખ્યું હતું, ત્યારે જ એક સિપાહીએ આવીને કહ્યું,

"જવા દો! બાળક છે."

પણ હું મોટો થઈ ગયો છું.

કળિ ફર્યો તો તેને અહેસાસ થયો કે રાજા પરીક્ષિત અને તેમના સિપાહી તેને નહોતા જોઈ રહેલા. તેમને ખબર પણ નહોતી કે મોટો કળિ તેમની પાછળ ઊભો છે. તે તો તેને બાળપણના રૂપમાં જોઈ રહ્યાં હતાં, જે પોતાની નાની બહેન દુરુક્તિનો હાથ પકડી ઊભો હતો. તેના રૂવાંડા ઊભાં થઈ ગયાં. તેણે પોતાને જોયો - ગોરો રંગ, સોનેરી આંખો અને લાંબા લહેરાતા વાળ.

"પણ આ અસુર છે. તેની આંખો તો જુઓ." પરીક્ષિતે કહ્યું, "તેને તો બાળી દેવો જોઈએ. તે લોકો અભિશાપ ફેલાવે છે."

કળિને અનુભવ થયો કે તે સમયે અસુરોને બધાથી નીચ, ઘૃણાસ્પદ અને નિંદનીય વંશ માનવામાં આવતો હતો. તેનું એક અસુર હોવું તે પણ એક અપરાધ હતો. કળિને યાદ આવ્યું કે આ બધું કઈ રીતે પ્રલય પછી શરૂ થયું. અસુરોના બાબતમાં અફવાઓ ફેલાવા લાગી. લોકો કહેતા હતા કે તેમના જાદુ-ટોણાથી જ પ્રલય આવ્યો. ચોક્કસપણે કળિ જાણતો હતો કે અસુર જાદુ-ટોણા નથી જાણતા, આ કામમાં વિદ્યાધર માહિર હતા, પણ લોકો અફવાઓને સાચી માનવા લાગ્યાં. તેનું એ પરિણામ આવ્યું કે ઈલાવર્તીમાં અસુરો સાથે ખરાબ વર્તન થવા લાગ્યું. તેમની સ્ત્રીઓ સાથે બળાત્કાર થયો અને તેમને મારી નાખવામાં આવ્યાં.

માનવોને જાતિ કે ઉંમરથી પણ કોઈ અંતર નહોતું પડતું અને પછી પરીક્ષિત રાજા બનવાના કારણે થોડા સમય માટે આ બધું બંધ થઈ ગયું હતું. તે એક સ્નેહી રાજા અને ઉદૈયાનો ઉત્તરાધિકારી હતો. તેણે ઇન્દ્રગઢમાંથી ઉત્તરી રાજ્યોનું નિયંત્રણ કર્યું.

"બહુ સરસ." પરીક્ષિતે માથું ધુણાવ્યું, "આનો ક્યાંક ને ક્યાંક ઉપયોગ કરો."

સિપાહીએ હા કહ્યું. તે યુવક દેખાવમાં ઉગ્ર હતો. કળિએ સિપાહીને જોયો જેણે કળિ અને તેની બહેનનો જીવ બચાવ્યો હતો.

કળિ સમજી ગયો કે તે યુવક જાણીતો કેમ લાગ્યો. તેની અત્યારની જેમ સફેદ દાઢી તો હતી નહીં, પણ તે સુંદર અને યુવાન હતો – એ તો કોકો હતો.

પહેલાં ઉત્તરના ઘણા બધા વિસ્તારોમાં કુરુ રાજવંશના રાજા પરીક્ષિતનું રાજ હતું. દેશ અત્યારની જેમ વિભાજિત નહોતો.

ત્યારે જ દૃશ્ય બદલાયું. અત્યારનું દૃશ્ય ગાયબ થઈ ગયું અને કળિ રસ્તા પર ઊભો હતો. પરીક્ષિત પોતાના સિપાહીઓ સાથે તેની તરફ આવી રહ્યો હતો. કળિ તેની પાછળ હતો. તેના હાથમાં તલવાર અને ઢાલ હતી.

કળિને યાદ આવ્યું કે તે પરીક્ષિતનો સહાયક બની ગયો હતો. તેનું નાનું-મોટું કામ કરતો હતો. પરીક્ષિતની જોડે તેનો દીકરો જન્મેજય પણ ઊભો હતો. પરીક્ષિત તેને શહેર બતાવી રહ્યો હતો. પ્રજા પરીક્ષિતને જોઈને પ્રણામ કરી રહી હતી.

અને ત્યારે જ એક હુમલાખોરે તલવાર લઈને પરીક્ષિત પર હુમલો કર્યો. કોકો કશું કરે તે પહેલાં જ કળિએ તે નાગ હુમલાખોરને રોક્યો અને તેના પેટમાં તલવાર ઘુસાડી દીધી. પરીક્ષિતે તેને નવાઈથી જોયો. નાગલોકો સાથે તેમના સંબંધ વધુ બગડ્યા હતા. એવું પહેલીવાર નહોતું થયું કે રાજા પર હુમલો થયો હોય.

કળિને યાદ આવ્યું કે રાજાનો જીવ બચાવવાની તે ક્ષણ કેટલી ગૌરવની હતી. પરીક્ષિતે મજબૂત માંસપેશીઓવાળા શક્તિશાળી યુવક

પાસે જઈને કહ્યું, "કળિ, હું તારો આભારી રહીશ."

કોકો શરમ અનુભવતો હતો, પણ કળિએ તેના ખભે હાથ મૂક્યો, "ભાઈ, આશા રાખું છું કે તને ખરાબ નહીં લાગ્યું હોય, કારણ કે તારું કામ મેં કર્યું." તેણે કહ્યું.

પરીક્ષિત અને જન્મેજય આગળ વધ્યા.

દશ્ય પૂરું થઈ ગયું.

હવે કળિ રાજાના દરબારમાં હતો. દશ્યમાં વીતી ગયેલા સમયની વાતો ફરીથી દેખાતી હતી.

જન્મેજય પહેલાંના દશ્યની તુલનામાં થોડો મોટો હતો. તે દૂબળો લાગી રહ્યો હતો. તે સિંહાસનની જોડે ઊભો રહી પિતા પર ગુસ્સે થતો હતો. પરીક્ષિત પણ અશક્ત અને વૃદ્ધ દેખાતા હતા, તે સિંહાસન પર બેઠા હતા.

"કળિને નેતૃત્વ કરવાનું કામ કેમ સોંપ્યું... એક અસુરને સેનાની કમાન આપવી ન જોઈએ."

"શું ફરક પડે છે. શક્તિશાળી યુવક છે." વૃદ્ધ માણસે ખાંસી ખાધી.

કળિને આ બાબતમાં કશી ખબર નહોતી. તેને હંમેશાં એવું જ લાગતું હતું કે જન્મેજય કળિને એટલા માટે પસંદ નથી કરતો કેમ કે પરીક્ષિત તેને દીકરાની જેમ માને છે અને જન્મેજયને તેની ઈર્ષ્યા છે. કળિને લાગ્યું કે જન્મેજય પોતાના પિતાનું ધ્યાન પોતાની તરફ કરવા માગતો હતો, પરંતુ કળિને એટલા માટે ઘૃણા કરતો હતો કે તે તેને એક સામાન્ય અસુર માનતો હતો.

"આપણે નાગલોકોથી હારી રહ્યા છીએ..."

"આપણે નાગથી હારી રહ્યાં છી, કેમ કે હજુ સુધી કળિની સમજદારીનો લાભ નથી લીધો. તેનું મગજ તેજ છે. તે બહુ જ હોશિયાર છે. તેને યુદ્ધની કળાના બધા જ પેંતરા આવડે છે."

"આ અસુરની વાતોમાં તમે અંધ થઈ ગયા છો." તે ગુસ્સે થયો, "તેણે તમારી પર જાદુ કરી દીધો લાગે છે. તમે તેના પર વધુ ભરોસો કરવા લાગ્યા છે."

પરીક્ષિત દીકરાની વાત સાંભળી હસવા લાગ્યા, "અરે, તું જિદ્દી અને દુર્બળ છે. વિચારી રહ્યો છું કે તને કુરુ રાજગાદી આપવી જોઈએ કે નહીં."

દશ્ય બદલાયું અને પરીક્ષિતનો ઓરડો સામે આવ્યો.

પરીક્ષિતની નજીક શરાબનો પ્યાલો મૂક્યો હતો. તેણે જન્મેજયને તે તરફ તાકતો જોયો. તેણે શરાબમાં કોઈ દ્રવ્ય મેળવી દીધું.

ઓહ નહીં.

કળિને પોતાની આંખો પર વિશ્વાસ નહોતો થતો. તે જન્મેજય પર ગુસ્સે થવા લાગ્યો, "તારી હિંમત કેવી રીતે થઈ?"

દશ્ય બદલાયું અને કળિને તે દર્દનાક વાત યાદ આવી ગઈ. પરીક્ષિતની અંતિમ ક્ષણ નજીક હતી અને તે તેની સાથે બેઠો હતો.

રાજાએ કહ્યું, "પ્રિય, તું મારા પુત્ર સમાન હતો. તારો સાથ મળવો મારા માટે ભાગ્યની વાત હતી."

"મહારાજ, તમારી સેવા કરવી એ મારા માટે મોટી વાત હતી."

"તું મહાન માણસ બનીશ, પણ એક વાતથી સાવધાન રહેજે. એક નાની અમથી ભૂલ..." તે ખાંસી ખાવા લાગ્યા.

પરીક્ષિતની આંખો ઊંડી ઊતરતી જઈ રહી હતી અને ચહેરાનું તેજ મંદ થવા લાગ્યું હતું.

તેણે માંડ વાક્ય પૂરું કર્યું, "સારપ અને ખરાબ બંને વચ્ચેનું અંતર પાતળી રેખા જેવું હોય છે. હંમેશાં બધાનું ભલું કરજે, જીવન ખરાબ કામ કરવા માટે... બહુ જ નાનું છે."

તે જ ક્ષણે કળિએ પિતા સમાન વ્યક્તિને ગુમાવી દીધા. પરીક્ષિતે હંમેશાં માટે આંખો બંધ કરી લીધી. કળિનું મન ખરાબ થઈ ગયું. જો બ્રહ્માનાં નેત્ર પાસે ફક્ત અતીત બતાવવાની જગ્યાએ તેને સુધારવાની શક્યતા હોત તો તે જન્મેજયનો વધ કરી દેતો.

કળિને ખબર હતી કે તેના પછી શું દેખાશે. તેને બધું સારી રીતે યાદ હતું. કળિ અને તેની બહેનને બંદી બનાવી પ્રાણદંડ આપવામાં આવ્યો. જન્મેજય રાજા બની સિંહાસન પર બેઠો.

"મારા પિતામાં એવું કરવાનું સાહસ નહોતું, પણ હું એવું કરી શકું છું. આ બંનેને મારી નાંખો. તેણે મારા પિતાને ઝેર આપ્યું છે. અમને ખબર છે કે તું નાગ સાથે છું. તમારું કામ પતાવ્યા પછી અમે તેને પણ મારી દઈશું. તું અને તારી બહેન બંને દુષ્ટ છો."

કળિ અને દુરુક્તિને એક બંધ ઓરડામાં ચૂપચાપ મારવાની યોજના હતી, કેમ કે લોકો તેને સાથ આપી રહ્યાં હતાં. પરીક્ષિતના મૃત્યુ પછી કોકો અને વિકોકો જન્મેજયના અંગરક્ષક બન્યા અને આ કામ તેમને જ સોંપવામાં આવ્યું. કોકો અને વિકોકોએ તેમનાં બંધન છોડી નાખ્યાં અને તેમને કોટડીમાંથી બહાર ભાગવા માટે નાળાનો ઉપયોગ કરી શકશે તેવું જણાવ્યું. એ રીતે તેમને નગર બહાર નીકળવું સહેલું થશે.

"તું આવું કેમ કરી રહ્યો છે?" કળિએ પૂછ્યું.

"તે તમને એટલા માટે મારી નાંખવા માગે છે, કારણ કે તમે એક અસુર છો અને અમે પણ અસુર જ છીએ."

"તું પણ અસુર છે." યુવક કળિ ચકિત્ત થઈ ગયો.

કોકો અને વિકોકોએ હા કહ્યું.

યુવક કળિને આશ્ચર્ય થઈ રહ્યું હતું કે જેવી અસુરોની હોય છે તેવી તેમની આંખો સોનેરી નહોતી, પણ એવું બધા સાથે નથી થતું. ફક્ત શુદ્ધ લોહીવાળા અસુર જ એવો નાકનકશો ધરાવે છે. જેમ કળિના પિતા રાજપરિવારમાંથી હતા અને કળિની મા એક દાસી હતી, પણ બંને વિશુદ્ધ અસુર વંશના હતાં. તે રીતે કળિ અને દુરુક્તિ વિશુદ્ધ લોહીવાળા હતાં, પણ એમના બધાં ભાઈ-બહેન એવાં નહોતાં.

"ધન્યવાદ, મારા મિત્ર." કળિએ તેનો ખભો થપથપાવ્યો.

"અમે પણ સાથે જ આવીશું. જન્મેજય અત્યાચારી છે. અમે તેના માટે કામ કરવા નથી માગતા." વિકોકોએ કહ્યું.

"શું તને પૂરો વિશ્વાસ છે?"

"ચોક્કસ." કોકોએ કહ્યું.

આ રીતે તે દૃશ્ય ગાયબ થઈ ગયું. કળિને અનુભવ થયો કે તેના હાથની બળતરા શાંત થઈ ગઈ છે અને તે ઊઠી ગયો. તે પરસેવાથી

લથબથ હતો. તેણે પાણીમાં ડૂબેલો હાથ જોયો, પછી તેણે ગળામાં ફસાયેલું થૂંક કાઢ્યું અને પરસેવો લૂછ્યો. તે વર્તમાનમાં આવી ગયો હતો. દુરુક્તિ તેને જ જોઈ રહી હતી અને અલક્ષ્મી હોડી સંભાળી રહી હતી. તેણે કોકો અને વિકોકોને જોયાં, જે એને ચિંતિત દેખાતા હતા. કળિએ કોકોને જોયો, જે હવે પોતાની સફેદ દાઢી અને પાકટ વાળથી વૃદ્ધ દેખાતો હતો.

ભૂતકાળ એ રીતે જીવંત લાગતો હતો કે જાણે એ બધી કાલની જ વાત હોય.

કળિએ પોતાના ભીના હાથને જોયા. તેણે તેને ધોતીથી લૂછ્યા. શુક્રએ પાસે આવીને કહ્યું, “તેં શું જોયું?”

કળિએ સાચું કહી દીધું.

“બ્રહ્માનું નેત્ર વીતી ગયેલી પળને ફક્ત તમારી નજરથી નહીં, પરંતુ દરેકની નજર પ્રમાણે બતાવે છે. તને જન્મેજય વિશે ખબર નહોતી ને?”

કળિએ માથું નમાવી હા કહ્યું. “મને ખબર નહોતી કે તેણે જ તેના પિતાને ઝેર આપી મારી નાખ્યાં છે.”

“આપણે કાયમ ગાદી અને સત્તા માટે આવી મૂર્ખતા કરીએ છીએ.” શુક્રએ કહ્યું, “તારા નાકમાંથી લોહી વહે છે.”

કળિને ધ્યાન નહોતું. તેણે તેને લૂછી નાખ્યું, “કેટલી ભયંકર વાત છે. હું તો સમજી જ ન શક્યો.”

“તેં રાજ્ય છોડી દીધું. નાગ જોડે સંધિ કરી. જન્મેજય વિરુદ્ધ અભિયાન ચાલુ કર્યું અને તેને મારી નાંખ્યો.” શુક્રએ તે વાત પણ કહી દીધી જે વાત કળિએ જોઈ નહોતી, પણ તેના વિશે તે જાણતો હતો, “તેં કોકો અને વિકોકોની અસલી ઓળખ છુપાવી નવું જીવન આપ્યું. એ રીતે તેમણે સંકલ્પ કર્યો કે તે મૂળ અસુર વંશની રક્ષા આજીવન કરશે.” હવે કોકો અને વિકોકો વૃદ્ધ અને અશક્ત થઈ રહ્યા હતા, પણ તેમની તાકાત ઓછી નહોતી થઈ.

કળિને યાદ આવ્યું કે તેણે જન્મેજયને કેવી રીતે હરાવ્યો હતો. તેને નાગના આંતરિક મંડળ સુધી લાવવામાં અને જન્મેજયને હરાવવામાં ઘણાં

વર્ષો લાગ્યાં હતાં. કુરુ વંશનો નાશ થયો અને જન્મેજયે તેને કેટલાંય ભાગમાં વિભાજિત કરી દીધો. તેણે પોતાની મરજીથી રાજાઓની પસંદગી કરી જેમાંનો એક વેદાંત હતો. જન્મેજય પર જ્યારે હુમલો થયો ત્યારે તે વરુણગઢમાં હતો.

કળિ પોતાનું જહાજ અને તોપો લઈ આવ્યો અને તેનો સાગર પર આવેલો ભવ્ય કિલ્લો ઉડાવી દીધો. તેણે મંડળ-વ્યૂહ કૌશલથી યુદ્ધ કર્યું. આ બચાવકારી વ્યૂહ હતો જેમાં કળિ ઘોડેસવાર સેનાની પાછળ હતો. જ્યારે તેના લોકો દુશ્મનને મારવા લાગ્યા ત્યારે તે જન્મેજય જોડે લડવા આવી ગયો, જે પોતાના રથમાં બેઠો તેની પ્રતીક્ષા કરી રહ્યો હતો.

કળિએ પોતાના રથમાંથી તેની પર છલાંગ લગાવી દીધી. તેઓ એકબીજાને મારવા લાગ્યાં. જન્મેજયનો રથ ઝડપથી ચાલતો હતો. ઘોડા બેભાન થઈ પડ્યા તો રથ પણ લથડી પડ્યો. જન્મેજય સાગરમાં જઈ પડ્યો. કળિ પણ પડ્યો. તે ઊઠીને જન્મેજય તરફ વધ્યો, જે પાણીમાં પોતાની તલવાર શોધી રહ્યો હતો.

કળિને હથિયારની જરૂર નહોતી. તેણે જન્મેજયને પાણીમાં મુક્કો માર્યો ને જ્યાં સુધી તેણે તરફડવાનું બંધ ન કર્યું ત્યાં સુધી પાણીમાં ડૂબાડી રાખ્યો. તે જીતી ગયો. વરુણગઢ હવે તેનું હતું. નાગે પોતાના રાજાનો જયજયકાર કર્યો.

આ બધું તેને ક્ષણભર યાદ આવ્યું અને કળિને પોતાની સિદ્ધિઓ અને પોતાના હોવા પર ગર્વ થયો. જો કે હવે તે બધું હારી ચૂક્યો હતો.

“તેં ખોટો રસ્તો પસંદ કર્યો.” શુક્રએ હળવેથી કહ્યું.

“કેમ, તમે કહેવા શું માગો છો?”

“તેં તે જ જોયું, જે તું જોવા માગતો હતો, પણ હવે તારે જઈને તે જોવું જોઈએ જે તું નથી જોવા માગતો.”

“કેમ?” મેં પાઠ ભણી લીધો છે. મેં જે કર્યું તે પર મને ગર્વ છે.” કળિ ઊભો રહી વિચારવા લાગ્યો, “હું આખરી અસુરોમાંનો એક છું જેણે આ દેશનાં અડધાથી વધુ રાજ્યો જીત્યાં છે. જો એ વાત પણ પ્રભાવશાળી ન હોય તો એનાથી વધુ શું હોઈ શકે?”

"એ સાચું છે, પણ હજુય એવું કંઈક છે કે તું તારા પોતાના વિશે નથી જાણતો. તું અધર્મથી લડવાની યાત્રા શરૂ કરવા જઈ રહ્યો છે અને પોતાને તૈયાર કરી રહ્યો છે, પણ પહેલાં તને એ સચ્ચાઈની ખબર હોવી જોઈએ."

કળિએ ભ્રમરો ચઢાવી, "કઈ સચ્ચાઈ? તે જ કે જન્મેજયે તેના પિતાને ઝેર આપ્યું હતું?"

શુક્રએ માથું હલાવ્યું, "આ એવી યાદની વાત છે કે જે તું યાદ કરવા નથી માગતો. તે રાત યાદ કર, જ્યારે તારાં ભાઈ-બહેન આગમાં બળીને મરી ગયાં હતાં."

કળિએ હા કહ્યું.

"હવે તે જ સમયમાં પાછા જઈને પોતાને જો."

"મારે ખાસ કરીને શું જોવાનું છે?" કળિએ પૂછ્યું.

"તારા ભાઈને."

કળિને એક બાળકનો ખ્યાલ આવ્યો - તે તેનો એકમાત્ર ભાઈ હતો.

"કઈ સચ્ચાઈ? તે પણ બધાની જેમ આગમાં બળી ગયો. વાર્તા પૂરી." કળિ તરત બોલ્યો.

"ના, તે નથી મર્યો." શુક્રએ ધીમેથી કહ્યું.

કળિનું લોહી તેની નસોમાં જામી ગયું, "તમે શું કહેવા માગો છો?"

"તારો ભાઈ જીવિત છે. તે ઈલાવર્તીમાં રહે છે અને હવે તે એક બળવાન યુવક બની ગયો છે. સમય આવી ગયો છે કે તું એને ઓળખી લે."

49

કદ્રુ કંટાળી રહી હતી. તે ક્યારની પોતાના માણસો અને જામુન સાથે મેદાનમાં રાહ જોઈ રહી હતી. તેમણે સુપર્ણોનો દેશ – સુપર્ણિકાનું આમંત્રણ સ્વીકારી લીધું અને આવી ગયાં. દૂર સાગરની પેલે પાર નાગપુરી જેટલો વિશાળ કિલ્લો જોયો, તે જ સુપર્ણભૂમિનું પ્રવેશદ્વાર હતું. તેની આજુબાજુ એક લાંબો પુલ હતો. કિલ્લાની બંને બાજુ ઝાડ હરોળમાં ઊભાં હતાં.

સુપર્ણભૂમિ સમુદ્ર તળની ઉપર, લાંબા અને મજબૂત થાંભલાઓના સહારે ટકેલી હતી. સાગર પર નાની ગુફાઓમાં અમૃત રાખેલું હતું. તેનું મગજ તેજ ચાલી રહ્યું હતું.

હું અમૃતની ચોરી કેવી રીતે કરીશ?

તેણે પોતાના ઘા પર નજર કરી, જે ખૂબ જ વકરી ગયેલો હતો. તેને પોતાનો જીવ બચાવવા માટે અત્યારે અમૃત જોઈતું હતું. દિવસે ને દિવસે કમજોરી વધતી જતી હતી. જામુને પણ તે જોયું હતું, પણ એ રાજનેતાને કદ્રુની તબિયતની એટલી ચિંતા નહોતી. તેને સુપર્ણભૂમિની નજીક મેદાનમાં ઊભા રહેવાથી ઘણી ખુશી મળી રહી હતી.

લોકોનું કહેવું હતું કે સુપર્ણભૂમિ સંપન્ન અને વૈભવશાળી નગરી હતી, જે તકનિકી રીતે ઉચ્ચ ગણાતી હતી, પણ પછી એક ભારે યુદ્ધ પછી પ્રલય થયો અને મહાયુદ્ધના કારણે સુપર્ણ વધુ સાવધાન થઈ ગયા અને તેમણે પોતાનાં સંસાધનોને ઓછાં કરી દીધાં. તે લોકો ભૂતકાળમાં પોતાના વિશાળ ભંડારનો દુરુપયોગ કરી ચૂક્યાં હતાં.

મને આનાથી નફરત છે.

તેને આ સ્વાર્થી સુપર્ણ પસંદ નહોતા જેમણે અમૃતને પોતાના તાબામાં કરી રાખ્યું હતું, પણ તે તેને લેવાની હતી. તેની પાસે એક યોજના હતી.

તેમની જોડે સારા સંબંધો બનાવો, ગુફાઓમાંથી અમૃત લો અને ભાગી જાઓ. જો કે ચોરવાનો મામલો જોખમભર્યો હતો. તેનાથી પહેરેદારોનું ધ્યાન બીજે દોરવાનું હતું અને તેની પાસે તેના માટેની યોજના પણ હતી.

તેની આંખો કમજોર થઈ હતી, જોવામાં તકલીફ થતી હતી. હરામી નંદે આંખમાં કટાર ભોંકી હતી. તેને સારું થવામાં સમય લાગ્યો હતો, એટલે જ તાર્ક્ષ્યનું આમંત્રણ સ્વીકારવામાં આટલો સમય લાગ્યો. એક આંખ પર પટ્ટી બાંધી હતી. તેણે કપડામાં યુદ્ધપોશાક છુપાવીને રાખ્યો હતો. તેનો નાનો પોશાક સુતરાઉ કાપડનો હતો અને છાતી પર કવચ પહેરેલું હતું.

જામુન પારંપરિક નાગપોશાકમાં હતો.

"આ લોકો ઘણો સમય લઈ રહ્યાં છે." તેણે ધીમેથી કહ્યું.

આ એક સંયોગ જ હતો પણ ત્યારે જ કદ્રુને હવામાં કશું દેખાયું. તેણે જોયું કે ત્રણ પાંખોવાળો રથ આવી ગયો. તે ઊડી રહ્યો હતો અને તેની પાછળ ભૂરું અમૃત સળગી રહ્યાના અંશ દેખાતા હતા.

તે મેદાનમાં ઊતર્યા અને એમાંથી એક વ્યક્તિ બહાર આવ્યો. મરુડ કશુંક ચાવી રહ્યો હતો, "ઓહ, એ લોકો આ રહ્યા."

"આટલો સમય કેમ કર્યો?" કદ્રુએ પોતાનો સંયમ રાખ્યો.

"શાંત થઈ જાઓ સર્પકન્યા!" મરુડે કહ્યું, "ચલો, રથમાં બેસી જાઓ."

કદ્રુએ માથું હલાવ્યું. તેણે ક્યારેય વિચાર્યું નહોતું કે તેને પણ આવા વાહનમાં બેસવાનો અવસર મળશે. જો કે આ રીતે તે યંત્રની તકનિકી અને કાર્યપ્રણાલીને આરામથી જોઈ રહી હતી.

"આપણે મુખ્ય દરવાજાથી નથી જતાં?" તેણે જામુન જોડે બેસતાં પૂછ્યું. મરુડ તેમની સામે બેઠો હતો.

નાગ સિપાહી બીજાં વાહનોમાં સવારી કરી રહ્યા હતા.

"પ્રિય, આપણે કોઈ કબીલાવાળા નથી." તેણે અમૃતના ઇંધણથી ચાલવામાં આવતું યંત્ર ચાલુ કર્યું.

ભોજન શરૂ થઈ ગયું હતું. મેજ પર જુદા જુદા પ્રકારનાં પકવાન સજાવ્યાં હતાં. કેટલાંક લોકો અપ્સરા જોડે નાચી રહ્યાં હતાં, જ્યારે કેટલાંક લોકો ભોજનનો આનંદ લઈ રહ્યાં હતાં.

આ બધું હોવા છતાં કદ્રુ મનસાને ભૂલી નહોતી શકી. તેને એ જ ચિંતા હતી કે મનસા ક્યાંક પાછી ન આવી જાય. તે શેષનદ નદીમાં ભળતા તળાવમાં કૂદી હતી. આ નદી ભાનમતી નદીમાં જઈને મળે છે. *ક્યાંક તે વિભીષણના રાજ્યમાં ન પહોંચી ગઈ હોય. તે એટલી જ આશા રાખી શકતી હતી.*

મન ખુશ કરવા માટે ઘણું બધું હતું. તાર્ક્ષ્ય પોતાની ખુરશીના હાથા પર બેઠેલી અપ્સરાના ગાલ પર હાથ ફેરવી રહ્યો હતો. સુપર્ણ ખુશીથી નાગ અને સુપર્ણ વચ્ચે થયેલી સંધિનો ઉત્સવ મનાવી રહ્યાં હતાં. કદ્રુના માણસો પણ ખુશીમાં મસ્ત હતાં. તે પોતાની જોડે પંદર ભરોસાપાત્ર મંત્રી લાવી હતી. તાર્ક્ષ્યની એક શરત હતી કે કોઈ સિપાહી નહીં હોય. ફક્ત કદ્રુના ભરોસાપાત્ર લોકો જ આજે ભોજનમાં સામેલ થઈ શકતાં હતાં.

કદ્રુએ જોયું કે સુપર્ણ દેખાવમાં માનવો જેવા જ હતા. તે પીળા અને સોનેરી રંગના વધુ શોખીન હતાં. તે જ રંગનાં કપડાં પહેરતાં, તે જ રંગના ભવન રંગતા અને તે રંગની વસ્તુઓ ખાવાનું પસંદ કરતા હતા.

ભોજનનું આયોજન ખુલ્લી જગ્યામાં હતું. બહાર સિપાહી હાજર હતા. ગરુડની વિશાળ કાંસાની પ્રતિમા ત્યાંથી જોઈ શકાતી હતી. બધા ગરુડની પીઠ પર અજીબ પ્રકારની નાની પાંખો બાંધી હતી અને એમના ખિસ્સામાં અમૃત હતું, જેથી જરૂરત પડે ત્યારે ઊડી શકે. કેટલાંક લોકો વિદુષકની વાત પર હસી રહ્યાં હતાં તો કેટલાંક નર્તકીઓનાં નૃત્ય પર નજર જમાવી બેઠાં હતાં.

કમસેકમ નાગલોકો સ્ત્રીઓ સાથે વસ્તુની જેમ વર્તન નથી કરતા.

જામુન એક સ્વાદિષ્ટ સોનેરી શરાબ પી રહ્યો હતો. તેણે કદ્રુને ટોકી અને મોજ કરવા કહ્યું, પણ તેનું ધ્યાન બીજી વાતોમાં હતું. તે સુપર્ણભૂમિ તરફ જવા માટેના નાના દરવાજા અને બહાર આવવાનો માર્ગ જોઈ રહી હતી.

કમનસીબે બધું આયોજન મહારાજ તાર્ક્ષ્યના વિસ્તારની બહાર થઈ રહ્યું હતું અને એ નક્કી હતું કે તે જગ્યા પર જ અમૃતના ભંડાર હતા. કદ્રુએ તેનો એક સિપાહી જોયો, જેને તેણે નગરની ખબર લેવા મોકલ્યો હતો. બીજા લોકો તો મસ્તીમાં હતાં. તે તેના કાનમાં બોલ્યો, "એક હાથલારી નીચે ગુફાઓ તરફ જાય છે. આમ તો ત્યાં સિપાહીઓ હાજર રહે છે, પણ આજે થોડાં લોકો ભોજન લેવા આવી ગયાં છે."

કદ્રુએ સંમતિ આપી. તે જાણતી હતી કે તેને શું કરવાનું છે. તે શરાબ પી મસ્તી કરવા નહોતી આવી. તેણે મહારાજ તાર્ક્ષ્યને જોયા. સાત ફૂટ લાંબા વ્યક્તિની આંખોમાં કાજળ નાખેલું હતું અને કમર સુધી ઝૂલતા લાંબા વાળમાં તેલ નાખેલું હતું. તે નાચવામાં અને શરાબ પીવામાં મસ્ત હતા.

જવાનો સમય થઈ ગયો.

તે હાથલારીને મહારાજ તાર્ક્ષ્યના મહેલની નજીક કશાકની આડમાં છુપાવી રાખી હતી, કદ્રુ દીવા અને મશાલો વડે અંધારા રસ્તામાં આગળ વધી રહી હતી. તે પોતાના બે સિપાહીઓ સાથે ગલીમાં આવી અને મશાલો સળગાવી. બે હથિયારધારી સુપર્ણ સિપાહી સળિયાની પાસે ઊભા હતા.

"કોણ છે આ?" તેમાંથી એક બોલ્યો.

કદ્રુએ જલદીથી તલવાર કાઢી. એકના ગળામાં ઘુસાડી દીધી અને બીજાનું ગળું કાપી નાખ્યું. તેના સિપાહી કશું સમજી ન શક્યા. તેણે મહામહેનતે દરવાજાનું તાળું તોડી નાખ્યું અને અંદર એક મંચ જેવી જગ્યા પર આવી ગઈ. તેમાં એક દોરડું અને ગરગડી રાખી હતી. તેના સિપાહીઓએ ગરગડી ખેંચી તો હાથલારી નીચે જવા લાગી. જ્યારે ખૂણાનું પડ ખસ્યું તો તેણે જોયું કે એક તરતી નગરી દૂર જઈ રહી હતી, જેને થાંભલાનો સહારો આપેલો હતો.

આખું નગર અંદરથી ખોખલું હતું. લોખંડ તો ફક્ત બહારનું આવરણ

હતું. વધારે તો થાંભલા પર ડાળીઓ અને ઝાડીઓ ગૂંથેલી હતી. તેણે નીચે જોયું તો હિલોળા લેતા સાગરની પાસે રેત અને કીચડ જેવી ભૂમિનો નાનો કિનારો દેખાયો, જે કોલસાના કાળા પથ્થરથી બનેલી ચમકતી ગુફા તરફ જતો હતો. હાથલારી આખરે મંચ સુધી પહોંચી. તેની આસપાસ દરિયાઈ ઘાસ અને છીપલાંની વાસ હતી. તે જગ્યાએ કાળી અને ભૂરી વિશાળકાય શિલાઓ રોશનીથી ચમકી રહી હતી.

તે ગુફાઓ પાસે ગઈ તો તેને પોતાનું મનગમતું દેખાયું – બધી જ ગુફામાં સોમલતાનાં ઝાડ ફેલાયેલાં હતાં. ગુફાઓ બહુ જ મોટી હતી અને સદીઓ જૂની હતી.

સુપર્ણ એનાથી દુનિયા જીતી શકતા હતા અને તો પણ તેમને એની કદર નહોતી.

કેટલાક કબીલાઓ પાસે કદ્રુ જેવા વિચાર નહોતા. તે ઈલાવર્તીને જીતવા માગતી હતી જેથી તેના પર નાગનું શાસન થઈ શકે. આ તાકાત તેને અમૃત જ આપી શકે. તેણે એક પાંદડું તોડ્યું અને પોતાના ઘા પર લગાવવા માટે મસળવા લાગી. જ્યારે તે મલમને ભેગો કરતી હતી ત્યારે સિપાહીઓ તેની તરફ પ્રશ્નાર્થ નજરે જોતા હતા. જો કે ઘામાં આરામ થવાને બદલે બળતરા થવા લાગી.

પણ થોડા સમય પછી સારું થઈ જશે.

“જેટલું બની શકે તેટલું તેને બોરીઓમાં ભરી લો.”

સિપાહીઓએ કવચની અંદર રાખેલી બોરીઓ કાઢી લીધી. કદ્રુએ પણ એમ જ કર્યું અને મશાલ ધરતીમાં ખોસી દીધી. જ્યારે તે પાંદડાં તોડીને મૂકતી હતી ત્યારે તેને જાણીતો અવાજ સંભળાયો.

“ઓહ, તું પકડાઈ ગઈ નાગકન્યા!”

કદ્રુ પાછળ ફરી. સૈનિકોએ બોરી છોડીને તેના પર તલવાર તાકી દીધી, પણ કદ્રુએ તેને તલવાર નીચી કરવાનું કહ્યું.

તેની સામે મરુડ ઊભો હતો. તે એકલો આવ્યો હતો.

“તારા દગાથી હું ખળભળી ઊઠ્યો, પણ એક નાગ જોડે બીજી કઈ આશા રાખી શકાય.”

"મને નવાઈ લાગી કે હાથલારીના પ્રવેશદ્વારે બે સિપાહી મરેલા કેમ પડ્યા છે? હવે મને વાત સમજમાં આવી."

કદ્રુ ફક્ત હસી. મૂર્ખ મારી જોડે લડવા એકલો જ આવી ગયો.

"તું એકલો કેમ આવ્યો છે?" તેણે પૂછ્યું.

"સાચું કહું, તને એકલો જ હરાવવા માગતો હતો. જરા વિચાર, જ્યારે હું મહારાજ તાર્ક્ષ્યને કહીશ કે મેં તને ખજાનો ચોરતાં રોકી તો મને કેવું ઇનામ મળશે!"

કદ્રુએ નિઃસાસો નાંખ્યો, "કોઈ ને કોઈ તકલીફ તો આવવાની જ હતી."

તેણે મરુડ પર તરાપ મારી, પણ તે સાવચેતીથી બચી ગયો.

"નાગ, હું તારાથી ઘણો સારો છું." તેણે કદ્રુ પર તલવાર ચલાવી પણ કદ્રુ એ પ્રહારથી બચી ગઈ.

"તેં સેનાની વિરુદ્ધ ક્યારેય આનો પ્રયોગ કેમ નથી કર્યો?"

"કારણ કે અમે નાગલોકો જેવા નથી. અમે પોતાના કબીલા અને બીજા લોકોનો આદર કરીએ છીએ."

તેણે કદ્રુને ગુફાની પાછળ ધકેલી દીધી. અચાનક મશાલ પડી અને આગ ઝડપથી ફેલાવા લાગી. તે અમૃતની આસપાસ ફેલાયેલા તેલ સુધી જઈ પહોંચી.

ગુફામાં આગ લાગી ગઈ. કદ્રુએ પોતાના સિપાહીઓને બોરીઓ લઈ બહાર જતા જોયા. તે અને મરુડ ગુફામાં ભસ્મ થતાં અમૃતને જોઈ રહ્યાં હતાં.

"તું સાવ મૂર્ખ છે, આ ગુફામાં મશાલ નથી લવાતી. છોડના મૂળમાંથી નીકળતું તેલ જ્વલનશીલ પદાર્થ છે."

આ કહેતાં જ તેણે તલવારથી તલવાર ટકરાવી. કદ્રુ ચકમો આપીને પાછળ ખસી ગઈ. આગની જ્વાળા તેજ થવા લાગી અને તડ-તડ અવાજ આવવા લાગ્યો, પછી અંગારાથી તેજ રોશની નીકળી જેનાથી બંને જણ ક્ષણિક આંધળા થઈ ગયાં. ગુફામાં વિસ્ફોટ થઈ ગયો.

કદ્રુ ઝાટકાથી બહાર આવી પડી. તેણે પીડાને લીધે બૂમો પાડી. તેનું શરીર બળી રહ્યું હતું. તે પાણીમાં કૂદી ગઈ. તેને તેની તલવાર ક્યાં હશે

તેની ખબર નહોતી. ચાર હાથોએ તેને પકડી અને બહાર ખેંચી લીધી.

મરુડ ગુફામાંથી ધીરે ધીરે બહાર આવ્યો. તેની પીઠ બળી ગઈ હતી. તેણે આવીને કદ્રુ પર તલવાર વડે હુમલો કરવાનું વિચાર્યું પણ તે પહેલાં જ તે મૃત્યુ પામ્યો હતો.

તે હાથગાડીમાં બેઠા તો કદ્રુએ લથડતા નિઃસાસો નાંખ્યો. તે હાંફી રહી હતી. તેની પાસે બચાવેલાં સોમલતાનાં પાંદડાં ભરેલી બોરીઓ હતી.

જ્યારે તે મહેલમાંથી નીકળી ત્યારે તેણે ભૂકંપના ઝટકા અનુભવ્યા હતા. કદ્રુએ સિપાહીઓને બોરીઓ છુપાવાનું કહ્યું અને જામુનને શોધવા નીકળી. તેને બચાવી ભાગવાનું હતું. જેવી તે ભોજનકક્ષમાં ગઈ તો જામુન મોજ મનાવતો દેખાયો. તે તો ત્યાં જ હતો, પણ તાર્ક્ષ્ય અને તેના માણસો ગાયબ હતા.

કદ્રુ સહજતાથી તેની પાસે જઈ બેઠી. જામુન તેને જોઈને બોલ્યો, “આપણે મુશ્કેલીમાં છીએ.”

“મેં મુસીબત હલ કરી દીધી છે. આપણી પાસે પાંદડાં છે, પણ બીજો ભંડાર નષ્ટ થઈ ગયો.”

જામુનની આંખો ઘેરાઈ ગઈ, “હવે શું કરીશું?” તે નશામાં હતો, છતાં તેણે પોતાને સંભાળવાની કોશિશ કરી.

“એક ઊડી શકે એવું વાહન શોધો, જેથી આ નરક જેવી જગ્યાથી ભાગી શકીએ.” તે જામુનની પહેલા કહેલી વાત પર વિચાર કરવા લાગી, “તું કઈ મુસીબતની વાત કરી રહ્યો હતો?”

તેણે માથું હલાવતાં કહ્યું, “પેલી અહીં આવી ગઈ છે. તેણે તાર્ક્ષ્યને તાત્કાલિક મળવા માટે બોલાવ્યો છે.”

“કોણ?” કદ્રુએ આંખો ચઢાવી.

“મનસા.”

50

નલ બદલો લે તે સ્વભાવનો હતો જ નહીં.

જો કે, તે અલકથી ફક્ત એટલે આવ્યો હતો કે ત્યાં બહુ જ બંધન અનુભવી રહ્યો હતો. રેતના ઢૂવા, એકદમ ગરમ ઋતુ – એ જગ્યાથી તે કંટાળી ગયો હતો. તે પોતાની સેના જોડે ઇન્દ્રગઢ માટે નીકળી ગયો. તેને રસ્તામાં ખબર મળ્યા કે તેના પિતા એક બાળકીના હાથે મરી ગયા.

એક બાળકી!

નલને વાત સમજાતી નહોતી, પણ તેને તે પણ ખબર હતી કે તેના પિતા કોઈ બહુ જ સમજદાર હતા નહીં. એટલે નલ વચ્ચે જ અટકી ગયો અને ઇન્દ્રગઢના દ્વાર પર રાહ જોઈ રહ્યો હતો.

તે પોતાની નગ્ન અપ્સરા પત્ની રંભા જોડે તકિયાના ટેકે બેસીને શરાબના ઘૂંટ પી રહ્યો હતો. રોશનીમાં તેનો પન્નાનો હાર ઝગમગાટ કરી રહ્યો હતો.

"મારી દો તેને." તેના મગજે કહ્યું.

નલ પાગલ નહોતો. તેને નાનપણથી જ પોતાની મરેલી માનો અવાજ સંભળાતો હતો. તેના પિતાએ બાળકોના જન્મ બાદ તરત જ તેની માની હત્યા કરી દીધી હતી. યક્ષોના કબીલામાં સ્ત્રીઓની કોઈ કિંમત નહોતી. તે જ કારણથી તે કાયમ અપ્સરાઓ સાથે સમય વિતાવતો હતો જેને આસાનીથી પોતાનાથી દૂર કરી શકાતી હતી, પણ નલ તેની માતાની ઘણો નજીક હતો અને તે આજ સુધી ભૂલી શક્યો નહોતો. તેણે ગુસ્સે થઈને પોતાના પિતાનો જીવ ન લીધો. બસ, તે એટલું જ માગતો હતો કે તેના મનમાં હંમેશાં માતાનો અવાજ સંભળાતો રહે.

નલ કોઈ આદર્શ યક્ષ નહોતો. યક્ષ ટકલા અને દેખાવમાં ખરાબ

હોય, પણ તે સુંદર, લાંબો અને મજબૂત હતો. તેની મજબૂત છાતી, રેશમી વાળ, કામણગારી આંખો અને ભારે અવાજ સ્ત્રીઓનું મન મોહી લેતાં હતાં. તેની દરેક ક્રિયામાં શાહી ઝલક દેખાતી હતી. તે સુંદર કિનારોવાળું લાંબું પહેરણ અને ધોતી પહેરતો હતો. પહેરણના ખુલ્લા ભાગમાં તેનું મજબૂત શરીર દેખાતું હતું. તેની બકરાદાઢી નિરાલી હતી.

"શું કરવું યોગ્ય રહેશે? શું ગુમુખ એ રામરસને રાજા બનવા દે?" તે અવાજે પૂછ્યું.

"મને પરવાહ નથી." તે ધીરેથી બોલ્યો કે રંભા પણ સાંભળી ન શકે, "હું રામરસને પણ મારી નાંખીશ. હું ફક્ત અંદર જઈને... મહેલમાં આગ લગાવવા માગું છું."

"ના બેટા, આ તો યોગ્ય નથી. જો તારી પાસે ઇન્દ્રગઢ હશે તો આખું ઉત્તર તારા તાબામાં હશે."

"પણ મેં ક્યારેય ઇન્દ્રગઢ પર શાસન કરવા માટે નથી વિચાર્યું."

"તું પણ તારા મરેલા ભાઈની જેમ બોલી રહ્યો છે, બેટા! યાદ રાખ, યક્ષ રાજકુમાર બની રહેવાથી કોઈ પ્રગતિ નથી થવાની. હવે પિતા પણ નથી રહ્યા અને તને કોઈ રોકનારું નથી. તું જ અલકનો વારસદાર છે અને ઇન્દ્રગઢ પણ તારું થઈ શકે છે."

તેના મગજમાં આ વાત ચકરાવા લાગી. તેના પિતા તેને કાયમ કહેતા હતા કે કોઈ પણ કિંમત પર તું મહત્ત્વાકાંક્ષી બન, પણ મા ઇચ્છતી હતી કે તે પોતાનાં સપનાં પૂરાં કરવા માટે જીવે. ઉત્તરજીવિતાનો ફક્ત આ જ ઉપાય હતો.

એ એટલું ખરાબ પણ નહોતું.

"પહેલાં તેમને એ આપો જે એમને જોઈએ છે પછી તેમને લૂંટી લો." માએ ધીરેથી કહ્યું, "એવું ત્યારે જ કરી શકીશ જ્યારે તારી પાસે મોટાં સપનાંઓ હશે."

"મારી સેના તો મોટી નથી. માનવોની સંખ્યા વધુ છે."

"તું ભાડેથી સૈનિક લઈ શકે છે. પૈસાની તો આપણી પાસે કોઈ તકલીફ જ નથી."

નલે થોડીવાર વિચાર્યું. તેની પત્ની તેના પહેરણના પાછળના ભાગને જોઈ રહી હતી.

"પ્રિય, તું શું બોલી રહ્યો છે?" તેણે પૂછ્યું.

નલે તેની વાતને અવગણી દીધી.

"મારી દે એને." માએ કહ્યું, "તે બહુ જ જીવી ચૂકી છે અને તને સંતાન પણ નથી આપી શકી – મારી દે."

નલે માથું હલાવ્યું. તે જંગલી અને અસભ્ય હતો, પણ તે એવા વ્યક્તિને નહોતો મારવા માગતો જે એની કાળજી રાખતું હોય - રંભા. તે હંમેશાં તેની જોડે રહી. તે તેને બીજી સ્ત્રીઓ જોડે સમય વિતાવવા દેતી હતી, પણ પોતે ક્યારેય વિવાહિત સંબંધ ન બાંધ્યા, એટલે જ નલ તેને ચાહતો હતો – એ તેને દરેક બંધનથી મુક્ત રાખતી હતી. નલે પાછું ફરીને રંભાને જોઈ. તે સંપૂર્ણ હતી. તેની લીલી આંખો અને પહોળા સ્મિત પાછળ તે પાગલ હતો. તેણે આગળ નમીને તેના ગળાને ચૂમી લીધું. તે ખુશ થઈ ગઈ, ફરી તેણે તેના ગાલ અને હોઠોને ચૂમી લીધાં.

"અરે, મારા સ્વામી?"

નલને પથારીમાં કોઈ પણ રીતની અડચણ પસંદ નહોતી. તંબૂની બહાર યુવક યક્ષ સિપાહી ઊભો હતો.

"મારા સ્વામી, ઉર્વશી દેવીએ સંદેશો મોકલ્યો છે – તમને મળવા માગે છે."

"ઓહ!" નલે હસીને રંભાને જોઈ અને તેણે ગર્વથી નલનો ખભો થપથપાવ્યો.

નલે સિપાહી પાસે જઈને કહ્યું, "ગુમુખે શું કહ્યું?"

"તેના કોઈ સમાચાર નથી મળ્યાં."

રામરસ હારી ગયો.

આ કોઈ સમસ્યા નહોતી. ગુમુખની યોજનામાં જ શંકા હતી. તેણે હા કહ્યું અને ફરી અંદરથી અવાજ આવ્યો. ઉતાવળ ન કરીશ. તે છોકરીને ન મારીશ. પછીથી કદાચ કામ આવી શકે.

નલે મનોમન હા કહી. યક્ષ પહેરેદારે નવાઈથી તેની સામે જોયું. નલે

તેને કહ્યું, "સંદેશવાહકને કહી દો કે, મુલાકાત અમારી જગ્યા પર થશે. હું મહેલમાં નહીં જાઉં…" *કેમ કે મને તે છોકરી પર કોઈ ભરોસો નથી.*

"સ્વામી, શું આપણે લડવા નથી જઈ રહ્યાં. આપણી મૂળ યોજના તો આ જ હતી."

નલના ચહેરા પર મુગ્ધ ભાવ હતા, "દોસ્ત, યોજનાઓ બદલાતી રહે છે. હંમેશાં બદલાતી જ રહેવાની. બસ, જઈને સંદેશો આપી દે."

સિપાહીએ હા કહ્યું અને જતો રહ્યો. નલે પાછું ફરીને પોતાના વૈભવશાળી રહેઠાણ તરફ જોયું, જેમાં મીણબતીઓ, મશાલો, દ્રાક્ષ અને શરાબ હતો. વચમાં પલંગ પર ગાદીઓ અને સુતરાઉ કામળો રાખેલો હતો. રંભાએ પોતાના વાળ ખુલ્લાં કરતાં પૂછ્યું, "તમારી શી યોજના છે?"

નલે એક ક્ષણ માટે વિચાર્યું.

"તેને મારી નાંખ." અંદરથી અવાજ આવ્યો, "તેનું જીવવાનું કોઈ કારણ નથી રહ્યું."

નલે નિઃસાસો નાંખ્યો, ખબર નહીં. તેણે અંદરથી ઊઠતા અવાજને અવગણવા સાથે જવાબ આપ્યો, "ખબર નહીં, પણ જાણે કેમ, હું એ જાણવા માટે ઉત્સાહિત છું કે, આના પછી શું થવાનું છે."

બધું રસપ્રદ થઈ રહ્યું હતું.

ઉર્વશીના સ્વાગત માટે ખુલ્લો તંબૂ તૈયાર કર્યો હતો. તેમાં ભોજન અને પીવાના પદાર્થ રાખેલા હતા. નલે એ પણ ધ્યાન રાખ્યું કે સિપાહી ત્યાં હથિયાર સાથે હાજર હોય જેથી જરૂર પડે તો હુમલો કરી શકે. કમનસીબે રાક્ષસોની જેમ લડવામાં યક્ષ એટલા બળવાન અને યોગ્ય નહોતા, પણ તે કોઈની પણ જોડે લડી શકતા હતા. એવું કરવામાં હોશિયાર હતા.

દેવી ઉર્વશી આવી ગઈ. નલ પોતાના આસન પરથી ઊભો થઈ ગયો.

ઉર્વશીનો ચહેરો લાંબો હતો. વાળ ચોટલીમાં ગૂંથેલા હતા અને લાંબું પહેરણ ચાલતા સમયે ધરતીને ચૂમી રહ્યું હતું. બે લોકો ધ્વજ

ફરકાવતાં તેની સાથે હતાં અને પાછળ પંદર બખતરબંધ લોકોનું દળ ચાલી રહ્યું હતું.

રસ્તો ધૂળ અને રેતીથી ભરેલો હતો. કિનારા પર વૃક્ષ અને ઝાડીઓ ઊગી ગઈ હતી. નલકુબેરે તંબૂની આજુબાજુનાં ઝાડ કપાવી નાખ્યાં હતાં.

નલે તે પણ જોયું કે જે રીતે તે પોતાની સાથે રંભાને લાવ્યો હતો તેવી રીતે તેની સાથે બે પુરુષો પણ હતા. તેમાંથી એક નાના કદનો વાંકડિયા વાળ જેના ચહેરા પર ઘાનાં નિશાન હતાં અને બીજો કાળા વાળવાળો બળવાન હતો, જે દેખાવમાં પહેલવાન જેવો દેખાતો હતો. તે બે સુદર્શન યુવકોને જોઈને તેનું હૃદય જોરથી ધબકવા લાગ્યું. તેને સ્ત્રીઓની સાથે પુરુષો પણ પસંદ હતા.

ઉર્વશી સ્થાન ગ્રહણ કરીને બેઠી નહીં. તે બહુ ઔપચારિક બની રહી.

"સીધા કામની વાત પર આવીએ. મેં તારા પિતાને નુકસાન પહોંચાડ્યું, એટલે હું જ પ્રસ્તાવ લઈને આવી છું."

"નુકસાન? તેં એમની હત્યા કરી છે." નલનો ચહેરો ભડકી ઊઠ્યો.

ઉર્વશી મૌન રહી.

"જો ખરાબ ન લાગે તો બેસો." નલે કહ્યું.

તેણે માથું હલાવ્યું, "એક પ્રસ્તાવ લઈને આવી છું. જો નહીં સાંભળો તો પાછી ચાલી જઈશ. હું લૂંટારાઓ જોડે ખાતી-પીતી નથી."

"હું લૂંટારો નથી. હું એક પુત્ર છું, હું મારા પિતાનું શબ માગું છું, જેથી યક્ષોના રિવાજ પ્રમાણે તેમના અંતિમ સંસ્કાર થઈ શકે."

"વ્યવસ્થા થઈ જશે."

"અને ગુમુખે કહ્યું કે તેં અયોગ્ય લાભ ઉઠાવ્યો." તે હસી પડ્યો, "મારા પિતાની હત્યા કેમ કરી? માન્યું કે તે સારા માણસ નહોતા, પણ તેમને મારવાનું કારણ શું હતું?"

ઉર્વશીએ બેધડક જવાબ આપ્યો, "તેમણે મારા પિતાની હત્યા કરી હતી."

"કર્મ." તેણે હા કહ્યું, "એવું લાગે છે કે, તું કશું ખાવા નથી ઇચ્છતી?"

તેણે માથું હલાવ્યું, "રામરસે કહ્યું કે, જો હું રાણી બની તો તું મારા નગરમાં હુમલો કરવાની યોજના બનાવી રહ્યો છે."

નલ ઉર્વશીને ધારીને જોઈ રહ્યો હતો. *તેની આંખો બોલતી હતી. તેની આંખોમાં તેની ઉંમર કરતાં વધુ બુદ્ધિ છલકતી હતી,* "શું તું એવું કરીશ?"

"તું કઈ રીતે વર્તે છે તેના પર એ બધું આધાર રાખે છે. મને લાગતું હતું કે રામરસને રાજા બનવામાં મદદ કરી શકું છું, પણ નવાઈ લાગી કે તેમણે તને પસંદ કરી. તેં ખરેખર જ તેમને કોઈ મોટી લાલચ આપી પોતાની તરફ કર્યા હશે."

"હમ્મ, મેં તેમને મારો સાથ આપવા માટે રાજી કરી લીધા છે." ત્યારે જ ઘાના નિશાનવાળો છોકરો આગળ નમ્યો અને તેના કાનમાં કશું બોલ્યો. તેણે સંમતિ સાથે કહ્યું, "હું શાંતિનો પ્રસ્તાવ લઈને આવી છું. મારી મિત્રતા સ્વીકાર કરીશ તો તું અને તારી સેના તારા પિતાના કિલ્લામાં રહી શકે છે અને ત્યાં જ એમના અંતિમસંસ્કાર પણ કરી શકે છે. હું તારું કોઈ નુકસાન નથી ઇચ્છતી. હું ઇચ્છું છું કે જે થયું એને તું પણ ભૂલી જા."

આ તો બહુ સારું કહેવાય.

"આ તારા માટે પણ બહુ કામનું છે, બરોબર ને? તેણે તારા પિતાને મારી નાખ્યા છે. જો કે કદાચ તે એને લાયક જ હતા." અવાજે તેને કહ્યું, "આ કામમાં આવી શકે તેમ છે. તેની પાસે બધા જ જવાબો છે. તેની સાથે લગ્ન કરી લે."

નલને વિચાર ખોટો નહોતો લાગ્યો. આ વાત પણ કામની જ તો હતી, પણ પછી રંભાનું શું થશે? તેની સાથે તો વિધિપૂર્વક લગ્ન થઈ ચૂક્યાં હતાં. પાછી ઉર્વશી નલથી ઉંમરમાં પણ નાની હતી. જો કે યક્ષોમાં લગ્ન માટે ઉંમરનો કોઈ બાધ નહોતો.

નલ ઊઠીને ઉર્વશી પાસે ગયો. તેણે હાથ લાંબો કર્યો અને ઉર્વશીએ પણ હાથ આગળ કર્યો, "હું તારી ભાગીદારી સ્વીકારું છું. આશા રાખું છું કે તેનાથી બંને પક્ષે લાભ થશે."

ઉર્વશીના ચહેરા પર કાતિલ સ્મિત હતું, "ચોક્કસ!" અને તેણે માથું ધુણાવ્યું.

ઉર્વશી ત્યાંથી જવા લાગી. નલ તેને જતી જોઈ રહ્યો હતો ત્યારે જ અંદરથી રંભા આવી અને તેની સાથે ઊભી રહી ગઈ. તેણે પારદર્શક પોશાક પહેર્યો હતો ને તેના વાળ નિતંબ સુધી લટકતા હતા. તેણે નલના કાનમાં હળવેથી કહ્યું, "શું તમે તમારા પિતાના હત્યારાને આમ આસાનીથી છોડી દેશો?"

નલ તે યક્ષો તરફ ફર્યો જે તેની પાછળ હરોળમાં ઊભા હતા. તે નિરાશ દેખાતા હતા અને પછી નલને ખ્યાલ આવ્યો – પિતા અને ભાઈના મૃત્યુ બાદ તે જ તેમનો ભગવાન હતો.

નલે તેની પત્નીને ચૂમી અને એક યોજના વિશે વિચારીને બોલ્યો, "હું એક મોટું ચિત્ર મારી સામે જોઈ રહ્યો છું."

51

દંડકની સહુથી મોટી ઝૂંપડીમાં યોજનાઓ પર ચર્ચા કરવામાં આવી.

કલ્કિ અદબ વાળી શાંતિથી ખૂણામાં ઊભો હતો. તે એકબીજા સાથે લડતાં વાનરોની વાતો સાંભળી રહ્યો હતો. કેટલીક વાર તે લોકો ભગવાન બજરંગની બાબતમાં તકરાર કરતા હતા. જોકે આખા ઈલાવર્તીમાં તેમને ભગવાનની જેમ પૂજવામાં આવતા હતા, પણ આ જગ્યાએ લોકો પોતાની વાત કહેવામાં ખચકાટ નહોતા રાખતાં. ભગવાન બજરંગ થોડી-થોડી વારે કલ્કિનો ચિંતાજનક ચહેરો જોઈ લેતા હતા.

શુકો કલ્કિના ખભા પર બેઠો હતો. રત્ના અને સ્મૃત સભાની સભ્ય હતી, પણ તે મોટેભાગે ચૂપ રહેતી હતી. કલ્કિ જાણતો હતો કે તેમને અપ્સરાને મુક્ત કરવામાં જ વધુ રસ હતો – જેને તે લોકોએ તારની છાવણીમાં જોઈ હતી.

એમના માટે યોજના બનાવો. શુકોએ કહ્યું.

હું અરજણ નથી. અરજણ યોજના બનાવતો હતો અને હું કામ કરતો હતો.

ઓહ, અરજણ તો અહીંયા નથી તો તું યોજના બનાવ.

કલ્કિએ નિઃસાસો નાંખ્યો, તું આટલા દિવસથી ક્યાં હતો? વચ્ચે વચ્ચે ગુમ થઈ જાય છે.

જો તું યોજના બનાવીશ તો જણાવીશ...

એ તો... બરાબર છે. કલ્કિ મનમાં હસ્યો. શુકો ઘણીવાર ગાયબ થઈ જતો હતો. *તે પોપટ પોતાની મરજીથી આવન-જાવન કરતો રહેતો હતો.*

કલ્કિ આગળ આવી મેજ નજીક ઊભો રહી ગયો. તેની પર નકશો ફેલાયેલો પડ્યો હતો. જ્યાં તાર પોતાના માણસો જોડે રોકાયેલો હતો, તે

એ જગ્યાને જોઈ શકતો હતો. તે એક પર્વત પાસેની ખીણ નજીક હતો જ્યાં બરફથી થીજી ગયેલું તળાવ હતું, જેના પર યુદ્ધ થવાની શક્યતા હતી. લડવા માટે તે જગ્યા બરાબર નહોતી. બરફનું સ્તર તૂટી શકતું હતું અને તેના લીધે તે લોકો મૃત્યુના મુખમાં ધકેલાઈ શકે.

બજરંગે નિઃસાસો નાંખ્યો, "આપણા સુધી આવવા માટે આ બર્ફીલા તળાવને પાર કરીને આવવું પડે અને પાછળ એક ઊંચી ટેકરીની જગ્યા છે, પણ એને સારી રીતે સુરક્ષિત રાખવી પડશે. તાર બીજા એક રસ્તે પણ આવી શકે છે..." તેમણે પુલનો એવો નમૂનો બતાવ્યો જે બજરંગના રહેઠાણ સુધીનો હતો, "હું તો એવું કહીશ કે બધા માર્ગ બંધ કરી દો અને બચાવ માટે ઊભા થઈ જાવ. જેવો તે આવે આપણે અંદર જતાં રહીશું."

"પણ પ્રભુ!" એક વાનરે કહ્યું, "તમે એકલા જ એને રોકી શકો છો. અમારી મદદ કરો."

પ્રભુ બજરંગે તેની સામે જોયું. તેમની આંખોમાં દર્દ દેખાતું હતું, "તું જાણે છે ને હું પ્રભુ રાઘવના વચનથી બંધાયેલો છું, મેં તેમને દશાનન યુદ્ધ પછી વચન આપ્યું હતું કે, હું ફરી કોઈ યુદ્ધમાં નહીં પડું. હું મારું એ વચન તોડવા નથી માગતો."

કલ્કિને આ ખબર નહોતી. પ્રભુ બજરંગ પોતાના વચનનું માન રાખવા માટે જાણીતા હતા અને આ સાચું હતું – તે એકલા જ શત્રુઓનો નાશ કરી શકતા હતા, પણ તે તેવું નહીં કરે, કેમ કે તે વચનથી બંધાયેલા છે.

"પણ જો આપણે હારી જઈશું તો?"

"તો આપણે હારી જઈશું." બજરંગે નિઃસાસો નાંખ્યો, "પણ હું નહીં લડું, માટે જ આપણા બચાવની યોજના બનાવી રહ્યા છીએ. હું મદદ માટે રહીશ, પણ જાતે લડી નહીં શકું. એવું નહીં કરી શકું."

આ તો ખરાબ યોજના છે. શુકોએ કહ્યું.

ચૂપ રહે. તું ફક્ત એક પોપટ છે. એવી રીતે ન વર્તીશ કે જાણે કોઈ રણનીતિઓનો જાણકાર હોય.

કલ્કિએ એવી રીતે હાથ ઉઠાવ્યો, જેવી રીતે તે ગુરુકુળમાં કરતો

હતો. બજરંગ તેને જોઈ હસ્યો, "બોલો, શું વાત છે?"

"મારા દોસ્ત... એટલે કે પદ્માનું શું થશે. આપણે હુમલો નથી કરતા, તેનો એ મતલબ થયો કે મારા દોસ્તો માર્યા જશે."

બજરંગ ચિંતામાં દેખાયા. કલ્કિ સમજી ગયો. તેમણે આવું તો વિચાર્યું જ નહીં હોય. તેમણે કલ્કિના દોસ્તો વિશે તો વિચાર જ નહોતો કર્યો, પણ કલ્કિ વિચારી રહ્યો હતો.

"હું... ઓહ!"

"અપ્સરાઓનું શું થશે?" રત્નાએ દાંત કચકચાવ્યા, "મેં ત્યારે ચોખ્ખું જ કહ્યું હતું કે હું અહીંયા તે લોકોને મુક્ત કરાવવા જ આવી છું. મારે તમારી નકામી વાનર રાજનીતિ સાથે કોઈ લેવાદેવા નથી."

બજરંગ કશું જ ન બોલ્યા. તે પૂરી ધીરજથી રત્નાની વાત સાંભળતા રહ્યા.

"સારું, મારી પાસે એક યોજના છે." તે હસ્યા અને પોતાના પ્રેમાળ સ્વભાવથી વાતાવરણને તણાવરહિત કરવાનું વિચાર્યું, "તું અને તું." તેમણે કલ્કિ અને રત્નાને ઇશારો કર્યો, "અહીંથી જાઓ." તે ખીણની બીજી બાજુ જોઈ રહ્યાં હતાં જ્યાં તારનું રહેઠાણ હતું ત્યાં ઇશારો કરતાં હતાં, "ચોરીછૂપી જાઓ. તમારા દોસ્તો અને સાથીઓને શોધો અને તેમને છોડાવી લાવો. તમારે અમારા માટે લડવાની કોઈ જરૂર નથી, પણ હું મારા માણસ નહીં આપી શકું, કેમ કે તે લોકો આ બે પ્રવેશમાર્ગને રોકવાના કામ પર છે...." તેમણે તે જામી ગયેલી નદી તરફ ઇશારો કર્યો, જે મોર્ચા અને પુલની નજીક હતી.

"વાત બરાબર લાગે છે." રત્નાએ કહ્યું અને તે સ્મૃત સાથે ઝૂંપડીની બહાર નીકળી ગઈ.

શું? કલ્કિનું મગજ ભમી ગયું. શું રત્ના કોઈના સહારા વગર એકલાં જવાનું કહે છે? શું તેને સાચે જ લાગે છે કે લોહીતરસ્યાં વાનરોને તે હરાવી શકે છે? તે એમને જોઈ ચૂક્યો હતો કે તે કેટલા ખતરનાક હતાં. તેણે તેમની શક્તિ અને ધારદાર કુહાડીઓ જોઈ હતી. આવી રીતે સમજ્યા વગર હુમલો કરવામાં કોઈ બુદ્ધિમાની નથી. આમ પણ

વાનરોની સાંભળવાની શક્તિ તેજ હોય છે. તે લોકો સાવ ધીમો અવાજ પણ સાંભળી લે છે. તેમને ચકિત કરી શકાતાં નથી.

"તું બરાબર તો છે ને?" બજરંગ ચિંતિત અવાજે બોલ્યા.

કલ્કિએ કમને હા કહ્યું.

તે હસ્યા, "સરસ! હું તને બતાવીશ કે હવેથી તારે કોના પર સવારી કરવાની છે." તેમણે કોઈ યોજના પર અમલ કરવા માટે પોતાના સેનાપતિને કંઈક કહ્યું. તેને કહ્યું કે છાવણીના કયા સ્થાન પર માણસો હશે અને કયા લોકોને પછીથી જરૂર પડતાં બોલાવી શકીએ તે માટે તૈયાર રાખવા પડશે.

કલ્કિ અને બજરંગ બંને સાથે ઝૂંપડીની બહાર આવ્યા અને તે ખેતરો પર જામેલા બરફની જાડી સપાટી પર હતા. જ્યારે તે ચાલી રહ્યા હતા ત્યારે કલ્કિએ બજરંગની ચાલ સાથે પોતાની ચાલ મેળવવાની કોશિશ કરી, "મને ખબર નહોતી કે તમે હિંસાનો માર્ગ છોડી ચૂક્યા છો?"

"એવું કરવું જ પડ્યું. આને રોકવાનો માત્ર આ એક જ ઉપાય હતો."

"શું રોકવાનો?"

"હિંસાને રોકવાનો."

તે લાલ તંબૂઓની છાવણી પાસે આવી ગયા, તે જગ્યા જ્યાં ઘોડાઓને તબેલામાં રાખવામાં આવ્યા હતા.

કલ્કિએ ગંભીર થઈને કહ્યું, "તમે હિંસા છોડી દીધી એનો અર્થ એ નથી કે દુનિયા હિંસાનો ત્યાગ કરી દેશે." આ ઉપાય મૂર્ખતાભર્યો અને આત્મહત્યા જેવો લાગે છે. બજરંગ અને તારના માણસો એકબીજાનો જીવ લેવા તૈયાર હતા, "એનાથી કોઈ ફરક નથી પડતો કે દુનિયા બુરાઈથી બચી જશે. જો તમે લડશો તો જીતવાની સંભાવના તો રહેશે."

બજરંગે કહ્યું, "એવું થઈ શકે છે, પણ પછી આ બધું ક્યારે પૂરું થશે? તકલીફ એ છે કે આપણને લાગે છે કે એકલા હાથે કામ નહીં થઈ શકે, પરંતુ તમારી નિષ્ઠા સાચી હોય અને ઇરાદો પાક્કો હોય તો તે કામ શક્ય બને જ છે. તું કહીશ કે કેવી રીતે? કેમ કે તે પોતાની નૈતિકતાથી દુનિયાને પ્રેરિત કરશે." તેમણે આંખ મીંચકારી.

"તમે દુનિયાને શાંતિથી રહેવાનો સંદેશ આપી રહ્યા છો અને દુનિયાનો અંત થઈ રહ્યો છે. આ એક આદર્શવાદ છે. તમારે વ્યવહારિક થવું જોઈએ."

"હું તો શરૂઆતથી જ આદર્શવાદી રહ્યો છું."

તે તબેલા પાસે પહોંચ્યા અને કલ્કિ હસી પડ્યો, પછી તેણે ઘોડા પર સવાર વાનરોને જોયાં. તે એમને લઈને જતાં હતાં.

બજરંગે કહ્યું, "તારે પોતાના માટે વાહન જોઈએ. હવે તબેલામાં ખચ્ચર અને ગધેડાં જ બચ્યાં છે. મારા માણસો પહેલાં જ તબેલામાંથી સારામાં સારા ઘોડાઓ સાથે લઈ ગયા."

કલ્કિએ મજાક કરી, "બંદર ઘોડા પર સવાર છે."

બજરંગ પણ તેને જોઈને હસ્યા. તેમને ખરાબ ન લાગ્યું, પણ કલ્કિને આવું બોલી પોતાની ભૂલનો અહેસાસ થઈ ગયો. બજરંગે ખભો ઉલાળી કહ્યું, "આમ તો વાનર બંદર નથી, તે બંદરોના ઉપાસક છે. તારી સમજમાં આવ્યું કે નહીં? વન શબ્દનો અર્થ થાય છે જંગલ અને નર શબ્દનો અર્થ થાય છે માણસ. એનો મતલબ એ છે કે અમે જંગલના માણસો છીએ, પણ અમારે ઠંડી ઋતુમાં પ્રવાસ કરવો પડે છે, એટલે કહી નથી શકતા કે અમે શું છીએ."

"કૃપા ખૂબ શરાબ પીવે છે, કેમ કે તે અમર બની થાકી ગયો છે. તમે તમારા જીવનમાં આટલા સંતુષ્ટ કઈ રીતે છો?"

તે તંબૂના ખૂણા સુધી આવ્યાં તો કલ્કિને એક સફેદ ઘોડો દેખાયો.

"મને લાગે છે કે આ વિષય સમસ્યાના દૃષ્ટિકોણ પર આધારિત છે."

કલ્કિએ ડોકું ધુણાવ્યું. બજરંગે ફરીથી તેને સમજાવવાનો પ્રયાસ કર્યો. પણ તેમની વાતમાં કંઈક તત્ત્વ હતું. *શું ભાર્ગવ રામ પણ ભગવાન બજરંગની જેમ મારું માર્ગદર્શન કરશે?*

ભાર્ગવ રામ ભગવાન વિષ્ણુનો છઠ્ઠો અવતાર હતા. તે સાચે જ જ્ઞાની હશે.

"આ કોનો છે?" કલ્કિએ સફેદ ઘોડા વિશે પૂછ્યું. ઘોડો કલ્કિને જોઈને હણહણ્યો.

"આ ઘોડાનો કોઈ સવાર નથી, કેમ કે આની સવારી કોઈ નથી કરી શકતું." બજરંગે કહ્યું અને ઘોડાની પીઠ થપથપાવી.

ઘોડો રાજવી ઠાઠવાળો લાગતો હતો. સફેદ વાળમાં સોનેરી ઝલક હતી. તેની કેશવાળી ઘેરી અને રેશમી હતી, જે હવામાં લહેરાતી હતી.

"મેં પણ કોશિશ કરી હતી. અમને તે પાસે રહેલા નાળામાં પાણી પીતા વનમાં મળ્યો હતો. પણ અમે તેને કાબૂમાં ન કરી શક્યા."

"અને બીજું કોઈ આની સવારી નથી કરી શક્યું?"

બજરંગે માથુ હલાવ્યું, "શું તને ઘોડેસવારી આવડે છે?"

"ઓહ, હું કરી શકતો હોત!"

કલ્કિ તે જગ્યાએ ગયો, જ્યાં સફેદ ઘોડો ઊભો હતો. તેણે તેના માથે હાથ ફેરવ્યો અને ચામડી પર પંપાળ્યું. ઘોડાએ અચાનક લાત મારી. કલ્કિ તબેલાના બીજા ખૂણે જઈ પડ્યો, શુકો પોતાનો જીવ બચાવવા તેના ખભા પરથી ઊડી ગયો. બજરંગે તેને ઊઠવામાં મદદ કરી.

કલ્કિએ હાંફતાં કહ્યું, "બહુ જ દમદાર છે."

"કહ્યું હતું ને, તું મારો ઘોડો લઈ શકે છે."

"ના." કલ્કિએ કહ્યું. શુકો ફરીથી તેના ખભા પર આવી ગયો.

"હું આની જ સવારી કરીશ. મને લાગે છે કે અમને પરસ્પર ફાવી જશે."

ઘોડો પણ જવાબમાં હણહણ્યો.

"કે નહીં?"

બજરંગ હસવા લાગ્યા, "કલ્કિ તું પણ મજેદાર છે." પાછા તે ગંભીર થઈ ગયા., "સાંભળ, તારે તારા દોસ્તોને લેવા માટે બને એટલું જલદી નીકળી જવું જોઈએ."

"તમારે મારી મદદ નથી જોઈતી?"

બજરંગ હસ્યા, "છોડ, તું મારી મદદ કરવા નથી માગતો. તું સારો થઈ ગયો છું અને કામ પૂરું થયું. મને લાગતું હતું કે હું તારા વિચાર બદલી નાખીશ, પણ તારી કિસ્મતમાં હજુ કોઈ મોટાં કામ કરવાનાં લખ્યાં છે. વાનરોની લડાઈઓ લડવી અને ઉકેલ લાવવો એ તારું કામ

નથી. લડાઈઓ થતી રહેશે અને લોકો આગળ વધતાં રહેશે. તારે પણ આગળ વધવું જોઈએ. નિયતિ તારી પ્રતીક્ષામાં છે. હું અહીં જ રહીને મારા લોકોની મદદ કરીશ. તે મારો પરિવાર છે."

"અને તમે હારી ગયાં તો?"

તેમણે નજર નીચી કરી લીધી, "જુઓ, હું મરી નહીં શકું, પણ પરિસ્થિતિ ખૂબ ખરાબ થઈ તો હું સમજૂતી કરી લઈશ."

"તમે લોકો માટે પોતાનું બલિદાન આપશો?"

તેમણે ખભો ઝાટક્યો, "આ જ બરાબર છે. જો, મારી પ્રજા સુરક્ષિત રહે તો આવું કરવામાં પણ કંઈ ખરાબ નથી. તારને મારી જરૂર છે."

"કેમ?"

"બ્રહ્માનું નેત્ર યાદ છે? તેને લાગે છે કે એક ટુકડો મારી પાસે છે, જ્યારે સાચું એ છે કે તે મારી અંદર છે. મેં તેને જણાવ્યું નથી, પણ હું તેમની જોડે સમજૂતી કરવા માટે તેનો પ્રયોગ કરીશ. હું તેને કહીશ કે, જો મારી પ્રજાની સલામતીનું ધ્યાન રાખીશ તો તેને તે ટુકડો પ્રયોગમાં લાવવા દઈશ."

"તે અજેય થઈ શકે છે અને આ તાકાત જ તેને ભ્રષ્ટ કરી નાંખશે."

બજરંગે સંમતિ સાથે કહ્યું, "મને ખબર છે કે તે એને ભ્રષ્ટ કરશે, પણ આ સમસ્યાનું નિરાકરણ ફરી ક્યારેક કાઢી લઈશું."

કલ્કિ સમજી શકતો નહોતો કે બજરંગ પોતાની ગદા ઉઠાવીને, તારની સેનાનો નાશ કેમ નથી કરતા.

"તું સમજ્યો નહીં, હેં ને?" બજરંગ તેનો ચહેરો જોઈ તેની ચિંતા જાણી ગયા, "તું સમજ્યો નહીં કે હું કેમ લડતો નથી?"

કલ્કિએ હા કહ્યું.

"જ્યારે ભગવાન રાઘવે દશાનન સાથેનું યુદ્ધ જીત્યું તો તેમને અને મારા ભાઈ સુગ્રીવને સ્વર્ગમાં મેરુ પર્વત પર જવાનું હતું, જે ઈલાવર્તીની બહાર સુદૂર ઉત્તરમાં આવેલું ભગવાન રાઘવનું ધામ હતું. મારે પણ તેમની સાથે રહેવું હતું. હું તેમના આ અભિયાનમાં એક મિત્ર અને સલાહકાર રહ્યો, પણ હું ન ગયો. તને ખબર છે કે કેમ?"

કલ્કિએ ના પાડી.

"કેમ કે હું એક દક્ષિણી છું. સુગ્રીવ પણ હતા, પણ તેમને તેની ચિંતા નહોતી. હું દક્ષિણીનો રહેવાસી હતો, જેનું જીવન ઈલાવર્તીમાં પોતાના ઘરમાં હતું. જેથી મારા કબીલાની રક્ષા કરી શકું. હું વાનરો જોડે લાંબો સમય રહ્યો. મેં ઘરડાં લોકોને મરતાં અને જુવાન લોકોને વધતાં જોયાં. મને ખબર છે કે તાર ગુરુકુળના દિવસોથી વિદ્રોહી સ્વભાવનો હતો. હું તેના માટે કાકા સમાન હતો, પરંતુ તે બહુ જ મહત્ત્વાકાંક્ષી હતો. મેં કિષ્કિન્ધા માટે જે યોજના બનાવી હતી તેની તેને ચિંતા નહોતી. તે હંમેશાં એવી જ વાત કરતો કે આપણે દુનિયા જીતવી છે." બજરંગે તે સમસ્યાઓને યાદ કરી અને નિ:સાસો નાંખ્યો જેનું પરિણામ તેમણે કેટલાંય વર્ષો સુધી સહન કર્યું હતું, "આના માટે હું તેને દોષી નથી માની શકતો. તે જીતવા માગતો હતો કેમ કે તેને અમારી ક્ષમતાની ખબર હતી. તે જાણતો હતો કે અમે બીજા કબીલાની તુલનામાં ઘણા આગળ છીએ. અમે બહુ સ્ફૂર્તિવાન અને સમજદાર છીએ, પણ તે એક વાત ભૂલી ગયો. હું કેટલાં વર્ષોથી જીવિત છું. હું ઘણું બધું જાણું છું અને મેં ઘણું બધું જોયું છે. તેનાથી કોઈ અંતર નથી પડતું કે તમે કેટલું જીતી શકશો. મારું માનવું છે કે જો તમે કોઈનું દિલ જીતી શકો તો તે ઘણું છે. આપણે લડવા માટે જીવીએ છીએ, પણ પ્રેમ કરવા માટે નથી જીવતા અને હું જાણું છું કે બીજા કબીલાને પોતાને આધીન કરવાનો મુકાબલો પોતાના લોકોનો વિકાસ કરવો, તેમને જરૂરી મદદ કરવી તેના કરતાં ઘણું સંતોષજનક હશે."

કલ્કિ આ બાબતમાં વિચાર કરવા લાગ્યો કે બજરંગે તેનો ભારે હાથ તેના ખભા પર મૂકી દીધો, "શું વિચારી રહ્યો છે?"

"તે જ કે હું ક્યારેય તમારા જેવો ન બની શકું."

"તારે બનવું પણ ન જોઈએ. મારી લડાઈ પૂરી થઈ ગઈ. તારી હજુ શરૂ થઈ છે અને કદાચ તારે લડવું પણ પડે, પણ એક વાત યાદ રાખજે, અહિંસક થવાનો અર્થ એ નથી કે તમે નબળા છો."

કલ્કિએ માથું નમાવ્યું, "આ જ કારણથી તમે ભગવાન ગોવિંદના

સમયમાં, મહાયુદ્ધ દરમિયાન કશું નહોતું કર્યું?"

"ચોક્કસ, ગોવિંદ મારા પ્રિય મિત્ર હતા અને આ વાતને સમજતા હતા. અમારી લડાઈનો સમય અલગ-અલગ હતો. તેમને અર્જુન, યુધિષ્ઠિર અને અન્ય લોકોને સાથ આપવા હિંસાનો સહારો લેવો પડ્યો, પણ મેં એવું ન કર્યું અને તે જ સાચું હતું. જો કે જ્યારે ભીમે કુસ્તી કરવા ચાહી ત્યારે મેં તેને મારી યુક્તિથી પરાજિત કરી કરી દીધો." તે હસી પડ્યા.

કલ્કિ પણ હસી પડ્યો. જ્યારે બજરંગ જવા લાગ્યા ત્યારે તેમના અભિયાન માટે પોતાની શુભેચ્છા આપવા સાથે તેણે ઘોડાને ફરી જોયો. અંધારામાં પણ તે સફેદ દૈવીય સુંદરતાથી ચમકી રહ્યો હતો.

કલ્કિ ઘોડા પર જઈ બેઠો, "ખબર છે, તું મારો એક જાણકાર માણસ જેવો છે – જિદ્દી." આ વખતે કલ્કિએ હાથ લગાવતા ઘોડાએ તેને ન પછાડ્યો. તેણે ધક્કાથી તબેલાનો દરવાજો ખોલી દીધો અને ઘોડો પોતાના આગળના બંને પગ ઉઠાવી બહાર આવી ગયો. શુકો પાંખ ફફડાવી કલ્કિના ખભા પર બેસી ગયો.

આ બજરંગ પણ ઓછાં નાટક નથી કરતા?

ચૂપ રહે.

સમજદાર માણસ! તારા શસ્ત્ર ક્યાં છે?

કલ્કિએ ચમકીને માથું હલાવ્યું. તે તૈયાર તો હતો, પણ શસ્ત્ર લેવાનું ભૂલી ગયો.

હું લઈને આવું છું.

શુકો શસ્ત્ર લેવા ગયો તો કલ્કિ ઘોડા પર બેસી રહ્યો. તેણે તેને લગામ નહોતી પહેરાવી જેથી તેને ચીડ ન ચડે. શુકો એક નાની તલવાર લઈને આવ્યો અને તેને કલ્કિના હાથમાં આપી દીધી.

તેં આટલી ભારે તલવાર કંઈ રીતે ઉઠાવી?

કેમ કે તારી જેમ હું પણ ખાસ છું.

એમ... તો અત્યાર સુધી તું ક્યાં હતો?

શુકો ટહુક્યો, હું ઇન્દ્રગઢમાં અરજણને મળવા ગયો હતો.

શું?

હમ્મ. મને લાગ્યું કે જોઈ લઉં કે તે જીવિત છે કે નહીં?

અને તે જીવિત છે?

હા ચોક્કસ.

કલ્કિના આનંદનો પાર ન રહ્યો. ભગવાનનો પાડ માનવો પડે. *હવે જેમ બને તેમ જલદી મારે તેને મળવું છે. તેની બહુ જ યાદ આવે છે.*

મને લાગે છે તું પદ્મા જોડે અતડો વ્યવહાર ખોટો કરતો રહ્યો હતો.

કલ્કિએ હા કહ્યું. તું સાચું કહે છે. જો કે તેણે પદ્મા જોડે મનથી વાત કરી લીધી હતી, પણ બંને વચ્ચે વેર હજુય હતું. જ્યારે તેનું અપહરણ થયું ત્યારે કલ્કિએ ગુસ્સામાં કહ્યું હતું કે તેના વગર જ તે મહેન્દ્રગિરિ જશે.

અને તું કૃપાનું શું કરીશ?

મને નથી ખબર.

તેણે રત્ના અને સ્મૃતને ઘોડા પર સવાર થઈને ઘાટી તરફ જતાં જોયાં. રત્ના પાછળ ફરી અને કલ્કિને ઇશારાથી પાછળ આવવા કહ્યું.

કલ્કિએ ઘોડાને થપથપાવી એડી મારી.

જોઈએ, તારના માણસોમાં કેટલી તાકાત છે.

52

કળિને ફરીથી પાણીમાં પોતાનો હાથ નાખવામાં ડર લાગી રહ્યો હતો. તે મક્કમ બનવા માગતો હતો. તેને ભાવનાત્મક રીતે મજબૂત બનવું જ પડશે. એ બાદ જ તે એ વાતને સ્વીકારી શકે કે તેનો ભાઈ જીવિત છે. તે અત્યાર સુધી એવું જ વિચારતો હતો કે તેનાં બધાં ભાઈ-બહેન આગમાં બળીને મરી ગયાં અને અંતે એક તેનો ભાઈ હતો. તે પોતાની જાતને કોસતો અને પોતાની જાતને જ જવાબદાર માનતો અને હવે જ્યારે તેને ખબર પડી છે કે તેમાંથી એક ભાઈ સહી-સલામત આ દુનિયામાં છે.

તે કોણ હોઈ શકે છે?

તે કેવો દેખાતો હશે?

કળિને જો તક મળે તો તે તેના ભાઈને ભેટવા માગતો હતો, પણ શુક્રએ તેવું પણ કહ્યું હતું કે આ બધું બદલી શકાતું હતું. કળિ સમજી નહોતો શકતો કે એવું કઈ રીતે થઈ શકે. તે આ વાત દુરુક્તિને જણાવવા માગતો હતો, પણ ચૂપ રહ્યો. તે હજુ પણ તેનાથી નારાજ હતો.

કળિએ શુક્રને હોડીના કિનારે ઊભેલા જોયા. તે સૂર્યોદય જોઈ રહ્યા હતા. આકાશ એકદમ નારંગી રંગનું હતું અને સૂરજ દૂરથી એક ફળ જેવો દેખાતો હતો. કળિ તે અસુર પુરોહિતની નજીક જઈ ઊભો રહી ગયો.

“તેં હજુ પણ પોતાનો ભૂતકાળ ન જોયો?” શુક્રએ નિઃસાસો નાંખ્યો.

“આનાથી બધું કઈ રીતે બદલાશે?”

શુક્રએ હોઠ ભીંસ્યા, “મારે તને જણાવવાનું જ નહોતું.”

“પણ તમે જણાવી દીધું અને તમારે એ પણ કહેવું પડશે કે, આનાથી બધું કઈ રીતે બદલાશે?”

"શું તને કળિયુગની ભવિષ્યવાણી વિશે ખબર છે?"

કળિએ ભ્રમરો ચડાવી, "મેં તેના વિશે સાંભળ્યું છે – કળિયુગ ઈલાવર્તીનો અંતિમ યુગ હશે જેમાં ધર્મ અને અધર્મનું યુદ્ધ જ દુનિયાની નિયતિ નક્કી કરશે."

"હમ્મ." તેમણે હા કહ્યું, "આ ભવિષ્યવાણીના બે મુખ્ય સંસ્કરણ છે. માનવ અને અસુર. માનવ ભવિષ્યવાણી કહે છે કે, ધર્મ એક માનવ અને અધર્મ એક અસુર છે. અસુર ભવિષ્યવાણી કહે છે કે આ તેનાથી જુદું છે. ભવિષ્યવાણીના બીજા પણ સંસ્કરણો પણ છે, પણ તે બધા કહે છે કે, કળિયુગનું અંતિમ યુદ્ધ ધર્મ અને અધર્મ વચ્ચે થશે. ભવિષ્યવાણી આવું પણ કહે છે કે, અસુર પોતાની રીતના અંતિમ હશે, જ્યારે તે કળિયુગમાં લડશે. તે એક પુરુષ હશે પરંતુ તે સ્પષ્ટ નથી કે તે શુદ્ધ લોહીના હશે કે મિશ્રિત લોહીના. મુશ્કેલી એ છે કે જો તારો ભાઈ જીવિત છે તો તે પણ અસુર હોઈ શકે, જે ધર્મ હશે અને તેને અધર્મ સાથે લડવાનું છે."

"કોકો વિશે શું કહેશો?"

"શું તને લાગે છે કે તે ધર્મ હોઈ શકે?" શુક્રએ પૂછ્યું.

કદાચ નહીં.

કળિએ થૂંક ઉતાર્યું. *મને લાગ્યું કે તે ખાસ હતો,* "જો તમને ખબર છે કે, મારો ભાઈ કોણ છે તો તમે તેને બોલાવતા કેમ નથી?"

"કેમ કે મને તેના પર નહીં, પણ તારા પર ભરોસો છે. તે ધર્મ બનવા લાયક નથી."

કળિએ ગરદન હલાવી.

"જો પોતાનો જવાબ મળી ગયો તો પાછો જઈને ભાઈને શોધ. અમારે હજુ બીજાં કામ કરવાનાં છે."

"કયાં કામ?"

શુક્ર સાગરને જોઈ રહ્યો. તે ઝૂમી રહ્યો હતો અને તેની લહેરો મજબૂત હતી, "મારી પાસે એક યોજના છે, જે તને સિંહાસન પાછું મેળવવામાં મદદ કરી શકે છે."

કળિ એકસાથે ચિંતિત અને ઉત્સાહી થઈ ગયો. તેણે ફરીને જોયું તો દુરુક્તિ તેની તરફ આવી રહી હતી. તે ચિંતામાં હોય તેમ લાગતું હતું. તે ધીમેથી કળિનો હાથ પકડવા ગઈ અને તેના પગ પાસે ઘૂંટણ પર બેસી ગઈ.

"કળિ, તું બરાબર નથી લાગતો. તું જે પણ કરે છે તે ન કરીશ." કળિએ ચીડ સાથે જોયું ને તેનો હાથ હટાવી દીધો. દુરુક્તિની આંખો ભીની થઈ ગઈ.

"મેં તારી જોડે જે કર્યું તે મારે નહોતું કરવું જોઈતું. મને માફ કરી દે. મહેરબાની કરીને મને એવી રીતે માફ કરી દે જે રીતે એક વખત મેં તને માફ કર્યો હતો."

કળિને યાદ હતું. એકવાર તેણે કલ્કિના લીધે તેની બહેન પર હાથ ઉપાડ્યો હતો. કળિ પણ કશું સમજી ન શક્યો તેથી તેણે પોતાના માથા પર હાથ ફેરવ્યો. માથા પર વાળ ઊગવા માંડ્યા હતા, "સારું, શું તું જાણે છે ખરી કે હવે હું બીમાર નથી – પહેલાં કરતાં સારું છે?"

"કળિ, મારી વાત પર વિચાર કર. ખબર નથી કે આપણે કઈ જગ્યા પર છીએ અને શું કરી રહ્યાં છે અને તે પશુઓવાળી સ્ત્રીથી મને ખૂબ ડર લાગી રહ્યો છે."

તે મારી પત્ની બનવાની છે.

કળિએ નિઃસાસો નાખ્યો. દુરુક્તિ ભયભીત હતી, પણ તેને કોઈ પણ રીતે બધી વાત કરી સમજાવવો હતો. કળિએ તેનું મોં હાથમાં લઈ તેની સામે જોઈ બોલ્યો, "હું સમયથી પાછળ જવાની કોશિશ કરી રહ્યો છું, જેથી જોઈ શકું કે આપણા ભાઈને શું થયું હતું."

"તું શું વાત કરી રહ્યો છે?"

"મને લાગે છે કે મારી જાતે ભૂતકાળમાં જઈને સાચું જાણવાનો સમય આવી ગયો છે."

દુરુક્તિ મુશ્કેલીમાં હતી, પણ તેને કળિ પર ભરોસો કરવાનું જ યોગ્ય લાગ્યું. તે ધીરેથી બોલી, "બ્રહ્માનું નેત્ર... તે ક્યાં છે?"

"તને એના વિશે કઈ રીતે ખબર?"

તેણે માથું હલાવી પૂછ્યું, "તે ક્યાં છે?"

"પહેલો ટુકડો સાગરમાં છે."

"સાગરમાં?" તેણે ભ્રમર તંગ કરી, "અને તું ભાઈને કેમ મળવા માગે છે?"

કળિએ એક પળ આરામ લઈ કહ્યું, "તે જીવિત છે. દુરુક્તિના શ્વાસ થંભી ગયા." કળિએ ફરી કહ્યું, "એટલે જ આપણે આ જગ્યાએ આવ્યાં. શુક્ર ઇચ્છે છે કે હું તેને મળું."

"મને વિશ્વાસ નથી થતો. આપણો ભાઈ આજ સુધી જીવિત હતો. સારું, તું જઈને તેને મળ." તે કળિને જોઈ હસી, "પણ મહેરબાની કરીને ભાઈને મળ્યાં પછી આપણે આ જગ્યાએથી ક્યાંક બીજી જગ્યાએ જઈશું."

"આપણે એવું જ કરીશું."

દુરુક્તિ જેવી ઘર તરફ ગઈ તો તેને જોઈ એક ઝરખ ઘુરકિયાં કરવા લાગ્યું. અલક્ષ્મીએ સહેજ અવાજ કર્યો તો તે શાંત થઈ ગયું. તે અંદર જઈ કોકો અને વિકોકો જોડે બેસી ગઈ.

કળિએ પોતાના હાથ પાણીમાં નાખ્યા. તેને થોડો સમય ઠંડું લાગ્યું અને પછી તે તેની ચામડીને ચૂમવા લાગ્યો, ફરીથી પાણીનું વહેણ ગરમ થયું જાણે ઊકળતું લાગ્યું અને તેને થયું કે તેના હાથ બળી જશે, પણ પાણી હૂંફાળું હતું. તેણે ફક્ત એક યાદ પર ધ્યાન કર્યું – જ્યારે આગ લાગી હતી.

અને ત્યારે જ તેની સામે વર્તમાનનું દૃશ્ય આવી ગયું. એક નવું દૃશ્ય, ધીમે ધીમે તેની સામે આવતું ગયું અને તે જ્યાં રહેતો હતો એ જગ્યાએ જઈ પહોંચ્યો. તેણે જોયું કે ધર્મશાળા નજીક પીધેલા ફરી રહ્યા હતા, પણ તેણે ધ્યાન ન આપ્યું. તે એ જગ્યાએ ત્યાં સુધી ફરતો રહ્યો જ્યાં સુધી તેને પોતાની ઝૂંપડી ન મળી જેમાં તેણે નાનો કળિ અને દુરુક્તિને સૂતેલાં જોયાં. તે તારલાંઓથી ઝગમગ રાત હતી. કળિ ઝૂંપડીના છેલ્લા ઓરડામાં આવ્યો જ્યાં નાનું બાળક સૂતું હતું. ભાઈ-બહેનને જોઈ તેના મોં પર હાસ્ય અને આંખોમાં પાણી આવી ગયું. તેણે ક્યારેય વિચાર્યું નહોતું કે તે એમને જીવનમાં ફરી જોઈ શકશે.

કળિએ આંસુ લૂછી લીધાં. તે તેને અડવા માગતો હતો, હાથમાં લેવા માગતો હતો, પણ તેને ખબર હતી કે તે તેને નથી મળી શકવાનો, જે પણ થયું તેના માટે પોતાને જવાબદાર માનતો હતો. તે પોતાના ભાઈ તરફ વધ્યો. તેણે મહાન મહાબલિના નામ પરથી તેનું નામ બલિ રાખ્યું હતું, જેમણે ઘણા સમય પહેલાં ઈલાવર્તી પર શાસન કર્યું હતું. વિષ્ણુ અવતાર વામને તેમનું શાસન છીનવી પાતાળલોકમાં મોકલી દીધા. મહાબલિના સમયમાં ઈલાવર્તીમાં સારો યુગ કહેવાતો હતો, કેમ કે તે એક સંપૂર્ણ અને આદર્શ હતું, પરંતુ અત્યાચારી વામને તેમનું સિંહાસન છીનવી લીધું.

કળિનો ભાઈ બલિ; તેની નાની ભૂરી આંખો હતી. તે ખૂબ જ પ્યારો લાગતો હતો. અચાનક અવાજથી કળિનું ધ્યાનભંગ થયું. તે અવાજો બહારથી આવી રહ્યા હતા. કદાચ કબીલાના લોકો વચ્ચે લડાઈ ચાલુ થઈ હતી.

આ બધું આ રીતે જ શરૂ થયું હતું.

કળિ જલદીથી બહાર આવી ગયો. જીવનની ખરાબમાં ખરાબ રાત તે ફરીથી જીવી રહ્યો હતો. તે જ સમયે લડાઈ વધી ગઈ. તે લોકો એકબીજાને મુક્કા મારવા લાગ્યાં. તે એક રાક્ષસ અને એક નાગ હતો. તે અજબ પ્રકારનો મેળ હતો. તે બંને એ જગ્યા માટે અજાણ્યા હતા. માનવો તેમને રોકવા માગતા હતા પણ તે દરમિયાન તેઓ પણ ઘાયલ થયા. આ બધું વધી રહ્યું હતું. કળિ પણ ત્યાં હતો. ત્યારે જ તેને એક અજાણ્યો માણસ દેખાયો, જેના હાથમાં એક વાસણ હતું. તેણે બધી જગ્યાએ, કળિની ઝૂંપડી અને બીજી જગ્યાઓ પર કાળા રંગનું કોઈ પ્રવાહી છાંટવાનું શરૂ કરી દીધું. કોઈએ તેની તરફ ધ્યાન ન આપ્યું. બધા લડાઈ જોવામાં મગ્ન હતા.

તેણે ઝૂંપડીની બહાર રાખેલી એક મશાલ લીધી અને તેને ફેંકવાનો જ હતો ત્યારે કળિએ બૂમ પાડી, “નહીં...!”

તે માણસ એકદમ ઊભો રહી ગયો. તેણે પોતાની આજુબાજુ જોયું. તે કળિ તરફ ફર્યો, પણ કળિને ખબર હતી કે તે તેને નહીં જોઈ શકે. તે પડછાયો જેવો ખસ્યો કે કળિએ તેના માથા પર અજીબ પ્રકારનું નિશાન જોયું.

તે કોણ હતું?

અને ત્યારે જ તેણે પ્રવાહી પર સળગતી મશાલ ફેંકી દીધી. જોતજોતામાં ઝૂંપડીઓમાં આગ ફેલાઈ ગઈ. કળિ તેની પાછળ જવા માગતો હતો, પણ તેને પોતાની ઝૂંપડીની ચિંતા હતી. તેણે જીવ બચાવતાં લોકોને આમથી તેમ દોડતા જોયા.

એ પોતાની ઝૂંપડીમાં આવ્યો. તેનું બાળપણનું રૂપ તે જોઈ શકતો હતો અને તેણે દુરુક્તિને ઢંઢોળીને જગાડવાનો પ્રયાસ કર્યો. તેમની ઝૂંપડીમાં પણ આગ વિકરાળ થઈ રહી હતી અને તે બંને જગ્યાએ ગયાં જ્યાં તેનાં ભાઈ-બહેન સૂતાં હતાં.

કળિ આંસુ રોકવાની કોશિશ કરી રહ્યો હતો. તેણે તેનાં ભાઈ-બહેનને આગમાં બળતાં જોવાં પડશે.

તેના બાળપણવાળા રૂપે ભાઈને ઉઠાવ્યો અને હળવેથી બહાર ફેંકી દીધો. તે બીજા લોકોને બચાવે તે પહેલાં ઝૂંપડીમાં એક ધડાકો થયો. દુરુક્તિ માંડ માંડ કળિને બહાર ખેંચી લાવી. તેમણે પોતાની આંખ સામે ઝૂંપડીને ખાક થઈ જતાં જોઈ. તે પોતાનાં ભાઈ-બહેનોના દુઃખને જોઈ શકતો હતો.

મેં મારા ભાઈને બચાવ્યો હતો. આ મને યાદ કેમ ન રહ્યું?

તેણે જોયું કે નાનો કળિ અને તેની બહેન ઝૂંપડીને ધારીને જોઈ રહ્યાં હતાં. ભાઈ-બહેન જીવતા બળી ગયાં અને તે કશું ન કરી શક્યો. નાનો કળિ બેભાન થઈ ગયો હતો.

આપણો ભાઈ ત્યાં જ છે. **તેને લઈને આવો.** કળિએ રાડ પાડી, પણ દુરુક્તિ તેને સાંભળી ન શકી.

હવે કળિને સમજાયું કે તેને કશું યાદ કેમ નહોતું. આઘાતના લીધે તેને કશું યાદ નહોતું.

કળિએ આંસુ લૂછ્યાં. તેણે આગની વચ્ચે પણ એક આધેડને તેના ભાઈને ઉઠાવી લઈ જતા જોયો. તેણે તેને ગાડીમાં સુરક્ષિત સુવાડી દીધો અને તે જગ્યાએથી ચાલી નીકળ્યા.

કળિએ આધેડ માણસનો પીછો કર્યો, તે ગાડીને આગથી દૂર લઈ

ગયો, પછી તેણે તેના ભાઈના માથાને ચૂમ્યું.

"બેટા, તું ડરીશ નહીં, તને હું મારા બાળકની જેમ રાખીશ."

કોણ છો તમે?

કળિ પૂછવા માગતો હતો, પણ તેના પહેલાં જ દૃશ્ય બદલાઈ ગયું અને તે એક બીજા ગામમાં હતો, તે પહેલાં કરતાં વધુ મોટો હતો. તે જગ્યાએ ઘણાં બધાં ઝાડ અને કાચી ઝૂંપડીઓ હતી. બાળકો બહાર રમતાં હતાં. કળિએ તે જ આધેડને એક બાળક સાથે વાત કરતાં સાંભળ્યો. તે બલિ હતો, જે હવે થોડો મોટો થઈ ગયો હતો. કળિએ આંસુ રોકવાની કોશિશ કરી. *તે સાચે જ જીવિત છે.*

તે માણસે બલિને કહ્યું, "હંમેશાં આ જગ્યાએથી તારી તાકાત લગાવજે." તેણે તેના માથા તરફ ઇશારો કર્યો.

બલિએ હા કહ્યું.

ફરી દૃશ્ય બદલાયું અને કળિએ કિશોર બલિને જોયો. તેના વાળ મોટા થઈ ગયા હતા. *તે જાણીતો લાગતો હતો.* બલિ સાથે બેઠેલો કિશોર પણ જાણીતો લાગતો હતો. તે લાકડીઓથી લડવાનો અભ્યાસ કરી રહ્યાં હતાં. બલિ હારી રહ્યો હતો.

"તું કમજોર છે – તાકાતવાળો બન." મોટા કિશોરે કહ્યું.

ખરેખર તું કોણ છે?

"હું બળવાન છું." બલિએ હુમલો કર્યો અને ફરીથી હારી ગયો.

"બહુ સરસ ભાઈ." મોટા છોકરાએ કહ્યું.

હજુ દૃશ્ય બદલાઈ ગયું. કળિનું માથું ભમી રહ્યું હતું અને તેને લાગતું હતું કે તે બીમાર પડવાનો છે. બ્રહ્માના નેત્રની અસર થઈ રહી હતી, પણ તેને તો બધું જ જોવું હતું.

હવે તે બીજા ખેતરમાં હતો – તે એ પહાડીઓ અને જંગલોમાં હતો, જ્યાં ગાયોનો વધ થયેલો હતો. તેના જ લોહીથી રંગાયેલી જમીન પર બેઠેલ એક યુવાન રડી રહ્યો હતો. તેનું મોં છુપાયેલું હતું. કળિ આગળ વધ્યો અને બલિ પાસે જઈને બેસી ગયો. જ્યારે તેણે હાથ હટાવ્યો તો કળિએ તેને ઓળખી લીધો.

કળિ ચોંકી ઊઠ્યો.

તે તો હંમેશાં મારી સામે જ હતો.

કળિનું લોહી થીજી ગયું. તેની નસેનસમાં લખલખું પસાર થઈ ગયું. તેની આંગળીઓ બલિના મોં પર હાથ ફેરવવા લાગી, જેણે તેની તરફ ધ્યાન ન આપ્યું.

આવું ન હોઈ શકે.

બલિ હવે બલિ નહોતો. તેનું નવું નામ હતું અને કળિ આશ્ચર્યજનક રીતે તે નવું નામ જાણતો હતો.

તેનું નામ અરજણ હતું.

53

કલ્કિ ઘોડા પરથી ત્રણ વાર પડી ગયો.

"હે પશુ મહારાજ! હજુ કેટલો ગુસ્સો બાકી છે?"

રત્ના અને સ્મૃત આ જોઈને મોં દબાવી હસવા લાગ્યાં.

તે જામી ગયેલી નદીની પાસેની ઘાટીમાં હતાં. બર્ફીલા રસ્તામાં કેટલાંક ઝાડ દેખાતાં હતાં. તે એક ગાઢ જંગલમાં જઈ રહ્યાં હતાં. એ રસ્તો તારના રહેઠાણ નજીક જતો હતો.

જેવો કલ્કિ બરફનાં ભીનાં પાંદડાં પર લપસીને ઊઠ્યો તો ઘોડો ગુસ્સાથી હણહણ્યો.

આને શું થયું છે?

એની જોડે વાત કરવાની કોશિશ કર. શુકોએ કહ્યું.

તું શું કહેવા માગે છે?

અરે, જેવી રીતે તું મારી સાથે વાત કરે છે.

મને એમ કે ફક્ત આપણે જ વાત કરી શકીએ છીએ.

ના, એવું નથી. આ બધું જે પણ થઈ રહ્યું છે, ભગવાન શિવનું વરદાન છે. હું, આ ઘોડો આ બધુંય ભગવાન શિવ તરફથી મળેલી ભેટ જ છે.

તું એક ભેટ કે વરદાન છે? હે ભગવાન, તું કયા પ્રકારની ભેટ છે?

સમજદાર! ચલ, હવે કાયર ન બનીશ. કામમાં ધ્યાન આપ. તારા દોસ્ત મુશ્કેલીમાં છે.

પદ્મા મુશ્કેલીમાં છે. કલ્કિએ વાત સુધારી. તેણે ઘોડા તરફ ધ્યાન આપવાનો પ્રયાસ કર્યો.

"આઓ... આવ... આવી જા."

ત્યારે જ રત્નાએ તેને બોલાવ્યો, "શું તું જમીન પર લપસ્યા વગર જલદીથી ચાલી શકે છે? આપણી પાસે સમય ઓછો છે."

તેણે ઊંડો શ્વાસ લીધો. સાચે જ સમય ઓછો હતો.

કલ્કિ પહેલાંની જેમ ઘોડા પર ચઢ્યો પણ ઘોડો તે વખતે શાંત રહ્યો. તે આરામથી ચાલવા લાગ્યો અને તે વિચારવા લાગ્યો કે તેમની વચ્ચે માનસિક મેળાપ આટલી ઝડપથી કઈ રીતે થઈ ગયો. *ભગવાન શિવે આ બધું ભેટ નિમિત્તે આપ્યું છે?*

ભગવાન શિવ એવા દેવતાના રૂપમાં જાણીતા હતા કે જેમને પશુઓથી વધુ પ્રેમ હતો. તેમણે લોકો માટે કેટલાંક પશુઓ આપ્યાં હતાં – જે એમનું ધ્યાન રાખી શકે. લોકો એ જ બાબતમાં વિશ્વાસ રાખતા હતા.

આખું જંગલ પાર કર્યાં પછી એ લોકો ઘેરુ અંધારું હોય તેવા વન ભાગમાં આવી ગયાં. તે જગ્યાએ તારનું રહેઠાણ દેખાતું હતું. દૂર સુધી ઘણા તંબૂઓ દેખાતા હતા. કાળા વાળવાળા વાનરો હાથમાં કુહાડી અને ભાલા લઈ ફરી રહ્યા હતા. તે રાક્ષસો જેટલા મોટા તો નહોતા, પણ તેમનો ઉપસેલો ચહેરો અને માછલીઓ જેવી મોટી આંખોના લીધે તે ડરામણા દેખાતા હતા.

"શું કરવાનું છે?" કલ્કિએ રત્નાને પૂછ્યું.

રત્નાએ તેની સામે જોયું, "સારું કહેવાય કે તેં મને આ સવાલ કર્યો."

"કેમ?"

"આપણે એક પિતૃસત્તાક સમાજમાં રહીએ છીએ. મને લાગ્યું કે એક સ્ત્રી હોવાને લીધે મારા વિચારનું કોઈ મહત્ત્વ નહીં હોય."

"હું એવા વિચારો નથી ધરાવતો."

"આપણે અંદર જઈને હુમલો કરવાનો છે." તે બોલી.

"ઉમ્મ... આ વાત તો સાંભળવામાં..."

"ખતરનાક? ચોક્કસપણે તે એવી તો છે જ... પણ શું બીજી કોઈ સારી યોજના છે?"

"મારે મારી દોસ્તને બચાવવી છે પણ જીવ નથી ખોવો."

"શું આ દોસ્ત દિલથી નજીક છે?"

"ઊંહહ!"

"થોડી-ઘણી...!"

"તો તારે એવું જ કરવું જોઈએ."

કલ્કિએ માથું હલાવ્યું, "ના, ચાલો એક કામ કરીએ. હું એ લોકોનું ધ્યાન બીજી તરફ ખેંચવાની કોશિશ કરું છું, તું છૂપી રીતે અંદર જતી રહેજે.' તેણે એક નાના વાંસના દરવાજા તરફ ઇશારો કર્યો, એ દરવાજો તેમનાથી થોડેક દૂર જમીનમાં નાંખીને બનાવ્યો હતો. તે દરવાજો એક નાના અને સાંકડા રસ્તા તરફ જતો હતો, "તારો ઘોડો પાછળ રાખજે, જેથી તેમને લાગે કે આપણે એકલા છીએ. બરાબર?"

રત્ના હસી, "બરાબર, તું એ લોકોનું ધ્યાનભંગ કઈ રીતે કરીશ?"

"તે માટે મારી પાસે એક યુક્તિ છે."

રત્ના અને સ્મૃત તે તરફ જતાં જ કલ્કિએ શુકોને કહ્યું કે તે સીટી વગાડતાં જ પાસે આવી જાય. જો કે તેને મોંમાંથી અવાજ કાઢવાનું બરાબર આવડતું નહોતું. તેણે પોતાના સફેદ ઘોડાને બધા તંબૂઓથી દૂર એક ખૂણામાં બાંધી દીધો.

કલ્કિ દરવાજા તરફ આવ્યો, બે વાનરો ભાલા લઈને ઊભા હતા.

કશું સમજાતું નહોતું.

ત્યારે જ રત્ના અને સ્મૃતનો ચહેરો ઊતરી ગયો. તે જાણી ગયાં કે કલ્કિ શું કરવાનો હતો. તે કોઈ પણ જાતના છળ વગર સામી છાતીએ લડવા જઈ રહ્યો હતો.

કલ્કિને જોતાં જ વાનરોએ ભાલા તૈયાર કરી દીધા.

વિચારો કે અરજણ શું કરતો?

કલ્કિએ તલવાર ફેંકીને હાથ ઉપર કરી દીધા.

દુશ્મન સાથે રમત.

"શું ઇચ્છે છે?" વાનરે છાતી કોચીને પૂછ્યું.

કલ્કિને કંઈ વાગ્યું નહીં, પણ તેને ચીડ ચડી. તે હસીને બોલ્યો, "સેનાપતિ તારને મળવું છે. ભગવાન બજરંગની છાવણીમાંથી એક

સમાચાર લાવ્યો છું."

કલ્કિને બાંધીને મોંમાં કપડું ખોસી દીધું. તેને સેનાપતિ પાસે લઈ જતાં પહેલાં લાતો અને મુક્કાબાજી વડે તેની સેવા કરી હતી. તેને તે બાબતે કોઈ ચિંતા નહોતી. તેને ખબર હતી કે તેના સાથીઓને અંદર જવાનો રસ્તો મળી ગયો છે. જેવું કલ્કિએ બ્રહ્માના નેત્રના પહેલા ટુકડામાં જોયું હતું તેમ તારનું રહેઠાણ જાંબલી રંગનું હતું. ત્યાં જ પાસે જ એક તબેલો હતો. ત્યાં સારામાં સારા ઘોડાઓ બાંધેલા હતા. કલ્કિને અહેસાસ થયો કે તારની સેના કેટલી વિશાળ હતી. ભયાનક વાનરોની ગણતરી કરવી મુશ્કેલ હતી. તેનાથી પરેશાની વધી શકતી હતી. ભગવાન બજરંગની સેનામાં માણસો ઓછા હતા. તે આ સેનામાં રાક્ષસ અને માનવો બંનેને જોઈ શકતો હતો, જે પોતાના હથિયારની ધાર તેજ કરવામાં અને ગપ્પાં મારવામાં મશગૂલ હતા. આવનારા યુદ્ધે તે બધાને સાવધ કરી દીધા હતા. તેમને હુમલો કરવાની મુદ્રાઓ સાથે યુદ્ધની રણનીતિઓ વિશે સમજાવવામાં આવી રહ્યું હતું.

કલ્કિએ જેવો તંબૂમાં પગ મૂક્યો, તેણે વચમાં તારને જોયો. તેણે ફક્ત એક કવચ પહેર્યું હતું. જેની કમરમાં ઘણા પ્રકારનાં હથિયાર લટકતાં હતાં. જ્યાં સુધી તેની સામે ઊભેલા પહેરેદારોએ પ્રણામ ન કર્યાં ત્યાં સુધી તેનું ધ્યાન કલ્કિ તરફ ન ગયું. તારે કલ્કિને ધ્યાનથી જોયો અને તેમની રણનીતિઓ તૈયાર કરવાના એક ટેબલ સુધી આવી ગયો હતો.

"કોણ છે તું?" તારના અવાજમાં કઠોરતા હતી.

કલ્કિએ માથું ઉઠાવી તેના ચહેરા તરફ જોવું પડ્યું. તે એક રાક્ષસની તુલનામાં બમણા આકારનો હતો અને રાક્ષસ પોતે જ એટલા મોટા હોય છે. તે ભગવાન બજરંગથી પણ લાંબો હતો.

"મારી ઓળખાણ કામની નથી. મારી પાસે બ્રહ્માના નેત્રને લગતી જાણકારી છે."

"બ્રહ્માનું નેત્ર?" તેની આંખો ચમકી. તેણે બીજા વાનર તરફ જોયું,

ત્યારે કલ્કિને યાદ આવ્યું કે તે અરુણ હતો. તેણે તેને પણ જોયો હતો, "અને... તારી જાણકારી કઈ રીતની હશે?"

"તે બજરંગ પાસે નથી."

"હા, ચોક્કસ એવું જ છે."

કલ્કિએ માથું હલાવ્યું.

"તને કઈ રીતે ખબર?"

"કારણ કે તેમણે જ મને જણાવ્યું હતું."

"અને તું દિલનો એટલો નેક છે કે તું અમને જણાવવા આવી ગયો?"

"કદાચ! હું એવો હોત." કલ્કિએ ખભો ખંખેર્યો, "મને મારી દોસ્તને આઝાદ કરાવવી છે."

"કોણ?"

"તે જ છોકરી જેને ઉઠાવી લાવ્યાં છો."

"તે વૃદ્ધનું શું કરીએ?"

"તેને તમે રાખી શકો છો."

તારે કલ્કિની વાત પર વિચાર કર્યો. જો કે કલ્કિને પણ ખબર નહોતી કે તેને શું જોઈએ છે. એ તો ફક્ત વાતો બનાવી રહ્યો હતો.

"ઠીક છે, બ્રહ્માના નેત્રના વિશે જણાવ."

"બજરંગે તેને એક સંદેશાવાહક સાથે મોકલ્યું છે..." કલ્કિ તેનાથી વધુ કંઈ જૂઠું બોલે તે પહેલાં તાર હસવા લાગ્યો. અરુણ અને બીજા વાનરોએ પણ એવું જ કર્યું.

આ બધો શું બકવાસ છે?

"શું તને એવું લાગે છે કે અમને કશું ખબર નથી?"

"શું નથી જાણતા?"

"તું હોશિયારી બતાવી રહ્યો છે. મને ખબર છે કે બ્રહ્માનું નેત્ર બજરંગની ભીતર છે?"

આને કેવી રીતે ખબર પડી?

"હું તે જગ્યાએ બજરંગની નિશ્રામાં થોડો સમય રહી ચૂક્યો છું. મેં એ બધું જોયું છે જે તું નથી જાણતો. તને ખબર છે, અમે બજરંગનો

ઉપયોગ કરવાનું વિચારી રહ્યાં છીએ? તેને મારવો નથી. તેના જેવા જાલીમ માટે આ ઓછું ગણાશે. અમે તેને તકલીફ આપીશું, જીવિત રાખીશું અને તેની તાકાતનો અમારા દુશ્મનો માટે ઉપયોગ કરીશું. જો તને એવું લાગતું હોય કે તું અમને મૂર્ખ બનાવી શકે છે તો તું ખોટો છે." તેણે કલ્કિની ગરદન પર પોતાની મોટી આંગળીઓ ફેરવી.

"તે નિર્દય નથી." કલ્કિ ગંભીર થઈ ગયો, કેમ કે તે જાણતો હતો કે આ વાતનો અંત ખરાબ આવવાનો હતો. તાર મૂર્ખ નથી. તે તો ઘણો સમજદાર નીકળ્યો.

તાર ફરી અરુણને જોઈને જોરથી હસવા લાગ્યો. તે કલ્કિને ખોટો સાબિત કરીને તે ક્ષણોનો આનંદ ઉઠાવી રહ્યો હતો.

"મને ખબર નથી કે તમે અંદરોઅંદર કેમ લડી રહ્યાં છો, પણ એટલી ખબર છે કે ભગવાન બજરંગ ખરાબ નથી. તે સારા વ્યક્તિ છે જેમણે સારાં કામ કર્યાં છે."

"તું મોટો થઈ ગયો છે, પણ વાત બાળકો જેવી કરે છે. તેણે તારા મગજમાં કચરો નાખી દીધો છે? તું સંસ્કૃતિને નથી સમજતો. બહારનો માણસ થઈને અમારી વાતો કરે છે. ઉત્તરમાં રહેનારા દક્ષિણવાળાના દુઃખ નથી સમજી શકતા." તાર કલ્કિની ઘણો નજીક આવી ગયો. તેનો શ્વાસ કલ્કિના ચહેરા પર ટકરાવા લાગ્યો. તેણે ધમકી આપી, "શું તેણે તને કહ્યું છે કે અમારા બંનેની વિચારધારાઓના અંતરને લીધે આ લડાઈ થઈ રહી છે?"

કલ્કિ તારને જોઈ રહ્યો. આને કેવી રીતે ખબર પડી?

"હા, ચોક્કસ, આવું જ કહ્યું હશે, પણ એવું નથી. ખરેખર તો હું વાનર સંસ્કૃતિનો ઉત્તર અને દક્ષિણમાં પ્રચાર કરવા માગું છું. હું એની જેમ નથી જે એક જ જગ્યાએ આજીવન સંતુષ્ટ રહે, પણ એણે એવાં કેટલાંય કામ કર્યાં છે જેના માટે તેને ગર્વ ન હોવો જોઈએ. ભલે તે ગર્વ કરે."

તારે આગળ કહ્યું, "જ્યારે અમે નાનાં હતાં ત્યારે ભગવાન બજરંગના નામથી મુગ્ધ થઈ જતા હતા – સહુથી મહાન વાનર. અમે બધા

તેમની જેમ બળવાન બનવા માગતા હતા, પણ મારો જન્મ પ્રલય અને વિનાશના સમય દરમિયાન થયો, જ્યારે દુનિયા ખતમ થવાની અણી પર હતી. કુષ્ઠ રોગ ફેલાઈ ગયો હતો. રોજ યુદ્ધમાં હજારો લોકો મરી જતાં હતાં. અમને લાગતું હતું કે ભગવાન બજરંગ અમારી રક્ષા કરશે. જ્યારે માનવો અને બીજા કબીલાની જોડે લડાઈ થઈ ત્યારે ભગવાન બજરંગે કશું ન કર્યું. તેમણે બધું થવા દીધું. તેમણે યોજનાઓ બનાવ્યા પછી તેનો અમલ ન કર્યો. ખબર છે તને કે બજરંગે બળવાન હોવા છતાં પણ કશું ન કર્યું." તારે પોતાના રૂવાંટીદાર હાથ બતાવ્યા. કલ્કિને તેની ઉપર પંજાના ઉઝરડાનું નિશાન દેખાયું, "કેટલાક રાક્ષસ સિપાહી મારી માતાને ઉઠાવી લઈ જઈ રહ્યા હતા અને તેણે મને પકડીને જાત બચાવવા માગી. આ નિશાન તે વખતનું છે. તેનું અપહરણ થયું અને મેં ભગવાન બજરંગ પાસે મદદ માગી તો અમારા મહાન ભગવાન જેની આપણે પૂજા કરીએ છીએ; તેમણે કહ્યું, 'હું નહીં જઈ શકું, પણ થોડા માણસોને મોકલી દઈશ, જે એની રક્ષા કરશે.' અને જે લોકો ગયા હતા તે પણ માર્યા ગયા. મારી માનેય મારી નાખવામાં આવી."

તેણે નિઃસાસો નાંખ્યો. તે આ વાતો કરતા ભાવુક થઈ ગયો.

"અને તેં એ રાક્ષસોને જ સાથે રાખી લીધા?"

"કેમ કે આ બધા તે રાક્ષસો નથી. દરેક કબીલામાં સારા અને ખરાબ બંને પ્રકારના લોકો હોય છે. બેટા, તેમને ઓળખવા પડે છે." તાર કલ્કિ જોડે સમજતું ન હોય તેવું કોઈ બાળક સમજીને વર્તતો હતો. બેધ્યાન કલ્કિની ભ્રમર તંગ થઈ.

"તેમણે એમનું વચન નિભાવ્યું..." કલ્કિએ વિરોધ કર્યો.

"એક મૃત માટે. ભલે ને તે એક વચનના લીધે લોકો રોજ મરતા રહે?" તેણે ચહેરા પરના ઉદાસીભર્યા સ્મિત સાથે કહ્યું, "મેં બધી વાતોનો વિચાર કર્યા પછી એક યોજના બનાવી. કદાચ બજરંગ અમારી મદદ ન કરે, કેમ કે તેમને અમારી ચિંતા જ નથી. આ જ કારણથી અનેક વાનર મારી સાથે છે. આ બધા એ માટે મારી સાથે નથી કે હું વાનર જાતિને દુનિયાની સામે લાવવા માગું છું, એ બધા એટલા માટે મારી

જોડે છે, કારણ કે તેમણે પણ તેમનો પરિવાર ગુમાવ્યો છે. બજરંગે કશું ન કરવાને કારણે તેમની આજીવિકા ગઈ અને તે પોતાનો બદલો લેવા માગતા હતા. તે બદલો લેવા માટે કંઈ પણ કરવા તૈયાર છે. જ્યારે તે લોકોની હત્યા અને બળાત્કાર થઈ રહ્યો હતો ત્યારે બજરંગે કશું ન કર્યું. હું પણ તેમના અનુયાયીઓ સાથે આવું જ કરવાનો છું. હું એક એકને બળાત્કાર પછી મોત આપવાનો છું, પછી તે પુરુષ હોય કે સ્ત્રી કે પછી બાળક. તેણે મારો કોપ સહન કરવો પડશે, જેથી મારા લોકો તેમનો બદલો લઈ શકે." તેણે નાક ફુલાવતાં કહ્યું, "અને તમારા જેવા લોકો વચમાં આવી રહ્યાં છે. આશા કરું છું... કે ફરી મળવાનું ન થાય." તેણે કલ્કિને ગળાથી પકડી લીધો.

અને તાર તેને ઊંચો કરવા માગતો હતો. તારે તેને ઉઠાવવા માટે પ્રયાસ કર્યો પણ તેનામાં અસીમ બળ હોવા છતાં તે તેવું કરી ન શક્યો. તારની ઘણી કોશિશ પછી પણ કલ્કિ જમીન પર જ સ્થિર રહ્યો. તેણે ચકિત થઈને કલ્કિ સામું જોયું.

"તું આવું કઈ રીતે કરે છે?"

"માફ કરજો. મને ખબર નથી કે તને કયો અનુભવ થયો છે?"

તારે કલ્કિને શંકાની દૃષ્ટિએ જોયો.

"હું એક વિચારસરણીથી આ પરિસ્થિતિને જોતો હતો, પણ યુદ્ધ... તેને બંને પક્ષો તરફથી જોવું જોઈએ અને તને ખબર છે?" તેણે જડબું ભીસ્યું, "તમે બંને જણ ખોટા છો અને આ એક નિરર્થક યુદ્ધ છે."

"મને તો લાગ્યું હતું કે તને તો આની ચિંતા નહોતી."

મને નહોતી.

કલ્કિ વિચારમાં હતો, તેને ચિંતા હતી પણ ખરી અને નહોતી પણ. તે દ્વેષભાવમાં હતો. તે એવા જ વિચારમાં હતો ને ત્યારે બહારથી આવેલા બે વાનરોએ આવીને કહ્યું, "બે સ્ત્રીઓ આપણા માણસોને મારી રહી છે. તેમણે બધી અપ્સરાઓને મુક્ત કરી દીધી છે."

તારે કલ્કિ તરફ નજર કરી અને હવે તેને ખબર હતી કે હવે તેણે શું કરવાનું છે.

આપણે કેટલું બધું કરી શકીએ છીએ...

તેણે ભગવાન વરાહના બે શબ્દોને તેનામાં ઉતારી લીધા હતા.

હું કેટલું બધું કરી શકું છું.

કલ્કિએ દાંત ભીંસીને પોતાનું બંધન તોડી નાખ્યું. પોતાના ઉપર વિશ્વાસના કારણે જ તેની અંદર એક નવી શક્તિ ઊમટી આવી. તાર કલ્કિની શક્તિને જાણી શકતો હતો. તેણે કલ્કિની છાતીમાં જોરદાર મુક્કો મારી દીધો. કલ્કિ થોડો લથડ્યો પણ તેને કશું વાગ્યું નહીં. તે પોતે જ તાર તરફ ધપ્યો અને તેને મેજ તરફ ધકેલ્યો જે તે જ સમયે તૂટી ગયું.

કલ્કિ ફર્યો તો તાર ઊઠવા ગયો. વાનર કલ્કિ પર ધસ્યા. તેણે તૂટેલા મેજની એક લાકડી લઈ એક વાનરના પગમાં ઘુસાડી દીધી. ચીસો પાડતો તે દરવાજા તરફ ભાગ્યો. એક બીજો વાનર હાથમાં તલવાર લઈ તેની રાહ જોઈ રહ્યો હતો. તે કલ્કિ પર ત્રાટક્યો.

ત્યારે જ કલ્કિને વાનર પાછળ એક માણસનો પડછાયો દેખાયો. તે માણસે વાનરનું ગળું રહેંસી નાખ્યું.

"ચલો દોસ્ત."

તે કૃપા હતો.

ઓહ... હદ છે.

કલ્કિ કૃપા સાથે તંબૂની બહાર આવ્યો. તેની જોડે પદ્મા, રત્ના, સ્મૃત અને તેમની ત્રણ અપ્સરાઓ હતી જેમને તેમણે આઝાદ કર્યાં હતાં.

માનવ, રાક્ષસ અને વાનર તેમની તરફ આગળ વધ્યા. કૃપાએ તેમને જલદીથી નદી તરફ ચાલવાનું કહ્યું.

કલ્કિ બધાથી આગળ હતો. તેમના સાથી તેની પાછળ આવી રહ્યાં હતાં. ત્યાં જ એક વાનર આગળ આવ્યો, કલ્કિએ તેને કોણીથી ખૂણામાં ધકેલી દીધો, ફરી ત્રણ વાનરોએ રસ્તો રોક્યો. તેમની પાછળ નદી હતી. તે લોકો ભાલા લઈ તેમની તરફ આવી રહ્યાં હતાં. તે જ સમયે કલ્કિના ઇશારાના લીધે શુકો તેમની તરફ ધપ્યો. તેણે પાંખો ફફડાવી તેમના ચહેરા કોચી કાઢ્યા. વાનરોએ પોતાના બચાવ માટે પોતાના ચહેરા ઢાંકી પોતાના ભાલા પાછળ કરી લીધા. કલ્કિએ એક ભાલો લીધો અને

વાનરની છાતીમાં ઘુસાડી દીધો. પદ્માએ બીજાને સંભાળ્યો. તે તેની પર ઊછળી અને ચહેરા પર ચપ્પુ ઘુસાડી દીધું. રત્નાએ છેલ્લાના પેટમાં ઘા કરીને તેને બેભાન કરી દીધો.

હવે તે જામી ગયેલી નદી પાસે આવી ગયાં. કેટલીક વાર રસ્તા પર લપસ્યા અને પડ્યા પણ તેમણે તે નદી સંભાળીને પાર કરી દીધી. વાનર તેમને પાડવા માટે અગ્નિબાણોનો ઉપયોગ કરવા લાગ્યા.

કેટલાંક તીર નિશાન ચૂક્યાં અને વનમાં જઈ પડ્યાં. તેનાથી વનમાં આગ ફેલાઈ ગઈ. જો તે આગ નદી સુધી જતી તો કશું ન બચતું.

એક તીર પદ્માને વાગવાની તૈયારીમાં હતું, પણ કલ્કિએ તેને પકડી દૂર ફેંકી દીધું. તે દરમિયાન તેનો હાથ બળી ગયો.

"આભાર!" તે હસી.

કલ્કિએ હસવાની કોશિશ કરી. જો કે તેને ખૂબ પીડા થતી હતી.

રત્ના, સ્મૃત અને બીજી અપ્સરાઓ પેલે પાર પહેલા પહોંચ્યાં, જ્યાં બજરંગ દળનાં લોકો તેમની રાહ જોઈ રહ્યાં હતાં. તેમણે પદ્મા અને કૃપાને નદીમાંથી કાઢવા માટે રત્નાની મદદ કરી.

જ્યારે કલ્કિ તે કિનારાની નજીક પહોંચ્યો તો તેની પીઠ પર એક અગ્નિબાણ આવીને વાગ્યું. તે પીડાના લીધે તરફડતો જમીન પર પડી ગયો. તેણે બાણને ખેંચી કાઢીને દૂર ફેંકી દીધું, પણ તેના પડવાના ભારના લીધે નદીમાં તિરાડ પડી ગઈ અને તેનો પગ ઠંડી નદીમાં ફસાઈ ગયો. તે ઠંડીને સહન કરવી સરળ નહોતી. હજુ તેના પગમાં પિશાચો વડે મળેલા ઘા પણ સરખા રૂઝાયા નહોતા. તે ઊઠવા માગતો હતો ત્યારે એક બાજુથી પદ્મા, કૃપા અને બીજા લોકો તેને મદદ માટે આવી ગયાં. પદ્મા તેને બચાવવા માટે નદીમાં કૂદવા માગતી હતી, પણ કૃપાએ તેને રોકી દીધી.

"ના." તેણે પદ્માને પાછળ ખેંચી. તેના પર પગ મૂકવા માટે ઘણાં હલકાં અને તેજ પગલાં હોવાં જોઈએ, નહીંતર બરફની પોપડી તૂટશે અને કલ્કિ ડૂબી જશે.

કલ્કિ અસહાય હતો. તેણે જોયું કે બીજી તરફ ઊભેલો તાર તેને

જ જોઈ રહ્યો હતો. તેના ચહેરા પર નફરત દેખાતી હતી.

"પણ આપણે કલ્કિને કેવી રીતે બચાવીશું?" પદ્મા ખૂબ ચિંતિત હતી.

કૃપા પણ મુશ્કેલીમાં હતો, પરંતુ તેના વર્તનમાં કશુંક બીજું જ હતું. તેને જોઈને લાગ્યું કે તે પીડામાં છે ત્યારે જ કલ્કિએ જોયું કે તેની છાતી પર ખંજરનો ઊંડો ઘા હતો. તે ખૂબ ઘાયલ થયો હતો. દેહનો ઉપરનો ભાગ લાલ રંગથી રંગાયેલો હતો. તેનો ચહેરો ફિક્કો પડી ગયો હતો, જાણે તે બેભાન થવાની તૈયારીમાં હતો.

મારું ધ્યાન પહેલાં કેમ ન ગયું?

આ બધું એકદમ ઝડપથી બની ગયું. એટલે જ કલ્કિને કૃપાની તકલીફની ખબર ન પડી, પણ હવે તેનું ધ્યાન તેની સામે ઊભેલા દરેક જણ પર હતું. રત્ના પણ ઘાયલ હતી, પદ્માના માથામાં ઘા હતો. જ્યારે તેણે તેમને નજીકથી જોયા તો બધું સ્પષ્ટ રીતે દેખાયું.

તેણે પગ બહાર કાઢવા માંડ્યા પણ કાઢી ન શક્યો. કલ્કિ પર અગ્નિબાણોનો વરસાદ થવા માંડ્યો. તે પૂરી તાકાતથી તેમનું નિશાન ચૂકવાનો પ્રયાસ કરતો હતો. કલ્કિ તરફના વાનરોએ તારના તીરંદાજો પર બાણનો વરસાદ વરસાવવા ઇચ્છ્યું, પણ તે તીર અગ્નિબાણ જેટલાં પ્રભાવી નહોતાં.

વાનરોથી કંઈ ન બન્યું તો શુકો કલ્કિની નજીક આવ્યો. તે પાંખોથી કલ્કિનું રુદ્રાક્ષ ખેંચવાની કોશિશ કરવા લાગ્યો, પણ તેનો બાલિશ પ્રયાસ કોઈ કામ ન લાગ્યો.

કલ્કિના પગ થીજી ગયા હતા, ત્યારે જ એક અવાજ સંભળાયો.

"મારી મદદ જોઈએ છે?"

તે અવાજ કેટલો દૈવીય અને મધુર હતો અને ત્યારે જ અહેસાસ થયો કે તે અવાજ કોનો હતો. તેણે તારના રહેઠાણ તરફ ફરીને જોયું તો વાનર પાછળ હટતા દેખાયા. તારે ફરીને જોયું તો એક સફેદ ઘોડો તેમની બાજુથી ફલાંગો ભરતો આવી રહ્યો હતો. તેની ગતિ એટલી તીવ્ર હતી કે તેમણે ભાગીને રસ્તો ખાલી કરવો પડ્યો. તે ઘોડો અસાધારણ ગતિ સાથે જામેલી નદીને છલાંગો મારીને પાર કરતો ગયો. થોડીક જ

ક્ષણોમાં તે કલ્કિ પાસે આવી ગયો પણ તેણે દોડવાનું બંધ ન કર્યું. જેવો તે કલ્કિ પાસે આવ્યો કલ્કિએ તેનો પગ પકડી લીધો. ઘોડો કિનારા તરફ આગળ વધ્યો તો કલ્કિ તેની સાથે ઢસડાઈને ત્યાંથી નીકળી ગયો.

તે પીડાથી બૂમો પાડવા લાગ્યો. જ્યારે તે પોતાનો પગ મસળી રહ્યો હતો ત્યારે તેને ધ્યાન ન આપ્યું. પદ્મા ભાગતી આવી અને કસીને ભેટી પડી.

જ્યારે પદ્માને ભાન થયું કે તે શું કરી રહી છે તો તે પાછી ખસી ગઈ.

"તારો ઘોડો સારો છે." રત્ના હસી.

"તેને જોઈને કોઈકની યાદ આવે છે... જ્યારે હું મુશ્કેલીમાં હતો ત્યારે કોઈએ મને મદદ કરી હતી."

દેવદત્ત!

કલ્કિએ થાકેલા કૃપાને પોતાની તરફ આવતો જોયો તો તેની તંદ્રા તૂટી, "બહુ જ સરસ બેટા... પણ મને મદદ... કદાચ થોડી ઊંઘની જરૂર છે."

આવું બોલીને જ તે જમીન પર પડી ગયો.

54

જો કલ્કિ એવું કહેતો કે તેને ચિંતા નહોતી તો તે ખોટું પડતું.

તે કૃપાના તાવથી ધગધગતા ચહેરાને જોઈ રહ્યો હતો. કૃપા કોઈ પત્તાની માફક ધ્રૂજી રહ્યો હતો. વાનર સહાયિકાઓ પોતાની રીતે તેની દેખરેખ કરી રહી હતી. તેમણે લોહી સાફ કરી ઘાને પૂરી દીધો, પણ ઘણું લોહી વહી ગયું હતું અને ઘા ખૂબ ઊંડો હતો. ઠંડીના લીધે તાવ પણ ખૂબ હતો. તે ઠંડીમાં જાણે જામી રહ્યો હતો.

કૃપાની સહાયિકા કારાએ કલ્કિને જોઈને ગરદન હલાવી અને સ્વામી બજરંગને મળવા ચાલી ગઈ. તે એમની માર્ગદર્શક અને ચિકિત્સક રહી હતી, તેણે જ કલ્કિને સ્વસ્થ કર્યો હતો.

પણ તે કૃપાનો ઇલાજ ન કરી શકી.

કલ્કિ તંગ ચહેરા સાથે ઓરડામાં બેઠો હતો. પદ્મા ખૂબ ચિંતામાં હતી. રત્ના અને સ્મૃત પણ ત્યાં જ હતાં. તે પણ મળવા આવી હતી. કલ્કિએ કૃપા તરફ આવી ઊંડો શ્વાસ ભર્યો, "અરે, વૃદ્ધ... માણસ!" તેના અવાજમાં ઘણું પોતાનાપણું હતું.

કૃપા ચૂપ હતો. જાણે તેને શાંતિ મળી ગઈ હોય. તેણે પદ્માનું માથું થપથપાવ્યું, જે નીતરતાં આંસુ છુપાવી રહી હતી, "આ તારી પ્રિયાને કહે કે મારા માટે ચિંતા ન કરે."

"તે કોઈના માટે કશું નથી." કલ્કિએ મુઠ્ઠી ભીંસી અને તે બળી ગયેલા ઘાનો સ્પર્શ કર્યો, જે પદ્મા પરના હુમલાને બચાવવા જતાં થયો હતો. શંભલના શાંત માહોલમાં ક્યારેય વિચાર્યું નહોતું કે આવનારા સમયમાં આટલી ઊથલપાથલ થશે. ક્યારેય નહોતું વિચાર્યું કે શરીર પર અગણિત ઘા, બળી ગયેલા અને ઘાયલ થયેલા નિશાન પછી પણ, એ લોકોને ગુમાવવા પડશે કે જેમને તે હૃદયથી પ્રેમ કરતો હતો કે ....નફરત કરતો હતો.

"દોસ્ત... તારી વાત સાચી છે." કૃપાએ ખાંસી ખાધી. તે સમય વીતવા સાથે વધુ નબળો થઈ રહ્યો હતો.

"જે માણસ અમર છે, અક્ષય છે, તે કેવી રીતે મરી શકે?" કલ્કિએ પૂછ્યું, "તે નશ્વર નથી હોતા...હેં ને?"

"મારા દોસ્ત, મને ખબર હોત તો સારું હોત! આવું કદાચ કોઈ અમર વ્યક્તિ સાથે સાથે તો ક્યારેય નથી થયું. મેં સાંભળ્યું હતું કે માથું કપાવવાથી તેમનું મૃત્યુ થાત, પણ શરીરમાંથી લોહી વહી જવાના લીધે આવું ન થઈ શકે. હોઈ શકે કે તેમનાં બાણોમાં એવું કંઈક તત્ત્વ છે... કદાચ ક્યારેય નહીં જાણી શકું. તું ભાર્ગવ રામને મળે ત્યારે પૂછજે. તે મારાથી મોટા છે. હોઈ શકે કે તેમને કંઈ ખબર હોય."

કૃપા કલ્કિને જોઈને ઉદાસી સાથે હસ્યો. કલ્કિ નજર ફેરવી બીજી તરફ જોવા લાગ્યો.

"મને ખબર છે તું મારાથી નારાજ છે. આપણે જંગલમાં જે વાત કરી રહ્યાં હતાં તે કદાચ પૂરી ન થઈ શકી."

"બસ, બધું બરાબર છે. હું ઘણું બધું જાણી ચૂક્યો છું."

કલ્કિએ પોતાની તરફથી પૂરી કોશિશ કરી કે કૃપા પરની પોતાની નારાજગી જાહેર ન થાય. તેણે જ તેના પિતાને માર્યા હતા, જે થયું તે થયું. હવે તો કૃપા પોતાના અંતિમ શ્વાસ ગણતો હતો.

"ના, મારા મિત્ર, તું નથી જાણતો! કાયમ અવતારોમાં એવું જ લાગે છે કે તેમણે પૂરી દુનિયાને જાણી લીધી. મારો વિશ્વાસ કર, મેં તારાથી પહેલાં પણ એવા લોકો જોયાં છે. તેમને ફક્ત આ દુનિયાના એક અંશમાત્રની જ ખબર પડે છે."

"હું શું નથી જાણતો?"

"ઓહ... મને ખબર છે કે મલેચ્છોવાળા કામમાં મેં ભૂલ કરી હતી. તેમને મારા કામ માટે રાખ્યાં. મેં તેમને ખાસ કરીને કહ્યું હતું કે કોઈ ને કોઈ ઘાયલ ન કરે, પણ..." તેણે ડોકું હલાવ્યું, "દોસ્ત, આ વાત થોડી વધુ ગૂંચવણભરી હતી. મારે તને પારખવાનો હતો."

"ચોક્કસ, તારે એવું કરવાનું જ હતું." કલ્કિએ કટાક્ષમાં કહ્યું.

કૃપાએ હળવેથી આંખો ઝપકાવી, "મને ખબર છે કે તને લાગતું હશે કે મેં તને અવતાર તરીકે એટલા માટે પસંદ કર્યો, કેમ કે હું અવતારની આવવાની રાહ જોવામાં થાકી ગયો હતો – એવું નહોતું. આ વાત સાચી નથી. એવું મેં પહેલાં પણ કહ્યું હતું કે હું નવા યુગને આવતાં પહેલાં તેને રોકવા ગયો. એવું મને ભગવાન ગોવિંદે કહ્યું હતું. મેં ગુફાને બંધ કરી અને મારી રીતે બધા સોમને બાળવાની કોશિશ કરી, પણ હું પૂર્ણ નિષ્ફળ રહ્યો અને હું વારંવાર અસફળ થયા પછી તારા ગામમાં રહેવા લાગ્યો. મને લાગ્યું કે હવે નવો યુગ આવતા કોઈ નહીં રોકી શકે. એ પછી મારી ઓળખાણ તારી જોડે થઈ. તારી મા તેની ગર્ભાવસ્થામાં બીમાર હતી. તારા પિતા ચિંતામાં હતા. તેમણે સોમ વિશે કંઈક સાંભળ્યું હતું, એટલે તે ગુફા પાસે ગયા..."

"અને તેમને તે મળી ગયું, મને ખબર છે."

કૃપાએ માથું હલાવ્યું, "ના, તેમને તે ન મળ્યું, મેં તને ખોટું કહ્યું હતું. મેં કહ્યું હતું કે મારા ન કહેતાં પહેલા તેમને તે મળી ગયું હતું, પણ સાચું કહું તો મેં તેમને લેતા જ રોકી દીધા હતા. તે સમયે મને ખબર નહોતી કે તેમને તે શું કામ જોઈએ છે. હું ગુફાની ચોકીદારી કરતો હતો. તે નારાજ થઈ જતા રહ્યા. અમારી વચ્ચે લડાઈ થઈ અને મેં તેમને બહુ જ ખરાબ રીતે માર્યા. જ્યારે તારો જન્મ થયો ત્યારે તું બહુ નબળો હતો. તું બહુ સાધારણ બાળક કરતાં પણ નબળો હતો. તારા પિતાને લાગ્યું કે તારું બચવું મુશ્કેલ હતું... એટલે એમણે..."

"શું કર્યું એમણે?" તેના શરીરમાં કંપારી આવી ગઈ.

"તે તને જંગલમાં છોડી આવ્યા." કૃપાએ નિઃસાસો નાંખ્યો, "મેં ખુદ જોયું છે. હું શરાબ પીને કોઈની જોડે મારામારી કરીને જંગલમાં ભટકી રહ્યો હતો. તું બિલકુલ મરિયલ લાગી રહ્યો હતો. એકદમ સાવ નાનો હતો."

મારા પિતાએ મને છોડી દીધો?

"દોસ્ત, કોઈ પણ માણસ હોય તે આવું જ કરે." તે હસ્યો, "હું તને ઉઠાવીને ભૂવાઓ પાસે ઇલાજ કરવા લઈ ગયો, પણ બધાએ ના

પાડી દીધી. એટલે મને ભગવાન ગોવિંદે જે કરવાની ના પાડી હતી તે જ મેં કર્યું. મેં તને સોમ આપ્યું. તું બહુ જ નાનો હતો. તું એને જલદીથી પી ગયો અને ધીરે ધીરે તારી તાકાત પાછી આવવા લાગી, પછી મેં તારા પિતાને તને પાછો આપતાં જણાવ્યું હતું કે મારા આ કામના લીધે શું થઈ શકે છે."

કલ્કિને પોતાની આંખમાં લ્હાય બળવા લાગી.

"મેં તને એટલા માટે એક અવતાર તરીકે પસંદ નહોતો કર્યો કે મારી પાસે કોઈ પસંદગી નહોતી." તારું અવતાર તરીકે પસંદ થવું તે એક કિસ્મતનો ખેલ હતો.

હું એક ઘરડો, દારૂડિયો... પણ સ્નેહી ઘરડાના લીધે અવતાર બન્યો?

કલ્કિ આઘાતમાં હતો. તેણે પોતાની આંખમાંથી વહેતાં આંસુઓ લૂછ્યાં. તે તેના વશમાં નહોતાં. કલ્કિ બેસવા ગયો, પણ પીડાના લીધે તેનાથી સહન ન થયું. તેને બહુ જ પરસેવો થઈ ગયો હતો.

"તો બજરંગ ખોટા હતા, જે તું જાણી ગયો છે."

"તેં આવું કેમ કર્યું? એક રીતે તો તેં પોતાની રીતે જ એક નવા યુગની શરૂઆત...?"

"બસ, આ જ મારું દયાળુપણાનું ફળ હતું." તેણે ગરદન હલાવી, "હા, મેં એવું કર્યું, પણ એ સમયે તું નવજાત હતો. મેં આ વાતને એવી રીતે નહોતી વિચારી. મને તો ફક્ત એક નાનું બાળક દેખાતું હતું જેના શ્વાસ છૂટી રહ્યા હતા."

કલ્કિએ પદ્મા તરફ જોયું. તે પણ કલ્કિની જેમ આશ્ચર્યમાં હતી. જ્યારે તેનાથી સહન ન થયું ત્યારે તે ઓરડાની બહાર નીકળી ગઈ. કલ્કિ આજ સુધી કૃપાને ખોટો સમજતો હતો. ભલે તે એક વિચિત્ર વૃદ્ધ હતો, પણ તે કલ્કિ માટે પિતા સમાન હતો. તે નાનપણથી જ તેની દેખરેખ કરતો હતો અને તેના પિતાએ તેને મરવા માટે પણ છોડી દીધો હતો.

"તેં મને આ બધું પહેલાં કેમ ન કહ્યું? મને ખોટું કેમ કહ્યું?"

"તને જણાવી દેતો તો તું તારા પિતાથી નફરત કરવા માંડતો? ના, દોસ્ત, ક્યારેય નહીં. હું એવો નથી." કૃપાએ પોતાની ગરદન હલાવી, "જો

કે એ પણ બતાવી દેતો કે મેં તને જીવિત અને બળવાન રાખવા માટે સોમ આપ્યું. એક અવતાર હંમેશાં પોતાનાં કર્મોથી બંને છે, તે ખરાબ હોય કે સારા, તે જ તેને એક નાયક બનાવે છે." તેણે કલ્કિની છાતી પર બનેલા ચિહ્ન તરફ ઇશારો કર્યો, "તું શંભલનો એક નવજુવાન હતો, જેણે પોતાને એક અવતાર માન્યો, પણ આવી રીતે તારી અંદર એક આત્મવિશ્વાસ આવી ગયો અને ન ફક્ત અમે તારા પર ભરોસો કર્યો, પરંતુ ભગવાનોએ પણ તારા પર વિશ્વાસ કર્યો. તું જ આ યુગનો અવતાર બનવાને લાયક છે."

"પણ તેં ભગવાન વિષ્ણુ કરતાં પણ પહેલાં મારા પર વિશ્વાસ કર્યો અને એટલે જ બાળપણથી જ મારું ધ્યાન રાખ્યું – તેં જ મારા પર નજર રાખીને ધ્યાન રાખ્યું કે શું મારી અંદર ધર્મ કે અવતાર બનવાના ગુણ છે કે નહીં?"

તેણે ધીરેથી હા કહ્યું, "મેં... ઓહ... મને લાગતું હતું કે તારી અંદર તે વાત હતી, જ્યારે તેં અને બાલાએ એક છોકરીને ધર્મશાળામાં બચાવી અને તેં એની મદદ કરી... ખબર નથી કે તને યાદ હશે કે નહીં, પણ હું ત્યાં જ હતો. મેં જોયું હતું કે તું કેવી રીતે એના માટે પાગલની જેમ ઘર શોધી રહ્યો હતો, તેનું ઘર અને સરનામું શોધી રહ્યો હતો. હું તે જ દિવસે સમજી ગયો હતો કે તારા મનમાં બીજા માટે લાગણી છે અને ધર્મ ફક્ત તાકાતથી નથી બનાતું, એના માટે માણસનું દયાળુ હોવું પણ એટલું જ જરૂરી હોય છે."

"તેં કહ્યું હતું કે ભગવાન વિષ્ણુ સ્વયં એક અવતાર છે, પણ... પણ હું તો એક પાયદળનો સિપાહી છું, જેને એમનું કામ પૂર્ણ કરવા માટે મોકલવામાં આવ્યો છે."

"દોસ્ત, આ ભવિષ્યવાણીના અનેક સંસ્કરણ છે. હું એમાંથી કેટલાક ભૂલી ગયો છું. કેટલાંક લોકો કહેતાં હતાં કે ભગવાન વિષ્ણુ અવતારના રૂપમાં જન્મ લેશે, કેટલાંક એવું કહેતાં હતાં કે ભગવાન વિષ્ણુ પોતાનો શ્રેષ્ઠ યોદ્ધા પસંદ કરીને તેને અવતાર બનાવી દેશે અને આ અવતાર એક એવો સિપાહી હશે, જેના પર એમને ભરોસો હશે. ઘણા કિસ્સાઓ

કહેવામાં આવે છે, પણ તું જાણે છે કે આવી વાતોથી કોઈ ફરક નથી પડતો. ફક્ત એટલું જ ઘણું છે કે તું આ જગ્યાએ છે, તું બળવાન છે અને તારી છાતી પર શ્રીવત્સનું નિશાન છે."

તેને હંમેશાં મારી પર ભરોસો રહ્યો હતો.

"આ પહેલાં જે કહ્યું અને આજે જે કરી રહ્યો છું - હોઈ શકે કે બંને વાતો અલગ હોય, પણ મેં અત્યારે જે પણ કહ્યું એ બધું સાચું છે." તે મૂછમાં હસતો લાંબા શ્વાસ લેવા માંડ્યો, "જે પણ હોય, હું એક ગૂંચવાયેલો માણસ છું. હું એક શરાબી છું, હા. મેં આ દુનિયામાં ઘણા ખરાબ કામ કર્યાં, હું એક...એક... મેં મહાયુદ્ધમાં મારી બહેન અને બનેવીને ખોઈ દીધાં."

"શું થયું હતું એમને?"

"દોસ્ત, સારું હશે કે તું ન જાણે." તેણે આંખ મીંચકારી, "પણ એક વાત જરૂર જાણું છું. મને માફ કરી દેજે, મેં તને ખોટું કહ્યું." તેણે કલ્કિની છાતી પર હાથ મૂકીને કહ્યું, "આ નિશાન જોયા પછી.... દોસ્ત, મેં વિચાર્યું કે સોમ ફક્ત ધર્મ કે અધર્મ માટે કામ કરી શકે છે અને આ બીજા સામાન્ય લોકોને પાગલ કરી દેશે, પણ તું પણ એક સામાન્ય માણસ જ તો હતો."

"આ નિશાનનો મતલબ છે ભગવાન વિષ્ણુએ મને અવતાર પસંદ કર્યો, પણ જો હું હજુ સુધી અવતાર નહોતો તો હું બીજા અવતારો જોડે માનસિક સંવાદ કેવી રીતે કરી શકું છું?"

"દોસ્ત, આ તારા વિશ્વાસની તાકાત હતી. તને ઘણો વિશ્વાસ હતો કે તું જ અવતાર છે. આ રીતના આત્મવિશ્વાસમાં ઘણી શક્તિઓ હોય છે. એની જોડે તને સોમની તાકાત મળી અને તું બીજા જોડે સંપર્ક સાધવામાં સફળ થયો."

કૃપાને બહુ ખાંસી આવી. બોલવાની તાકાત પૂરી થઈ રહી હતી, પણ તે બોલતો રહ્યો.

"મને લાગે છે કે સોમ તને શક્તિ અજેય હોવાનો ગુણ અને ભવ્યતા આપે છે, પણ તમારાં કર્મોથી તેમનો સ્વભાવ અને આશય નક્કી થાય

છે, જે તમને ધર્મ કે અધર્મ બનાવી દે છે. હું તારી સાથે અંત સુધી રહેવા...” કલ્કિની છાતી પર મૂકેલો કૃપાનો હાથ ઠંડો પડી ગયો. તેણે આંખો મીંચી અને ખરખરતા શ્વાસ બંધ થયા. પીડાથી ભરેલા એક યુગનો અંત થઈ ગયો.

અને તે ન રહ્યો.

પોતાના પર વિશ્વાસ રાખો.

કલ્કિ બીજી તરફ નજર કરવા લાગ્યો. તે પોતાની જાત સાથે લડી રહ્યો હતો કે તેની આંખો ભીની ન થાય. તેણે રત્ના અને સ્મૃતને જોયાં, તે રડ્યાં તો નહીં પણ તેમણે સન્માનના રૂપમાં કલ્કિની પીઠ થાબડી. કલ્કિને વિશ્વાસ નહોતો થતો કે કૃપા હવે આ દુનિયામાં નથી રહ્યો.

“વૃદ્ધ બાબા, સ્વર્ગમાં પણ શરાબનું સેવન કરજો.” કલ્કિ ધીરેથી હસ્યો અને પોતાના ગુરુ, મિત્ર અને અંત સુધી પોતાના પિતા બની રહેનારા વ્યક્તિના સફેદ વાળોમાં આંગળીઓ ફેરવવા લાગ્યો.

પદ્મા વાનરવત પાસે ઊભી હતી તો કલ્કિ તેની પાસે ગયો. લાલ ફૂલોવાળા ઝાડનાં પાન ખરી ગયાં હતાં અને આકાશમાં તરી રહ્યા હતા. હલકા બરફનો વરસાદ થઈ રહ્યો હતો. આખરી શ્વાસ લેનારી વ્યક્તિ માટે આ ખૂબસૂરત દિવસ હતો. કલ્કિનું દિલ એ વાતોને જાણીને ભારે થઈ ગયું હતું.

તે હજુ પણ વિશ્વાસ નહોતો કરી શકતો.

તે પદ્મા પાસે જઈને પૂછવા માગતો હતો કે કૃપાને ઘા કઈ રીતે વાગ્યો, પણ પદ્મા તેને કસીને ભેટી પડી, “એક વાનર મને એની સાથે તંબૂમાં લઈ જઈ રહ્યો હતો, પણ કૃપા વચમાં આવી ગયો અને આવી રીતે તેના પર પ્રહાર થયો.”

તે પાછું ફરી તો કલ્કિએ તેનો આંસુઓથી ભરેલો ચહેરો જોયો.

“શું કૃપા નથી રહ્યો?”

કલ્કિએ હા કહ્યું અને પછી તે એને ભેટીને હીબકાં ભરવા લાગી.

પહેલાં તે એકદમ ચોંકી ગયો, પણ પછી તેણે પદ્માને બાથ ભીડી લીધી.

"મને માફ કરી દે."

"મને ખરા સમયે બચાવવા માટે આભાર."

"કહેવાની જરૂર નથી.."

"તારી અંદર કેટલી ગરમી છે." પદ્માએ પોતાની ગરદન ઘસતાં કહ્યું.

"ધન્યવાદ!" કલ્કિ શરમાઈ ગયો.

"અરજણ માટે અફસોસ છે કલ્કિ."

કલ્કિએ માથું હલાવ્યું. તે તેના માથામાં આંગળીઓ ફેરવવા લાગ્યો, "અફસોસ ન કર — તે જીવિત છે."

"શું?" પદ્મા ઉત્સાહમાં આવી ગઈ.

"હમ્મ." તે પણ હસ્યો, "માફ કરજે, મેં તને તેના ગાયબ થવા માટે દોષી ગણી હતી."

કલ્કિને યાદ હતું કે વનમાં તે કેવી રીતે કૃપા અને પદ્મા જોડે લડ્યો હતો. તેને શરમ આવતી હતી. તે કેટલી આડાઈથી તેની સાથે વર્ત્યો હતો.

"શું તું જઈ રહ્યો છે?" પદ્માએ આંસુ લૂછ્યાં.

કલ્કિએ નજર ફેરવીને વાનરો તરફ જોયું. મહિલાઓ બાળકોને ચૂપ કરી રહી હતી. લોકો લડવાની તૈયારીમાં હતાં. કદાચ આ બધા જ અત્યાચારી તારના હાથે માર્યા જશે. સ્વયં ભગવાન બજરંગે એ રાક્ષસને બનાવ્યો હતો. તેણે જોયું કે કારા પણ તેના આઠ વર્ષના સંતાન પાસેથી વિદાય થઈ રહી હતી. આ બધા વાનર બજરંગની પ્રજા હતા અને આજે તેમના કારણે જ જીવ આપશે. જે થાય તે ભગવાન બજરંગ નહીં લડે, આ અભિયાનનો હિસ્સો નહીં બને અને પોતાની પ્રજા માટે શસ્ત્ર નહીં ઉઠાવે.

"હું હંમેશાં વિચારું છું કે ધર્મ કે અવતાર બનવાનો અર્થ એ છે કે તમારી પાસે તાકાત છે. મારું લક્ષ્ય એ જ રહેશે કે તે દુષ્ટ કળિ જોડે લડીને તેને રાજ્યની બહાર કાઢી મૂકું."

"શું આ તારી નિયતિ નથી? આ જગ્યાઓ પર કાનૂન અને વ્યવસ્થા લાગુ કરવી?"

તેણે માથું હલાવ્યું. તે વિચારવા લાગ્યો કે જો તારે તે વાનરોને જીતી લીધા તો શું થશે, "ધર્મ બનવું એક પસંદગી છે."

"કેવી પસંદગી?" તેણે પૂછ્યું.

"બહેતર માણસ બનવાની પસંદગી!" તેણે નિઃસાસો નાંખ્યો, "મને નથી લાગતું પદ્મા કે હું જઈ શકીશ. હું અહીં જ રોકાઈ જાઉં છું."

55

તે સમડી તેણે અત્યાર સુધી જોયેલાં બધાં પક્ષીઓની સરખામણીમાં ઘણી મોટી હતી.

પણ આ તો કોઈ સમડી નહોતી. મનસા જાણતી હતી કે તે તાર્ક્ષ્યનું વાહન હતું. તેણે અત્યાર સુધી જે પણ વાહન જોયાં હતાં તેમાં તાર્ક્ષ્યનું વાહન બધાથી ઘણું અલગ હતું. તે બહુ જ મોટું હતું. ફક્ત બે પાંખોની જગ્યાએ આગળના ભાગમાં સોનેરી ગરુડ બનાવેલું હતું અને તે પાંખોની મદદથી રથ હવામાં ઊડતો હતો. બંને ખૂણામાં તાર્ક્ષ્યના અનુયાયી ઊભા હતા. રથની પાછળ લાંબી પૂંછડી હતી જેમાંથી સોમ ઇંધણની જેમ બળીને વાયુમાં ઊડવાની શક્તિ આપતું હતું.

મનસા ઘાસના મેદાનમાં ઊભી હતી. તાર્ક્ષ્યનો રથ જમીન પર ઊતર્યો ને તે ઠાઠ અને ગરિમાથી બહાર આવ્યો. મનસા જોડેની છેલ્લી મુલાકાત બાદથી તાર્ક્ષ્યમાં કોઈ બદલાવ નહોતો આવ્યો. તેની આંખોમાં ઘેરું કાજળ હતું અને પહેલાંની જેમ જ ચહેરા પર સફેદ રંગનું ચૂર્ણ ચોપડી રાખ્યું હતું. હજુ પણ તેના ચહેરા ઉપર લાંબી શંકુ આકારની દાઢી હતી. તેની સોનેરી ત્વચા સૂર્યની રોશનીમાં ચમકી રહી હતી. જો કે તે જાણતી હતી કે તેણે પોતાને સુંદર દેખાય તે માટે પોતાને સોનેરી રંગથી રંગેલો હતો.

તે પોતાનું માથું ઊંચું ઉઠાવતો રથમાંથી ઊતર્યો અને મનસા તરફ ગયો. તેણે એક લાંબું પહેરણ પહેર્યું હતું જેને તેના લોકોએ ઉઠાવી રાખ્યું હતું. તેના જેવા જ ભવ્ય અંગરક્ષકોએ તેને ચારે તરફથી ઘેરી રાખ્યો હતો.

“આ શું છે?” તેણે રુક્ષતાથી પૂછ્યું, “મનસા આપણે એકબીજાને લાંબા સમયથી જાણીએ છીએ. તારા ભાઈનો સ્વભાવ મૈત્રીપૂર્ણ નહોતો.

તારી અંદર એટલું સાહસ છે કે, તું મને મળવા આ જગ્યાએ આવી ગઈ?" તેણે એટલું બોલ્યા પછી નિઃસાસો નાંખ્યો, જાણે આટલું બોલતાં જ તે થાકી ગયો હોય.

તાક્ષ્ર્ય સાચા અર્થમાં એક બગડેલો અમીર રાજા હતો, પણ તે અનુશાસિત હતો અને પોતાની રાજવી શક્તિઓનો પ્રયોગ કરવાનું જાણતો હતો.

"તારું રાજ્ય મુશ્કેલીમાં છે."

"હમ્મ..." તાક્ષ્ર્ય એક ધૂન ગણગણવા લાગ્યો, "તું કેવી રીતે કહી શકે છે? શું મને તારા સૈન્યથી ખતરો છે?" તેણે મનસાની પાછળ ઊભેલા થોડા સિપાહીઓ તરફ ઇશારો કર્યો.

"ના, કદ્રુ કંઈક એવું ભયંકર કરવાની યોજના બનાવી રહી છે, જે તારા રાજ્યને અસર કરશે."

"કદ્રુ? જ્યારે એક નાગ આવે છે તો બીજા ડંખે છે. આ નાગ અને એમની રાજનીતિને શું થયું? મને આજ સુધી ખબર પણ નહોતી કે તું જીવિત છે. મને લાગ્યું હતું કે તને ઉત્તરની માછલીઓએ ખાઈ લીધી હશે, પણ નહીં, તું તો સાચે જ મારી સામે જીવતીજાગતી ઊભી છું. હવે એ જણાવ કે મારે વાસુકિની બહેન પર ભરોસો કેમ કરવો જોઈએ?"

"કેમ કે હું સાચું કહી રહી છું. તારે એમને પ્રવેશ ન કરવા દેવો જોઈએ."

"પ્રવેશ? તે પહેલાંથી જ અંદર આવી ગયાં છે."

મનસાએ દાંત ભીસ્યા અને ધીરેથી પોતાના પગને જમીન પર પછાડ્યો.

"અને તને લાગે છે કે મારું રાજ્ય સંકટમાં છે? મને તારી પર દયા આવતી હતી એટલે મેં આટલીવાર સુધી તારી વાતો સાંભળી. પણ હવે મારે જઈને મારા મહેમાનોને જોવા પડશે. આ એક શાનદાર દિવસ છે." તે હાંફવા લાગ્યો, "ખુશ થઈ જાઓ, આપણે બધા એક જ સમુદાયના છીએ."

"તે તને દગો આપવાની છે."

મનસા બ્રહ્માના નેત્રનો ટુકડો બતાવવા માગતી હતી, પણ તેણે

પોતાના પર સંયમ રાખ્યો. તાક્ષ્ર્ય આમ પણ અતિમાં જ જીવતો હતો. તેની પાસે પહેલાંથી જ અમૃત હતું અને જો તેણે એ પણ છીનવી લીધું તો ભગવાન જાણે શું થશે. તેની પાસે બીજો કોઈ રસ્તો પણ નહોતો.

"ઠીક છે, મને તેની જોડે વાત કરવા દો. હું સાબિત કરી દઈશ."

તેણે પોતાનું માથું હલાવ્યું.

મનસા નિરાશ થઈ રહી હતી. તેણે તાક્ષ્ર્યને મનાવવાની એક બીજી કોશિશ કરી, પણ તે કંઈ કહે તે પહેલાં જ તેને ભૂકંપનો એક ઝાટકો લાગ્યો.

આખી જમીન હલી રહી હતી.

મનસાની નજર પુલ અને વિશાળકાય લોખંડના સ્તંભોથી ઘેરાયેલા કિલ્લા પર પડી, ત્યાં જ કોઈ સમસ્યા હતી – મનસા તે સ્તંભોની નીચેથી ઊઠતા ધુમાડાને જોઈ શકતી હતી અને બીજી જ ક્ષણે સ્તંભ આગની જ્વાળાઓથી ઘેરાઈ ગયો.

કિલ્લો પડી રહ્યો હતો.

તાક્ષ્ર્ય ચોંકી ગયો, "હે ઊડવાવાળા ગરુડ, આ શું થઈ રહ્યું છે?"

"મહારાજ! કોઈ ગુફામાં જવલનશીલ પદાર્થ લાવ્યો હશે." અંગરક્ષકે કહ્યું.

"હે ભગવાન! હે ભગવાન!" તાક્ષ્ર્યે પોતાનું માથું હલાવ્યું.

મનસાને તાક્ષ્ર્યને મનાવવાનો એક મોકો મળી ગયો, "મહારાજ તાક્ષ્ર્ય, આ બધું કદ્રુએ જ કરેલું છે. મને તેને રોકવા દો. હું પણ તેને રંગે હાથ પકડવા માગું છું. તે આવું એટલા માટે કરે છે કેમ કે તે સુપર્ણો જોડે કોઈ ભાગીદારી નથી ઇચ્છતી. તેને ફક્ત સોમની ચિંતા છે હવે તેની પાસે સોમનાં પાંદડાં છે. કેમ તમે સમજતા નથી? હું તમને બચાવવાની કોશિશ કરી રહી છું."

તાક્ષ્ર્યે મનસા તરફ નજર કરી, "તું મારી મદદ કેમ કરવા માગે છે? તું જાણે છે કે મેં તારા ભાઈના પરિવારને માર્યો હતો."

"કેમ કે વીતેલા સમયનું કોઈ મહત્ત્વ નથી, જે પણ છે તે બસ વર્તમાન છે. હું મારા ભાઈ જેવી નથી, પણ તમારા લોકો જોડે સારો

સંબંધ બનાવવા માગું છું. હું વાયદો કરું છું કે કદ્રુને આ બધું કરતાં રોકીને મારી ક્ષમતાનો પરિચય આપીશ, નહીંતર તે તમને અને તમારા રાજ્યને બરબાદ કરી નાખશે."

તાર્ક્ષ્યે એક પળ માટે વિચાર્યું અને મનમાં કશું બબડ્યો. ગુસ્સાથી મનસા સુપર્ણોના રાજાને ત્યાં જ છોડી વાહન તરફ ચાલી અને તેમાં છલાંગ લગાવી દીધી.

"તું શું કરી રહી છે?"

"તમારા લોકો મરવાના છે. આપણે જલદીથી કંઈક કરવું પડશે. તું મારી જોડે આવી રહ્યો છે કે નહીં? જે પણ હોય, હું આ જ વાત પર હજારો સુપર્ણોનો જીવ નહીં જવા દઉં. તારે નિર્ણય લેવામાં આટલો સમય લાગી રહ્યો છે."

તાર્ક્ષ્યે ઊંડો શ્વાસ લીધો અને વાહનમાં આવી બેઠો, "નાગકન્યા, આશા કરું છું કે તું મારી જોડે છળ નથી કરી રહી."

"ચિંતા ન કરો, પ્રિય! હું એવું કંઈ નથી કરવા જતી." મનસાએ અટ્ટહાસ્ય કર્યું, "હું જાણું છું કે મારા દુશ્મન કોણ છે અને કોણ નથી."

56

તેમને નીકળવું જ પડશે.

જ્યારે ઉર્વશીએ વેશ્યાવૃત્તિવાળા કાયદાને નવેસરથી લાગુ કર્યો તો અરજણને વિશ્વાસ થઈ ગયો કે હવે તેનું અને રુદ્રનું માન નથી રહેવાનું. જ્યારે ઉર્વશીએ નલને પોતાની પરિષદનો હિસ્સો બનવા અને મદદ કરવા બોલાવ્યો તો અરજણ અને રુદ્ર પરિષદથી દૂર રહેવા લાગ્યા. એ તો નક્કી હતું કે ઉર્વશીને તેમની વચ્ચે ચાલી રહેલા સંબંધની જાણ થઈ ગઈ હતી. તે હંમેશાં સાથે રહેતાં હતાં અને ઉર્વશીને તેમના વિશે કેટલીય અફવાઓ સાંભળવા મળી હતી. એકવાર રાતના ભોજનમાં ઉર્વશીએ અરજણને કહ્યું તેના જીવનમાં કોઈ છોકરી હોવી જોઈએ. અરજણે તેવું કહીને વાત ઉડાવી દીધી હતી કે, તેને ખુશ રહેવા માટે કોઈ છોકરીની જરૂર નથી.

અરજણ પોતાની અંદર વધતી બેચેની મહેસૂસ કરતો હતો. જેવી રીતે પોતાના પિતા અને ભાઈને ખોઈ ચૂક્યો હતો તેમ તે રુદ્રને ગુમાવવા નહોતો માગતો...! તે વિચારીને જ તેના રૂવાંડાં ઊભાં થઈ જતાં હતાં. તે ખૂબ સમસમી જતો હતો.

નલ ઇન્દ્રગઢનો હિસ્સો બની રહ્યો હતો. તે તેના પિતાની જેમ નહોતો. તે બધી સભામાં હાજર રહેતો અને ઝડપથી પરિષદનો સભ્ય પણ બની ગયો. તેને ચૂંટણી માટે પ્રયોજકોની જરૂર નહોતી, કેમ કે તેની પાસે પોતાનું જ ઘણું ધન હતું અને રાજ્યના નિયમ અનુસાર નલને ઉર્વશીની આંતરિક પરિષદમાં હોવા સિવાય રાજનીતિક રૂપમાં ચૂંટણી લડવાનો પૂરો અધિકાર હતો. તેને એ વાતની ચિંતા નહોતી કે ઉર્વશીએ તેના પિતા જોડે શું કર્યું. તેને એ બિલકુલ ખરાબ નહોતું લાગ્યું.

ઉર્વશીએ બનાવેલી બધી નીતિઓને કડક રીતે લાગુ કરી દીધી હતી.

વેશ્યાવૃત્તિના કાનૂનના લીધે કેટલાય છૂટેલા કેદીઓ ફરી કારાગૃહમાં આવી ગયા. તેણે લોકો માટે ઘડેલી નીતિઓને લાગુ કરવામાં કોઈ કસર ન રાખી. તેણે લોકો માટે બનાવેલી નીતિઓને લાગુ કરવા માટે દળ તૈયાર કરી દીધું. તે દળે મંત્રાલય, પરિષદ, ખાણની વસ્તીઓ અને શ્રમિક વર્ગમાંથી અનેક સમલિંગીને શોધી કાઢ્યાં. ત્યાં સુધી કે રામરસને પણ આ જ કારણથી કારાગૃહમાં મોકલી દીધો. ઉર્વશી કોઈ સંભ્રાંત વ્યક્તિ માટે કાનૂન તોડવા નહોતી માગતી. આના સિવાય બીજી ઘણી નીતિઓ બનાવી – શ્રમ બળ પર કડકાઈ, ભારે વેરા, મંદિરો અને મૂર્તિઓના નિર્માણમાં થતો વ્યય- તેનાથી દરબારી ખુશ થતા હતા, પણ સામાન્ય માણસની સ્થિતિ સતત વણસી રહી હતી. કોઈ વિદ્રોહી નહોતો, કેમ કે વિદ્રોહ થતાં જ તેને મારી નાખવામાં આવતો. સાર્વજનિક રૂપમાં મૃત્યુદંડ આપવાનું બંધ થઈ ગયું હતું. પણ બધા નિયમો અને કાનૂન ઉર્વશીના આધીન હતા અને જો તે કોઈને મારવા ઇચ્છતી તો તે આસાનીથી મારી શકતી હતી.

કમસેકમ કળિના રાજમાં આવું નહોતું થતું.

ભલે તેણે પ્રશાસનને પોતાના માટે બદલ્યું, પણ તેના જીવનમાં માનવીય ક્ષણ પણ હતી. તે નાગરિકો પર દયા પણ રાખતો હતો. તેણે પોતાના માણસોને વશમાં રાખવાનો ઉપાય પણ કરી રાખ્યો હતો. ઉર્વશીને જોઈને લાગે કે તેની વિરુદ્ધ બોલવાવાળાને મોત આપી દેશે. શહેરમાં શાંતિ હતી. માનો કે, તોફાન પહેલાંનો સન્નાટો હોય.

તે મારા માટે મૃત્યુ બનવાની છે.

“આપણે જવું પડશે.” અરજણે કોથળામાં જરૂરી સામાન ભરતાં કહ્યું.

“શાંત થઈ જા. થયું શું?” સાથે બેઠેલા રુદ્રએ વાળમાં હાથ ફેરવતાં પૂછ્યું, “ચિંતા ન કર. આપણને કશું નહીં થાય. રામરસ ઉર્વશીના લીધે કારાગૃહમાં હતો. વહાલા, તે આપણને પસંદ કરે છે.” રુદ્ર અરજણના ગાલ ચૂમીને તેને શાંત કરવા માંડ્યો.

“હું સમજું છું.” અરજણે કહ્યું.

તેનું મન એવો સંદેશો આપી રહ્યું હતું કે, તે જ રાતે રુદ્ર સાથે નીકળી જાય.

અરજણને સમલિંગી પર લાગેલી પાબંદીની કોઈ ચિંતા નહોતી, પણ દરબારમાં નલનો પ્રભાવ વધી રહ્યો હતો. તેને જોઈને અરજણને ભય લાગતો હતો. તેણે કેટલીય વાર નલને તેની જાત સાથે વાત કરતા સાંભળ્યો હતો.

અરજણે લાંબો શ્વાસ લીધો, "તું મને પસંદ કરે છે ને?"

"તને પ્રેમ કરું છું."

અરજણ હસ્યો. જો કે તે ચિંતામાં હતો, પણ તેના ચહેરા પર સ્મિત આવી ગયું, "ઓહ, હું પણ તને પ્રેમ કરું છું, પણ મારા મનની વાત સાંભળ. મારો ભરોસો કર. કશુંક ખરાબ થવાનું હોય તો મને ખબર પડી જાય છે અને મને તેની ગંધ આવી રહી છે."

"આપણે ક્યાં જઈશું?"

"મારી મા પાસે. તે ભગવાન બજરંગના મંદિરમાં છે. આપણે તેને લઈને અમારા ગામ જતાં રહીએ. કદાચ આ રીતે આપણે આપણું મનગમતું જીવન જીવી શકીશું."

"આપણે જો ભાગી જઈએ તો ગદ્દારી કહેવાશે. અરજણ, આ ભય તો હંમેશાં રહેવાનો. શું આ રીતે જીવવું આપણા માટે સારું રહેશે?"

"મને ચિંતા નથી." અરજણ ધીરેથી બોલ્યો, "ગમેતેમ તોય આપણે ખુશ તો રહીશું ને."

"હું તો અહીં પણ ખુશ જ છું. મને નથી લાગતું કે ઉર્વશી કંઈક પગલું ભરશે..."

ત્યાં તો દરવાજા પર ટકોરા પડ્યા.

અરજણે ચિંતા સાથે રુદ્ર સામે જોયું. રુદ્રએ દરવાજો ખોલ્યો. બહાર ત્રણ સૈનિકો ઊભા હતા.

"હમ્મ?" રુદ્રએ પૂછ્યું.

તે સૈનિકો ઉર્વશીના મહેલમાંથી આવ્યા હતા. આમ સૈનિકો કોઈને મળવા માટે બોલાવવા નહોતા આવતા.

"દેવી ઉર્વશી તમને મળવા ઇચ્છે છે?"

ઇચ્છે છે? પહેલાં તો એવો આગ્રહ રહેતો હતો.

અરજણે રુદ્રની સામે જોઈ માથું હલાવ્યું. રુદ્ર હસ્યો.

"શું તે પોતાના કક્ષમાં છે?"

સિપાહીએ હા પાડી.

"અમે હમણાં આવીએ છીએ."

"તમારે અત્યારે જ... અમારી સાથે આવવું પડશે."

અરજણ પરસેવે રેબઝેબ થઈ ગયો.

રુદ્રએ ખભા ઉલાળ્યા, જાણે કોઈ ચિંતાની વાત ન હોય. તે બંને સાથે ચાલવા લાગ્યા. સિપાહીઓ શંકાથી તેમની સામે જોઈ રહ્યા હતા.

અરજણે માંડ થૂંક ગળામાં ઉતાર્યું. તે ઉર્વશીના પોતાના કક્ષ તરફ જઈ રહ્યા હતા. ઉર્વશીના દરવાજા પર નગર સૈનિકો તહેનાત હતા. તેમણે અંદર જવા ઇશારો કર્યો.

અરજણ પહેલા અંદર ગયો. તેણે ઉદૈયાની રાણીનો આલીશાન કક્ષ જોયો. ઉર્વશી બારીની બહાર જોઈ રહી હતી. કાનમાં લટકાવેલી કડી ઝગમગી રહી હતી.

અરજણે પાછળ દરવાજો બંધ થવાનો અવાજ સાંભળ્યો.

અરજણ અંદર આવ્યો એટલે એ બોલી, "તું જાણે છે, મેં તને કેમ બોલાવ્યો છે?" હવામાં જાંબલી ફૂલોની હળવી સુગંધ હતી. તેના લાંબા પહેરણ ઉપર અદ્‌ભુત કારીગરી કરેલી હતી. તે જાણતી હતી કે તેને કોઈ કામ ક્યારે અને કેવી રીતે કરવાનું હતું. અરજણે નાના મેજ ઉપર પરિષદના સભ્યોના નામના ઢીંગલા જોયા. જો કોઈ સમસ્યા ઊભી થઈ તો તે આ ઢીંગલાઓનો ઉપયોગ કરતાં નહીં અચકાય.

કાળો જાદુ! ચોક્કસપણે લોકો તેને પાગલ રાણી કહેવા લાગ્યા હતા.

પાગલ હોય કે ન હોય, પણ તેણે રાણી બનવા જેવું નહોતું. અરજણને વિચાર આવ્યો કે કળિ સારો શાસક હતો.

"નહીં." અરજણે ઉર્વશીની વાતનો જવાબ આપ્યો.

"રામરસ, તારા દોસ્ત પર આરોપ મૂકી રહ્યો છે. મેં તેને પુરુષ વેશ્યાઓ સાથે પકડાઈ જવાના આરોપમાં કારાગૃહમાં નાખી દીધો. તે બૂમો પાડીને કહી રહ્યો હતો કે, રુદ્ર જેવા લોકોએ પણ કારાગૃહમાં હોવું જોઈએ."

ઉર્વશીએ પાછું ફરીને કાતિલ નજરે જોયું. તેની આંખોમાં ઘેરું કાજળ હતું.

પછી ઉર્વશી ચૂપચાપ અરજણ અને રુદ્ર તરફ આગળ વધી. તે વયમાં નાની હોવા છતાં દુષ્ટ લાગતી હતી, "તે દરબારીઓને તમારા બંને વિશે જણાવી રહ્યો છે." તેણે નિરાશાથી માથું ધુણાવ્યું.

"અમે પણ જણાવવાના જ હતા." રુદ્રએ નજર મેળવી કહ્યું.

આદરણીય મૂર્ખ! આપણે જૂઠું બોલી શકતા હતા.

"તમારે એવું કશું કરવું ન પડ્યું. મને પહેલેથી ખબર જ હતી, પણ તમને બચાવવા માટે ચૂપ રહી."

"શું ખરેખર?" અરજણને ખ્યાલ આવ્યો કે રુદ્ર સાચું કહેતો હતો. તે એને પસંદ કરતી હતી.

"હું મારા બે પ્રિય વ્યક્તિને કારાગૃહમાં મોકલવા નહોતી માગતી, પણ રામરસે ઉપાડો લીધો છે... તેની વાતો સાંભળી પરિષદના બીજા સભ્યોને શંકા થઈ છે કે હું તમારો પક્ષ લઉં છું. તેના પિતા હવે પછીની સભામાં એ બાબતે વાત કરવા માગે છે. હું દર વખતની જેમ તમને નહીં બચાવી શકું."

"તું અમારી પાસેથી શી અપેક્ષા રાખે છે?" રુદ્રએ પૂછ્યું. અરજણ ત્યારે જીવ બચાવવા માટેના ઉપાયો વિચારી રહ્યો હતો.

ઉર્વશીએ રુદ્ર તરફ નજર કરી અને પોતાના પલંગ પાસે જઈ પાદુકા પહેરતાં બોલી, "રુદ્ર, હું ઇચ્છું છું કે તું આરોપ સ્વીકારી લે અને કારાગૃહમાં જતો રહે."

57

કળિને ખબર નહોતી કે આવી સૂચનાનું શું કરવાનું હતું. આ એક વિચિત્ર વાત હતી. તે ઘણા સમયથી પોતાના નાના ભાઈને પરેશાન કરી રહ્યો હતો, તેને સતાવી રહ્યો હતો અને તેને મજબૂર કરી રહ્યો હતો.

અને તે બધાની પાસે સોમ હતું.

કળિએ આ બધું વિચારતાં તેનો પોતાનો હોઠ કરડી નાંખ્યો. અરજણ ધર્મ પણ હોઈ શકતો હતો, એ પણ કંઈ ખરાબ તો ન જ હોત. અરજણ અને કળિ એકસાથે શાસન કરીને અસુરોના નામને જીવિત રાખતા હતા. આવું વિચારીને કળિ એકદમ ઉત્સાહિત થઈ ઊઠ્યો.

અથવા અરજણ ધર્મ છે અને કળિએ તેની સાથે મળીને શાસન કરવું પડશે.

અરજણને કલ્કિના પરિવારે દત્તક લીધો હતો. એ લોકો વચ્ચે કોઈ સગાઈ નથી. તે મારું લોહી છે.

તે શંભલવાસીઓએ અરજણને ભ્રષ્ટ કર્યો... અને તેને વિચિત્ર બનાવી દીધો. કળિ આવું તો નહોતો ઇચ્છતો.

હું તેને બદલી નાંખીશ અને અમારી રીતભાત શીખવી દઈશ.

તેમની નાવ દરિયાની વચ્ચે પહોંચી તો કળિએ દુરુક્તિ તરફ નજર કરી. આકાશમાં અંધારું છવાયેલું હતું. તે ખારા પાણીની ગંધ અનુભવી શકતો હતો. આકાશમાં ચિચિયારી કરતાં પક્ષીઓ સન્નાટાનો ભંગ કરતાં હતાં. દુરુક્તિ શાંત અને નિરાશ લાગતી હતી. કળિએ તેને માફ કરી દીધી હતી, પણ તેને જણાવ્યું નહોતું. પોતાનો ભાઈ જીવિત હોવાના સમાચારને કારણે તેણે બીજા બધાને માફ કરવાનું સાહસ પણ કેળવ્યું હતું.

તેણે એની સામે સ્મિત આપ્યું.

તે એની તરફ જવા ગયો ત્યારે શુક્ર વચ્ચે આવી ગયો. તેના બંને હાથ પાછળ બાંધેલા હતા, "હું જાણું છું કે તું શું કરવા જઈ રહ્યો છે." તે હળવેથી બોલ્યો.

"શું?"

"તું એ દગાબાજને બધું જણાવવા જઈ રહ્યો છે."

"એ મારી બહેન છે."

"તેણે કોઈ બીજા માટે તને દગો કર્યો." શુક્રએ માથું હલાવ્યું, "પ્રાચીન અસુર સભ્યતામાં બહેન અને ભાઈ એટલા નજીક રહેતા કે તેમના આત્માઓ પણ પરસ્પર જોડાયેલા મનાતા હતા. આ દુનિયામાં સાથે રહેવા માટેય એક નથી થવાતું. હવે તે તારી બહેન કહેવાને લાયક નથી રહી."

કળિએ ઊંડો નિઃસાસો નાંખ્યો, "સારું." તેણે વાત બદલી, "તો તમને એવું લાગે છે કે અરજણ ધર્મ નથી."

"ના, તે ધર્મ નથી. તે અનાડી છે, પણ જો પોતાના લાભ માટે ઉપયોગ કરવામાં આવે તો ઉત્તમ સાથી બની શકે છે. તે બધું જ શીખી શકે તેમ છે. તેને જેટલો જોયો છે તે પ્રમાણે કહું તો તેનામાં એક આગ છે. જ્યારે પાછો આવે ત્યારે તેને સાથે રાખવાનું વિચારજે."

"હું એ રાજ્યમાં કેવી રીતે જઈ શકું જેને કોઈ બીજું જીતી ચૂક્યું છે."

શુક્ર કળિની સામે દુષ્ટતાથી હસ્યો, "તું એવું જ કરીશ. મારી પાસે તેની યોજના છે." તેમણે કળિને દરિયાનો તે ભાગ બતાવ્યો જ્યાં અલક્ષ્મી તેમને લઈ આવી હતી. તે જગ્યાએ દરિયાનાં મોજાં ઉછાળાં મારી રહ્યાં હતાં. શુક્રએ કહ્યું, "મહાયુદ્ધ દરમ્યાન પાતાળમાં એક અસ્ત્ર ડૂબાડવામાં આવ્યું હતું. તેને કારણે જ આખો દ્વીપ નષ્ટ થઈ ગયો. તે આખો પાણીમાં ગરકાવ થઈ ગયો ને ફરીથી ક્યારેય ન દેખાયો."

"એ દ્વીપ…?"

"હમ્મ… તે અત્યારે આ નાવની નીચે જ છે, કેટલાય ટુકડાઓમાં વહેંચાયેલો છે."

કળિએ ઊંડા પાણીની અંદર નજર કરવા ઇચ્છ્યું પછી માથું ધુણાવ્યું, "તો હવે આપણે શું કરવાનું છે?"

"શું તેં દાનવો વિશે સાંભળ્યું છે?"

"હા, સાંભળ્યું છે." કળિએ બધી વાતો સાંભળેલી હતી. દાનવ અસુરોના પ્રાચીન ભાઈઓ હતા. તેમણે જ ભગવાન ઇન્દ્ર ઈલાવર્તીમાં હતા ત્યારે તેમની સાથે યુદ્ધ કર્યું હતું. દાનવો ઘણા વિશાળ હતા, પંદરથી પચાસ ફૂટ ઊંચા દૈત્ય. જ્યારે તે ચાલતા ત્યારે ધરતી ધ્રૂજી ઊઠતી હતી. લોકો તેમનાથી એટલું ડરતા કે અસુરોને ભય હતો કે તેમને ક્યારેય જીતી નહીં શકાય. અસુરોએ તેમને હંમેશાં માટે સુવાડીને જમીનમાં દાટી દીધા. તે પછી ક્યારેય તે જોવા નથી મળ્યા. તેમને ક્યાં દફનાવવામાં આવ્યા હતા તેના વિશે પણ કોઈ જાણકારી નથી. એવું કહેવાય છે કે જો તે જાગી જશે તો તેમનામાં દુનિયાનો વિનાશ કરવાની તાકાત છે.

"તે... અહીં જ છે, જે જગ્યાએ આપણી નાવ તરી રહી છે."

"આ અશક્ય છે."

"આ સત્ય છે." તેણે સંમતિ દર્શાવી, "અને ભવિષ્યવાણી મુજબ, ફક્ત ધર્મ જ પોતાના લોહીની તાકાતથી તેમને જગાડી શકે છે."

"પોતાના લોહીની તાકાતથી?" કળિએ ભવિષ્યવાણીના શબ્દો તો સાંભળેલા જ નહોતા.

"એક અસુર." શુક્રએ માથું હલાવ્યું.

કળિએ ગળામાં થૂંક ઉતાર્યું. આ તો તેની આશા મુજબ નથી થઈ રહ્યું, "જો હું ધર્મ નહીં હોઉં તો? જો હું તેમને ન જગાડી શક્યો તો?"

"તો મારું આ ધર્મયુદ્ધ નષ્ટ થઈ જશે અને હું કશું નહીં કરું. જો કે હું જાણું છું કે તું જ અસુરોનો રક્ષક છે. તું જ આપણા વંશની મહાનતા અને ગૌરવ પાછું લાવી શકે છે."

તેણે કળિના ખભા પકડ્યા અને તેની આંખોમાં જોઈને કહ્યું, "મારા પુત્ર, હવે આપણી ક્ષમતાનો અહેસાસ કરવાનો સમય આવી ગયો છે."

કળિએ સંમતિ દર્શાવી.

"સરસ. દાનવોની સેના વડે તું તારું ભાગ્ય અને ઈલાવર્તી બંનેને વશમાં કરી શકે છે."

"પણ આ રીતે તો કેટલાય લોકો તેમનો જીવ ગુમાવશે."

"એક મહાન કાર્ય માટે એ બધું બલિદાન જરૂરી જ હોય છે."

કળિ એ વાતને સમજ્યો નહીં. નાનપણથી જ તેને એવી ખબર હતી કે જે કંઈ કર્યું તે એટલા માટે કર્યું કે તે કરવું જ યોગ્ય લાગ્યું હતું. તેણે લોકો માટે પણ ઘણું કામ કર્યું. તે લોકો પર હુકમ ચલાવનારો રાજા બનવા નહોતો માગતો, પણ તેમની સાથે શાસન કરવા માગતો હતો.

"અને હું એ ધ્યાન રાખીશ કે તું તારી નિયતિ મુજબ કાર્ય પૂરું કરે."

"દાનવ કેવી રીતે જાગશે? તેમને કેટલાંય વર્ષો પહેલાં સૂવડાવી દેવાયા હતા. એ તો અત્યાર સુધી મરી ગયા હશે."

"તેમને મધ અને અસુરોના બનાવેલા વિશેષ કાગળમાં લપેટીને ચૂનાના પથ્થરોથી બનાવેલી સંદૂકમાં રાખવામાં આવ્યા છે. તેમનાં શરીરોને એવી રીતે લપેટાયાં છે કે નાશ ન પામે અને હવે તારી પાસે એ તાકાત છે કે તેમને ઊંઘમાંથી ઉઠાડીને અસુરોના હિત માટે ઈલાવર્તી જીતવાના અભિયાનમાં જોડી શકે છે."

કળિને ભય લાગતો હતો. તે ડરેલો હતો, પણ શુક્રની આંખમાં આત્મવિશ્વાસ છલકતો હતો. જાણે કે હવે તેમના માટે બીજી કોઈ ચીજનું મહત્ત્વ જ ન હોય. આ વાતથી કળિનું જોમ વધ્યું. શુક્ર ઇચ્છતો હતો કે કળિ તેના સપનાને પૂરું કરે જેને માટે તેણે આજીવન પ્રતીક્ષા કરી હતી.

"મેં આ દિવસ જોવા માટે કેટલી લાંબી રાહ જોઈ છે તે વિશે તું અનુમાન પણ કરી શકે તેમ નથી." તે હળવેથી બોલ્યા, "મેં ઘણું બધું જોઈ લીધું છે અને હવે આ થઈને જ રહેશે."

"તમે બ્રહ્માના નેત્રના માધ્યમથી ભવિષ્ય જોઈ ચૂક્યા હતા? શું દાનવ ફરીથી જાગશે?"

"હમ્મ... મેં જોઈ લીધું હતું. એટલે જ તને એવું કરવાનું કહી રહ્યો છું." તેમણે શાંતિથી ઉત્તર આપ્યો.

"શું હું ભવિષ્યમાં ધર્મ હતો?"

શુક્રના ચહેરા પર દ્વિધા લાગી, "ધર્મ અને અધર્મ, બંનેની ઓળખાણ રહસ્યમયી હતી. તે ક્યારેય પૂર્ણરૂપે સામે નથી આવ્યા. હું ફક્ત તારી

આસપાસ બનેલી ઘટનાઓ જોઈ શક્યો. હું ફક્ત એટલું જાણું છું કે શું થવા જઈ રહ્યું છે."

કળિ વિચારવા લાગ્યો કે શું તે ખરેખર ધર્મ છે, પણ આ તેને સાબિત કરવાનો સાચો ઉપાય હતો, "તમને બ્રહ્માનું નેત્ર કેવી રીતે મળ્યું?"

"તે વાતને જાણીને શું મતલબ છે?" શુક્ર ચિડાઈ ગયા.

"મતલબ તો છે." કળિએ ખભા સંકોર્યા, "કારણ કે હું સત્ય જાણવા માગું છું."

"જ્યારે હું પાતાળથી ઈલાવર્તી આવ્યો તો મેં બ્રહ્માના નેત્રની વાતો સાંભળી. મારે તે મેળવવું જ હતું. હું તે અભિયાન પર નીકળ્યો અને દંતકથાઓમાં જાણેલા સ્થાન પર જઈને આ ટુકડાઓ શોધી નાખ્યા. તે એવી જગ્યા હતી કે તેને માટે કોઈ અનુમાન પણ લગાવી ન શકે. મેં તે શોધવા માટે મારું અડધું જીવન હોમી દીધું. કોઈને જાણ નથી કે તે ક્યાંથી આવ્યા હતા. બધી જ વાતો અનોખી અને અવિશ્વસનીય હતી. મેં એ બધી વાતોનો તાળો મેળવ્યો અને સફળ થયો અને ભગવાન દુ:શાસનની સેવામાં જતો રહ્યો. જ્યારે એ ન રહ્યા ત્યારે હું દુર્યોધનના યુદ્ધમાં ભાગ લેવા ગયો. તે પણ માર્યો ગયો, જો કે તેને મેં એ બધી વાત જણાવી દીધી હતી જે તેને જણાવવી જરૂરી હતી. હું જાણતો હતો કે ભગવાન ગોવિંદ અને અર્જુન સત્તામાં હતા. એ ધીમે-ધીમે ઈલાવર્તીમાં અસુરો પર જીત મેળવી રહ્યા હતા એટલે મારે ત્યાંથી નીકળવું પડ્યું. મારી પાસે બ્રહ્માનું નેત્ર હતું એટલે હું દરેક રીતે તેનો યોગ્ય ઉપયોગ કરવાનો પ્રયાસ કરતો હતો, પણ આટલું જ પૂરતું નહોતું. જ્યારે મહાયુદ્ધ થયું ત્યારે વિનાશ થવા લાગ્યો ત્યારે હું વગર ઉદ્દેશ્ય ભટકતો રહ્યો. હું અતીત, વર્તમાન અને ભવિષ્યના ચક્કરમાં સ્વયં જ ક્યાંક ખોવાઈ ગયો હતો. બસ, આ જ આશા હતી કે ફરીથી ધર્મ આવશે જે મારાં સપનાં સાકાર કરશે. એ પછી બધું એવી જ રીતે બનતું ગયું જે રીતે થવું જરૂરી હતું... પણ એ પછી..."

કળિએ આંખો ઝીણી કરી, "જળપ્રલય સમયે પાતાળનો વિનાશ ન થયો?"

"તે બધું ફક્ત ઈલાવર્તીમાં જ થયું હતું. પાતાળ કે સ્વર્ગમાં નહોતું થયું. આ બંને સ્થળ ઈલાવર્તીથી ઘણાં દૂર હતાં. તને એ ખ્યાલ હોવો જોઈએ કે જ્યારે માનવો અસુરો વિરુદ્ધ તેમનું અભિયાન ચલાવી રહ્યા હતા ત્યારે હું પાતાળ પાછો જતો રહ્યો હતો. જ્યારે તેમને જાણ થઈ કે દુર્યોધન અસુરોનું જ લોહી છે તો એ લોકો દ્વીપ સળગાવવા માંડ્યા. તેમણે ગુસ્સામાં જાહેર કર્યું કે અસુર ઈલાવર્તી નષ્ટ કરી દેશે. ગમે તેમ તોય અસુર વિદેશી જ હતા. અર્જુન સત્તામાં હતો. હું ભયભીત હતો. અર્જુન આવીને બ્રહ્માનું નેત્ર નષ્ટ કરે તે પહેલાં કોઈ તેને ચોરી ગયું. ફક્ત એક જ ટુકડો બાકી રહી ગયો... તેમણે દરિયા તરફ સંકેત કર્યો, "ફક્ત એક."

"કોણ ચોરી ગયું?"

"કોઈ એવી વ્યક્તિ જેના માથા પર ઘાનું નિશાન હતું."

ઘાનાં નિશાનવાળી વ્યક્તિ. જે કળિના સપનામાં આવતી હતી એ જ. જેણે તેનું ગામ સળગાવ્યું હતું. *તે કળિનાં ભાઈ-બહેનને કેમ મારવા માગતો હતો?*

"હું એને ઓળખું છું. મેં પહેલાં પણ એને જોયો છે."

"મને ખબર છે કે તેં એને જોયો છે. મેં પણ એને જોયો છે."

"એ કોણ છે?"

"એ કોઈ ચિરંજીવી છે, કોઈ પ્રાચીન સમયથી જીવિત વ્યક્તિ છે."

"તેણે મારાં ભાઈ-બહેનોની હત્યા કેમ કરી?"

"એ ખબર નથી. એ જાણકારી મળી હોત તો સારું થાત." તેમણે દાંત ભીંસ્યા, "પણ ચિંતાની વાત નથી, એને શોધી નાંખીશું. અત્યારે ફક્ત તું આ વાત પર ધ્યાન આપ..."

"થોડું રોકાવ... મને આ તમારી વાર્તામાં ક્યાંક ગરબડ લાગે છે." કળિએ તેની સામે નજર કરી.

શુક્રએ ભ્રમર ચડાવી, "બધું તો જણાવી દીધું. હવે શું ખોટું છે તેમાં? શેની વાત કરે છે?"

"તમે ઉત્તરમાં રાઘવના રાજ્યથી લઈને ગોવિંદના રાજ્ય સુધી, આટલાં

બધાં વર્ષો જીવિત હતા. આ તો સો વર્ષ કરતાં પણ વધુ સમય થયો." કળિએ શુક્ર તરફ ડગ માંડ્યા, "અને હું જાણું છું તે મુજબ અસુર પુરોહિત આટલાં વર્ષો સુધી જીવતા નથી. સાચું કહો કે તમે કોણ છો?" કળિના શબ્દો પર વજન વધ્યું.

શુક્ર થોડી ક્ષણો સુધી એને તાકતો રહ્યો.

"તમે પુરોહિત નથી. તમે કોઈ બીજું જ છો. કોણ છો તમે?"

"એક અસુર." તેમણે ખોંખારો ખાધો, "તારી જેમ જ."

"કયા અસુર?"

એ સમયે જ અલક્ષ્મીએ જાણીજોઈને તેના વરુઓને ઇશારો કર્યો તેથી તે કળિ તરફ ઘુરકિયાં કરવા લાગ્યા. કળિએ તે જાનવરો તરફ ધ્યાન ન આપ્યું, પણ પછી તેણે તેના હોઠ પર આંગળી મૂકીને ચૂપચાપ બેસવાનો ઇશારો કર્યો. વરુઓ એક ક્ષણમાં જ તેની વાત માનીને આજ્ઞાંકિત બનીને બેસી ગયાં. કળિએ અલક્ષ્મી તરફ નજર કરી. તે આ જાનવરોએ કળિની વાત માની તે જોઈ ક્ષુબ્ધ હતી. સાચું કહીએ કે કળિને કોઈ એવી ખબર નહોતી કે તેણે આ કેવી રીતે કર્યું. તેણે ક્યાંક વાંચ્યું હતું કે વરુઓને વશમાં કરવા માટે તાકતવર હોવું જરૂરી છે, નહીંતર એ સામાન્ય માણસને કાયર માનીને ફાડી ખાતાં હોય છે.

"મારું નામ... બલિ છે. તેં મારા વિશે સાંભળ્યું તો હશે જ."

કળિ હસ્યો.

ચોક્કસપણે, મેં સાંભળ્યું જ છે.

તેના ભાઈનું નામ તેના ઉપરથી જ રાખવામાં આવ્યું હતું.

"એ જ મહાબલિ, જે એક વામનથી હારી ગયા હતા." કળિએ કહ્યું અને હસ્યો. સમસ્યાનું સમાધાન-વાર્તાનો આખરી ભાગ, આપોઆપ જ સામે આવી ગયો હતો.

58

કલ્કિએ તેની અંદર સાહસનો સંચાર કર્યો.

તે જાણતો હતો કે તાર અને તેના સૈન્ય સામે લડવા માટે તેણે તૈયારી કરવી પડશે. તેણે શસ્ત્રાગારમાં જઈને પોતાના માટે હથિયાર લીધાં, કવચ પહેર્યું, કમરપટો કસ્યો અને તેમાં બે ઉત્તમ તલવારો લટકાવી. તેના પગમાં એક કટાર છુપાવેલી હતી. તેણે એક ઢાલ પણ લીધી જે સમતોલ વજનની હતી. તે પદ્માને પણ તૈયાર થતી જોઈ રહ્યો હતો. એ વાનરો સાથે લડવાનો મોકો ગુમાવવા માગતી નહોતી. કલ્કિને પણ એ વાત ગમી.

આ એક ઉત્તમ માણસ બનવાની પસંદગી હતી અને તે એવું જ કરવા જઈ રહ્યો હતો. તે બધું અનુભવી રહ્યો હતો. આ કોઈ સામાન્ય માણસની વાત નહોતી. આ લોકોની જિંદગીઓ સાથે જોડાયેલી હતી, જેમને બચાવી શકાય તેમ હતું. ભલે તે માનવ હોય કે કબીલાવાળા. કોણ છે અને ક્યાંથી છે તે વાતનો કોઈ અર્થ જ નહોતો.

કલ્કિ શસ્ત્રાગારમાંથી બહાર આવ્યો. તે પોતાના દરેક જરૂરી સામાન સાથે તૈયાર હતો. ત્યાં એણે તબેલામાં પોતાનો સફેદ ઘોડો જોયો. તે એની પાસે ગયો તો તે હણહણવા લાગ્યો. ઘોડો જ તેનો સ્પર્શ ઇચ્છતો હતો તેથી તેણે તેને થપથપાવ્યો.

દોસ્ત, મને બચાવવા માટે તારો આભાર.

તારે મદદની જરૂર હતી

પણ મેં તને ઝાડ સાથે બાંધી દીધો હતો.

ઓહ, શું હું એક દોરડાથી બંધાઈ શકું તેમ છું મનુષ્ય!

કલ્કિએ તેને જોઈને સ્મિત આપ્યું. શુકો પાંખ ફફડાવતો તેના ખભા પર આવીને બેસી ગયો.

માલિક, મારા માટે શું આદેશ છે?

કલ્કિએ શુકોને ગોળ વીંટળાયેલું ચર્મપત્ર આપ્યું.

આ ઇન્દ્રગઢમાં જઈને અરજણને પહોંચાડવાનું છે.

આ શું છે?

આ રીતે તેને જાણ થશે કે હું જીવિત છું. હું સુરક્ષિત છું અને તેણે મારી ચિંતા ન કરવી જોઈએ.

પણ હુંય આ યુદ્ધમાં ભાગ લેવા ઇચ્છું છું.

તું પણ તેનો એક અખંડ ભાગ છે. તું મારી મદદ કરી રહ્યો છે દોસ્ત!

શુકો ગુસ્સાથી ટહુક્યો – તેણે ચર્મપત્ર ઉઠાવ્યું અને ઊડી ગયો.

યુદ્ધનો ભાગ, હુંહ... તેને ખબર હોવી જોઈએ કે તે એક પોપટ જ છે.

તું તો બરાબર એ માણસ જેવો જ છું જેને હું જાણતો હતો.

કોણ?

એક અડિયલ જૂનું જાનવર જેણે મને મુસીબતમાં મદદ કરી હતી. તેને દેવદત્ત કહેતા હતા.

અરે વાહ! મને આ નામ પસંદ આવ્યું.

કલ્કિ હસ્યો. હવેથી હું તને દેવદત્ત નામે જ બોલાવીશ. જો કે તેને ખ્યાલ આવ્યો કે મનુષ્ય દેવદત્તને આ નહીં ગમે કે કોઈ જાનવરને તેનું નામ આપવામાં આવ્યું હતું. તેણે પદ્માને ઘોડા પર બેસતી જોઈ. તે પૂરી રીતે તૈયાર લાગતી હતી. કલ્કિ પણ તૈયાર જ હતો. તે લોકો બર્ફીલા પ્રદેશની વચ્ચે હતા અને ભારે હથિયારો ધરાવતા વાનરો તેમની પાસેથી નીકળ્યા. કલ્કિ હવામાં આવનારી ઠંડકને અનુભવી શકતો હતો.

તેણે ત્રાંસી નજરે કારા તરફ જોયું. કલ્કિએ તેને કહ્યું હતું કે તે યુદ્ધમાં તેનો સાથ આપશે. તે લોકો પેલા બરફ થયેલા સરોવર તરફ જઈ રહ્યાં હતાં. તે જગ્યાએ થોડીવાર પહેલાં કલ્કિ ઊભો હતો. થોડા સૈન્યને પુલ પર ઊભું રાખીને બાકીના લોકોને ઘાટીમાં જવાનું કહેવામાં આવ્યું. તે લોકોએ ત્યાં જઈને વાંસના થાંભલા લગાવવાનો આરંભ કર્યો, જેથી રસ્તો રોકી શકે. વાનરોએ જે કર્યું એ બધું તેમના બચાવ માટે હતું.

અને તેથી જ તેઓ મરવાના હતા.

"અરે છોકરા, તું ક્યાં જઈ રહ્યો છે?" કલ્કિને ઓળખીતો અવાજ કાને પડ્યો, "આશા છે કે મને ભૂલ્યો તો નહીં જ હોય...!"

કલ્કિએ પાછળ ફરીને જોયું તો રત્ના મારુ અને સ્મૃત ઊભાં હતાં. તે લોકો પણ તૈયાર હતા. રત્નાએ પદ્મા અને કલ્કિ તરફ જોઈને સ્મિત આપ્યું અને આગળ આવ્યા.

"મને લાગ્યું કે તમે લોકો તમારા જેવા લોકોને બચાવીને અહીંથી જવા માગતાં હશો?" કલ્કિ બોલ્યો.

"મેં એવું જ વિચાર્યું હતું, પણ કૃપાની વાત સાંભળીને થયું કે ગમે તેમ તોય આ અભિયાનમાં તમારો સાથ આપવો જોઈએ. તું કોઈ ખાસ જ હોઈશ." તેણે એવું બોલીને આંખ મીંચકારી.

"એવી તો ખબર નથી, પણ આભાર." કલ્કિએ સ્મિત આપ્યું.

"માફ કરજે કે હું મારી પૂરી વાત ન જણાવી શકી. મને તારા પર ભરોસો નહોતો એટલે ન જણાવ્યું." તેણે કલ્કિના ખભા પર હાથ મૂક્યો, "પણ એ તો પહેલાંની વાત હતી."

"એ વાત જેમાં તારા પતિ..."

"હમ્મ..." તેણે માથું હલાવ્યું, "તે તારી જેમ જ ઘણા નિષ્ઠાવાન અને દયાળુ માણસ હતા. તને જોઈને તેમની યાદ આવે છે – બહાદુર અને આદરણીય, પણ તેની જેમ જીવ ન ગુમાવીશ. હું આજે એ સમય વિશે વિચારું છું તો લાગે છે કે તેમની સાથે થયેલી દુઃખદ ઘટનાથી જ હું આ રસ્તે આવી છું કે મારે બધી અપ્સરાઓને મુક્ત કરાવવી છે. તેમનું મૃત્યુ મારા વંશ માટે મોક્ષ બન્યું. મને ખબર છે કે તું ઉદાસ છે, પણ કોઈ દુઃખદાયક વાતને મજબૂત બનવાની તક સમજ અને તું એવું કરી શકીશ."

કલ્કિએ તેનો હાથ પકડીને માથું હલાવ્યું, "આભાર."

અને રત્ના સહેજ આગળ વધી તો કલ્કિએ પૂછ્યું, "તારો પતિ કોણ હતો?"

"તે અલકપુર, મણિગ્રીવનો રાજકુમાર હતો. તે પોતાના ભાઈ

નલકુબેરના હાથે જ માર્યો ગયો." તેણે પોતાનું જડબું ભીંસ્યું અને તેને ખબર પણ ન પડી કે કલ્કિએ તેનામાં જોશ ભરી દીધું હતું.

તે કોઈ પણ રીતે આ યુદ્ધને જીતવા માટે જઈ રહ્યો હતો.

પરંતુ લડવા જતાં પહેલાં કલ્કિને એક માણસને મળવા જવાનું હતું.

એ ત્યાં જ હતો જ્યાં કલ્કિએ તેને પહેલીવાર જોયો હતો. તે મકોયના ઝાડ પર લટકતા સૂર્યને જોઈ રહ્યો હતો. હવાની ગતિ વધુ તેજ હતી અને સૂરજ પણ દૂર ક્ષિતિજ પર દેખાતા એક નારંગી બિંદુથી વધુ નહોતો. કલ્કિના ચહેરા પર બરફના કણ અથડાતા હતા, પણ તે અવગણી રહ્યો હતો.

તે ભગવાન બજરંગ સાથે વાત કરવા માટે આગળ ધપ્યો. તે કશું બોલે તે પહેલાં જ તે બોલ્યા.

"શું તું જોઈ નથી રહ્યો કે હું તપસ્યા કરી રહ્યો છું." તેમણે તેમના મોટા કાનમાં કલ્કિનો પગરવ સાંભળી લીધો હતો.

પણ કલ્કિ એ વાત પર ધ્યાન આપ્યા વગર ત્યાં પહોંચ્યો. તે નારાજ હતો કે તેઓ પોતાના જ લોકો માટે લડી નહોતા રહ્યા. આ કેવી નાદાની હતી. તેઓ આટલા નાજુક સમયમાં ફક્ત સૂર્યની ઉપાસના કરી રહ્યા હતા.

"આશા રાખું છું કે હું તમારા જ કામ માટે લડવા જઈ રહ્યો છું તે આપ જાણતાં જ હશો."

"મને લાગ્યું કે તને એ માટે કોઈ પરવા નહીં હોય."

"જ્યારે મને ખબર પડી કે તમને પરવા નથી તો મારે તેની ચિંતા કરવી પડી."

એવામાં બજરંગ ઝાડ પરથી ઊતરીને તેની સામે આવી ગયા. હવે તેમના ચહેરા પર સ્મિત નહોતું, "હું તને કારણ જણાવી ચૂક્યો છું."

"એ હું જાણું છું." કલ્કિએ હસીને કટાક્ષમાં જવાબ આપ્યો, "ભગવાન બજરંગ તમે આદરણીય દેવતા છો. લોકો તમને પૂજે છે. મેં મારી માને

તમારા મંદિરમાં મોકલી છે કે જેથી તે સુરક્ષિત રહે. હવે લાગે છે કે મેં ખોટું કર્યું. જ્યાં તમે પોતાના લોકોને જ નથી બચાવી શકતા ત્યાં મારી મા પણ તમારે ભરોસે શું કામ રહે."

"પુત્ર, આજેય મારી મૂર્તિઓ પૂજાય છે. તેનું એક જ કારણ છે કે મેં કાયમ મારા વચનને માન આપ્યું છે. મેં પ્રભુ રાઘવને આપેલું વચન નિભાવ્યું. તેઓ હિંસા નહોતા ઇચ્છતા અને તેમણે કહ્યું કે તે વચનની શરૂઆત મારાથી થાય."

"કદાચ પ્રભુ રાઘવ સાચા હતા. કદાચ તે વધુ હિંસા ટાળવા માગતા હતા. એટલે જ તેમણે અહિંસાનો માર્ગ અપનાવીને દુનિયામાં શાંતિ અને સદ્ભાવના સ્થાપિત કરવાનું કહ્યું. શું તમને એમ લાગે છે કે જો પ્રભુ રાઘવ આજે જીવતા હોત તો શું તેઓ લોકોની સુરક્ષા માટે વચનભંગ ન કરત."

બજરંગે ડોકું હલાવ્યું, "તેઓ કદી એવું ન કરત. તેમણે મહારાણી સીતાને પણ રાજ્યથી દૂર રહેવાનો આદેશ આપ્યો હતો. કારણ કે લોકો એવું ઇચ્છતા હતા. તેઓ પોતાની પ્રજા પ્રત્યે નિષ્ઠાવાન હતા. તેમણે તેમનું વચન નિભાવ્યું. આ ધરતી પરની સૌથી પાવન સ્ત્રી હોવા છતાં તેમણે દેવી સીતા પર વિશ્વાસ નહોતો કર્યો. ભગવાન રાઘવને ખ્યાલ હતો કે તે પોતે રાજા નહીં ...પણ ભગવાન છે."

"એ હું જાણું છું." કલ્કિએ સાંભળ્યું હતું કે દેવી સીતા સાથે શું થયું હતું. તેણે અગ્નિપરીક્ષા વિશે પણ સાંભળ્યું હતું, "તેઓ ફક્ત એક પતિ નહીં, પણ એક રાજા પણ હતા. તેમણે પોતાની પત્ની પર ભરોસો કર્યો અને પછી લોકોના નિર્ણયને હાવી થવા દીધો. આમ, દેવી સીતાએ એકલાએ પ્રાણનો ત્યાગ કર્યો. તો પણ તેઓ લોકોને આપેલું વચન નિભાવતા રહ્યા."

બજરંગે સંમતિ દર્શાવી, "તેમના મનમાં કોઈ શંકા નહોતી. તેમણે પોતાના વચનને નિભાવ્યું તેનાથી જ ખ્યાલ આવે છે કે તે સાચા ભગવાન હતા."

"મને ખબર છે કે તે સંપૂર્ણ પુરુષ હતા અને ગુરુકુળમાં પણ મેં

આવું જ શીખ્યું હતું. એક એવા સંપૂર્ણ પુરુષ જેમણે હંમેશાં આદર્શ કાર્યો કર્યાં અને એક આદર્શ રાજ્યની પરિકલ્પના કરી, પણ સંપૂર્ણતાના આટલા ગુણગાન કેમ?" કલ્કિએ બજરંગ સાથે નજર મિલાવતાં કહ્યું, "જો મારે જીવ બચાવવો હોય તો હું દરેક પ્રકારના સંકલ્પ કે વચન તોડવા તૈયાર થઈ જઉં. ભલે મારે નરકમાં જવું પડે કે અપમાન સહેવા પડે. આપણા બંને વચ્ચે આટલો ફરક છે. તમે બરાબર છો. આપણે બધાએ પોતપોતાની લડાઈઓ લડવાની છે અને દુર્ભાગ્યે હું તમારી લડાઈ લડવા જઈ રહ્યો છું. જો કે આ પણ બરાબર છે, કારણ કે તમે એવું નથી કરી શકતા તો મારે તે કરવું પડશે. તાર જેવા રાક્ષસને તમે જ પોષ્યો ને બનાવ્યો છે. હવે હું તેનો વધ કરીશ."

કલ્કિ બજરંગ સાથે વાત કરીને પોતાના રસ્તે પાછો ફર્યો અને તે એક અનાસક્ત ભાવથી ત્યાં સ્થિર ઊભા રહ્યા.

કલ્કિ માથું ઊંચું કરીને દેવદત્ત પર સવાર થયો. તેણે શરીર ઢાંકનારી શાલને કસીને ઓઢી લીધી. તે જામી ગયેલી નદી પાસેના મોરચા પર તૈયાર હતો. કારા પણ કિનારા પર હાજર હતી અને હુમલો કરવા માટે સજ્જ હતી. રત્ના અને સ્મૃત સાથે વાનરો પણ ત્યાં આવી ગયાં હતાં. મોટાભાગના પગપાળા જ આવ્યાં હતાં. અમુક પાસે જ ઘોડા અને ખચ્ચરો હતાં.

કલ્કિ સૈન્યની કમાન સંભાળનારી કારાના આદેશની પ્રતીક્ષામાં હતો. તે ઘોડા પરથી ઊતર્યો અને નદીની પેલે પાર જોયું. ત્યાં તાર તેના સૈન્ય સાથે હતો. અરુણ તેની સાથે ઊભો હતો અને તેમની સાથે કેટલાય ભયંકર, યુદ્ધમાં મળેલા ઘાનાં નિશાનોવાળા વાનરો તેની સાથે હતાં.

"આપણે આગળ નહીં જઈ શકીએ." કલ્કિએ કારાને કહ્યું, "બરફનું સ્તર પાતળું છે. જો સૈન્ય તેની પર લડશે તો એ તૂટી જશે."

કારાએ સંમતિ દર્શાવી, "પણ એવું એ લોકો નથી જાણતાં."

કલ્કિ હસ્યો, "તો ચાલો, દેખાડો શરૂ કરી દઈએ."

કારા પણ હસી અને વાનરોને તેમની ભાષામાં સમજાવ્યા કે એ લોકો તારની સેના માટે અપશબ્દ અને ગુસ્સે થાય તેવી ભાષાનો પ્રયોગ કરે. તાર પહેલા તો કશું ન બોલ્યો, પણ જ્યારે અરુણને અશ્લીલ મુદ્રા બનાવતો જોયો ત્યારે તેનાથી રહેવાયું નહીં અને સૈન્યને કૂચ કરવાનો આદેશ આપી દીધો. તાર અને અરુણ તે સ્થાન પર જ હતા.

તે લોકોએ કારા અને કલ્કિ ઇચ્છતાં હતાં તેવું જ કર્યું. તે લોકો બરફ પર આગળ વધ્યા, પણ કલ્કિએ જોયું કે બરફ તૂટ્યો નહીં, કારણ કે તે લોકો પંજા પર ચાલતા હતા. તેમની પાસે ભારે હથિયારોનું વજન પણ નહોતું. તે લોકો સાવચેતીથી ચાલતા હતા. તે લોકો ધીમે-ધીમે બજરંગની છાવણી તરફ આગળ વધતા હતા.

"જો એ લોકો આ રીતે આવતા રહ્યા તો આપણે પણ આગળ વધવું પડશે." પદ્મા બોલી.

કલ્કિએ તેની ગરમ શાલ ઉતારતાં માથું ધુણાવ્યું. તે બરફના એ સ્તર નજીક પહોંચી ગયો. એ કિનારાથી સહેજ દૂર ઊભો હતો. તેણે બરફ પર પોતાનો પડછાયો જોયો અને ત્યાં ઘૂંટણિયે બેસી ગયો.

"એ છોકરા, શું કરી રહ્યો છે?" રત્નાએ જોરથી પૂછ્યું.

કલ્કિ મૌન હતો.

કહેવા કરતા કરવામાં વધુ મજા છે.

તેણે હાથ કસ્યા અને માંસપેશીઓની નસોમાં જોમ ભર્યું. તારની સેના આગળ વધી રહી હતી. તેણે પોતાની બંને મુઠ્ઠીઓ તંગ કરી અને જામેલા બરફ પર એક શક્તિશાળી મુક્કો મારી દીધો.

"આ શું?" કારાએ ચીસ પાડી, "તું એમ તોડી ન શકે. આ બહુ કઠણ હોય છે."

કલ્કિ કશું જ બોલ્યો નહીં. તેણે ફરી મુક્કો માર્યો. સૈન્ય નજીક આવી રહ્યું હતું. તેના હાથમાંથી વહેતું લોહી બરફમાં દેખાવા લાગ્યું અને ત્યાં જ એક સ્થળે તેને તિરાડ દેખાઈ.

આ તો શક્ય બની ગયું.

કલ્કિએ ફરીથી એક જોરદાર મુક્કો માર્યો. તિરાડ પહોળી થઈ અને

આખી સપાટી પર પ્રસરવા લાગી. તિરાડ પ્રસરતી સૈન્ય તરફ આગળ વધી. એ લોકો શું કરવું એ નક્કી નહોતા કરી શકતા.

અને ત્યાં જ બરફ તૂટવાનો શરૂ થયો.

સૈન્યના લોકો એક પછી એક પાણીમાં ડૂબીને તરવા માટે હાથ-પગ ચલાવવા લાગ્યા. તેણે એ બધા વાનરોને જોયા જે કિનારે પહોંચેલા અને પાણીથી પલળી ગયા હતા. તેણે તારના ચહેરા પરનો ગુસ્સો પણ જોયો. તે ડરેલો પણ લાગતો હતો. તાર ગુસ્સામાં નાક ફુલાવતો ને પગ પછાડતો ત્યાંથી નીકળી ગયો.

"મને એવું લાગે છે કે આપણે ખરેખર તે લોકોને અચંબામાં પાડી દીધા છે."

કલ્કિ ચારેબાજુથી થનારી તાળીઓના ગડગડાટ સાંભળી રહ્યો હતો. તેવામાં જ એક વાનર પુલના રસ્તે હાંફતો ત્યાં આવી પહોંચ્યો.

"શું થયું?" કારાએ તેને શાંતિથી વાત કરવા જણાવ્યું.

"તારનું સૈન્ય પુલ ઓળંગવા માટે આવી રહ્યું છે. તે લોકો આપણા લોકો ઉપર હુમલો કરવાની તૈયારી કરી રહ્યા છે."

કલ્કિએ દાંત ભીંસ્યા.

તેને ખબર હતી કે હવે પછી તેણે શું કરવાનું છે!

59

મનસાને તેની આજુબાજુના લોકો સ્વાર્થી જ દેખાતાં હતાં.

તે સુપર્ણિકાની ભવ્ય નગરીમાં દાખલ થઈ તો તેણે તેની આસપાસ બધું અસ્તવ્યસ્ત જોયું. તેમાં તાર્ક્ષ્યની કોઈ ભૂલ નહોતી. આ બધું કદ્રુને કારણે હતું. ધડાકાને કારણે વસ્તુઓ ફાટી રહી હતી. ચારે તરફ આગ લાગેલી હતી ને લોકો આમતેમ ભાગી રહ્યા હતા. જેવું ઊડતું બાજ જમીન પર ઊતર્યું, મનસા કૂદીને જમીન પર આવીને ઊભી રહી.

લોકો આશ્રય શોધવા માટે ફાંફાં મારી રહ્યાં હતાં અને અમુક લોકો સોમની શક્તિથી ઊડવા માટે તૈયાર વિમાનમાં બેસીને ભાગવાની ફિરાકમાં હતા. પદ્મા જેવા વિમાન પર બેસીને ઇન્દ્રગઢ આવી હતી તેવાં જ તે વિમાનો હતાં. તે વિમાનો હલકી ધાતુનાં બનેલાં અને મજબૂત પાંખિયાવાળાં હતાં જે આસાનાથી વાળી શકાતાં હતાં.

મનસા જાણતી હતી કે જમીન ધ્રૂજી રહી હતી અને ગમે ત્યારે ધસી પડે તેવી સ્થિતિ હતી. કારણ કે થાંભલાઓ તૂટવાની શરૂઆત થઈ ગઈ હતી અને ઠેર ઠેર સંતુલન ગુમાવેલું જણાતું હતું.

"સાંભળો." તેણે તાર્ક્ષ્ય અને તેના સૈનિકોને કહ્યું, "પોતાના વાહન અને બીજાં વિમાનોમાં બેસીને વધુમાં વધુ લોકો અહીંથી બહાર નીકળો. આપણી પાસે સમય ઘણો ઓછો છે. આપણે બધાને બહાર કાઢવામાં મદદ કરવી પડશે. આ થાંભલાઓને સહારે નગર બહુ ટકી નહીં શકે."

"હા, વધુ સમય નહીં ટકી શકે." કોઈ ભૂત જોઈ લીધું હોય તેમ તાર્ક્ષ્યના અવાજમાં ધ્રુજારી હતી.

"શું તને ખબર છે કે આ બધું કેવી રીતે થયું હશે?"

"સોમલતાના છોડ, જેમાં આવું તેલ હોય છે જે જ્વલનશીલ હોય છે પણ સોમ તેવું નથી હોતું. આ જ કારણસર જ્યારે આપણે ઇંધણ તરીકે

આકાશમાં વિમાન ઉડાવીએ ત્યારે એ સળગતું નથી. આપણે કપડાના એક છેડે સોમ બાંધી દઈએ છીએ. આમ તેલ બહાર નીકળતું નથી. મતલબ કે આવી રીતે ઊડવામાં યાત્રીઓને કોઈ જોખમ નથી રહેતું."

"મારે તારી વાહનો વિશેની સંરચના નથી શીખવી. મને બસ, એટલી ખબર છે કે આ મૂર્ખતા ભરેલા જાદુઈ યંત્ર છે." તેણે નિરાશા સાથે કહ્યું, "હું જાણવા માગું છું કે આ કેવી રીતે થયું? થાંભલાઓ આટલા નબળા કઈ રીતે?"

"ઓહ... આ બધું સોમલતાના છોડમાંથી નીકળતા તેલને પરિણામે છે. થાંભલાઓ સાથે વેલ બાંધેલી હતી જે તેલને બહાર કાઢતી હતી. કોઈ ગુફાઓમાં જ્વલનશીલ પદાર્થ લઈ ગયું અને આ વેલાઓમાં આગ લાગી. અમારે ત્યાં જ્વલનશીલ પદાર્થ લઈ જવાની કડક મનાઈ છે. આ કારણે જ અહીં જંગલની આગની જેમ આ અગ્નિ ફેલાઈ ગઈ."

મનસા આખી પરિસ્થિતિ સમજી ગઈ. કદ્રુએ જ આગ લગાડી હશે. આગ બધા જ થાંભલાને ભરખતી ગઈ અને ધીમે ધીમે આખું નગર નષ્ટ કરતી ગઈ.

"સૌથી મોટા વિમાન અને જહાજ લાવો અને લોકોને અહીંથી બહાર કાઢો. તેમને પુલ પર કે ખુલ્લી જમીન સુધી પહોંચાડો જ્યાં તે સુરક્ષિત રહી શકે. શું મારી વાત સમજી ગયા?"

તાર્ક્ષ્યએ ગભરાઈને માથું હલાવ્યું.

"તું શું કરે છે?" તેણે મનસાને પૂછ્યું.

"હું કદ્રુને રોકવાનો પ્રયાસ કરું છું."

મનસા કમરમાં બાંધેલી તલવાર પર હાથ મૂકીને આગળ વધી. ગભરાયેલી ભીડ આમતેમ દોડી રહી હતી. પછી તેને દાવતના અંશ જોવા મળ્યા. રસ્તાઓ પર આગને લીધે એટલી અફરાતફરી મચી હતી કે કશું સમજાતું નહોતું. નગર દરેક ક્ષણે ધસી રહ્યું હતું. તેને પણ સંતુલન સાધવામાં તકલીફ પડતી હતી.

એ રહી.

તેની આંખોએ કદ્રુ અને જામુનને ઓળખી કાઢ્યા. તે લોકો એક

વિમાન તરફ ભાગી રહ્યાં હતાં. તેમને રોકવાની ચિંતા કોઈને નહોતી. બધાં પોતાની જાત બચાવવામાં પડ્યા હતા. મનસા એક હાથમાં તલવાર અને બીજા અપંગ હાથને છાતીએ વળગાડી તેમની પાછળ નાઠી.

"કદ્રુ!"

કદ્રુએ પાછું ફરીને જોયું તો મનસાને લાગ્યું કે તે આંખ બાંધેલી પટ્ટી સાથે કેટલી અલગ દેખાતી હતી. તેની બીજી આંખમાં વરસતો ગુસ્સો તેણે જોયો.

"હે ભગવાન!" તે ભાગીને વિમાનમાં જઈને બેઠી. તેણે તેની સાથે બે થેલાઓ સાચવેલા હતા જેને તે સાથે લઈ જવા માગતી હતી.

તે અસ્ત્રો માટે કામમાં આવતી સોમલતા હશે. મારે તે છીનવી લેવા પડશે.

મનસા આગળ વધી. તેણે જોયું કે કદ્રુ જામુનને ખેંચી રહી હતી જે તેના વજનને કારણે વિમાનમાં ચઢી નહોતો શકતો.

"મારી પાસે એટલો સમય નથી." તેણે બૂમ પાડી.

જામુનને તેનો વિશ્વાસઘાત જોઈને આઘાત લાગ્યો. વિમાન હવામાં ઊડવા લાગ્યું અને તેને ત્યાં જ છોડી દેવાયો. મનસાને નિરાશા થઈ. જામુને જોયું કે મનસા બદલો લેવા માટે ઝડપથી ત્યાં આવી રહી હતી. તે ઝડપથી ઘૂંટણિયે બેસી પડ્યો અને પોતાના પ્રાણની ભીખ માગવા લાગ્યો.

મનસાએ વધુ સમય ન લીધો. તેને ખ્યાલ હતો કે હવે શું કરવાનું હતું.

તેણે જામુનના ગળામાં તલવાર ઘુસાડી દીધી. ચોતરફ લોહીનો ફુવારો ઊડ્યો. તે ધરતી પર તરત ઢગલો થઈને પડ્યો.

"નંદની હત્યાનો બદલો પૂરો થયો." પછી મનસા તેની લાશ પર થૂંકી.

તેના વિચારો તેજ ગતિથી ચાલતા હતા. તેણે એક બીજું વિમાન જોયું જેમાં સુપર્ણ સૈનિક હતો. એ સૈનિક કશું વિચારે તે પહેલાં તેની તલવારે તેને વીંધી નાખ્યો હતો. તેને બહાર ફેંકીને મનસા અંદર જઈ બેઠી. યંત્ર ચલાવવા માટે ત્યાં અમુક પ્રકારની કળ હતી. તેને ખબર નહોતી કે શું કરવાનું હતું. તે ડરી રહી હતી ત્યાં જ તેણે એક હાથા જેવું જોયું.

કોઈ પ્રક્રિયા વિશેની જાણકારી નહોતી પણ તેણે તે હાથો નીચે તરફ

દબાવ્યો અને યંત્રની પૂંછડી તરફથી આગ નીકળી અને અમૃતે ઇંધણ તરીકેનું કાર્ય શરૂ કરી દીધું. એક નાના ધમાકા અને ધુમાડા સાથે જ તે હવામાં હતી.

મનસાને ક્યારેય એવો વિચાર નહોતો આવ્યો કે તે આ જાદુને ચલાવતા શીખશે. *જોકે આજનો દિવસ તે માટેનો નહોતો,* તેનું લક્ષ્ય બીજું હતું. આજે એ દગાખોર કદ્રુને માર્યા સિવાય બીજું કશું જ નહોતું કરવાનું.

વિમાન હવામાં ઊડ્યું તો હવા પણ તેજ થવા લાગી. નગરમાં નાનો એક વિસ્ફોટ થયો, પણ મનસાનું ધ્યાન કદ્રુના વિમાન તરફ હતું. તે એની પહોંચની દૂર ઊડી રહ્યું હતું.

મનસાએ વિમાનમાં જોયું તો તેને બીજા અમુક હાથાઓ અને કળ જોવા મળી. દરેકનો પ્રયોગ કરવાથી જાણ્યું કે હવામાં ઝોલા ખાતું, પલટાતું કે પોતાની દિશા બદલતું હતું. મનસાએ કંટાળીને એક કળ ખેંચી તો વિમાનની ગતિ એકદમ અધિક થઈ ગઈ. તાપ વધ્યો અને તેની ગરમી તેના સુધી પહોંચવા લાગી. તે બેપરવા બનીને તેના લક્ષ્ય તરફ નજર રાખીને બેઠી હતી. ઇંધણ પૂરું થઈ જાય તે પહેલાં તેને તેની બહેન પાસે પહોંચવું હતું. તે કોઈ પણ ભોગે તેને રોકવા માગતી હતી.

પીછો કરતું તેનું વિમાન છેવટે કદ્રુના વિમાનની લગોલગ પહોંચી ગયું. તેણે તેના વિમાનના આગળના ભાગથી કદ્રુના વિમાનને ટક્કર મારી. તેના વાહનનો એક ભાગ તે અથડામણથી નષ્ટ થયો અને તેનું વિમાન હવામાં જ ગોળગોળ ફરવા લાગ્યું.

અને પછી મનસાને ખ્યાલ આવ્યો કે ગતિને કારણે ઇંધણ ખૂટી પડવા આવ્યું હતું. વિમાન કામ કરતું બંધ થતું અનુભવાયું. વિમાનની ઊંચાઈ પણ ઘટવા લાગી હતી ત્યારે મનસાને થયું કે તેણે ઝડપથી કંઈક કરવું પડશે.

પછી એણે જે કર્યું તે અભૂતપૂર્વ હતું. કોઈને એવો વિચાર પણ ન આવી શકે. તે લોકો આકાશમાં તેજ પવનની વચ્ચે લગભગ પચાસેક હાથની ઊંચાઈ પર હતાં.

અને તેણે હવે તે કરવું જ પડે તેમ હતું.

તે નીચે કૂદી પડી.

તેણે તેના વિમાનમાંથી કદ્રુના વિમાનમાં છલાંગ લગાવી અને કદ્રુ જે તરફ હતી તે ખૂણા તરફ જવાનો પ્રયાસ કર્યો. તેવામાં જ કદ્રુએ તલવારથી હુમલો કર્યો. મનસાએ પણ તેની તલવાર સાબદી રાખી હતી એટલે વિમાનમાં જ બંને સામસામે આવી ગયા.

"કદ્રુ! બધું પૂરું થઈ ગયું છે. હવે અટકી જા."

"આજે તો તું મને મારીને જ રોકી શકે છે, પણ આજે મારો મરવાનો દિવસ નથી."

થોડીવાર સુધી બંનેની તલવારો સામસામે અથડાતી રહી. કદ્રુના એક ઘામાં મનસાનો ખભો પણ ઘવાયો. મનસા પીડાથી કણસી ઊઠી અને તેના હાથમાંથી તલવાર પણ છૂટી ગઈ. તે એક ખૂણામાં હતી અને કદ્રુ ફરીથી તેની તરફ તલવાર સાથે ધસી ગઈ. આ વખતે મનસાએ પોતાની તાકાત લગાવીને તેનો સામનો કર્યો.

મનસા તે સમયે નીચે ઝૂકી ગઈ અને કદ્રુને કમરથી પકડીને ચકિત કરી દીધી. આ બધું એટલું ઝડપથી બન્યું કે કદ્રુ તેનું સંતુલન ગુમાવી વિમાનની બહાર પડી. તેણે પોતાની જાતને માંડ સંભાળી અને મહામહેનતે વિમાનનો એક ખૂણો પકડી લીધો. તેની તલવાર હાથમાંથી છૂટી નીચે પડી ગઈ અને તે હવામાં લહેરાતી હતી.

"મને બચાવી લે મારી બહેન.... બચાવ." તેણે આર્દ્રતાસભર અવાજે કહ્યું.

એક ક્ષણ માટે તો મનસાને તેની એ બહેન દેખાઈ જેને તેણે હંમેશાં પ્રેમ કર્યો અને વિશ્વાસ કર્યો હતો ને સાચો રસ્તો બતાવ્યો હતો.

આ ક્ષણની તેને કેટલાય સમયથી પ્રતીક્ષા હતી. તેણે તેનો આનંદ લેવા ઇચ્છ્યું, પણ એક ઘેરી ઉદાસી સિવાય કશું જ તે અનુભવી ન શકી.

"હું તને બચાવી શકતી હતી, પણ નંદ, વાસુકિનાં બાળકો... તારા માટે નરકમાં પણ જગ્યા નહીં હોય. બહેન તારી સાથે તો આવું કરવું જ યોગ્ય રહેશે." અને મનસાએ તેની તલવાર ઉઠાવીને તેના હાથમાં ઘુસાડી દીધી. કદ્રુ ભારે પીડાથી ચીસ પાડી ઊઠી. તે હજુ હવામાં લટકી

રહી હતી અને તેનામાં હજુ જિજીવિષા દેખાતી હતી.

કદ્રુએ મનસાના ચહેરા પરના ભાવ વાંચવા ઇચ્છ્યું. તેના ચહેરા પર દયનીયતા છલકતી હતી.

મનસાએ પોતાની તલવાર પાછી ખેંચી લીધી.

અને તે નીચે પડી...

નીચે...

છેક નીચે...

કદ્રુ એક બિંદુ સમાન થઈ અને આંખથી ઓઝલ થઈ ગઈ. મનસાએ ઊંડો નિઃશ્વાસ નાંખ્યો. તેનું અભિયાન પૂરું થયું.

તે ક્ષણે જ તેણે તેના પ્રિયજનના આત્માઓની શાંતિ માટે પ્રાર્થના કરી, જે લોકોને તેણે મનથી ને હૃદયથી ચાહ્યાં હતાં તે બધાં જ લોકો તેને છોડીને ચાલ્યા ગયાં હતાં.

60

એ લોકો ભાગી રહ્યા હતા.

અરજણ ઉર્વશીને પૂછી ચૂક્યો હતો કે, શું તે કારાગૃહ જતાં પહેલાં રુદ્ર સાથે થોડો સમય વિતાવી શકે છે. તેણે રુદ્રને કહ્યું કે તે ચૂપચાપ ચાલ્યો જાય જેથી રાજનૈતિક દબાણનો સામનો કરવો ન પડે. જો કે અરજણને તેની કોઈ ચિંતા નહોતી તેને તો જ્યાં ઓરડામાં એકાંત મળ્યું તો અરજણે તેનો થેલો ઉઠાવ્યો અને રુદ્રને સામાન બાંધીને તેની સાથે આવવા કહ્યું.

રુદ્ર માની ગયો. તે કારાગૃહમાં જવાથી ડરતો હતો. જે જગ્યાએ તેની જિંદગીનો મોટાભાગનો સમય વિત્યો હતો ત્યાં તે ફરીથી જવા નહોતો માગતો. રામરસની બધી જ કોશિશો નકામી નીવડવાની હતી. આજનો દિવસ તેને સાચા અર્થમાં મુક્ત કરી દેશે.

તે ધીરેથી દરવાજા તરફ આગળ વધ્યા. બહાર એક સૈનિક ઊભેલો હતો. અરજણે એટલી જોરથી તેની કોણી તેને મારી કે તેના કવચમાં ખાડો પડી ગયો. અરજણ ખુશ હતો. સોમનો પ્રભાવ હજુ અનુભવાતો હતો. એ સિવાય તેનાથી તે હજુ ઉત્તેજિત થઈને ખોટું પગલું નહોતો ભરતો. હકીકતમાં તે હવે પોતાની શક્તિને વશમાં રાખી શકતો હતો. કદાચ એ બધી વાતો ખોટી હશે કે સોમનું સેવન કરવાથી માણસ પાગલ થઈ જાય છે અથવા સોમ લેનારી વ્યક્તિ પર નિર્ભર હશે કે તે સોમનો પ્રયોગ સારા કાર્ય માટે કરે કે ખોટા કાર્ય માટે કરે છે.

અને અરજણ તેનો ઉપયોગ સારા કાર્ય માટે કરતો હતો. તેણે બાળપણથી એવું શીખ્યું હતું કે બીજાનું ભલું કરવું.

અરજણ અને રુદ્ર મોટા કક્ષ તરફ આગળ વધ્યા ત્યારે સૂર્ય તેજીથી ચમકી રહ્યો હતો. તે લોકોએ મેદાન તરફ જવાનું હતું જે જગ્યાએ દરવાજો હતો. તે સ્થળે વધારાની સુરક્ષા નહોતી મતલબ કે ઉર્વશીએ

હજુ તેના પહેરેદારોને સાવધ નહીં કર્યા હોય.

જ્યારે તે આગળ વધ્યા તો સૈનિકો અણીદાર ભાલાઓ સાથે સામે આવી ગયા. તેમણે પ્રવેશદ્વારને અંદરથી બંધ કરીને તાળું લગાવી દીધું.

"અરજણ!"

તેણે દીવાની રાણીનો માસૂમ સ્વર સાંભળ્યો. તે વીસથી વધુ સૈનિકો સાથે ઊભી હતી. ઉર્વશી આવી ગઈ હતી.

"જો તું જઈશ તો તારે પણ કારાગૃહમાં જવું પડશે."

"ભલે પણ હું તેને છોડવાનો નથી." અરજણે રુદ્રનો હાથ પકડી લીધો.

"તો પછી ઠીક છે." ઉર્વશીએ ખભા ઉલાળ્યા અને સૈનિકોને આદેશ કર્યો, "પકડી લો બંનેને."

"અરજણ તું આખી સેનાને નહીં હરાવી શકે. શું તને એવું લાગે છે કે તું એવું કરી શકે છે?" ઉર્વશી મુખ્ય દ્વારથી દૂર ફુવારાની પાસે એક ખૂણામાં હતી, "હું એ વાત ભૂલી જઈશ કે મારે તારો સહયોગ જોઈએ છે. વચન આપું છું કે રુદ્રને થોડો સમય કારાગૃહમાં રાખ્યા બાદ છોડી મૂકીશું. બસ, તે પહેલાં હું મારી પરિષદના લોકોની સલાહ લઈ લઉં."

"તું પોતાનું સિંહાસન બચાવવાની કોશિશ કરી રહી છે." અરજણે જવાબ આપ્યો. તે પોતાની આસપાસના સૈનિકો તરફ હજુ સચેત હતો, "તું રુદ્રને બચાવવા નથી માગતી. અમને ખરાબ માને છે અને તારા પિતાની જેમ જ રાજ કરવા માગે છે. તું ઇતિહાસનું પુનરાવર્તન કરી રહી છે. તું ગમે તે દાવાઓ કરે પણ તું ખરેખર, એક **દમનકારી** જ છે."

ઉર્વશીએ નિઃસાસો નાંખ્યો, "આ બધું આવી રીતે નહોતું થવું જોઈતું. તને ખબર છે કે હું તને પસંદ કરું છું. આપણે લગ્ન પણ કરી શકીએ છીએ. તું કેટલો સુંદર છે, પણ તારે તો એક પુરુષને પસંદ કરવો છે. હું તને મારી સાથે રાખવા માગું છું પણ હવે નહીં... મારી નાંખો આ બંનેને." ઉર્વશીએ એટલી આસાનીથી આ વાત કહી કે અરજણ અચંબો પામી ગયો.

ઉર્વશી મને પસંદ કરતી હતી? ચોક્કસપણે એટલે જ તેણે મને હંમેશાં સાથ આપ્યો હતો.

હવે તેને એ વિચાર આવ્યો કે શું પરિષદમાં કોઈ એવા સભ્યો હશે જેમણે રુદ્રની લૈંગિકતા વિશે પ્રશ્ન ઉઠાવ્યો હતો. તેને વિચાર આવ્યો કે આ બધાની પાછળ રામરસનો તો હાથ નહીં હોય કે પછી ઉર્વશી જાતે જ આ બધું કરી રહી હતી, જેથી રુદ્રને છોડીને અરજણને પોતાની તરફ કરી શકાય.

કદાચ અરજણ ખોટો પણ હોઈ શકે.

રુદ્ર ઊંચા અવાજે બોલ્યો, "બીજી કોઈ ઘટના ઘટે તે પહેલાં મારે એટલું જ કહેવું છે કે અરજણ હું તને પ્રેમ કરું છું. મારા જીવનમાં આવવા બદલ તારો ખૂબ ખૂબ આભાર."

અરજણ હસ્યો. તે હંમેશાં આ રીતે જ નાટકીય રહેવાનો.

જ્યાં સૈનિકો આગળ વધ્યા તો તેણે તેમને રોક્યા, પણ પાછળ કોઈએ તેના પર હુમલો કર્યો પણ તેને કોઈ અસર ન થઈ.

"શું તું....?"

અને તેની પાછળ જોરથી કોઈના પડવાનો અવાજ આવ્યો.

અરજણે પાછું ફરીને જોયું તો રુદ્ર લોહીલુહાણ હાલતમાં નીચે પડ્યો હતો. તેને ચાકુ ઘુસાડી દેવાયું હતું. તેનો ચહેરો ફિક્કો પડી ગયો હતો અને તેની આંખો બહાર આવી ગયેલી લાગતી હતી.

નહીં...! હું સોમના પ્રભાવથી બચી ગયો, પણ... રુદ્ર...ઓહ.

અરજણ તરત જ ઘૂંટણિયે બેસી ગયો. સૈનિકો તેમનું કામ કરીને પાછળ હટી ગયા હતા. અરજણે રુદ્રને પકડ્યો, તેની આંખો તેને જ શોધતી હતી. જ્યાં અરજણ તેને ભેટ્યો તો હળવેથી કાનમાં બોલ્યો, "પ્રિય, ચિંતા ન કરીશ...બધું જ સારું થઈ જશે."

રુદ્રએ માંડ બોલવા પ્રયાસ કર્યો, "તું બસ, જેવો છે એવો જ રહેજે." તે છેલ્લા શ્વાસ લેતાં પહેલાં સહેજ કણસ્યો અને પોતાના પ્રિયના ખોળામાં જ મૃત્યુ પામ્યો.

અરજણને આઘાત લાગ્યો હતો. તે હજુ માની નહોતો શકતો કે રુદ્ર મરી ચૂક્યો છે.

રોકાઈ જાઓ... આવું ન બની શકે.

એક સૈનિકે તેની કટાર તેના એક હાથમાં ઘુસાડી દીધી અને એ સફળ થયો પણ અરજણને કોઈ અસર નહોતી. તે રુદ્રને હલાવતો રહ્યો.

"ઊઠ...ઊઠી જા...ચલ અહીંથી જઈએ."

બીજા સૈનિકે તેના ખભા પર હુમલો કર્યો.

પછી વારંવાર તેની પર ઘા મારવામાં આવ્યા. વીસ વખત કટાર ઘુસાડવામાં આવી. અરજણ તેના પ્રેમનો શોક મનાવતો રહ્યો. શરીરમાંથી લોહી વહેતું હતું, પણ તેને કોઈ પીડા નહોતી. જાણે તેનું શરીર બહેરું થઈ ગયું હતું.

"આ અસંભવ છે." અરજણ સાંભળી શકતો હતો. ઉર્વશીના અવાજમાં ભય હતો. તે પાગલની જેમ હીબકે ચડેલો હતો. તેને ખબર પણ નહોતી કે તેના પર તલવારો, ભાલાઓ અને કટારોથી હુમલો થયો છે.

તેની આંખો લાલ હતી અને ચારેબાજુ લોહી-લોહી હતું.

"અરજણ, તું કોઈ જાદુથી કમ નથી લાગતો." ઉર્વશીએ સ્મિત આપ્યું, "તું હજુ સુધી જીવિત કેવી રીતે છું?"

અરજણે રુદ્રને જમીન પર સુવાડ્યો અને માથું નમાવ્યું. તેણે આંસુ લૂછ્યાં અને એક પછી એક તલવારો-કટારો શરીરમાંથી કાઢી. શરીર દુઃખી રહ્યું હતું. સૈનિકો પાછળ હટી ગયા, તે લોકો તો સામે ઊભેલા જાનવરથી ભયભીત હતા. અરજણ એક ડગલું આગળ વધ્યો. તેના ચહેરા પર કોઈ ભાવ નહોતા. શરીરમાંથી લોહી વહેતું હતું પણ તેણે કોઈ ચિંતા ન કરી.

બસ, રુદ્ર જ મહત્ત્વનો હતો.

તે હવે આ દુનિયામાં નથી રહ્યો.

ઉર્વશીએ પાછળ ઊભેલા તીરંદાજોને હળવેથી ઇશારો કર્યો કે તેને મારી નાંખે. તેના ચહેરા પરથી હાસ્ય ગાયબ હતું. તે એનો અંત ઇચ્છતી હતી. અરજણ પર બાણોનો વરસાદ શરૂ થયો. પણ તેણે એકેય તેની તરફ આવવા ન દીધાં.

"સારું... તો શાંત થઈ જાઓ. અરજણ હવે આપણે વાત કરી શકીએ છીએ."

એક સૈનિક તલવાર લઈને આગળ આવ્યો તો અરજણે તેની તલવાર તેના જ શરીરમાં એવી ઘુસાડી કે તેની પાંસળીઓ બહાર આવી ગઈ. એ પછી તેણે પોતાની કટારથી સામે આવનારા દરેકનાં ગળાં રહેંસવાનાં શરૂ કર્યાં. તે થોડી જ ક્ષણોમાં લાશોના ઢગલા વચ્ચે ઊભો હતો.

તેણે જિંદગીમાં ક્યારેય એવું નહોતું વિચાર્યું કે તેને બીજાને મારી નાંખવામાં આવો આનંદ આવશે.

બાણ ચલાવનારા અરજણને પાસે આવતા જોઈ રોકાઈને ઉર્વશીની સામું જોવા લાગ્યા.

"તારી પાસે હવે કોઈ ઢીંગલાઓ નથી રહ્યા." તેના હાથ ઉર્વશીની ગરદન પર કસાયેલા હતા, "ઓહ, મેં તને ક્યારેય મારો વાળ નથી આપ્યો... હેં ને?" તે ધીમેથી બોલ્યો.

"તારે આ બધાને મારવા નહોતા જોઈતા. તું એવો માણસ..."

"તેં જ મને એવો બનાવી દીધો."

અરજણને પદ્મા સાથે થયેલી વાત યાદ આવી ગઈ – માણસને ક્ષમા કરવાનું શીખવું જોઈએ. જો કે તેને ખ્યાલ આવી ગયો હતો એ બધી શીખવાડેલી વાતોનો હવે કોઈ અર્થ રહ્યો નથી. તેને તો હવે બદલો લેવો હતો, પ્રતિશોધની આગ તેના મગજમાં હાવી થઈ ગઈ હતી. તેને હવે બીજું કંઈ જ સૂઝી જ નહોતું રહ્યું.

પણ હવે આ બધાનો કોઈ અર્થ હતો?

ના, હવે તો જરાયે નહીં.

રુદ્ર મરી ચૂક્યો હતો. કલ્કિ મરી ચૂક્યો હતો. પદ્મા પણ જીવિત નથી.

હવે અરજણનું કોઈ રહ્યું નહોતું. હવે તેને ખરેખર કોઈની પરવા નહોતી.

તેણે એક ઝટકામાં જ ઉર્વશીની ગરદન તોડી નાંખી. તેને કશું બોલવાની પણ તક ન આપી. આ બધું એક જ ક્ષણમાં બની ગયું. અરજણે તેની લાશને ઉછાળીને બીજી બધી લાશોમાં નાંખી દીધી. તેની નિશ્ચેતન આંખોમાં નિરાશાના ભાવ હતા.

તેણે ઊંડો શ્વાસ લીધો અને તીરંદાજો તરફ નજર કરી. એ પાછળ

હટી ગયા, જે સૈનિકો બચી ગયા અથવા મહેલમાં હતા એ બધાય પાછળ હટી ગયા. હકીકતમાં એ લોકોએ તેને માટે દરવાજો ખોલી નાંખ્યો જેથી તે બહાર જઈ શકે.

અરજણે તેમની સામે જોઈને સંમતિ આપી અને રુદ્રની લાશને ઉઠાવી લીધી.

તેણે જે અરાજકતાની પરિસ્થિતિ ઊભી કરી હતી ત્યાંથી તે દૂર જતો રહ્યો.

એક સમય હતો જ્યારે તેણે પાછળ ફરીને ન જોવાનો સંકલ્પ કર્યો હતો. તે વાતને ઘણો સમય વીતી ગયો હતો પણ હજુય તે પાછું ફરીને જોવા તૈયાર નહોતો.

61

દુરુક્તિ આ વાત પર વિશ્વાસ જ ન કરી શકી કે શુક્ર બીજું કોઈ નહીં, પણ સ્વયં ભગવાન મહાબલિ હતા. તેણે મહાબલિ વિશે ઘણુંખરું વાંચ્યું હતું – મહાન, બુદ્ધિમાન અને સ્નેહી અસુરરાજ જે ઈલાવર્તીમાં સુવર્ણયુગ લાવ્યા હતા. તે લાંબા, શક્તિમાન અને સુદર્શન હતા અને શુક્ર તો આ બધી બાબતોમાં લોકોને જે મહાબલિ વિશે જણાવવામાં આવ્યું હતું તેની જુઠ્ઠી નકલ સમાન લાગતા હતા.

તેઓ થોડો સમય સાગર પર જ રહ્યા હતા. દુરુક્તિને ઘણું વિચિત્ર લાગી રહ્યું હતું. તેને આ બધું પસંદ નહોતું અને કળિની ઘૃણાએ પણ તેને ચિંતામાં નાંખી દીધી હતી, પણ તેને આ બધું ખરાબ નહોતું લાગ્યું. તે જાણતી હતી કે તેણે કળિને દગો કરીને કશું ખોટું નહોતું કર્યું. તેણે જ તો તેને સંભાળવામાં મદદ કરી હતી. નગરની ચહલ-પહલથી દૂર રહેવાને કારણે કળિ પહેલાં કરતાં વધુ સારો અને દયાળુ થયો હતો. તે નારાજ હતો, પણ પહેલાંની જેમ રુક્ષ કે વિચિત્ર વર્તન નહોતો કરતો.

અને આ તરફ અલક્ષ્મી ઘણી ચીડિયણ હતી.

તે બોલતી નહોતી અથવા જાણીજોઈને વાત નહોતી કરતી. તેનાં ખતરનાક જાનવર હંમેશાં તરાપ મારવા તૈયાર રહેતાં. દુરુક્તિ તેનાથી ડરેલી રહેતી હતી. તેને લાગતું હતું કે તે ગમે ત્યારે હુમલો કરી દેશે, પણ એવું થયું નહોતું. તેઓ તેમની માલિકણના આદેશો પ્રમાણે ચાલતા હતા.

દુરુક્તિએ કળિ અને શુક્ર તરફ જોયું જેમની વાતચીત ચાલુ જ હતી.

"તમારે મને જણાવવું જોઈતું હતું." કળિ બોલ્યો, "પણ તમે ચૂપ રહેવાનું યોગ્ય સમજ્યું એવું કેમ?"

"કારણ કે હું મારી જાત પર શરમ અનુભવતો હતો ને શું કહી શકું? એક સમય હતો જ્યારે હું મહાન રાજા હતો અને અત્યારે મારી હાલત જુઓ – દરિયાની મધ્યમાં એકલો ભટકતો એક વૃદ્ધ."

"હું તો એ પણ નથી જાણતો કે તમારી પર ભરોસો કરી શકું કે નહીં?"

"કળિ તું એવું કરી શકે છે. તું ધર્મ છે. હું તારા પર ભરોસો રાખું છું. મારો અતીત કોઈ મતલબનો નથી. તું મારી મદદથી બેઠો થઈશ અને હંમેશાં અસુરોએ કર્યું છે તેમ દુનિયાને તું એવી રીતે જીતીશ."

ધર્મ, અધર્મ... દુરુક્તિને કશું સમજાતું નહોતું. તેને એ લોકોની વાત સાંભળવી નહોતી, પણ તેમનો ધીમો અવાજ ગુંજતો હતો.

"તમે મારો યશ છીનવી લીધો. હું નાવ પર ભટકતા પાગલ સિવાય કશું જ નથી રહ્યો." કળિએ ગુસ્સામાં કહ્યું. દુરુક્તિને આજે જૂનો જ કળિ જણાતો હતો જેણે પાગલ જન્મેજયનો વધ કર્યો હતો.

"તારે દરિયામાં જ તારા લોહીનું બલિદાન આપવું પડશે જેથી દુશ્મનોની અંદર અસુરોનો આતંક ફેલાવી શકાય. તારે સૂતેલા દાનવોને જગાડવા પડશે."

દાનવ? આ તો કોઈ યોગ્ય ઉપાય નથી.

તેણે તેમના વિશે વાતો સાંભળેલી હતી અને તે બધી વાતમાં એક વસ્તુ સામાન્ય હતી કે તેમને કોઈ રીતે કોઈનાથી વશમાં કરી શકાતા નહીં. દાનવોએ તેમના સમયમાં હજારો લોકોના જીવ હર્યા હતા. તે કળિને રોકવા ઇચ્છતી હતી, પણ કોકો અને વિકોકોની જેમ તે પણ જડ થઈ ગઈ હતી. આ શુક્ર અને કળિની વચ્ચેની બાબત હતી.

કળિએ મુઠ્ઠીઓ ભીંસી, "સારું હું એવું જ કરીશ."

દુરુક્તિએ ભ્રમર ઝીણી કરી - આવું ન થવું જોઈએ.

શુક્રએ તેની તરફ નજર કરી કહ્યું, "દુરુક્તિ, બેટા અહીં આવ તો."

દુરુક્તિ ચિંતાગ્રસ્ત ચહેરે તે તરફ ગઈ.

"કળિ શું તું તૈયાર છે?"

"શેના માટે?" દુરુક્તિએ પૂછ્યું.

કળિ પણ ચિંતાગ્રસ્ત હતો, "મને લાગ્યું કે મેં અલક્ષ્મીને..."

"ના, તારી બહેન સાથે એવું થશે. અલક્ષ્મીને તારી પત્ની બનવું છે. તેને જીવિત રહેવું જ પડશે. ને બીજી તરફ દુરુક્તિ એવી સ્ત્રી છે જેણે તને દગો કર્યો છે."

તે સમયે જ દુરુક્તિ શુક્ર પર હુમલો કરવા ગઈ પણ કોકો અને વિકોકોએ તેને પકડી લીધી. દુરુક્તિને ખ્યાલ આવ્યો કે તે લોકોએ કળિની આજ્ઞાથી તેવું કર્યું હતું. તે લોકો કિનારા પર નાવને લઈ ગયા. તેણે લક્ષ્મીને આખી પરિસ્થિતિનો આનંદ લેતી જોઈ. તેની પીળી ત્વચા અને સોનેરી આંખો રાત્રે પણ ચમકી રહી હતી.

"કળિ તું મારી સાથે એવું ન કરી શકે. હું તારી બહેન છું." તે કોકો અને વિકોકો તરફ ફરી, "તમે મારો પરિવાર છો. તમે મને બાળપણથી જાણો છો. તમે મારી સાથે એવું ન કરી શકો."

"અમે તો મહારાજ કળિની આજ્ઞાનું પાલન કરવાનો સંકલ્પ લીધો છે તેથી તે જે ઇચ્છે તે અમે કરીશું." કોકોએ ઘેરી ઉદાસીથી ભરેલી આંખોથી જોઈને કહ્યું.

દુરુક્તિ તૂટીને રડવાની જ હતી ત્યાં તેણે કળિને પોતાની તરફ આવતો જોયો. તેણે તેની ત્વચા, ગાલ અને ગળા પર હાથ ફેરવ્યો.

"આ મારી બહેન છે." તે હળવેથી બોલ્યો, "ભલે એણે મને દગો કર્યો પણ તે મારી બહેન છે."

કળિ જેવો પાસે આવ્યો તો શુક્રએ કાનમાં ધીમેથી કહ્યું, "હમ્મ... એણે જ કપટ કર્યું હતું. એ તને છોડીને સામાન્ય ગ્રામવાસી પાસે જવા માગતી હતી. તેણે તારા પર સ્નેહ રાખવાના બદલે એવા માણસને પ્રેમ કર્યો. આ કેવી નિર્દયી છોકરી છે! તેને જીવવાનો કોઈ હક નથી. આ ક્યારેય તારા જીવનમાં સૌભાગ્ય નહીં લાવી શકે. તેના મૃત્યુ બાદ જ દાનવનો જન્મ થશે અને તે તારા કાબૂમાં હશે. તે એવું જ કરશે જે તું કરાવવા ઇચ્છીશ. જરા વિચારી જો કે પછી તારે યુદ્ધ જીતવું કેટલું આસાન થઈ જશે."

દુરુક્તિએ કળિ તરફ નજર કરી. તે અનિર્ણીત અવસ્થામાં હતો.

તેના કપાળ પર કરચલીઓ દેખાતી હતી. જો તે એને નીચે ધકેલી દે તો તે એક ક્ષણમાં જ કાળા સાગરમાં ગરકાવ થઈ જતી.

તે શું વિચારી રહ્યો છે? તે શું કરવા જઈ રહ્યો છે?

તે જાણી શકે તેમ હોત તો સારું હતું...

તે મરવા નહોતી માગતી.

મહેરબાની કરીને હું તમને હાથ જોડી રહી છું.

તેની આંખો કળિ સમક્ષ મૌન યાચના કરી રહી હતી.

તેને એ લોકો નાના હતા ત્યારનો સમય યાદ આવ્યો. તેણે કળિને પૂછ્યું હતું કે તે મોટો થઈને કેવો રાજા બનવા માગે છે. તેણે હંમેશાં કળિ પાસેથી અપેક્ષા રાખી. તેને બીજી બધી બાબતો પણ યાદ આવી – કળિ સાથેના જે અનુભવોમાંથી પસાર થઈ હતી. તે ખરાબ વ્યક્તિ નહોતો. બસ, તે પોતાની સાથેના સંઘર્ષમાં જ રત હતો.

"તેનું મૃત્યુ તારા માટે લાભદાયી છે. કળિ, તેનું નામોનિશાન મિટાવી દે અને આપણે તેની રાખમાંથી અસુર સામ્રાજ્ય જીવિત કરીશું. તું જે સામ્રાજ્ય પર શાસન કરવા માગે છે તેની તક પણ તને મળશે. ઉત્તર, દક્ષિણ આ બધું નષ્ટ કરીને **તે બધાને એકસાથે ભેળવી દો.** એ સપનું પૂરું કરી દે જે મારાથી શક્ય ન બન્યું." શુક્રએ કળિને સમજાવવાની કોશિશ કરી.

દુરુક્તિએ કળિની આંખોમાં જોઈને નિઃશ્વાસ નાંખ્યો, "કળિ, હું એવા કોઈ રાજ્યમાં રહેવા નથી માગતી."

અને તે સમયે જ કળિની આંખો પહોળી થઈ ગઈ, જાણે તેને દુરુક્તિના શબ્દોનો અર્થ સમજાઈ ગયો હોય. તેણે ઝડપથી શુક્રને ગરદનથી પકડ્યો અને નાવની બહાર ધકેલી દીધો. આસપાસના વાતાવરણમાં તેની ચીસો ગુંજી ઊઠી. અલક્ષ્મીએ ડૂબતા શુક્રને જોયો અને તેનાં જાનવરોએ ઘુરકાટ કર્યો પછી તે કળિને ઘૂરવા લાગી.

કોકો અને વિકોકોએ કળિને તેનો નિર્ણય લેતા જોયા તો તેમણે દુરુક્તિને પાછળ ધકેલી દીધી. દુરુક્તિએ અચંબિત આંખે ઘેરા કાળા સાગર તરફ જોયું. શુક્રનું ક્યાંય નામોનિશાન નહોતું.

તે અહોભાવથી ઝટ ઊભી થઈને કળિને ભેટી પડી. કળિએ પણ પ્રેમ દાખવ્યો. હવે તેને સતત તાકી રહેતી અલક્ષ્મી કે તેના જાનવરનો કોઈ ભય નહોતો. તેને ફક્ત તેના ભાઈની જ ચિંતા હતી.

"મેં આવું વિરોધી કામ કર્યું. તો પણ આમ કેમ...?"

"જો બીજા લોકોને માફ ન કરી શકું તો કેવો રાજા કહેવાઉં." કળિએ તેને માથે હાથ ફેરવ્યો.

"તેં જે કર્યું તે ખોટું કર્યું. તે તમારા લોકો માટે એક ઉત્તમ માર્ગદર્શક પુરવાર થાત." અલક્ષ્મીએ વીંધી નાખે તેવા સ્વરમાં કહ્યું.

કળિ તેની તરફ ફર્યો, "તારું નસીબ સારું છે કે મેં તને પણ આ સાગરમાં ફેંકી નથી."

અલક્ષ્મી પાસે સામે બોલવા માટે કોઈ શબ્દો જ નહોતા.

નાવ થોડું ડગમગીને ફરીથી ચાલવા લાગી. કળિએ અલક્ષ્મી તરફ જોયું તો એ પણ તેની જેમ જ ચિંતામાં હતી.

આ શું થઈ રહ્યું છે?

"એ જાગી રહ્યા છે." અલક્ષ્મીએ અવિશ્વાસથી કહ્યું, "કંઈ નહીં કશું તો સારું થયું."

દુરુક્તિએ સાગર તરફ જોયું. મોજાઓ મોટાં દેખાતાં હતાં. વાદળોએ આકાશને ઢાંકી દીધું હતું. નાવ હાલકડોલક થવા લાગી હતી. નાવ પર ઊભો રહીને અંતિમ અસુર સાગર તરફ મીટ માંડીને જોતો હતો કે સામે તેને અતીતના મહાકાય દાનવ દેખાય.

અને તેવું જ થયું.

તેમણે તેમનું માથું જોયું જે નાવ કરતાં પણ મોટું હતું. દુરુક્તિએ ગભરાઈને પોતાનો ચહેરો હાથથી ઢાંકી લીધો. આવું ન હોઈ શકે. તે તેના ભાઈ તરફ ફરી. દુરુક્તિ ચિંતામાં હતી. અત્યાર સુધી તેને એમ હતું કે તેનો જૂનો કળિ પાછો મળી ગયો છે. પણ હવે તો એ વાત સાફ હતી કે તેને દાનવોના સાથની જરૂર હતી. જ્યાં અલક્ષ્મી કળિની નજીક આવી અને બંને મળીને દાનવોને જોવા લાગ્યા, ત્યારે જ દુરુક્તિને એક વાતનો ખ્યાલ આવ્યો.

હવે કળિ તે રસ્તા પર નથી ચાલવાનો જેની એને બહુ આશા હતી.

સાગરમાંથી ઊઠતાં મોટાં માથાંઓ વચ્ચે, લગભગ વીસેક હાથ ઊંચા દાનવો તેમની નાની નાવ તરફ આવતા દેખાયા. દુરુક્તિએ અલક્ષ્મીને બોલતાં સાંભળી, "કળિ, એક વાત તો સ્પષ્ટ છે કે તું જ ધર્મ છે. મારી તારા માટે કરેલી પ્રતીક્ષા વ્યર્થ નથી ગઈ."

કળિએ ગર્વથી તેની નવી સેના તરફ નજર કરી.

ઈલાવર્તી હું આવી રહ્યો છું.

62

સૈન્ય પહેલેથી જ પુલ પાર કરી ચૂક્યું હતું.

કલ્કિના સૈન્યએ તારના લોકોને હુમલો કરતા જોયા, તે લોકો પોતાની તલવારો અને ભાલાઓ લઈને સામે આવી ગયા. પુલ લાકડાઓના પાટિયાઓથી બનેલો હતો જેને મોટાં દોરડાંઓથી બાંધીને બનાવવામાં આવ્યો હતો. તે પચાસેક હાથ ઊંચા બરફના બે પહાડો વચ્ચે બનેલો હતો. જો કોઈ નીચે પડે તો મૃત્યુ નિશ્ચિત હતું.

કલ્કિને તો તારના માણસોને કોઈ સબક આપવો જ હતો.

કારા ઘાટીની તરફ સુરક્ષા માટે નીકળી ચૂકી હતી.

કલ્કિની સાથે થોડા વાનર, રત્ના, સ્મૃત અને પદ્મા હતાં. તે લોકો આગળ વધ્યા તો આગળ આવનારા વાનરોએ રોકવા ઇચ્છ્યું તો તેને એ મોરચો તોડવો પડ્યો. તે તારના માણસોને તેમના કવચ પર કરેલા નિશાન જોઈને મારવા લાગ્યો. કલ્કિ હવે સાવ બેફિકર હતો. તે લોકો લડી રહ્યા હતા, પણ તેમને તારના સૈન્યના હુમલાઓ રોકવા માટે રણનીતિની જરૂર હતી.

કલ્કિએ ગુસ્સે થયેલા વાનરોની ભીડ પર કાબૂ મેળવવા માટે આડેધડ પોતાની કટારથી હુમલા કરવા માંડ્યા. ચોતરફ લોહિયાળ સામ્રાજ્ય દેખાતું હતું. તેણે દૂરથી જ દૂબળી અને કમનીય પદ્માને જોઈ જે વાનરોના ખભે બેસીને તેમના ગળા રહેંસી રહી હતી અને ઝાડ પરથી કૂદીને તેનો જીવ બચાવી રહી હતી. રત્ના અને સ્મૃત ઘોડા પર સવાર હતી અને તેઓ ભાલાના સહારે તેમની પર હુમલો કરી રહી હતી.

તારના અસંખ્ય લોકો પુલ પર ભીડ કરીને ઊભા હતા. કલ્કિ જાણતો હતો કે તેનો કોઈ ઉપાય કરવો પડશે. ગર્જના અને બીજા યુદ્ધ

ઘોષની વચ્ચે કલ્કિ આગળ ધપ્યો અને નીચે પડતા એક વાનરની ઢાલ એણે ખેંચી લીધી.

તેણે પોતાની જાતને ઢાલ પાછળ સુરક્ષિત કરી અને પોતાની તલવાર ઘુમાવીને વાનરોના હુમલાને ખાળતો રહ્યો. વાનર વાંદરાઓની માફક સ્ફૂર્તિથી કૂદી રહ્યા હતા. તેમાંથી એક કલ્કિ પર કૂદ્યો, પણ સંતુલન ગુમાવતા નીચે જઈને પડ્યો.

પછી એક બીજા વાનરે તેની પર હુમલો કર્યો. તેણે કલ્કિ પર તેનો ભાલો ફેંક્યો, પણ કલ્કિએ તેનાથી બચાવ કરી દીધો. કલ્કિ તેની કુહાડી ઘુમાવતો તે વાનર પર ત્રાટક્યો, પણ તે નીચે નમી ગયો અને કલ્કી લથડી પડ્યો. તે કલ્કિની કુહાડી છીનવીને ભાગી ગયો.

કલ્કિ ઊભો થઈને આગળ નીકળ્યો. તે ભગવાન બજરંગની સેનાની ખરાબ હાલત જોઈ શકતો હતો. કેટલાય વાનરો નિશ્ચેતન પડેલા હતા. પદ્મા પણ હાંફી રહી હતી અને બેભાન થવાની અણી પર હતી.

રત્ના અને સ્મૃત પાસે પણ ઘોડા નહોતા એટલે એમને એમ લડી રહ્યાં હતાં.

ચારે તરફ તબાહી દૃશ્યમાન હતી.

અને ત્યારે જ તેણે અરુણને પુલ તરફ આવતો જોયો જે બજરંગના માણસો પર બાણ ચલાવી રહ્યો હતો. તારનો મુખ્ય સહાયક અરુણ બીજા બે લોકો સાથે આવ્યો હતો. તે લોકોને મરતા જોઈને હસતો હતો. તેનું ધનુષ્ય બીજા લોકો જેવું નહોતું. તેની કમરમાં તલવાર પણ બાંધેલી હતી.

"તું અમને રોકી નહીં શકે. અમે તમારા કરતા કેટલાય શક્તિશાળી છીએ. તમે સંખ્યામાં ઓછા છો. રાક્ષસો અને માનવોએ ઘાટીમાં લગાવેલી નાકાબંધી પણ તોડી પાડી છે. તમારું સૈન્ય હવે રહ્યું નથી. હવે લાંબો સમય ટકે તેવું પણ રહ્યું નથી."

કલ્કિએ તેની પાસે જઈને પૂછ્યું, "આ તને ક્યાંથી મળી?" કલ્કિને તલવાર જાણીતી હોય તેમ લાગ્યું.

"મહારાજ કળિએ અમારી મદદ કરી."

ઓહ... આ માણસ તો મને શાંતિથી જીવવા પણ નહીં દે.

"શું તને ખબર છે કે કળિ કોણ છે? તેની સાથે કોઈ કામ કરવામાં મજા નથી. તારું કામ પૂરું થશે એટલે તારી પીઠમાં છૂરો હુલાવી દેશે."

અરુણે ખભા ઉલાળ્યા, "મારે તેનાથી શું ફર્ક પડશે? બજરંગે પણ અમારી સાથે એવું જ કર્યું છે."

"તમારે સ્ત્રીઓ અને બાળકોને નુકસાન ન કરવું જોઈએ. આ બધા પણ તમારા જ લોકો છે."

"આ અમારા લોકો નથી. બજરંગને સાથ આપનારાઓ પણ ભારે નુકસાન ભોગવશે."

અને તે સાથે જ તેણે કલ્કિ પર તીર છોડ્યું. કલ્કિએ ઢાલની મદદથી તેને રોક્યું.

"તારને માટે!" અરુણે ફરીથી હુમલો કરતા કહ્યું.

અને ત્યારે જ એક આકૃતિ ઝાડમાંથી કૂદીને આવી અને તરત અરુણની પીઠમાં છૂરો હુલાવી દીધો. અરુણ લોહીલુહાણ થયો. હજુ તે જાણવા જાય કે તેના પર કોણે હુમલો કર્યો તે પહેલાં પદ્મા જ સામે આવી ગઈ. પદ્મા પણ ખરાબ રીતે ઘાયલ જ હતી, પણ તેણે અપૂર્વ હિંમત દર્શાવી અને તેની પીઠનું હાડકું ચીરી નાખ્યું હતું. પછી તેણે લાશને ઉઠાવીને ગોળ ફેરવી અને તે મૃત વાનરને કલ્કિના પગમાં નાંખી દીધો.

"આભાર." કલ્કિ તેને જોઈને હસ્યો.

પદ્મા પણ હસીને બોલી, "તેં મારો જીવ બચાવ્યો. મેં તારો જીવ બચાવ્યો. આ ઘણું બોલી રહ્યો હતો એટલે મારાથી સહન ન થયું."

"હમ્મ... હું જાણું છું."

કલ્કિએ ખભા ઉલાળ્યા. તેણે પુલની પેલે પારથી તારના બીજા માણસો આવતા જોયા. તે હાથમાં ઢાલ લઈને સેના સાથે આગળ વધ્યો. જ્યારે સૈનિક તેની પર કૂદ્યો તો એણે પ્રતિકાર કર્યો. આ અઘરું હતું, પણ તેણે એ ધ્યાન રાખ્યું કે તે લોકો આગળ ન આવી શકે. વાનરોએ કલ્કિને પકડવાનો પ્રયાસ કર્યો પણ તેને થોડા ઘસરકા જ પડ્યા.

એકવારમાં એક ડગલું અને એક ધક્કા સાથે તે એ બધાને તે તરફ ધકેલતો ગયો જે તરફથી તે લોકો આવ્યા હતા. કલ્કિએ તેની ઢાલની

આડશે જોયું કે તેણે એ લોકોને વાનરો જ્યાં ભેગા થયા હતા ત્યાં લાવી મૂક્યા હતા. એ લોકો બીજા કિનારા તરફ ધકેલાવા લાગ્યા.

કલ્કિ પુલની વચ્ચે હતો અને હવે તે હાંફી રહ્યો હતો. તેણે ઢાલની મદદથી ત્રીસથી પણ વધુ વાનરોને પાછા ધકેલ્યા હતા. આ હતું કઠિન પણ તેણે કર્યું હતું. ત્યાં એક શંખ ફૂંકવાનો અવાજ સાંભળીને બધા જ વાનરો સ્થિર થઈ ગયા.

કલ્કીએ જોયું કે શંખ કોણ ફૂંકી રહ્યું હતું. તેણે તારને ઘોડા પર બેસીને આવતો જોયો, તે પુલના તેના ખૂણાથી ધીમે-ધીમે આગળ આવી રહ્યો હતો. વાનરોએ લડવાનું બંધ કર્યું હતું. બધું જ જાણે સ્થગિત થયું હતું. તાર તેના ઘોડા પરથી નીચે ઊતર્યો અને તેણે તેનું સોનેરી પહેરણ ઉતારી દીધું.

કલ્કિ અચંબિત હતો. તેને સમજાતું નહોતું કે તાર શું કરવા જઈ રહ્યો છે.

અને પછી તેણે જોયું કે તાર તેના હાથમાં સોના અને કાંસાના બનેલા અણીદાર મોજાં પહેરી રહ્યો હતો. કલ્કિ સમજી ગયો કે હવેની લડાઈ તે સામસામે તેની સાથે લડવાનો છે. કલ્કિને તેણે વ્યક્તિગત પડકાર આપ્યો હતો.

તાર પુલ તરફ આવવા લાગ્યો. તેનું મહાકાય કદ જોઈને ગભરામણ થાય તેવું હતું. તે પુલ પર ચડ્યો તો પુલમાં પણ ધ્રુજારી આવી જાણે કે તેના માટે પણ વજનદાર હતો.

કલ્કિ જાણતો હતો કે તે તારને હરાવી શકતો હતો. તેને તારે હાથમાં પહેરેલા અણીદાર મોજાને કારણે તે થોડું મુશ્કેલ લાગતું હતું. તે એકદમ તીણા દેખાતા હતા જે એકવારમાં ચામડી ચીરી નાંખે તેવા હતા. આવા ઘા ઊંડા પડે અને શરીરના અંદરનાં અંગો પણ તે ક્ષતિગ્રસ્ત કરી શકે તેમ હતું. કલ્કિને લાગતું હતું કે તે સામે આવી રહેલા રાક્ષસ સાથે લડવા તૈયાર નથી.

કલ્કિ પાસે હથિયારને નામે ફક્ત એક ઢાલ જ હતી.

તાર બોલ્યો, "હવે ફક્ત હું અને તું. હું તારી તાકાત જોઈ વિચારમાં

પડી ગયો છું. મેં તારી છાતીમાં અંકિત ચિહ્ન જોયું તો કંઈક યાદ આવી ગયું. મેં ઉદૈયાના ગ્રંથોમાં આના વિશે વાંચ્યું છે. દરેક યુગમાં ભગવાન વિષ્ણુ અનિષ્ટો સામે લડવા માટે અવતાર લે છે અને આ તેનું પ્રતીક છે."

"તેં એ અર્થહીન વાતો વાંચી હશે. હું તેની સાથે જન્મ્યો નથી, પણ આ મેં મારી મહેનતથી મેળવેલું છે."

તારે માથું હલાવ્યું અને તેણે કલ્કિ તરફ દોટ મૂકી. કલ્કિ પણ તેના બચાવમાં ઢાલ આગળ કરીને દોડ્યો.

પછી એક જ ઝટકામાં તારે હવામાં ગુલાંટ મારીને કલાબાજી બતાવી. કલ્કિ આશ્ચર્યથી જોવા લાગ્યો. ત્યાં તો તેની પીઠ પર તીણા ચાકુના ઉઝરડા પડ્યાનો અહેસાસ થયો. અસીમ પીડા થઈ. તે ઘૂંટણિયે બેસી પડ્યો.

કલ્કિ ઊભો થવા ગયો, પણ કઠિન લાગ્યું. તેના શરીરમાંથી લોહી વહેતું હોય તેવું અનુભવાયું.

"આ અણીદાર કવચ લાવાના કાચથી બનેલું છે. સૌથી ધારદાર હથિયાર છે. છાતી પર લગાવેલું તારું આધ્યાત્મિક નિશાન પણ આની સામે કશું નથી."

તાર થોડો આગળ ધપ્યો તો કલ્કિના મનમાં ગુસ્સો હતો. તે કોઈ વનેચર પશુની જેમ સતત હુમલા કરવા લાગ્યો. કલ્કિ તેની ઢાલની મદદથી બચતો રહ્યો. તાર તાકાતવાન હતો. કલ્કિની ઢાલમાં પણ તિરાડ દેખાઈ.

તાર તેની જગ્યાએથી કૂદ્યો અને પોતાનું અણીદાર હાથમોજું જોરથી ફેંક્યું. તે કલ્કિની દિશામાં ત્રાટક્યો અને ઢાલની વચ્ચે એક જોરદાર મુક્કો માર્યો ને ઢાલને ટુકડાઓમાં ફેરવી નાંખી.

કલ્કિના હાથમાં ઢાલના એક ટુકડા સિવાય કશુંય નહોતું. તારના ચહેરા પર આત્મવિશ્વાસ છલકતો હતો. તે સ્મિત સાથે બોલ્યો, "બેટા, તારી પાસે શબ્દોની ધાર સિવાય કશું જ નથી."

તારે કલ્કિના મોં પર એક મુક્કો મારી દીધો. કલ્કિ હજુ સહેજ

આંખ ખોલીને જોવા જાય ત્યાં તેનો બીજો જોરદાર મુક્કો પેટમાં વાગ્યો. દરેક નવા હુમલા તેજ રહેતા અને કલ્કિની પીડા વધવા લાગી હતી. છેલ્લો મુક્કો તેની ચિબુક પર વાગ્યો અને કલ્કિ બીજી તરફ ઊછળી પડ્યો. કલ્કિ લોહીલુહાણ હાલતમાં મદદ માટે હાંફવા લાગ્યો.

કલ્કિ ચિંતિત પદ્મા અને તેની બાજુમાં ઊભેલી રત્નાને જોઈ શકતો હતો જે પુલના એક છેડા પાસે ઊભાં હતાં. પદ્મા મદદ કરવા ઇચ્છતી હતી, પણ આ તાર અને કલ્કિ વચ્ચેની લડાઈ હતી.

તે વચ્ચે દખલ ન કરી શકે.

આ તો તેની અને વાનર સેનાપતિ વચ્ચેની વ્યક્તિગત લડાઈ હતી.

"હવે બજરંગ ક્યાં છે? શું પુત્ર, તેણે તને છોડી દીધો?" તેણે કલ્કિનું ગળું પકડીને તેને ફરીથી બીજી તરફ ઉછાળી દીધો. કલ્કિનો શ્વાસ રૂંધાવા લાગ્યો, "જે રીતે તેણે અમને છોડી દીધા હતા. તેણે ભગવાન વિષ્ણુના એક અવતારની રક્ષા કરી હતી, હેં ને? તો હવે તે બીજાની રક્ષા કેમ નથી કરતા? પક્ષપાતભર્યું વલણ...? મને આ વાતની જ નફરત છે. હવે વિચારું છું કે બજરંગ પાસે જે વાર્તાઓમાં લખેલી છે તેવી શક્તિઓ છે કે નહીં? હવામાં ઊડવું, શરીરનું કદ નાનું-મોટું કરવું આ બધું સાચું છે ખરું? માણસોએ તેની પૂજા કરવા માટે વાર્તાઓ બનાવી છે, એ જે હોય તે પણ તે એક દુર્બળ વાનર છે જે કશું નથી કરી શકતો. એવી રીતે આ દુર્બળ છોકરાને લાગ્યું હતું કે તે મને હરાવી શકે છે."

તેણે કલ્કિને પકડ્યો અને તે પુલને બીજે છેડે લઈ ગયો, "હું ઇચ્છતો હતો કે તારી આંખનું તેજ ઓછું થાય ત્યાં સુધી તારો શ્વાસ રૂંધવો. પણ મને થાય છે કે તારા સાથીઓને તારી લાશ પણ ન મળે."

તેણે તેની પકડ ઢીલી કરી. તારે છોડ્યો એટલે કલ્કિને રાહત થઈ. તેને શ્વાસ લેવાથી સારું લાગ્યું, પણ ઠંડી અને તેજ હવા તેના શરીરને વીંધી રહી હતી. તે મૃત્યુ તરફ વધી રહ્યો હતો.

ત્યાં તો તેનું શરીર ઊંચકાયું.

તે જમીન પર પડવાની તૈયારીમાં જ હતો ત્યાં કોઈએ તેને હવામાં ઉપાડી લીધો. તેને પોતાનું શરીર ઉપર ગતિ કરતું અનુભવાયું.

તે પુલની નજીક ઊભેલાના અવાજો સાંભળી શકતો હતો.

પછી કલ્કિનું ધ્યાન ગયું કે તે કોણ હતું.

કલ્કિને ભગવાન બજરંગે જ હવામાં ઉઠાવ્યો હતો. તે ઊડી રહ્યા હતા.

તેણે વાનરરાજના ચહેરા તરફ જોયું તો તેને લાગ્યું કે આવા ભાવ તો તેણે ક્યારેય જોયા નહોતા – તે ગુસ્સામાં હતા.

તે લોકો ઊડી રહ્યા હતા!

આ દૃશ્ય જોઈ વિસ્મય થતું હતું અને મજાક જેવું પણ લાગ્યું. બજરંગ હવામાં ઊડી રહ્યા હતા અને કલ્કિને બાળકની જેમ ઊંચકેલો હતો.

કલ્કિને પુલ પર પાછો મૂકવામાં આવ્યો. બજરંગ હવામાં હતા ને પછી તે નીચે ઊતરીને તેની બાજુમાં આવી ઊભા. તેમણે જ્યારે કલ્કિની પીઠ પસવારી ત્યારે તેમની કમરે તેમની પ્રસિદ્ધ ગદા લટકતી હતી.

“માફ કરજે, મને આવવામાં વાર થઈ ગઈ.” બજરંગ બોલ્યા.

“તમે મને બચાવવા આવ્યા?” કલ્કિના ચહેરા પર સ્મિત હતું ને તેને ખ્યાલ આવ્યો કે તારનું મોં તો બજરંગને જોઈને ખુલ્લું હતું. તે ભયભીત અને ચિંતિત દેખાતો હતો.

“તાર તને નિર્દયતાથી મારી રહ્યો હતો. જો હું ન આવું તો સ્વાર્થી કહેવાઉં. હું કોઈને મારીશ નહીં, પણ યુદ્ધમાં તારી મદદ તો કરી જ શકું છું. હું તો ઘણા વખત પહેલાં યુદ્ધ લડ્યો હતો. હવે તારે એ બનવાનું છે જે તું છે.” તેમણે કલ્કિના માથે હાથ મૂક્યો ને બોલ્યા, “અને વચન આપું છું કે જ્યારે પણ પડીશ તો હું તને ઉઠાવવા માટે આવી જઈશ. હું મારા લોકોને દરેક સંકટના સમયમાં સાથ આપીશ. તેઓ ક્યારેય એકલા નહીં હોય.”

કલ્કિએ આભાર સાથે ડોકું ધુણાવ્યું, “આ સમયે તમારા કબીલાને તેની જ જરૂર છે.”

“આ લે.” બજરંગે કમરેથી પોતાની ગદા કાઢીને કલ્કિને ધરી.

“ખરેખર...”

“હમ્મ... થોડો સમય રાખ, પછી મને પરત આપી દેજે.” તેમણે આંખ મીંચકારી.

કલ્કિએ સંમતિપૂર્વક ગરદન નમાવી.

"બજરંગ, તમે કેવી રીતે ઊડી શક્યા?" તારના અવાજમાં ધિક્કાર હતો, "શું આ તમારી કોઈ જાદુઈ ચાલ હતી? તમે ત્યારે જ દખલ કરો છો જ્યારે વિષ્ણુના કોઈ અવતારની વાત હોય. જ્યારે પોતાના લોકોની વાત હોય તો તરત જ કદમ પાછળ હટાવી લો છો."

બજરંગના નાક પર ગુસ્સો દેખાયો. કલ્કિને લાગતું હતું કે તેમની ઇચ્છા તારની ગરદન મરોડી નાંખવાની હતી, પણ તેમણે સંયમ રાખ્યો, "તાર પોતાના લોકોની મદદ ન કરવા બદલ હું માફી માગું છું, પણ મેં તને એકલો ક્યારે મૂક્યો? ભલે મને જે કહેવું હોય તે કહે, પણ મારા લોકોને જો પડકાર આપવામાં આવશે તો મારા ગુસ્સાનો ભોગ બનવું જ પડશે. હું તેમની રક્ષા કરીશ."

"તમને ઘણા વખતે ભાન આવ્યું. તેમને કોઈ અવતાર નથી જોઈતો. તેમને એક નેતા જોઈએ જે આવનારી લડાઈમાં તેમની સાથે લડી શકે." તારે ગુસ્સામાં પોતાની અણીદાર ચીજનો પોતાના હાથમાં ચૂરો કરી નાંખ્યો.

કલ્કિને સમજ પડી ગઈ કે હવે યોગ્ય સમય આવ્યો છે.

તે ગદા લઈને તાર તરફ ધપ્યો. તાર પણ કોઈ જંગલી પશુ માફક તેની તરફ ત્રાટક્યો.

એ યોગ્ય તકની રાહ જોતો હતો.

એક તેજ પ્રહારથી ગદાએ તારનો ચહેરો અને દાંત તોડી નાખ્યા. તેના હોઠ અને નાકમાંથી લોહી દડવા લાગ્યું તો તે સહેજ પાછળ હટ્યો. તે તલવાર ઉઠાવવા માગતો હતો, પણ તેણે જોયું કે કલ્કિ પહેલેથી જ તેની ઉપર ઊભો હતો.

કલ્કિ તેજીથી હવામાં કૂદ્યો અને પૂરી તાકાતથી તારની કમરમાં ગદાથી પ્રહાર કર્યો. તારે પોતાના હાથથી રોકવાનો પ્રયાસ કર્યો, પણ તેના હાથ પીઠ સુધી પહોંચ્યા જ નહીં. તારની કમરના મણકા તૂટવાનો કડકડ કરતો મોટો અવાજ થયો.

કલ્કિએ ફરીથી ગદા ઘુમાવી અને તારના હાથ તોડી નાખ્યા. બંને હાથમોજા ખૂલી ગયા. તાર ભયભીત ચહેરે તેની સામું જોતો રહ્યો.

પણ હવે કલ્કિના પ્રકોપથી બચવું કઠિન હતું.

તેણે તારનો હાથ પણ પગ મૂકીને કચડી નાંખ્યો. તાર પીડાથી ચીસ પાડી ઊઠ્યો ત્યાં કલ્કિએ ફરીથી તે કાંડા પર ગદા મારી ને તેનું લોખંડી હથિયાર નષ્ટ થઈ ગયું.

"નહીં..." તારે ચીસ પાડી.

કલ્કિએ તારના ખભા કચડી નાખ્યા. એ પછી તેણે તેનું માથું કચડવા માટે તેની ગદા ઉઠાવી જેથી તે ચકનાચૂર થઈ જાય.

"કલ્કિ..." તેને રોકવા માટેનો અવાજ આવ્યો.

કલ્કિએ ગદા તરત જ નીચી કરી. તેણે ધ્રૂજી રહેલા વિદ્રોહી વાનર પરથી પગ હટાવીને બજરંગ સામે જોયું. તે કલ્કિ તરફ આવી રહ્યા હતા.

બજરંગના ચહેરા પર ગુસ્સાનો ભાવ નહોતો. તેમની આંખમાં કરુણા દેખાતી હતી.

"એને મારીશ નહીં."

"કેમ? આ ફરીથી હુમલો કરી શકે તેવો છે."

"તે એવું કરી શકે તે વાત સાચી, પણ આ રાક્ષસને ઉત્તેજન આપનારો હું જ છું. આ મારી જ જવાબદારી છે. મારે જ તેને સાચો રસ્તો બતાવવો પડશે." બજરંગ બોલ્યા.

"તમારા લોકોને મારનારો આ જ છે. શું તમે આવા વ્યક્તિ સાથે આવો સૌમ્ય વર્તાવ કરશો?"

બજરંગ કલ્કિનો ખભો થપથપાવી હસ્યા, "કલ્કિ, નાયક હોવાનો અર્થ શત્રુઓને ફક્ત જીતવાનો નથી હોતો. તેને બીજી તક પણ આપવી પડે. હું એ બધાને જ સહાય કરીશ જે તારના અભિયાનમાં તેની સાથે હતા."

કલ્કિ બજરંગના આ નિર્ણયથી સહમત નહોતો, પણ તેમના વિશ્વાસની સામે બીજી લાગણીઓ અર્થહીન હતી. તેણે સંમતિ દર્શાવી અને બજરંગની ગદા પરત કરી. તે સમયે જ બીજા વાનરો સાથે પદ્મા અને રત્નાને પુલ તરફ આવતા જોયાં. પદ્મા કલ્કિને કસીને ભેટી પડી અને કલ્કિએ પણ તેને એમ જ બાથમાં લીધી. બજરંગના માણસો તારને ઉઠાવીને ત્યાંથી લઈ ગયા. તે નિરાશ દેખાતો હતો.

યુદ્ધ સમાપ્ત થઈ ગયું હતું.

બજરંગ તારના માણસોને સમજાવવા માટે ત્યાં જ રોકાયા. તેમણે સમજાવ્યા કે એ લોકો સાવ નિરર્થક વિદ્રોહમાં અટવાયેલા રહ્યા જે કોઈના માટે લાભકારી નહોતું.

કલ્કિના મનમાં વાનરોના રાજા પવનપુત્ર માટે આભાર અને સન્માનનો ભાવ જન્મ્યો. તેના મનમાં છતાં એક પ્રશ્ન હતો, "ભગવાન બજરંગ, તમે હવામાં ઊડ્યા કેવી રીતે? મને એવું કહ્યું હતું કે એ બધી તો વાતો હતી."

બજરંગે પદ્મા અને કલ્કિ તરફ નજર માંડી.

અને તેમણે સ્મિત આપ્યું.

"બધી જ વાર્તાઓ તથ્યહીન નથી હોતી. કેટલીક વાર તમારે વિશ્વાસ પણ રાખવો પડે છે."

63

મનસા વાસુકિ પરિવારના પુર પાસે ઊભી હતી. તેને ફરીથી બનાવવામાં આવી રહ્યું હતું.

તેણે પોતાના માણસોને આદેશ આપ્યો હતો કે તે પુર વાસુકિની યાદમાં બનાવવામાં આવે. જ્યારે નાગમજૂરો તે કામમાં તનતોડ મહેનત કરી રહ્યા હતા ત્યારે તેને ભૂતકાળની બધી જ ઘટનાઓ યાદ આવી ગઈ – તેને હરાવીને તબાહ કરવામાં આવી હતી. તે લગભગ મરવાની અણી પર હતી અને પછી તેને મૃત જાહેર કરી દેવામાં આવી હતી. તેણે તેનો પ્રેમી એવો પતિ અને ભાઈ પણ ગુમાવ્યો.

હવે બીજું કશું જ નથી ગુમાવવું.

બસ, હવે આ બધું રોકવું પડશે.

મનસાએ હસીને પાછું ફરીને જોયું તો જોયું કે નાગપુરીના દરેક નાના દ્વીપ પર હવે ફક્ત નાગ નહીં, પણ સુપર્ણોનાં ઘરો પણ હતાં. તે એટલી ચતુર હતી કે જ્યારે સુપર્ણભૂમિ નષ્ટ થઈ ગઈ ત્યારે ખાસ તો તેણે સુપર્ણોને એકલા ન મૂક્યા. જ્યારે બધા થાંભલાઓ પડી ગયા અને નગર પણ ધસી ગયું ત્યારે તેણે તાર્ક્ષ્ય તરફ હાથ લંબાવ્યો. તેણે વચન આપ્યું હતું કે તે ભૂમિ ફરીથી તૈયાર ન થાય ત્યાં સુધી સુપર્ણોને નગરમાં રાખશે.

તાર્ક્ષ્ય તેના લોકોને નાગપુરીમાં મોકલવા નહોતો માગતો, પણ તેની પાસે બીજો કોઈ વિકલ્પ જ નહોતો. મનસાએ તેના બદલામાં ફક્ત એક નાની કિંમત માગી હતી કે તેમના બધાં જ વિમાનોનો તે ઉપયોગ કરવા માગતી હતી.

"તું હવે શું કરવાની યોજના બનાવી રહી છે." તેને પાછળથી જાણીતો અવાજ સંભળાયો.

મનસાએ પાછળ જોયું તો વિભીષણને જોયો – તે આરામથી તેના ચહેરા પરથી પરસેવો લૂછી રહ્યો હતો. વિભીષણ મનસાને મળવા અને અભિનંદન આપવા માટે છેક ભાનમતીથી આવ્યો હતો. તેણે કોઈ ન કરી શકે તેવું કામ કરી બતાવ્યું હતું. સુપર્ણો અને નાગલોકો વચ્ચે કેટલાંય વર્ષો બાદ સંધિ થઈ હતી.

"હું મારા સામ્રાજ્યની ખોવાયેલી શાંતિ પાછી લાવવાની યોજના બનાવી રહી છું. નાગમંડળ હજુય સંકટોથી ઘેરાયેલું છે, કારણ કે અમારા લોકોને હજુય દુશ્મનો સાથે રહેવાની એ વાત ગળે નથી ઊતરતી."

"પ્રિય, મારું માનવું છે કે બધું થોડા સમયમાં જ સરખું થઈ જશે." વિભીષણે પરસેવો લૂછ્યો, "આ જગ્યાએ ગરમી વધારે છે."

"આ નાગપુરી છે." મનસાએ પતિ પાસેથી મળેલો એ ટુકડો હાથમાં ભીંસ્યો, "મારી મદદ કરવા બદલ ધન્યવાદ."

"ના મનસા, હકીકતમાં તો તેં મારી મદદ કરી છે. હું તો એક કાયર નીકળ્યો." તેણે ઊંડો શ્વાસ લીધો, "તારા કારણે જ આ સંધિ શક્ય બની છે. તેં બધું થાળે પાડી દીધું."

મનસાએ માથું ધુણાવ્યું. તે પ્રસન્ન હતી. આટલા લાંબા સમયના સંઘર્ષ અને પરાજય બાદ તેની જીત થઈ હતી. તે વિભીષણને ભેટી, "મારા પ્રિય મિત્ર, મને એ વાતનો આનંદ છે કે આજે અમે એ ખંડેરોને ફરીથી બનાવી રહ્યા છીએ જેણે પહેલીવાર હું આવી ત્યારે મારું સ્વાગત કર્યું હતું." તેની નજર અધૂરા દેખાતા પુર પર ટકેલી હતી.

"મને પણ આનંદ છે. મારા મનમાં અમુક યોજનાઓ ચાલે છે. હું આ સંધિને દંડક સુધી વિસ્તારવા માગું છું..."

મનસાએ માથું ધુણાવ્યું, "હવે કોઈ સંધિ કરવામાં મને રસ નથી."

"તું શું કહેવા માગે છે?" વિભીષણની પાતળી ભ્રમરો ઊંચી થઈ.

"મારા પ્રિય, આ બધું મેં કોઈ સ્પષ્ટ કારણસર કર્યું છે. તેના દ્વારા હું કળિ સામે મારા ભાઈ અને મારા માણસોનો બદલો લેવા માગું છું. મેં કદ્રુને સંભાળી લીધી. હવે આ તટ સુરક્ષિત છે. હવે તે બદલાનું કામ જ કરવું છે જેના માટે હું અહીં આવી હતી. કળિને મારા માટે છોડી

દો." મનસાના અવાજમાં કઠોરતા હતી.

"તો તું ઉદૈયા તરફ સમુદ્રી માર્ગે જવા માગે છે?"

મનસાએ તેની ગરદન હલાવી, "સમુદ્રી માર્ગે નહીં."

"તો પછી....?"

મનસાના ગાલ પર સ્મિત રેલાયું, "તે તરફ ઊડીને જવું છે પ્રિય. ઊડીને હું ત્યાં જઈશ."

64

અરજણ સળગતી ચિતા સમક્ષ ઊભો હતો.

તેણે તેની મરિયલ જેવી દાઢી ખંજવાળતા સળગી રહેલાં લાકડાં તરફ નજર કરી. તાપને કારણે તેની આંખોમાં લ્હાય બળતી હતી છતાં તે એકીટશે જોઈ રહ્યો હતો. મંદ હવા ચાલી રહી હતી અને ઝાડ-પાનમાં તેની અસરો દેખાતી હતી. તે અદબ વાળીને ઊભો હતો ને તેણે પોતાના હાથ કસ્યા. તેના મનમાં ઊંડો શોક હતો અને ગાલ પર આંસુ દદડી રહ્યાં હતાં. તેણે આગમાં પોતાની જાતને જોઈ અને સાથે જ તેને વીતેલાં વર્ષોની વાત યાદ આવી ગઈ.

તે ઈલાવર્તીની નજીકના એક નાના ગામમાં હતો. જ્યાં તેણે આશરો લીધેલો હતો. તે ત્યાં રહેતા એક વૈદ્ય પાસે ગયો હતો. તેને પોતાના ઘાનો ઇલાજ કરાવવાનો હતો અને તેની પર લેપ કે પટ્ટી લગાવી શકે. જ્યારે ઉર્વશીને તેણે મારી નાખી એ પછી તેની અજેય હોવાની શક્તિ રહી નહોતી. તેને ખ્યાલ આવ્યો કે શરીરના ભાવ અનુસાર સોમ કાર્ય કરતું હતું. જેટલો ભાવ મજબૂત તેટલું શક્તિશાળી રહી શકાય અને જ્યારે રુદ્રનું મૃત્યુ થયું તો અરજણના ગુસ્સા અને દુ:ખે તેને અજેય બનાવી દીધો.

જ્યારે તે અગ્નિ સામે ઊભો હતો ત્યારે તેણે હાથમાં વાળેલું એક ચર્મપત્ર ખોલ્યું અને ફરીથી વાંચવા લાગ્યો.

મારા સૌથી પ્યારા ભાઈને નામ,

હું પૂરી રીતે સુરક્ષિત છું. હવે હું દંડકવનમાં છું અને અમે ઘણી જલદીથી મહેન્દ્રગિરિ તરફ રવાના થઈશું. મને જાણ થઈ કે તું પણ સુરક્ષિત છે તે જાણીને હું પ્રસન્ન થયો. હું બહુ ઝડપથી પાછો

આવીશ અને આશા રાખું છું કે બધું ત્યાં સુધી સુરક્ષિત રહેશે. ભાઈ, તારી ઘણી યાદ આવે છે અને મને યાદ છે કે આપણે કેવી રીતે ગામના ખેતરમાં બેસીને વાતો કરતા હતા. આશા રાખું છું કે આ બધું ખતમ થાય એ પછી ફરીથી તેવી જિંદગી જીવીશું. તેં પદ્મા વિશે સાચું કહ્યું હતું. તે પણ તારી જેમ જ ખૂબ સારી છે. તમે બંને મનથી સહૃદયી છો. આશા રાખું છું કે આપણે બંને હંમેશાં આવી જ રીતે જીવીશું.

ખૂબ ઝડપથી આપણે મળીશું.

— કલ્કિ

અરજણે વાંચવાનું મૂકીને ઉપર જોયું. શુકો તે પત્ર આપીને ચાલ્યો ગયો હતો. પહેલા તો તેને પત્ર જોઈને આનંદ થયો, કારણ કે તેને પાકા પાયે જાણ થઈ કે તેનો ભાઈ જીવિત છે. જો કે તેને 'સહૃદયી' શબ્દ વાંચીને નિરાશા થઈ. તેને પોતાની જાત પર થોડો ગુસ્સો પણ આવી ગયો.

ના... હું હવે સહૃદયી નથી રહ્યો.

મેં મારા હાથે જ એક નાની છોકરીની હત્યા કરી હતી.

અરજણે નિઃશ્વાસ નાંખ્યો અને પોતાના પર વિશ્વાસ ન કરી શક્યો કે તેણે કોઈની હત્યા કરી હતી. તે એનો ગુસ્સો કાબૂમાં ન રાખી શક્યો... *અને મારે ઉર્વશીને મારવી પડી.* ભલે તેને પોતાના કાર્ય પર શરમ આવતી હોય પણ તેને એવું બીજીવાર કરવાની તક મળે તો તે નિશ્ચિતરૂપે એવું જ કરતો.

રુદ્ર ઉર્વશીને કારણે માર્યો ગયો.

ત્યારે જ પાછળથી અવાજ આવ્યો, "તેમણે કહ્યું હતું કે તું અહીં જ મળીશ." આ એક શાહી, આલીશાન પણ ફરફરતો અવાજ હતો.

અરજણે પાછળ ફરીને જોયું તો તે એક લાંબી વ્યક્તિ હતી જેણે લાંબું પહેરણ પહેર્યું હતું જેની પર સોનાની કારીગીરી કરેલી હતી. તેના શરીર પર વિવિધ પ્રકારનાં આભૂષણો હતાં અને બીજી બાજુ અરજણ

એક ફાટેલી ધોતી પહેરીને ઊભો હતો.

નલ વીસ યક્ષો અને થોડા માનવો સાથે ઊભો હતો. નગરવાસીઓ કુતૂહલવશ જોઈ રહ્યાં હતાં. લોકોને એ વાતની નવાઈ હતી કે શાહી દરબારના એક વ્યક્તિને એક સામાન્ય માણસને મળવા માટે આવવું પડ્યું હતું. તે એના માણસોને ત્યાં ઊભા રાખીને આગળ આવ્યો, "તારી સાથે જે પણ થયું તેનો મને ખૂબ જ અફસોસ છે. ખરેખર, ઉર્વશી એક મૂર્ખ જેવી જ નીકળી!"

અરજણ કોઈ ઉત્તર આપવા નહોતો માગતો. નલનાં વાક્યો તેને નિરર્થક લાગતાં હતાં.

"અરજણ! હું ફક્ત એટલું જ કહેવા માગું છું કે તેં શું કર્યું તે વિશે મેં સાંભળ્યું. તેં એકલે હાથે આખી સેનાને નષ્ટ કરી અને તોય તું પોતાની દિવ્યતા ભૂલીને આમ ઊભો છું." નલ હસ્યો અને આગથી નીકળતી જ્વાળાના પડછાયામાં તેનો અડધો ચહેરો અંધકારમય થઈ ગયો.

ક્ષિતિજ પર સૂર્ય અસ્ત થઈ ગયો હતો. આખા આકાશમાં લાલ રંગની ચાદર પથરાઈ ગઈ હતી.

"દેવો માટે પણ એવું જ છે કે તેમને પૂજનારા જોઈએ." નલ બોલ્યો, "તેમના અહમ્‌ને પોષનારા લોકો જોઈએ. હું જાણું છું, કારણ કે અમારી સંસ્કૃતિમાં હું દેવતા ગણાઉં છું. પરંતુ તારી સામે તો હું કશું જ નથી. હું મરી પણ શકું છું, પરંતુ તને તો કોઈ મારી નહીં શકે."

અરજણ હળવેથી ગણગણ્યો, "હું કોઈ દેવતા નથી."

"કોઈ દેવતા હોય તે પણ આવું જ કહે." નલ કટાક્ષમાં હસ્યો, "અરજણ, તારે સમજવું જોઈએ. આપણે એવી દુનિયામાં જીવી રહ્યા છીએ જેમાં મનુષ્ય સ્વયં શાસન કરવા માટે યોગ્ય નથી. તેમને રાજાની જરૂર નથી હોતી. તેમને શાસન કરવા માટે એક દેવતા જોઈએ. આ કારણથી જ યક્ષસમાજ આટલો વિકસિત-સમૃદ્ધ થયો અને માનવો અસફળ રહ્યા. કારણ કે રાજા એ મનુષ્ય છે... દુર્બળ અને નશ્વર. તેમને કોઈક એવું જોઈએ જે સહારો બને, નહીંતર રુદ્ર જેવા લોકો... મરશે અને નષ્ટ થતાં રહેશે. કલ્પના કરી જો કે તું જાતે એ આસન પર આવી જાય

પછી રુદ્ર જેવા કેટલાય લોકોની મદદ કરી શકે છે."

અરજણની આંખો પહોળી થઈ ગઈ. તે સમજી ગયો કે નલનો સંકેત શેના તરફ હતો, "તું શું ઇચ્છે છે?"

"અરજણ મારી પાસે ઘણું ધન છે. શરૂઆતમાં મને એવું લાગતું હતું કે તેનો ઉપયોગ કરીને હું મારી જાતને આગળ કરીને રાજા બની શકું છું, પણ એ તો મારો એકલાનો સ્વાર્થ થયો. મને નથી લાગતું કે હું રાજસિંહાસનને યોગ્ય છું. હું કોઈ એવી વ્યક્તિનો સાથ ઇચ્છું છું જેની પર પૂર્ણ વિશ્વાસ કરી શકું... અને તે વ્યક્તિ તું છે. હું ઇચ્છું છું કે તું રાજા બન. મારી મા..." નલ સહેજ રોકાયો ને બોલ્યો, "મને લાગે છે કે જો હું તારો સાથી બની જઉં તો મારું રક્ષણ થઈ શકે છે. તેને લાગે છે કે આપણો સાથ ઈલાવર્તીની દુષ્ટ શક્તિઓને નષ્ટ કરવાના એક અભિયાનમાં બદલાઈ શકે છે."

"હું...? એક રાજા?"

નલે સંમતિ દર્શાવી અને એક ઘૂંટણિયે નીચે નમ્યો. અન્ય યક્ષો અને માનવોએ પણ તેવું જ કર્યું. તેમને જોઈને નગરવાસીઓનાં માથાં પણ નમ્યાં. અરજણ તો બંને હથેળીને મસળતો ભયમિશ્રિત ભાવથી જોતો જ રહ્યો. આ તો થવાનું જ હતું. ઉર્વશી સામે ભરેલું એ કઠોર પગલું આ પરિણામ જ લાવવાનું હતું.

તેણે યક્ષરાજ અને તેની પ્રજાને ભયભીત કરી દીધા હતા.

શું ભયથી ખરેખર પ્રજાને વશમાં કરી શકાય છે?

અરજણને યાદ આવ્યું કે ભગવાન ઇન્દ્ર ફક્ત વૈજ્ઞાનિક નહીં, પણ શાસક હતા. તેમણે કઈ રીતે આવા જ ભયને આધારે પોતાની પ્રજા પર શાસન કર્યું હશે?

કદાચ આ જ કામ કરવાનો સાચો રસ્તો હશે.

"મહારાજ." નલ બોલ્યો, "હું આગળની ચૂંટણીમાં તમને ટેકો કરીશ. તમે અમારા રાજા બનો અને ઈલાવર્તીનું શાસન સંભાળો. આશા રાખું છું કે તમે મારી આ ભાગીદારી સ્વીકાર કરશો."

અરજણને સમજાતું નહોતું કે આ વળી કઈ રમત રમાતી હતી. જો

કે નલના વર્તાવમાં તો ઇમાનદારી છલકાતી હતી. તે ડરેલો હતો અને તે નહોતો ઇચ્છતો કે અરજણ જેવા વ્યક્તિને નારાજ કરવામાં આવે.

નલે અરજણ તરફ પોતાનો હાથ લંબાવ્યો.

અરજણના મનમાં હજુય દ્વિધા હતી.

તમે બંને ઘણા સહૃદયી છો.

અરજણે યક્ષરાજ સાથે હાથ મિલાવ્યો.

આ તેને માટે એક નવો જ પ્રારંભ હતો.

65

કલ્કિ તે પર્વત પર હતો જ્યાં બાજુમાં ભગવાન બજરંગ પણ ઊભા હતા.

જ્યારે તેણે તારને હરાવ્યો તે સમયને એક મહિનો વીતી ગયો હતો. તે હજુય ત્યાં જ હતો. કદાચ તે વિચારી રહ્યો હતો કે ક્યાંક કોઈ વિદ્રોહી બને તો? પણ એવું બન્યું નહોતું. જેમ બજરંગે વાયદો કર્યો હતો તેમ વિદ્રોહીઓને વસાવવામાં આવ્યા, સહારો અપાયો અને તેમની સમસ્યા સાંભળીને સમાધાન કરીને તેમનું દિલ જીતવામાં આવ્યું.

કલ્કિ શુકોને મળ્યો તો તેણે કહ્યું કે અરજણને પત્ર પહોંચાડી દેવામાં આવ્યો છે પણ તેણે જવાબમાં કોઈ પત્ર મોકલાવ્યો નથી. જ્યારે શુકો અરજણને મળ્યો ત્યારે તે સળગતી ચિતાની સામે ઊભો હતો. કલ્કિને ચિંતા થઈ. *તે કોઈ ચિતાની સામે કેમ ઊભો હતો?* તે અરજણ માટે ડરી ગયો અને તેણે નક્કી કર્યું કે યોગ્ય સમયે તે તેના ભાઈ સાથે જતો રહેશે.

"કલ્કિ!" ટેકરીની નીચેથી તેના નામની બૂમ પડી.

તેણે ડૂબતા સૂરજ તરફથી ધ્યાન હટાવી નીચે જોયું તો નીચે પદ્મા ઊભી હતી. પદ્માને હાથ હલાવતી જોઈને તેણે સ્મિત આપ્યું અને તે તેને મળવા માટે નીચે આવ્યો.

"શું થયું?"

"હવે આપણે શું કરવાનું છે." તેના પ્રશ્નમાં પણ ચિંતા હતી.

"ખબર નથી, કદાચ મારે મારી યાત્રા પૂરી કરવી જોઈએ." કલ્કિએ ઊંડો શ્વાસ લીધો, "સાંભળ..." તેણે પદ્મા તરફ નજર કરી, "મેં તને પહેલા પણ કહ્યું હતું. અરજણ જીવિત છે એટલે હું એક મદદ ચાહું છું."

"હમ્મ... શું?"

"હું ઇચ્છું છું કે તેને સાચો રસ્તો બતાવ. મને લાગે છે કે તે ખોટી સંગતમાં પડી ગયો છે. કદાચ તેણે ઘણું ગુમાવ્યું છે અને તેને પોતાની સામે મૃત્યુ સિવાય કશું જ દેખાતું નથી."

"પણ આ બધું તને કેવી રીતે ખબર પડી?"

"ખબર નહીં..." તે વિચારીને પછી અદબ વાળીને બોલ્યો, "મને એવું લાગે છે કે તારે ત્યાં જઈને તેને મદદ કરવી જોઈએ. શું તું એવું કરીશ?"

"તું ઇચ્છે છે કે હું તને છોડીને જતી રહું...?"

કલ્કિએ માથું હલાવ્યું અને તરત જ તેને પોતાના હૃદય પર કોઈ ભાર અનુભવાયો.

"કેમ?" તેણે દાંત ભીંસ્યા, "તું પણ ચાલ મારી સાથે."

"પદ્મા, મારી યાત્રા હજુ અધૂરી છે. મારે હજુ મહેન્દ્રગિરી પર જઈને ભાર્ગવ રામને મળવાનું બાકી છે. હું ત્યાંથી પાછો આવીને તને મળીશ." કલ્કિએ તેનો હાથ પકડી લીધો. પદ્માએ એકદમ નવાઈથી તેની સામે જોયું, "હું... ઓહ... મને તો..."

તે અવઢવની સ્થિતિમાં શું બોલવું તેની ફિકરમાં જ તેને કોઈના આવવાનો પગરવ સંભળાયો. કલ્કિએ પાછળ ફરીને ભગવાન બજરંગને જોયા. તે સફેદ ધોતીમાં હતા અને ગળામાં રુદ્રાક્ષની માળા ધારણ કરેલી હતી.

"આશા રાખું છું કે મેં તમારા બંનેની વાતમાં કોઈ ભંગ નહીં પડાવ્યો હોય."

"ના...રે સહેજેય નહીં." પદ્માએ સ્મિત આપ્યું.

કલ્કિએ પણ નિરાશાથી માથું હલાવ્યું.

ખરેખર તો તમે ખોટા સમયે જ આવી ચડ્યા છો.

તેણે તરત જ એ વિચારને પોતાના મનમાંથી ઝાટકી કાઢ્યો.

"બોલો... શું થયું?" કલ્કિએ પૂછ્યું.

"હું તમને કશુંક બતાવવા માગું છું. કદાચ આ જાણકારી તમને બંનેને કામ આવશે."

કલ્કિ અને પદ્મા વિચારમાં પડી ગયાં, પણ તેઓએ બજરંગની વાત જાણવા માટે તેમની સાથે જવાનો નિર્ણય કર્યો.

તે લોકોએ ગુફામાં પગ મૂક્યો.

તે આમ તો ગુફા જેવી જ લાગતી હતી, પણ તે દારુડ સિંહ જ્યાં લઈ ગયો હતો તેના કરતા જુદી હતી. આ ઘણી પહોળી અને ઘેરી હતી. ત્યાં દીવાલો પર અમુક અંતરે મશાલો રાખવામાં આવી હતી. ગુફાની દીવાલો પર ચમકતી રોશની હતી.

બજરંગ ગુફામાં ઊંડે સુધી ચાલતા ગયા તેમ રસ્તો કઠિન અને પથરાળ થતો ગયો. કલ્કિ અને પદ્માની અંદર આટલા વખતની જુદીજુદી જગ્યાની સફરને કારણે ધીરજ આવી ગઈ હતી. તે બંને એટલે આરામથી ચાલી રહ્યાં હતાં. તે જગ્યાએ હિમ નહોતો છતાં ઠંડક અનુભવાતી હતી. આખરે તેઓ ગુફાના વચ્ચેના ભાગમાં પહોંચ્યાં જ્યાં એક ખુલ્લા ઓરડા જેવું હતું. ત્યાં એક ગુંબજ પણ દેખાયો જે વચ્ચે હતો અને ત્યાં સુધી જવાનો એક રસ્તો હતો. તે રસ્તાને દરેક ખૂણેથી જોઈ શકાતો હતો.

કલ્કિને ત્યારે જ ખ્યાલ આવી ગયો કે તે કોઈ સામાન્ય ગુંબજ નહોતો – તેની ઉપર આકૃતિઓ, ભવનો, શસ્ત્રો અને કેટલીય વસ્તુઓ સુંદર રીતે કોતરવામાં આવી હતી. તે આ બધું જોઈ રહ્યો હતો ત્યારે બજરંગ તેને જણાવવા લાગ્યા.

બજરંગે લાલ અને ભૂરી આકૃતિ તરફ ઇશારો કર્યો, "આ બંને આકૃતિઓ દેવો અને અસુરોનું પ્રતિનિધિત્વ કરે છે. ભૂરો રંગ ઉત્તરના દેવોનો જ્યાં સ્વર્ગ હતું, એક વિદેશી ભૂમિ જ્યાં મેરુ પર્વત ઊભો છે. જ્યારે લાલ અસુરો માટેનો રંગ છે જે પાતાળમાંથી આવ્યા છે. બંને વિદેશીઓ આપણી ધરતી પર આવ્યા." પછી તેમણે તે બંને આકૃતિઓ વચ્ચે થનારા યુદ્ધનો સંકેત કર્યો. તેમના હાથમાં અજીબ પ્રકારના ભાલા હતા, "દેવો અને અસુરો વચ્ચે સતત સંઘર્ષ થતો રહ્યો છે અને પછી તેમણે સંધિ કરવાનું વિચાર્યું. તેમણે અજેય વિસ્તારો – ઉદૈયા અને

દક્ષિણી, ઉત્તર અને દક્ષિણમાં વિભાજિત કરવાનું નક્કી કર્યું. ઉત્તરમાં દેવોનું અને દક્ષિણમાં અસુરોનું રાજ હતું. સમસ્યા એ હતી કે અસુરો નિર્દયી અને વિધ્વંસક હતા જ્યારે દેવો કૃષિ, નવસર્જન અને સંશોધનમાં વિશ્વાસ રાખતા હતા. દેવોના શ્રેષ્ઠ વૈજ્ઞાનિકોમાંના એક એવા ઇન્દ્રએ સોમની શોધ કરી. અસુર તેને પામવા માગતા હતા. લોકો સદીઓ સુધી તેના માટે લડ્યા. ઇન્દ્ર જાણતા હતા કે સોમ કાયમ માટે વિનાશનું મૂળ બની જશે. તેમણે તેને દરેક દિશામાં ફેલાવી દીધું, જેથી તે યોગ્ય વ્યક્તિના હાથમાં આવી શકે."

"કદાચ તેમણે માનવજાતિના કલ્યાણ માટે તેની શોધ કરી હશે."

"હમ્મ. એટલે જ તેમણે તેનો મોટાભાગનો ભંડાર સુપર્ણિકામાં રાખ્યો જ્યાં માનવો વસતા હતા."

કલ્કિને મોટાભાગનો ઇતિહાસ ખબર હતી, પણ ક્યારેય તેણે એ બધું ચિત્રાત્મક રૂપમાં નહોતું જોયું. ગુફાઓમાં અંકિત આકૃતિઓ જોઈને દેવો અને અસુરો વચ્ચેના દરેક પ્રસંગોનો પરિચય મળતો હતો.

બજરંગ બોલ્યા, "ભવિષ્ય નક્કી કરવાનું હોય તો અતીતની જાણ હોવી પણ જરૂરી છે."

કલ્કિને આ વાત સાંભળીને નવાઈ લાગી. તેમણે એક ભૂરી આકૃતિ તરફ ઇશારો કર્યો જે આગળ ઊભી હતી અને બાકીના બધા તેની પાછળ હતા. લાલ આકૃતિમાં પણ એવું જ ચિત્રણ હતું.

"આ શું છે?"

"ઓહ...!" બજરંગે સ્મિત આપ્યું, "ધર્મ અને અધર્મની તથાકથિત ભવિષ્યવાણી. ભૂરો ધર્મનો અને લાલ રંગ અધર્મનું પ્રતીક છે."

"એક વાત સમજાઈ નહીં." કલ્કિની ભ્રમરો તંગ થઈ, "તેમની પાછળ આ બધા કોણ છે...?"

"આ તેમના અનુયાયીઓ છે. મને એમ કે કૃપાએ તને બધું જણાવી દીધું હશે પણ લાગે છે કે તેને પણ કશી ખબર નથી. એક અવતારના રૂપમાં ધર્મ ભગવાન વિષ્ણુનો સૈનિક છે અને તેના અનુયાયીઓની મદદથી તે અધર્મ સામે લડશે. તું ધર્મના રૂપમાં આગળ રહીને લોકોનું

નેતૃત્વ કરીશ અને સાથે બીજા મહત્ત્વના લોકો હશે જે તારા કાર્યમાં સહાય કરશે. એ જ આ દુનિયાનું ભાગ્ય નક્કી કરશે."

કલ્કિએ ઊંડો શ્વાસ લીધો, "પરંતુ ભગવાન ગોવિંદ...ભગવાન રાઘવ, એ બધા તો એકલા..."

બજરંગની રૂવાંટીદાર ભ્રમરો ઊંચી થઈ, "ભગવાન રાઘવ એકલા હતા?"

ના... ચોક્કસપણે નહીં.

"તમે તેમના સૈન્યનો ભાગ હતા, ભગવાન રાઘવના સૈનિક."

"હમ્મ... એવી જ રીતે લક્ષ્મણ અને બીજા લોકો પણ સાથે હતા. ભગવાન ગોવિંદને પાંડવોનો સાથ મળ્યો. ધર્મ અને અધર્મની લડાઈ ક્યારેય બે જણ વચ્ચે નથી હોતી. તે યુદ્ધ બે સૈન્ય વચ્ચે લડાય છે. દુનિયાને બચાવવા માટે, પોતાની માન્યતાઓ માટે લડાય છે — બે મુખ્ય વિચારધારા વચ્ચેનો આ સંઘર્ષ છે."

બજરંગ ચિંતિત ભાવથી બોલ્યા, "બેટા, આશા રાખું છું કે તું જલદીથી તારું સૈન્ય શોધી લઈશ."

કલ્કિ દંડકવનના પર્વતોમાંથી બહાર જવાના માર્ગ પર ઊભો હતો, જ્યાંથી મહેન્દ્રગિરિ પર્વત માટેનું ચઢાણ શરૂ થતું હતું. તે દેવદત્ત અને શુકો સાથે હતો. પદ્માના હોઠ ભીંસાયેલા હતા. તે નિરાશાથી કલ્કિને જોતી હતી જે દૂર જવા માટે તૈયાર હતો.

"આમ મને છોડીને ન જઈશ."

"મારે જવું જ પડશે. આ જ મારી નિયતિ છે."

તેણે માથું હલાવ્યું, "તું મને કશુંક કહેવા માગતો હતો."

"તું મને ગમે છે." કલ્કિએ પદ્માને સ્મિત સાથે કહ્યું, "આશા રાખું છું કે હું પણ તને ગમતો હોઈશ."

તેણે આંખો ઝીણી કરી, "લે જોઈ લે, કેટલો આત્મવિશ્વાસ છલકે છે મારામાં... તું મૂર્ખ છે."

"હું મૂર્ખ છું. હમણાં જ એક વાનરને હરાવ્યો છે. તારે તો મને ભેટીને અભિનંદન આપવા જોઈએ."

"ઊંહહ... આવ્યો મોટો જાણે..."

પછી થોડો સમય સન્નાટો છવાઈ ગયો.

"સારું... તો હવે મારે જવું જોઈએ."

"ઊભો રહે..." પદ્મા બોલી.

તે આગળ વધી અને તેણે કલ્કિના ગાલ પર એક હળવું ચુંબન કરી દીધું.

"હમ્મ... હવે જઈ શકે છે."

"બસ... એક ગાલ પર ચુંબન... એટલું જ...?" કલ્કિએ નિરાશા સાથે કહ્યું.

"તું જાણે જ છે કે મારો સ્વભાવ કેવો છે?"

કલ્કિએ પદ્માને નજીક ખેંચીને કમર પકડી અને સમય ગુમાવ્યા વગર તેને કસીને ચૂમી લીધી. પદ્માના વાળ ખુલ્લા થઈ ગયા હતા ને તે હળવેથી બોલી, "હું અરજણ પાસે જતી રહીશ."

"એ વાત માટે આભાર."

એ બંને અલગ થયાં તો કલ્કિને આમ જુદા પડવું વિચિત્ર લાગ્યું, પણ તેણે મક્કમતાથી જવાનું હતું. તે દેવદત્ત પર સવાર થયો તો દેવદત્તે પણ ડોકુ હલાવ્યું અને શુકોએ ટેં...ટેં કરવા માંડ્યું.

એને ચુંબન મળ્યું અને હું તો એને સવારી કરાવી રહ્યો છું? શું નસીબ છે? દેવદત્તે નિઃસાસો નાંખ્યો.

કલ્કિને એ વાત પર હસવું આવ્યું. તેણે જોયું કે પદ્મા તેને જોઈને હાથ હલાવી રહી હતી.

"જ્યારે હું પાછો આવું તો હું જાણવા માગીશ કે તું કોણ છે અને ક્યાંથી આવી છે? હું તારા વિશે ઘણું જ ઓછું જાણું છું."

"જો નસીબે સાથ આપ્યો તો કદાચ તું પાછો ફરીશ ત્યારે મારા પિતાને પણ મળી શકીશ."

કલ્કિને આશ્ચર્ય તો થયું, પણ અંતિમ વિદાય આપ્યા બાદ તે ત્યાંથી

આગળ વધી ગયો. તેનો ઘોડો તે ઘેરા વન અને રસ્તાઓ તરફ જઈ રહ્યો હતો, જે રસ્તો મહેન્દ્રગિરિ તરફ જતો હતો. તેણે પાછળ ફરીને જોયું. પદ્માનું કદ છેવટે બિંદુ જેટલું થઈ ગયું. તેને અને બધાને પાછળ છોડીને તેના વિચારો, એકલા જતા તિશો ચાલ્યા...

તે ભયભીત થયેલો હતો.

અને તે જાણતો હતો કે તેનાથી તેનું મન ભયભીત થશે.

પણ એ બધું સંભાળી લેશે.

તે તૈયાર હતો.

66

એ રાહ જોઈ રહ્યો હતો.

તે એક લાંબા સમયથી રાહ જોઈ રહ્યો હતો અને તેને કશું ખોટું નહોતું લાગતું. તેને આ ગમ્યું. ધીરજ... તેનાથી જ તેનામાં ઊર્જા અને જોશ આવ્યાં હતાં, જે તે કલ્કિના આવ્યા બાદ કરવા માગતો હતો.

અને એ આવી ગયો. તે પોતાના લક્ષ્યથી ઘણો નજીક હતો.

તેણે ત્રીજા ટુકડામાં જોઈ લીધું હતું – કલ્કિ આવવાની તૈયારીમાં જ હતો – એનો મતલબ કે તે ભાર્ગવ રામને મળવા આવવાનો જ હતો.

અને તે જ્યારે ભાર્ગવ રામને મળશે તો નિરાશ થઈ જશે. બિચારો છોકરો.

તે જોવા માગતો હતો કે આ કડવી સચ્ચાઈ જાણ્યા બાદ તેનો ચહેરો કેવો થશે.

તે રાજસિંહાસન પરથી ઊઠીને એમ જ શિવના પ્રાચીન મંદિરમાં આંટા મારવા લાગ્યો – એ સ્થળ ક્યારેક ભગવાન શિવનું પવિત્ર ધામ હતું, જ્યાં બધું જ કાંસુ અને પથ્થરથી બનેલું હતું. ત્યાં તેમની ત્રીસેક હાથ ઊંચી મૂર્તિ પણ હતી, પરંતુ તે મૂર્તિની પૂજા કરનારું કોઈ નહોતું.

તેણે બહાર આવીને બરફ, થાંભલાઓ, પહોળા માર્ગ અને ધરતીમાં ખૂંપાવેલા લાંબા ભાલા જોયા અને ભાલાઓની પાસે જ લાંબા ડગલાઓમાં લપેટાયેલા મનુષ્યો ઊભા હતા.

શૂન્યવાદી.

તેને ખબર હતી કે કલ્કિ તેને જોઈ ડરી જશે, પરંતુ તેને કોઈ ચિંતા નહોતી. તેને શૂન્યવાદી પસંદ હતા – શૂન્યના પૂજારી, એક પ્રાચીન ભવિષ્યવાણીના સાચા રક્ષક. ઈલાવર્તીના લોકોએ મહાન દુષ્ટ તત્વ માટે કેટલાય પ્રકારની ભવિષ્યવાણીઓ પ્રચલિત કરી દીધી હતી, પણ

ખરેખર કોણ છે તે કોઈ નહોતું જાણતું. જેની પાસે ભેદ અને રહસ્યોની જાણકારી હતી તેને ફક્ત શૂન્યવાદીઓ જાણતા હતા અને એટલે જ તેઓ આ કામમાં સાથે હતા.

તેઓ મારા કાર્યનો હિસ્સો બનવા માગતા હતા. તેમણે જ બધા તાણાવાણા ગોઠવ્યા જેથી બધું યોગ્ય જગ્યાએ આવી જાય. તેઓએ બ્રહ્માના નેત્રની મદદથી બધું જાણી લીધું હતું.

તે સિમરીનને બ્રહ્માના નેત્ર વિશે જુઠ્ઠું બોલી ચૂક્યો હતો. તેણે કહ્યું હતું કે તે ખોવાઈ ગયું છે. સિમરીન જેવી વિદ્યાધર તેની આ રમતનું મહોરું હતું. તે સાચું ન જાણી શકી.

બ્રહ્માના નેત્રનો ટુકડો ખોવાયો નહોતો. મહાયુદ્ધ પછી તે એકલો અને નિર્બળ હતો. તેને કંઈક કરવું હતું એટલે તે સાત સમંદર પાર પાતાળમાં ગયો. બ્રહ્માના નેત્રને શોધ્યું અને શુક્રાચાર્ય પાસેથી ચોરી લીધું.

જ્યારે તે એને મળી ગયું તો વાપરવાથી ખ્યાલ આવ્યો કે ભવિષ્ય બતાવનાર ટુકડા સિવાય આ ટુકડાની કોઈ કિંમત નથી. તેની સહાયતાથી જ બધાં પરિણામોને વશમાં કરી શકાતાં હતાં, કારણ કે તેનાથી બધું પહેલાં જ ખબર પડી જતી હતી, પણ ત્રીજા ભાગને ઉપયોગમાં લેવું અઘરું હતું. તેને લાંબા સમય બાદ જ પ્રયુક્ત કરી શકાતું હતું.

તે પોતાની સાથે પહેલો ટુકડો નહોતો લાવ્યો અને બીજો ટુકડો વાનરરાજ સાથે સંબંધ સાચવવા માટે બજરંગને આપવામાં આવ્યો હતો. બજરંગ સજ્જન સ્વભાવના અને તેનો દુરુપયોગ કરે તેવા નહોતા. તે ટુકડો તેમની પાસે સુરક્ષિત હતો. આમ, કોઈ પણ તેનો લાભ લઈ નહોતું શકતું. ત્રીજો ટુકડો પોતાની પાસે રાખ્યા પછી ચોથો ટુકડો નંદને આપવામાં આવ્યો જેથી તે મનસા સુધી પહોંચે. તેણે જોયું કે મનસા ભવિષ્યમાં શું કરશે, તે કેવી રીતે તેનો પોતાના લાભ માટે ઉપયોગ કરશે.

અને હું પણ એવું જ ઇચ્છું છું.

પ્રતીક્ષા દરમ્યાન તે અનુભવ કરી શકતો હતો કે કલ્કિ તેને આ કામની શ્રાપિત અવસ્થામાંથી મુક્ત કરવા માટે આવી રહ્યો હતો.

તેણે વાંકડિયા વાળમાં આંગળીઓ ફેરવી અને તે હટાવીને ઘા પર સ્પર્શ કર્યો, જે જગ્યા પર ક્યારેક મણિનું સ્થાન હતું – તેના કપાળમાં બરાબર વચ્ચે.

કલ્કિ આવીને તેને મુક્ત કરી દેશે.

કલ્કિ તેના માટે તારણહાર હતો.

ઓહ... કેવી વિમાસણભરી સ્થિતિ હતી. તેણે મનોમન વિચાર્યું. જે વ્યક્તિએ તેને કારણે જ તકલીફો ઉઠાવી તે જ હવે તેનો રક્ષક હશે. આ એ જ વ્યક્તિ હતો જેણે સંપૂર્ણ કળિયુગને ગુપ્તરૂપે આયોજિત કર્યો. આ યુગ જ તો તેના લાંબા જીવનકાળનું કારણ હતો.

તે ઘાયલ અને ક્ષતિગ્રસ્ત મનુષ્ય હતો.

તે અશ્વત્થામા હતો.

ક્રમશઃ...

કબીલા

રાક્ષસ – આ બુદ્ધિમાની માનવ જેવા લાગતાં પ્રાણીઓએ ઈલમ દ્વીપ પર દક્ષિણમાં જન્મ લીધો. આ લોકો સામસામે થનારા યુદ્ધમાં ઘણા તાકાતવર હોય છે. બીજા કબીલાવાળાની સરખામણીમાં તેમની ચામડી જાડી હોય છે. તેમની સરેરાશ ઊંચાઈ છ હાથથી વધારે હોય છે. તેમનો પિતૃસત્તાક સમાજ અને સંસ્કૃતિ હોય છે તેમજ તેમની ભયંકરતા છતાં પછાત જોવા મળે છે. તેમાંના મોટાભાગના શિવ ભગવાનના ઉપાસક છે, પરંતુ લોકો તેને નાસ્તિક સમજે છે. તેમની ત્વચા કાળી અને વાળ તૈલી જોવા મળે છે.

નાગ – આ કુલીન અને અભિજાતીય વંશ નાગપુરીમાં રહેતા હતા. એ નગર સરોવરમાં તરતું હતું. નાગલોકો શેષ અને ભગવાન વિષ્ણુની ઉપાસના કરતા હતા. નાગલોકો યોદ્ધા કરતાં વધુ કૂટનીતિજ્ઞ હોય છે, પરંતુ એક લાંબા સમયથી તેમણે સૈન્યતંત્ર વિકસિત કર્યું હતું. તેમની સભ્યતામાં સ્ત્રીઓને પૂરું સન્માન આપવામાં આવે છે. તેમની આંખો ભૂરા રંગની અને ત્વચા ગોરી હોય છે.

યક્ષ – કદ નાનું અને નટખટ હોય છે. એ લોકો ભયાવહ નથી હોતા પરંતુ નાણાકીય બાબતે નિપુણ હોય છે. આ પ્રજા રાજા સિવાય કોઈને પૂજે નહીં. તેમનામાં સૈન્ય અને રાજનીતિ બાબતે કુશળતાનો અભાવ જોવા મળે છે. યક્ષોને સંગિની, યક્ષિણીઓ દુર્લભ હોય છે જે મરુભૂમિ સ્થિત અલકપુરમાં નિવાસ કરે છે. બીજા કબીલાની સરખામણીમાં આ લોકો વધુ સંપન્ન જોવા મળે છે.

અસુર – દુર્લભ પ્રજાતિ કહી શકાય છે. આ કબીલાના વિષયમાં વધુ જાણકારી મળતી નથી. તેમને સંસારની બધી જ બદીઓનું મૂળ માનવામાં આવે છે. એક વખત અંધવિશ્વાસના પરિણામે ભારે શોધખોળ

બાદ અનેક અસુર બાળકો, સ્ત્રીઓ ને પુરુષોને મારીને લટકાવી દેવામાં આવ્યા. તેમાંથી કેટલાક લોકો બચી ગયા, જે આમતેમ ભટકતા જોવા મળે છે. આ લોકો નાસ્તિક હોય છે.

દાનવ – અસુરોના ભાઈ કહેવાય. એ વૃક્ષો જેટલાં લાંબા તથા ટેકરીઓ જેવા વિશાળ હોય છે. આ લોકો દેવતાઓના પરમ વિરોધી મનાય છે, એવું કહેવાય છે કે આ લોકો અત્યારે સૂઈ રહ્યા છે, કારણ કે તેમના ચાલવાથી ધ્રુજારી પેદા થાય છે. આ લોકો રાત્રે ધીરે-ધીરે કહેવામાં આવતી વાર્તાઓની કલ્પનાઓમાં દેખાવા લાગ્યા. પ્રલય બાદ આ લોકો ક્યાંય જોવા નથી મળ્યા.

પિશાચ – નરભક્ષી લોકોનો સમાજ. આ લોકો કાદવ જેવી અને અંધારી ભૂમિ પર નિવાસ કરે છે. આ લોકો જે 'ઉત્તમ' હોય તેમની પૂજા કરે છે. આ લોકો કર્મ પર વિશ્વાસ ધરાવે છે અને તેઓના દરેક અપરાધ તેમના શરીર પર અંકિત હોય છે. આ લોકોને માનસિક રીતે અસ્થિર માનવામાં આવે છે, તેમજ તેમના વિસ્તારમાં ભાગ્યે જ કોઈ જવાની હિંમત કરતા હોય છે.

વાનર – આ લોકો દંડક અરણ્યમાં નિવાસ કરે છે. તેમને ઘણા જ્ઞાની માનવામાં આવ્યા છે. તેમના શરીર પરના વાળ જોઈને તેમની હાંસી ઉડાવાય છે. કોઈની સાથે મૈત્રીપૂર્ણ સંબંધો નહીં રાખવાનું નક્કી કરીને આ લોકો અત્યારે ભૂગર્ભમાં જતા રહ્યા છે. તે લોકો તેમના સંરક્ષક ભગવાન બજરંગની પૂજા કરે છે જેમને અમર દેવતા માનવામાં આવ્યા છે.

નોંધ : *મહેરબાની કરીને ધ્યાન આપો, બીજા ઘણા કબીલા અસ્તિત્વ ધરાવે છે, પણ તેમને આ યાદીમાં સામેલ કરવામાં આવ્યા નથી, કારણ કે તેમના વિશે શોધ અને લેખન કરવાનું બાકી છે.*

– વેદ વ્યાસ

આભાર

સૌથી પહેલા હું મારાં માતા-પિતા, લેજલી મિસલ અને જ્યોત્સ્ના મિસલનો આભાર માનું છું. તેઓએ આ સફરમાં કાયમ મને ટેકો આપ્યો અને જ્યારે હું ભટકું ત્યારે મને માર્ગદર્શન આપ્યું છે.

હું મારા એજન્ટ મિ. અનુજ બહારીનો આભારી છું, જેમની મદદ વડે 'કલ્કિ શ્રેણી' યોગ્ય લોકો સુધી પહોંચી.

હું ફિંગરપ્રિન્ટ પબ્લિશિંગ સાથે જોડાયેલાં લોકોનો આભાર વ્યક્ત કરું છું. ગૌરવ સભ્રવાલ અને શિખા સભ્રવાલ અન્ય પ્રકાશકથી સાવ અલગ છે. પ્રકાશ બુક્સના સુરેન્દ્ર ડંગવાલ, રાજારામ રવુલ, નટરાજ સર, ગુરુરાજ સર, નિહાર સર, મહેશજીએ હંમેશાં મને તેમનો સહયોગ આપ્યો છે. ગરિમા શુક્લનો આભાર, તેમણે ઘણા સ્નેહથી પુસ્તકનું સંપાદન કર્યું.

વિજિત સિંહાનો આભાર, તેઓ મારા વ્યક્તિગત સંપાદક છે જેમણે પહેલાં સંપાદનોમાં મદદ કરી છે.

હું કલ્કિ માટે બનાવેલા સુંદર રેપ માટે આયુષ ડોગરા અને તેને કંપોઝ કરવા માટે શુભમ ઘાટગેનો આભાર માનું છું.

સના શેખનો સરસ રીતે ઇન્ટરવ્યૂઝ અને રિવ્યૂઝ સંભાળવા માટે આભાર. અભિજિત બોઝ દ્વારા અદ્‌ભુત પોસ્ટર અને બેનર તૈયાર થયાં અને અનુજ કુમારે મને આ યાત્રા આરંભ કરવામાં મદદ કરી તેમનો આભાર.

બીજા નામ આ પ્રકારે છે – સીમા સક્સેના, ગગન ભૈયા, મનપ્રીત કૌર (કાયમ પુસ્તક માટે સમર્થન આપવા બદલ), હૈલી ચેટરજી.

હું મારા બે ભાઈ – શ્રેય સિંહ અને રયાન મારિયો કારડોઝાનો આભાર માનું છું. તમે બંને જાણો છો કે તમે અહીં કયા કારણે છો.

સૌથી વધુ આભાર, મારા વાચકોનો માનવો પડે. તમે ઘણી ધીરજ સાથે આ ભાગ આવવાની પ્રતીક્ષા કરી. આશા રાખું છું કે આ તમને પસંદ આવ્યું હશે.

www.ingramcontent.com/pod-product-compliance
Ingram Content Group UK Ltd.
Pitfield, Milton Keynes, MK11 3LW, UK
UKHW042125021026
15589UKWH00003B/608

9 789395 339872